ഒരു ശലഭത്തിന്റെ ജീവിത വഴികളിലൂടെ

കുട്ടികളുടെ മാനസികവും വൈകാരികവുമായ
വളർച്ചയ്ക്ക് ഒരു വഴികാട്ടി

സലീന റോയ്

INDIA • SINGAPORE • MALAYSIA

ISBN 979-8-89929-355-9

ഉള്ളടക്കം

സലീന റോയ്

1965-ൽ കോട്ടയം ജില്ലയിലെ വൈക്കം താലൂക്കിലെ കൊതവറയിൽ ജനനം.

ഇന്ത്യൻ ആർമിയിൽ ഉദ്യോഗസ്ഥനായിരുന്ന പിതാവായ പെരുമന വീട്ടിൽ ആർ. പുരുഷോത്തമന്റെയും, അദ്ധ്യാപികയും ഹെഡ്മിസ്ട്രസ്സും ആയിരുന്ന മാതാവായ തെക്കുംകോവിൽ കെ.ജെ. തങ്കമ്മയുടെയും കരുണയേറിയ കാവലിലാണ് ഉണർന്നു വളർന്നത്.

സ്കൂൾ വിദ്യാഭ്യാസം കേന്ദ്രിയ വിദ്യാലയ നേവൽ ബേസ്, കൊച്ചി, എൻ.എസ്.എസ്. സ്കൂൾ വെച്ചൂർ, സെൻറ് ലിറ്റിൽ തെരേസാസ് സ്കൂൾ, വൈക്കം എന്നീ വിദ്യാഭ്യാസ സ്ഥാപനങ്ങളിൽ പൂർത്തിയായി.

കോളേജ് വിദ്യാഭ്യാസം സെൻറ് തെരേസാസ് കോളേജ്, എറണാകുളം, മഹാരാജാസ് കോളേജ്, എറണാകുളം എന്നിവിടങ്ങളിൽ ആരംഭിച്ചു. തുടർന്ന് ഭൗതികശാസ്ത്രത്തിൽ എം.എസ്.സി. എസ്.എൻ. കോളേജ്, കൊല്ലത്തിൽ നിന്നും പൂർത്തിയാക്കി.

ബി.എഡ് കാലിക്കറ്റ് യൂണിവേഴ്സിറ്റി സെൻറ്, മലപ്പുറത്തുനിന്നാണ് കരസ്ഥമാക്കിയത്.

വി എച്ച് എസ് സി തലയോലപ്പറമ്പിൽ തുടങ്ങിയ അദ്ധ്യാപന ജീവിതം പിന്നീട് ചിന്മയ വിദ്യാലയ തൃപ്പൂണിത്തുറയിലും ഐ.എച്ച്.ആർ.ഡിയുടെ വിവിധ വിദ്യാഭ്യാസ സ്ഥാപനങ്ങളിലും തുടർന്നു. ഈ പ്രൊഫഷണൽ യാത്രയിലുടനീളം, പതിനഞ്ച് വർഷത്തോളം പ്രിൻസിപ്പളായും പ്രവൃത്തിച്ചു.

ഇപ്പോഴത്, 'ലൈഫ്ടെക് സൊലൂഷൻസിന്റെ' സർട്ടിഫൈഡ് ട്രെയിനറായും,

'ഡീപ്പ് പേരന്റിംഗ്' എന്ന സ്ഥാപനത്തിൽ നിന്നും സർട്ടിഫൈഡ് പേരന്റിംഗ് കോച്ചായി മാറി എന്നത് കുട്ടികളുടെയും രക്ഷിതാക്കളുടെയും മനസ്സിലേക്ക് വെളിച്ചം വിതയ്ക്കുന്ന ഒരവസരമായാണ് തുടരുന്നത്.

പിന്നീട് ബിഹേവിയർ മോഡിഫിക്കേഷൻ തെറാപ്പിയിൽ ഡിപ്ലോമയിലൂടെ കുട്ടികളുടെ മാനസിക വളർച്ചയിലേക്കുള്ള ഉൾക്കാഴ്ചയാക്കി രൂപാന്തരപ്പെട്ടു.

ജീവിതയാത്രയിൽ ഒപ്പം നിന്ന് ആത്മസ്നേഹവും പ്രചോദനവും നൽകുന്ന പങ്കാളിയായ **അഡ്വ. കെ.പി. റോയി**യുടെ സാന്നിദ്ധ്യവും ഓർമ്മകളിൽ ചേർന്നിരിക്കുന്നു.

ഈ പുസ്തകം—എന്റെ ആദ്യമായുള്ള പ്രസാധനം—ഇന്നുവരെ കൈവരിച്ച അനുഭവങ്ങളും, ഉള്ളതായ കാഴ്ചപ്പാടുകളും, മനുഷ്യബന്ധങ്ങളുടെ ഗഹനതയും പങ്കുവെക്കാൻ ഒരുപാട് ആഗ്രഹത്തോടെ പിറന്ന ഒരു സ്നേഹപുതപ്പ് തന്നെയാണ്. എഴുത്തിലൂടെ മനസ്സിന്റെ ഇടങ്ങൾ തുറക്കാനും, വായനക്കാരന്റെ മനസ്സിൽ തെളിച്ചം പകരാനും ശ്രമിക്കുന്നു.

സമർപ്പണം

സ്വതന്ത്രമായി ചിന്തിക്കാൻ

എന്നെ പ്രാപ്തയാക്കിയ മാതാപിതാക്കളുടെ

അനുഗ്രഹസ്മരണയിൽ സാഷ്ടാംഗം പ്രണമിക്കുന്നു

എന്റെ പ്രിയ മക്കൾ

അനന്തപത്മനാഭൻ
ഹരിഗോവിന്ദ്
അഡ്വ. ദേവനാരായണൻ
എന്റെ ആകാശത്തിലേക്ക് എത്തിച്ചേർന്ന മൂന്ന് നക്ഷത്രങ്ങൾ
അവരെ പോലെ തന്നെ
എനിക്ക്,
സൂര്യനായി നിന്ന് ഊർജ്ജം പകർന്ന
എന്റെ പ്രിയപ്പെട്ട ഭർത്താവ്
അഡ്വ. കെ.പി. റോയ്.
ഇതൊക്കെയും അണിയിച്ചൊരുക്കി
എന്റെ പ്രിയ വായനക്കാർക്ക്
സ്നേഹപൂർവം സമർപ്പിക്കുന്നു.

അവതാരിക

"To be in your children's memories tomorrow, you have to be in their lives today."

– Barbara Johnson

ഈ മനോഹരമായ പുസ്തകം വായിച്ചപ്പോൾ മുകളിൽ കുറിച്ച വാക്കുകളാണ് ഓർമ്മ വന്നത്. പതിനഞ്ച് അധ്യായങ്ങളിലായി ചിത്രം വരയ്ക്കുന്നതുപോലെ കോറിയിട്ട വാക്കുകൾ എത്രയധികം മാതാപിതാക്കളെ സ്വാധീനിക്കുന്നു എന്ന് ചിന്തിച്ചു പോകുന്നു.

ആയിരം ട്രെയിനുകൾ ശരിയായി ഓടി എത്തിയാലും പാളം തെറ്റുന്ന ട്രെയിനിന്റെ പേര് മാത്രമേ പത്രത്തിൽ വരാറുള്ളൂ എന്നു പറഞ്ഞതു പോലെ സമീപകാലത്ത് പാളംതെറ്റുന്ന കുട്ടികളുടെ എണ്ണം കൂടിക്കൊണ്ടിരിക്കുന്നു എന്ന സൂചന ഈ പുസ്തകത്തിൽ ഉണ്ട്. മാത്രമല്ല അതിനെ ന്യൂ ജെൻ പേരന്റിംഗിൽ എങ്ങനെ ഫലപ്രദമായി കൈകാര്യം ചെയ്യാം എന്നും വിശദമായി പ്രതിപാദിക്കുന്നു.

ഈ പുസ്തകത്തിന്റെ മറ്റൊരു സവിശേഷത സംഭാഷണ രൂപത്തിലുള്ള അവതരണ രീതിയാണ്. അതിനാൽ രണ്ടു പേർ സംസാരിക്കുന്നത് കേട്ടുനിൽക്കുന്ന ഒരു ഫീൽ ഉണ്ടാവുന്നു. ഉപദേശങ്ങൾ നിറച്ചുള്ള ആഖ്യാനശൈലിയേക്കാൾ നമ്മുടെ അടുത്തിരുന്ന് ഒരാൾ വർത്തമാനം പറയുന്നതുപോലെയാണ് ഇത് വായിച്ചാൽ തോന്നുക.

വളർച്ചാഘട്ടങ്ങളെയെല്ലാം ക്രമമായി അവതരിപ്പിച്ചി രിക്കുന്നതിനാൽ

നമുക്ക് ആവശ്യമുള്ളിടത്തുനിന്ന് തുടങ്ങാം എന്നൊരു ഗുണമുണ്ട്.

മാത്രമല്ല വളരെ ലളിതമായും പ്രായോഗികമായും അവതരിപ്പിച്ചിരിക്കുന്നു.

നമുക്ക് ഇഷ്ടപ്പെടുന്ന നിരവധി ആശയങ്ങൾ ഇതിൽ ഉണ്ടെങ്കിലും അവയിൽ എനിക്ക് വളരെ ഇഷ്ടപ്പെട്ട ഒന്ന് ഇതാണ്.

"കൗമാരക്കാർക്ക് രക്ഷിതാക്കളെ ആവശ്യമില്ല എന്നു പ്രകടിപ്പിച്ചാൽ പോലും സത്യത്തിൽ അവർ നമ്മുടെ സാമീപ്യവും നിർദ്ദേശങ്ങളും സഹകരണവും പ്രതീക്ഷിക്കുന്നു. "

ഇത് ഒരു തിരിച്ചറിവിന്റെ പുസ്തകമാണ്. മുന്നിലൂടെ വളർന്നു പോയ മക്കളെ കുറച്ചുകൂടി ശ്രദ്ധിച്ച് വളർത്താമായിരുന്നു എന്ന് ചിന്തിക്കാത്ത രക്ഷിതാക്കളില്ല.... അല്ലെങ്കിൽ പൂർണ്ണരായ രക്ഷകർത്യത്വവും ഇല്ല. നമ്മുടെ പരിമിതികൾ കൂടി ഹൃദയത്തോട് ചേർത്തു പിടിച്ചാണ് ഞങ്ങൾ വളർന്നതെന്ന് അവർ പറയും.

ഖലിൽ ജിബ്രാന്റെ വാക്കുകൾ ഈ പുസ്തകത്തിൽ ആവർത്തിച്ചതുപോലെ

"ജീവിതം ഒഴുകുന്നത് മുന്നോട്ടാണ് പിന്നോട്ടല്ല"

എഴുത്തുകാരിയുടെ സ്വകീയാനുഭവങ്ങളും ഇതിൽ പ്രദിപാദിച്ചിരിക്കുന്നത് ഉചിതമായി.

തിരിച്ചൊന്നും പ്രതീക്ഷിക്കാതെ ഒത്തിരി അങ്ങോട്ടു നൽകലിന്റെ കാലമാണ് ഇതെന്ന് സലീന ടീച്ചർ നമ്മേ ഓർമ്മപ്പെടുത്തുന്നു.

ഈ പുസ്തകത്തിന്റെ ഓരോ അധ്യായം വായിക്കുമ്പോഴും എഴുത്തുകാരി അതേ പ്രായത്തിലേയ്ക്ക് ഊളിയിട്ടു പോകുന്നതായി തോന്നും. അമ്പിളി അമ്മാ വൻ തന്റെ പുറകേ വരുന്നു എന്ന തോന്നലിനേക്കുറിച്ചാണ് ഒരധ്യായത്തിൽ പറയുന്നത്. എഴുത്തും എഴുത്തുകാരിയും ഒന്നായിത്തീരുന്ന ഘട്ടത്തിലാണ് എഴുത്ത് പൂർണ്ണതയിലെത്തുന്നത്.

ഒരർത്ഥത്തിൽ ഈ എഴുത്തുകാരിയെ സംബന്ധിച്ച് എഴുത്ത് ഒരു ആത്മാന്വേഷണം ആണ്. അതാണ് തന്റെ ആത്മാവിൽകൂടി യാത്ര ചെയ്യാൻ വഴിയാകുന്നത്.

എഴുത്തും എഴുത്തുകാരിയും ഒന്നാകുന്ന ആ ആഴത്തിലുള്ള അനുഭവത്തെക്കുറിച്ച് ലോകസാഹിത്യത്തിൽ അനേകം കൃതികളിൽ പരാമർശങ്ങൾ ഉണ്ട്. എഴുത്തുകാരൻ എഴുതുമ്പോൾ താൻ എഴുതുന്നതിന്റെ ഭാഗമാകുന്നു – അതാണ് ഈ അനുഭവത്തിന്റെ ഗൗരവം. അതുപോലെയുള്ള ചില പ്രസിദ്ധമായ ചിന്തകളും ഉദ്ധരണികളും ഇങ്ങനെയാണ്.

"A writer is someone for whom writing is more difficult than it is for other people."– Thomas Mann(എഴുത്ത് എഴുതുമ്പോൾ എഴുത്തുകാരന് തന്നെ അത് കൂടുതൽ ദുഷ്കരമാകുന്നു, കാരണം അവൻ അതിന്റെ അകത്തേക്ക് മുഴുവൻ ഇളകിപ്പോകുന്നു.)

"The act of writing is the act of discovering what you believe."

– David Hare

(എഴുതുമ്പോൾ എഴുത്തുകാരൻ തന്റെ വിശ്വാസങ്ങൾ കണ്ടെത്തുന്നു – അതിൽ അവൻ മുഴുകിയിരിക്കുന്നു.)

ഈ കൃതിയുടെ ഏറ്റവും വലിയ സവിശേഷതയാണ് മേൽവിവരിച്ചത്... മക്കളെ ശരിയായി വളർത്തിയ ഒരമ്മ, ആയിരക്കണക്കിന് കുട്ടികൾക്ക് വിളക്കായ ഒരു ഗുരു, ഈ പുസ്തകത്തിൽ പാലും വെള്ളവും പോലെ വേർപെടുത്താനാവാതെ കിടക്കുന്നു.

ഈ പുസ്തകത്തിന്റെ മറ്റൊരു സവിശേഷത ഇത് ജനനം മുതൽ 21 വയസ്സുവരെയുള്ള മക്കളുടെ മാതാപിതാക്കൾക്ക് അദ്ധ്യാപകർക്കും വേണ്ടി ഉള്ളതാണെന്നതാണ്. മാത്രമല്ല ശാരീരിക മാറ്റങ്ങളേക്കാൾ ഇത് മക്കളുടെ വൈകാരിക , മാനസിക, ബുദ്ധിപരമായ വികാസത്തിന് ഏറെ പ്രാധാന്യം നൽകുന്നു.

അമ്മുവും നീനയും രവിയും ഒക്കെ നമ്മൾ തന്നെയാണ്.

ഈ പുസ്തകം ഒരു parenting care pathways ആണ്. ഇപ്പോൾ ഉള്ളതും വരാനിരിക്കുന്നതുമായ തലമുറകളുടെ പുനർനിർമ്മാണത്തിന്റെ പാഠശാല. അദ്ധ്യാപകരും രക്ഷിതാക്കളും തീർച്ചയായും വായിച്ചിരിക്കേണ്ട പുസ്തകം സമർപ്പിക്കുന്നതിൽ എനിക്ക് സന്തോഷമുണ്ട്.

– ഡോ. മാത്യു കണമല

അധ്യക്ഷൻ,സാമൂഹ്യ പ്രവർത്തന വിഭാഗം

സെന്റ് ജോസഫ്സ് കോളേജ് മൂലമറ്റം.

കൗൺസിലിംഗ് സൈക്കോളജിസ്റ്റ് & ഡയറക്ടർ,IPCAI

9447306586

ആമുഖം

മക്കളുടെ ഓരോ ചിരിയിലും ഓരോ ചിന്തയിലും ഒരു രക്ഷിതാവിന് മുഴുവൻ ലോകവും കാണാം. കുട്ടികൾ ജനിച്ച നിമിഷം മുതൽ ഇരുപത്തിയൊന്ന് വയസ്സുവരെ—ശാരീരിക വളർച്ചയ്ക്കപ്പുറം ബുദ്ധിപരവും മാനസികവുമായും സാമൂഹികവും വികാരപരവുമായി അവരിൽ ഉണ്ടാകുന്ന വളർച്ച നിർണായകമാണ്.

ഇന്നത്തെ സമൂഹത്തിൽ കുട്ടികൾ കുട്ടികളല്ലാതായി മാറുന്ന കാഴ്ച മനസ്സാക്ഷിയെ വേദനിപ്പിക്കുന്നു. ഈ അടുത്ത കാലഘട്ടത്തിലെ വാർത്തകൾ കേട്ടതോ, അദ്ധ്യാപികയെന്ന നിലയിൽ നേരിട്ട് അനുഭവിച്ചതോ ആയ കാര്യങ്ങൾ, കുഞ്ഞുങ്ങളുടെ മനസ്സിലും പെരുമാറ്റത്തിലും ഒരുപക്ഷേ മുൻകാലത്തേതിനേക്കാൾ ഭീകരാന്തരീക്ഷം സൃഷ്ടിക്കപ്പെട്ടിരിയ്ക്കുന്നു എന്ന ബോധ്യത്തിലേക്ക് ഞാൻ എത്തിയിരിയ്ക്കുന്നു.

കുട്ടികളിലെ നിഷ്കളങ്കതയും ചിരികളും എല്ലാം മാഞ്ഞു, കൂട്ടുകാരനെയോ കൂട്ടുകാരിയെയോ, നിമിഷനേരത്തെ വൈരാഗ്യം കൊണ്ട് കൊലപ്പെടുത്താൻ വരെ കത്തിയും കയ്യിൽ

വെച്ച് നടക്കുന്ന യുവത്വം. പ്രണയം നിരസിച്ചാൽ പ്രശ്നം, പറഞ്ഞതനുസരിച്ചില്ലെങ്കിൽ പ്രശ്നം, അങ്ങനെ സ്നേഹം നിറഞ്ഞു നിൽക്കേണ്ട ഈ കാലഘട്ടത്തിൽ, ഏറ്റവും വൈരാഗ്യവും അക്രമവും നിറഞ്ഞതും സാമൂഹികപ്രതിബദ്ധതയും ഒന്നുമില്ലാതെ വളർന്നുവരുന്ന യുവത്വം.

നമ്മുടെ കുട്ടികൾ അങ്ങനെ കുട്ടികളായി തന്നെ വളരുന്നില്ല എന്നുള്ളത് ഇന്നത്തെ സമൂഹത്തിന്റെ വേദനാജനകമായ യാഥാർത്ഥ്യമാണ്. അവർക്ക് തനിക്കു ചുറ്റുമുള്ള ലോകം മനസ്സിലാക്കാനും, ശരിയായ മൂല്യങ്ങൾ ഉൾക്കൊള്ളാനും, സ്നേഹത്തിനും സഹാനുഭൂതിക്കുമപ്പുറം ഇനിയൊരു ലോകമില്ലെന്നു മനസ്സിലാക്കാനും കഴിയാതെ പോകുന്നു. അക്രമവാസനയും അസഹിഷ്ണുതയും വളരുന്നു. ലക്ഷ്യബോധം നഷ്ടപ്പെട്ട അവസ്ഥയിൽ, ടെക്നോളജി കുട്ടികളെ ജീവിതത്തിന്റെ യഥാർത്ഥ അനുഭവങ്ങളിൽ നിന്ന് അകറ്റുന്നു. ഈ ഗതികേടിന് പരിഹാരം എവിടെയാണ്? രക്ഷിതാക്കൾക്കും അദ്ധ്യാപകർക്കും ഇന്ന് ഇത് വലിയൊരു ചോദ്യചിഹ്നം ആയി നിൽക്കുന്നു.

ഒരു അദ്ധ്യാപികയായും, അതിൽ പതിനഞ്ച് വർഷം പ്രിൻസിപ്പലായും ആകെ മുപ്പത്തിയെന്ന് വർഷത്തെ എന്റെ അനുഭവങ്ങൾ, ജീവിതം രൂപപ്പെടുത്തേണ്ട പ്രായത്തിലെ കുട്ടികളെ കുറിച്ച് ചിന്തിക്കാൻ എന്നെ പ്രേരിപ്പിച്ചു. പക്ഷേ, യാഥാർത്ഥ്യം മറ്റൊന്നാണ്—കുട്ടികളെ ശരിയായ ദിശയിൽ നയിക്കാൻ നമുക്ക് എന്തെങ്കിലും ചെയ്യാനാകുമോ എന്ന ചിന്ത പലവട്ടം മനസ്സിനെ അലട്ടിയിട്ടുണ്ട്.

ഈ അമ്പേഷണം, എന്നെ ശ്രീ അഭിലാഷ് ജോസഫിന്റെ 'Lifetech Solutions' -ന്റെ കീഴിൽ നിന്ന് ഒരു രക്ഷാകർത്യത്വ പരിശീലകയായി മാറാനുള്ള അവസരം നേടാൻ സഹായിച്ചു. അവിടെയുള്ള ഗുരുക്കന്മാരായ അഭിലാഷ് സർ, ശ്രീ മാത്യു കണമല, ശ്രീ അനീഷ് മോഹൻ, ശ്രീ നിജോയ് തുടങ്ങിയവരിൽ

നിന്ന് നേടിയ അറിവുകളും, കുട്ടികൾ, അവരുടെ സംവേദനങ്ങൾ, അവർക്കു നേരിടേണ്ടി വരുന്ന വെല്ലുവിളികൾ—എല്ലാം ആത്മാർത്ഥമായി മനസ്സിലാക്കണമെന്ന ആഗ്രഹം എന്നെ പേരെന്റിംഗ് പഠനത്തിലേക്കും നയിച്ചു. ശ്രീ. മനീഷ് ശർമ്മയുടെ 'Deep Parenting' -ന്റെ കീഴിൽ നിന്ന് പാരന്റിങ് കോച്ച് ആയി മാറാനുള്ള സർട്ടിഫിക്കറ്റ് കരസ്ഥമാക്കി. അതോടൊപ്പം ബിഹേവിയർ മോഡിഫിക്കേഷൻ തെറാപ്പിയിൽ ഒരു ഡിപ്ലോമയും കരസ്ഥമാക്കി.

മുമ്പൊക്കെ, കൂട്ടുകുടുംബങ്ങൾ ആയിരുന്നു നമുക്കുണ്ടായിരുന്നത്. അമ്മമാർ വീട്ടിൽ തന്നെ ഉണ്ടായിരുന്നു. ഒരു തണലുപോലെ, ബന്ധുക്കളും, കൂട്ടുകാരും കുഞ്ഞുങ്ങളുടെ ചുറ്റും സദാ സന്നദ്ധരായിരിക്കും. കുഞ്ഞുങ്ങളുടെ ഓരോ ആവശ്യവും കണ്ടെത്തി അവരെ താലോലിക്കാൻ എപ്പോഴും ഒരാൾ ഉണ്ടായിരുന്നു. ആ കാലത്ത്, ഈ കരുതലുകൾ പ്രാഥമികവും സ്വാഭാവികവുമായിരുന്നു.

നമ്മുടെ കാലത്തുണ്ടായിരുന്ന ഈ കൂട്ടുകുടുംബ വ്യവസ്ഥിതി ഇല്ലാതാകുകയും, അണു കുടുംബങ്ങളിൽ നിന്നും മാത്രം വളർന്ന കുട്ടികൾ, ഇന്ന് രക്ഷിതാക്കൾ ആകുകയും, അതോടൊപ്പം തന്നെ, എങ്ങനെ തന്റെ കുട്ടിയെ വളർത്തണമെന്ന് അറിവ് എവിടെ നിന്നും ലഭിക്കാതെയും ഇരിക്കുമ്പോൾ പരീക്ഷണ നിരീക്ഷണങ്ങളിലൂടെ കുട്ടികളെ വളർത്തേണ്ട ഗതികേടാണ് ഇക്കൂട്ടർക്കുണ്ടായിരിക്കുന്നത്. ഈ സാഹചര്യത്തെ മുൻനിർത്തിയാണ് ഇങ്ങനെയൊരു പുസ്തകം എഴുതാൻ ഞാൻ തീരുമാനിച്ചതും, അങ്ങനെ ഞാൻ നേടിയ അറിവും അനുഭവവും മറ്റുള്ളവർക്കായി പങ്കുവയ്ക്കണമെന്ന് ചിന്തിച്ചതും.

ഇത് ഒരു സാധാരണ മാതാപിതാക്കൾക്കുള്ള വഴികാട്ടിയാണ്. കുട്ടികളെ ശാസനയില്ലാതെ, കരുണയോടെയും

സ്നേഹത്തോടെയും, അതേസമയം കർക്കശമായ നിയന്ത്രണങ്ങളോടെയും വളർത്താൻ കഴിയുമോ എന്ന ചോദ്യത്തിന് ഉള്ള മറുപടിയാണ്, പൂർണ്ണമാവില്ല എങ്കിലും. കുട്ടികൾ ജനിച്ച നിമിഷം മുതൽ ഇരുപത്തിയൊന്ന് വയസ്സുവരെ, അവരുടെ ബൗദ്ധികവും മാനസികവുമായും വൈകാരികവുമായും ഉള്ള വളർച്ചയെ കേന്ദ്രീകരിച്ചുള്ള ഒരു പഠനമാണ്.

ഒരു പേരന്റിങ്ങ് കോച്ച് എന്ന നിലയിൽ കൗൺസിലിങ്ങിന് വരുന്ന കുട്ടികളിൽ നിന്നും രക്ഷിതാക്കളിൽ നിന്നും മനസ്സിലാക്കുന്ന അനുഭവങ്ങളും കൗൺസിലിംഗ് കഴിഞ്ഞശേഷം അവർക്കുണ്ടാകുന്ന മാറ്റങ്ങളും ബോധ്യപ്പെട്ടു കഴിഞ്ഞപ്പോൾ തീർച്ചയായും ഇതിനൊരു സാധ്യതയുണ്ടെന്ന് സന്തോഷത്തോടെ മനസ്സിലാക്കുന്നു.

ശാരീരിക വളർച്ചയെക്കാൾ ഏറെ നിർണായകമാണ് അവരുടെ മനസ്സിന്റെ വളർച്ച. എന്നാൽ, ഇന്നത്തെ രക്ഷിതാക്കൾ ഇത് മനസ്സിലാക്കുന്നുണ്ടോ? കുട്ടികളേക്കാൾ രക്ഷിതാക്കൾ മനസ്സിലാക്കേണ്ട ഒരു സത്യമാണ്—കുട്ടികളെ നല്ല പൗരന്മാരാക്കേണ്ട ഉത്തരവാദിത്വം ഒരിക്കലും കാലത്തിനൊപ്പം ഒഴുകിപ്പോകുന്ന ഒരു കാര്യമായി കാണാൻ പാടില്ല. രക്ഷാകർതൃത്വം ഒരു നീണ്ട 18 - 20 വർഷമെങ്കിലും നമ്മുടെ സമയവും ക്ഷമയും സഹനവും പണവും നിക്ഷേപിക്കേണ്ട അങ്ങനെ എല്ലാം നിറഞ്ഞതാണ്, ചേർന്നതാണ്. അതിനൊടുവിൽ, നല്ലൊരു തലമുറയെ കാണുന്നതിനുള്ള സന്തോഷം മാത്രമേ ഈ പരിശ്രമത്തിന് സമ്മാനിക്കാനാകൂ. ഏതെങ്കിലും ഒന്നിൽ ഉണ്ടാവുന്ന കുഴപ്പം, രക്ഷാകർതൃത്വത്തെ ബാധിച്ചു കാണുന്നു.

വേഗതയേറിയ സാങ്കേതികവത്കൃത ലോകം പുതിയതായി ഒട്ടനവധി വെല്ലുവിളികളാണ് ഉയർത്തുന്നത്. സമൂഹിക മാധ്യമങ്ങൾ, അക്കാദമിക സമ്മർദ്ദം, മാനസിക സംഘർഷങ്ങൾ, കുട്ടികളുടെ ക്ഷേമവുമായി ബന്ധപ്പെട്ട ഭീഷണികൾ—തുടങ്ങി

മുൻപില്ലാതിരുന്ന നിരവധി പ്രശ്നങ്ങൾ രക്ഷാകർത്താക്കളെ കൂടുതൽ സമ്മർദ്ദത്തിലാക്കുന്നു.

ഇരുപത്തിയൊന്നാം നൂറ്റാണ്ടിലെ രക്ഷാകർത്താക്കളെ പ്രായോഗികമായി സഹായിക്കാനാവുക എന്നതാണ് ഈ പുസ്തകത്തിന്റെ ലക്ഷ്യം. പരമ്പരാഗത രീതികൾ ഉൾപ്പെടുത്തിക്കൊണ്ട്, പുതിയ തലമുറയിലെ രക്ഷിതാക്കൾക്ക് സഹായകരമാകുന്ന നൂതന ആശയങ്ങളും ഇതിൽ പ്രാധാന്യത്തോടെയാണ് നൽകുന്നത്.

കുട്ടികളുമായുള്ള തുറന്ന ആശയവിനിമയം സൃഷ്ടിച്ച്, സഹാനുഭൂതി വളർത്തിയും, അതിലൂടെ പരസ്പര വിശ്വാസവും പരസ്പര ബഹുമാനവും സൃഷ്ടിച്ച്, അവരുമായി ബന്ധങ്ങൾ ഉറപ്പിക്കുന്നതിന് നിർദ്ദേശങ്ങൾ നൽകുന്നു. കുട്ടികളുടെ അകുലതകളും ഉത്കണ്ഠകളും തിരിച്ചറിയാനും അവർക്കു പിന്തുണ നൽകാനും ഉള്ള മാർഗ്ഗങ്ങളും പ്രതിപാദിക്കുന്നു.

വ്യക്തിപരമായ അനുഭവങ്ങൾ, ശാസ്ത്രീയ ഗവേഷണങ്ങൾ, വിദഗ്ധരുടെ ഉൾക്കാഴ്ചകൾ എന്നിവചേർത്ത് സമഗ്രമായ ഒരു കാഴ്ചപ്പാട് ഇവിടെ ഉൾപ്പെടുത്താൻ ശ്രമിച്ചിട്ടുണ്ട്. ബാല്യത്തിലും കൗമാരത്തിലും യുവാവായയും കുട്ടികൾ അനുഭവിക്കുന്ന മാനസികവും വൈകാരികവും ബൗദ്ധികവുമായ വെല്ലുവിളികൾ ഈ പുസ്തകത്തിലൂടെ വിശകലനം ചെയ്യുന്നു. രക്ഷിതാക്കളും അദ്ധ്യാപകരും, കുട്ടികളെ മനസ്സിലാക്കാനും, അവരുടെ മനസ്സിലേക്കുള്ള വഴി കണ്ടെത്താനും ഈ പുസ്തകം ഒരു പ്രയോജനകരമായ സഹായി ആകുമെന്ന് ഞാൻ വിശ്വസിക്കുന്നു.

അറിവുകൾ പൂർണ്ണമല്ലെങ്കിലും, എന്റെ കൗൺസിലിംഗ് അനുഭവങ്ങൾ തരുന്നത് മാറ്റങ്ങൾ ഉണ്ടാക്കാൻ സാധിക്കും എന്ന ആത്മവിശ്വാസമാണ്. ആരോ പറഞ്ഞതുപോലെ മാറ്റത്തിന് മാത്രമല്ലേ മാറ്റമില്ലാതിരിക്കുന്നത്. അതുകൊണ്ട്

നമ്മുടെ രക്ഷാകർത്യ രീതികൾ കാലം പോകെ മാറ്റേണ്ടിയിരിക്കുന്നു.

മാറ്റത്തിനായ് മാറാം. കുട്ടികളെ മനസ്സിലാക്കാം, അവരെ പുതിയൊരു ഭാവിയിലേക്ക് നയിക്കാം. ഇതിന് തയ്യാറാവാം...!

കൃതജ്ഞതാപൂർവ്വം..........

കടപ്പാടുകളുടെ ഏടുകൾ തുറക്കുമ്പോൾ ആദ്യം ഓർമ്മിക്കേണ്ടത് **അഭിലാഷ് സാറിനെ** തന്നെ. ഒരു പുസ്തകം അച്ചടിച്ച് ഇറക്കുക എന്നത് സ്വപ്നത്തിൽ പോലും ഇല്ലാതിരുന്ന എന്റെ മനസ്സിൽ എഴുത്തിന്റെ ലോകം പരിചയപ്പെടുത്തി, ആദ്യാക്ഷരങ്ങൾ കുറിക്കുവാൻ പ്രേരിപ്പിച്ചത് ലൈഫ് ടെക് സൊലൂഷൻസിന്റെ സാരഥി പ്രിയപ്പെട്ട അഭിലാഷ് ജോസഫ് സാറാണ്. അതുകൊണ്ടു തന്നെ അദ്ദേഹത്തോടുള്ള നന്ദിയും കടപ്പാടും നിസ്സീമമാണ്.

ലൈഫ് ടെക് സൊല്യൂഷൻസിൽ ശ്രീ അഭിലാഷ് ജോസഫ് സാറിനെ കൂടാതെയുള്ള ഗുരുക്കന്മാരായ **ശ്രീ അനീഷ് മോഹൻ, ശ്രീ നിജോയ്** തുടങ്ങിയവരുടെ അറിവിൽ നിന്നും, പെരുമാറ്റത്തിൽ നിന്നുംനേടിയ പാഠങ്ങൾ നന്ദിപൂർവ്വം ഓർക്കുന്നു

ഡീപ് പേരന്റിംഗിന്റെ പ്രയോക്താവും സാരഥിയുമായ **ശ്രീ മനീഷ് ശർമ്മ സാറിനെയും** ഈ അവസരത്തിൽ നന്ദിയോടെ ഓർക്കുന്നു. അദ്ദേഹമാണ് പുസ്തകം എഴുതണമെന്ന് നിർദ്ദേശിക്കുകയും എഴുതാനുള്ള വ്യക്തമായ രീതികളും പ്രചോദനവും സഹായവും നൽകിയതും.

ആദ്യത്തെ രണ്ട് അദ്ധ്യായങ്ങൾ എഴുതിക്കഴിഞ്ഞ് അവ വായിച്ച **ഫാദർ ജോൺസ്ലീബയുടെ** ഉന്മേഷമുള്ള വാക്കുകൾ എഴുത്തിന് പുതുജീവൻ പകർന്നു.

അക്ഷര തെറ്റുകളും വ്യാകരണവും സമർപ്പണ മനസ്സോടെ തിരുത്തി സഹകരിച്ച **ശ്രീ ഡെൽസൺ എം. സ്കറിയ,**

ഹയർസെക്കൻഡറിയിൽ മലയാളം അദ്ധ്യാപകനായ ഇദ്ദേഹം വളരെ ക്ഷമയോടെ എല്ലാ പിശകുകളും തിരുത്തി തരുംവിധം വലിയ കൈത്താങ്ങായി. മലയാളം അദ്ധ്യാപികയും റിട്ടയേർഡ് പ്രധാന അദ്ധ്യാപികയുമായ **ശ്രീമതി ലെറ്റി സി തോമസിന്റേയും** സഹായം ഇവിടെ പ്രത്യേകം ഓർമ്മിക്കാതെ കഴിയില്ല.

ഏറ്റവും നന്ദിയോടെ ഓർക്കേണ്ടത് ലൈഫ് ടെക് സൊലൂഷൻസിന്റെ മറ്റൊരു പ്രധാന ഗുരുവുമായ **ശ്രീ മാത്യു കണമല സാറിനെയാണ്.** അദ്ദേഹം എഴുതിയ അവതാരിക എന്റെ ഈ പുസ്തകത്തിന് ലഭിച്ച വലിയ അംഗീകാരമായി കരുതുന്നു. അദ്ദേഹത്തിന്റെ സ്നേഹം നിറഞ്ഞ വാക്കുകൾ എനിക്ക് ഏതു പുരസ്കാരത്തെക്കാളും വിലപ്പെട്ടതാണ്.

എനിക്ക് ഉജ്ജ്വല പ്രചോദനമായ എന്റെ **പ്രിയ ലൈഫ് ടെക് കുടുംബത്തിലെ എല്ലാ പ്രിയ അംഗങ്ങൾക്കും** എന്റെ ഹൃദയപൂർവ്വമായ നന്ദി അറിയിക്കുന്നു.

എന്റെ പ്രിയപ്പെട്ട മക്കൾ, പ്രത്യേകിച്ച് അവരുടെ സ്നേഹവും പ്രോത്സാഹനവും ഈ പുസ്തകത്തിനും എഴുത്തിനും വലിയ ഊർജ്ജം പകരുകയുണ്ടായി. ഏറ്റവും മൂത്ത മകനായ അനന്തപത്മനാഭനോടൊപ്പം ഒരു മാസം ചെലവഴിച്ചാണ് ഈ പുസ്തകം പൂർത്തിയാക്കിയത്. അത് എനിക്ക് അത്യന്തം സ്നേഹഭരിതമായ ഒരു അനുഭവമായിരുന്നു. എല്ലാവരോടുമുള്ള നന്ദിയും സ്നേഹവും വാക്കുകൾക്കതീതമായി മനസ്സിന്റെ ആഴത്തിൽ നിന്നും അർപ്പിക്കുന്നു.

ഈ പുസ്തകത്തിലൂടെ കടന്നു പോകുന്ന **എല്ലാ വായനക്കാർക്കും** മികച്ച രക്ഷിതാക്കളായി മാറാനുള്ള പ്രചോദനവും നേർവഴിയും ഈ പുസ്തകം പകരട്ടെ എന്ന് ആഗ്രഹിക്കുന്നു..... പ്രാർത്ഥിക്കുന്നു......

ഒത്തിരി നന്ദിയോടെ സ്നേഹത്തോടെ സലീന

NB: കുഞ്ഞുണ്ടായി രണ്ടു വയസ്സുവരെയുള്ള കാലഘട്ടം ഇവിടെ ഞാൻ ഒരു കുട്ടി ഉണ്ടായ കുടുംബത്തിലെ സംഭാഷണത്തിന്റെ രൂപത്തിലായണ് അവതരിപ്പിച്ചിട്ടുള്ളത്. അതിലൂടെ കടക്കുമ്പോൾ നമ്മുടെ കുട്ടികളുടെ ആ പ്രവൃത്തികളെല്ലാം, അന്നത്തെ വളർച്ച, എല്ലാം ഓർമ്മ വരണമെന്ന ഉദ്ദേശ്യം കൂടിയാണ് ഈ രൂപത്തിൽ എഴുതാൻ കാരണം. പുതിയ മാതാപിതാക്കൾക്ക് ആ സന്തോഷകരമായ അനുഭവങ്ങൾ അറിഞ്ഞു പോകണമെന്ന എന്റെ ആഗ്രഹം സാധിക്കുന്ന രീതിയിൽ ആണ് ശ്രമിച്ചിരിക്കുന്നത്. എന്നാൽ പിന്നീടുള്ള വളർച്ചയുടെ ഘട്ടങ്ങളിൽ എന്ത് ചെയ്യാം എന്നും എന്ത് ചെയ്യരുതെന്നും വ്യക്തമായി പറയുകയും അതോടൊപ്പം ഈ കുഞ്ഞിന്റെ വളർച്ചയുടെ ചില സന്ദർഭങ്ങളും എടുത്തു പറഞ്ഞു കൊണ്ടാണ് മുന്നോട്ടുപോകുന്നത്. ഇത് കാര്യങ്ങൾ വ്യക്തമായി മനസ്സിലാക്കാൻ ഉപകരിക്കും എന്ന് കരുതുന്നു.

രക്ഷാകർത്വത്വം അടിസ്ഥാനങ്ങൾ തെറ്റുന്നതാർക്ക് - കുട്ടികൾക്കോ? മാതാപിതാക്കൾക്കോ?

ഒരു കുഞ്ഞിന്റെ ജനനം ഒരു കുടുംബത്തിന്റെ ആഹ്ലാദകരമായ ഒരു മുഹൂർത്തമാണ്. ഒരു ഒഴിഞ്ഞ സ്ക്രീൻ പോലെ ശൂന്യമായ മനസ്സുമായി വരുന്ന ഇവരുടെ മനസ്സിലേക്ക്, ഹൃദയത്തിലേക്ക്, ബുദ്ധിയിലേക്ക്, എല്ലാം വാരിക്കോരി നിറക്കുന്നത് അവരുടെ ചുറ്റുപാടുകളിൽ നിന്നുമുള്ള ഓരോ സ്പന്ദനങ്ങളാണ്. ആ സ്പന്ദനങ്ങൾ താളലയം നിറഞ്ഞതാക്കുവാൻ, മാധുര്യമുള്ളതാക്കുവാൻ, ഏവർക്കും സാധിക്കട്ടെ.

ഓരോ കുട്ടിയും സ്വന്തം നിലയിൽ പൂർണ്ണതയുള്ള ഒരു വ്യക്തിയാണ്, അവരുടെ കഴിവുകളും പ്രതിഭകളും പരിപോഷിപ്പിക്കാൻ മാത്രമേ ചുറ്റുമുള്ളവർക്ക് കഴിയൂ എന്ന ധാരണ നിലനിരുത്തേണ്ടതാണ്. കുട്ടികൾക്ക് സ്നേഹത്തോടും ആത്മവിശ്വാസത്തോടും കൂടി വളരാനുള്ള അനുയോജ്യമായ

അന്തരീക്ഷം സൃഷ്ടിക്കുക, അതാണ് മാതാപിതാക്കളുടെ മുഖ്യ ചുമതലയും കഴിവുമെന്നു തിരിച്ചറിയണം.

ഇവിടെ ലബനീസ് കവി - ഖലീൽ ജിബ്രാൻ, കുട്ടികളെപ്പറ്റി ചോദിച്ചപ്പോൾ ഒരു അമ്മയ്ക്ക് കൊടുത്ത മറുപടി ഓർക്കുന്നു.

നിങ്ങളുടെ കുട്ടികൾ നിങ്ങളുടെ മക്കളല്ല.

അവർ ജീവിതത്തിന്റെ സ്വന്തം ആഗ്രഹത്തിന്റെ പുത്രന്മാരും പുത്രിമാരുമാണ്.

അവർ നിങ്ങളിലൂടെയാണ് വരുന്നത്, പക്ഷേ നിങ്ങളിൽ നിന്നല്ല,

അവർ നിങ്ങളോടൊപ്പമുണ്ടെങ്കിലും അവർ നിങ്ങളുടേതല്ല.

നിങ്ങൾക്ക് നിങ്ങളുടെ സ്നേഹം നൽകാം, പക്ഷേ നിങ്ങളുടെ ചിന്തകളല്ല,

കാരണം അവർക്ക് അവരുടേതായ ചിന്തകളുണ്ട്.

നിങ്ങൾക്ക് അവരുടെ ശരീരങ്ങളെ പാർപ്പിക്കാം, പക്ഷേ അവരുടെ ആത്മാക്കളല്ല,

കാരണം അവരുടെ ആത്മാക്കൾ നാളെയുടെ വീട്ടിൽ വസിക്കുന്നു,

അത് നിങ്ങൾക്ക് സന്ദർശിക്കാൻ കഴിയില്ല, നിങ്ങളുടെ സ്വപ്നങ്ങളിൽ പോലും.

നിങ്ങൾക്ക് അവരെപ്പോലെയാകാൻ ശ്രമിക്കാം, പക്ഷേ അവരെ നിങ്ങളെപ്പോലെയാക്കാൻ ശ്രമിക്കരുത്.

കാരണം ജീവിതം പിന്നോട്ട് പോകുകയോ ഇന്നലെയുമായി നിലനിൽക്കുകയോ ഇല്ല.

നിങ്ങളുടെ കുട്ടികൾ ജീവനുള്ള അമ്പുകളായി അയയ്ക്കപ്പെടുന്ന വില്ലുകളാണ് നിങ്ങൾ.

വില്ലാളി അനന്തതയുടെ പാതയിലെ അടയാളം കാണുന്നു,

അവന്റെ അമ്പുകൾ വേഗത്തിലും ദൂരത്തും പോകുന്നതിന്

അവൻ തന്റെ ശക്തിയാൽ നിങ്ങളെ വളയ്ക്കുന്നു.

വില്ലാളിയുടെ കൈയിൽ നിങ്ങൾ കുനിയുന്നത് സന്തോഷത്തിനുവേണ്ടിയാകട്ടെ;

കാരണം അവൻ പറക്കുന്ന അമ്പിനെ സ്നേഹിക്കുന്നതുപോലെ,

സ്ഥിരതയുള്ള വില്ലിനെയും അവൻ സ്നേഹിക്കുന്നു.

ഈ കവിത, എന്റെ മക്കളെ വളർത്തുന്നതിൽ ഏറെ സ്വാധീനം നൽകിയിട്ടുണ്ട്. കുട്ടികളെ സ്വന്തം വ്യക്തിത്വം ഉള്ള ആളുകളായി കാണാൻ കഴിഞ്ഞു എന്നാണ് എന്റെ വിശ്വാസം. എന്റെ മൂന്ന് കുട്ടികളും അവർക്ക് ഇഷ്ടമുള്ള വിദ്യാഭ്യാസവും ചെയ്ത്, ഇഷ്ടമുള്ള തൊഴിൽ സ്വീകരിച്ച് സന്തോഷമായി ജീവിക്കുന്നു.

ജനനം മുതൽ രണ്ടു വയസ്സുവരെയുള്ള കാലഘട്ടം കുട്ടികളുടെ ദ്രുതഗതിയിലുള്ള ശാരീരിക വളർച്ചയും, മോട്ടോർ നൈപുണ്യങ്ങളുടെ വളർച്ചയും, അടിസ്ഥാന ഇന്ദ്രിയങ്ങളും വൈജ്ഞാനിക കഴിവുകളും രൂപപ്പെടുന്ന കാലഘട്ടമാണ്. അതോടൊപ്പം പരിചരിക്കുന്നവരുമായി ശക്തമായ വൈകാരിക ബന്ധങ്ങൾ സ്ഥാപിക്കുന്നതും പ്രധാനമാണ്. ശാരീരിക വളർച്ചയ്ക്ക് അപ്പുറം വൈകാരികവും വൈചാരികവുമായിട്ടുള്ള വളർച്ചയിൽ രക്ഷിതാവിന്റെ ശ്രദ്ധ എത്രത്തോളമുണ്ട് എന്നുള്ളത് ഇന്നത്തെ തലമുറയെ കാണുമ്പോൾ ഒരു ചോദ്യചിഹ്നം ആണ്.

പ്രായപൂർത്തിയാകുന്നത് വരെ സംഭവിക്കുന്ന എല്ലാ ഘട്ടങ്ങൾക്കും അടിസ്ഥാനം ആറോ ഏഴോ വയസ്സുവരെ ചുറ്റുപാടുകളിൽ നിന്നും, തന്റെ ചുറ്റുമുള്ള ആളുകളിൽ നിന്നും, ഗ്രഹിക്കുന്ന വസ്തുതകളുമായി ബന്ധപ്പെട്ടു കിടക്കുന്നു.

അതുകൊണ്ടുതന്നെ ഏറ്റവും ഭംഗിയായി അവരുടെ വളർച്ചയുടെ കാലഘട്ടങ്ങൾക്കു വേണ്ട അന്തരീക്ഷം ഒരുക്കി കൊടുക്കുക എന്നുള്ളതാണ് ഒരു രക്ഷാകർത്താവിന്റെ ചുമതല. ഈ ചിന്ത എത്ര പേരിലുണ്ട് എന്ന ചോദ്യം എന്നിൽ മുളപൊട്ടുന്നു. കുട്ടികൾ മുതിർന്നവരെ കേൾക്കുകയല്ല അനുകരിക്കുന്നവരാണ് എന്ന് ഓർമിപ്പിക്കുന്നു.

ആദ്യത്തെ രണ്ട് വർഷങ്ങളിൽ കുഞ്ഞിന്റെ വളർച്ചയിൽ മാറ്റങ്ങൾ ആവേശകരമായ അനുഭവങ്ങൾ നിറഞ്ഞതായിരിക്കും. ഈ കാലഘട്ടത്തിൽ ധാരാളം കാര്യങ്ങളിൽ നമ്മുടെ ശ്രദ്ധ അനിവാര്യമാണ്. കുട്ടികൾക്ക് ചുറ്റുമുള്ള അന്തരീക്ഷം ഗുണകരമാകുന്നതിൽ ഈ സമയം നമ്മുടെ പെരുമാറ്റവും നമ്മുടെ സമീപനവും നിർണായകമാണ്.

അനുസ്മരണീയമായ രക്ഷാകർതൃത്വം കൊണ്ടുവരാൻ, ആദ്യ വർഷങ്ങളിൽ, പല കാര്യങ്ങളും ശരിയായ രീതിയിൽ നടത്തണം. ഈ സമയത്ത് ചെയ്യുന്ന നടപടികൾ ജീവിതകാലം മുഴുവൻ പ്രയോജനപ്പെടുന്നതാണ്. കുട്ടികളിൽ മാത്രമല്ല, മുതിർന്നവരിലും ഈ രീതികൾ ഉപയോഗിച്ചാൽ മികച്ച ഫലങ്ങൾ ലഭിക്കും.

ഇന്നത്തെ രക്ഷാകർത്താവാകുക വലിയൊരു ഉത്തരവാദിത്വമാണ്. സാധാരണയായി, പരിശീലനം ഇല്ലാതെ തന്നെ ഏറ്റെടുക്കുന്ന ഒരു ഉത്തരവാദിത്വം കൂടിയാണിത്. വേഗത്തിൽ മാറിക്കൊണ്ടിരിക്കുന്ന ഇന്നത്തെ

സാഹചര്യങ്ങളിൽ, കുട്ടികളെ വളർത്തുന്നതിൽ പുതിയ പ്രതിസന്ധികൾ നിറഞ്ഞിരിക്കുന്നു.

ഇന്നത്തെ ജീവിത സാഹചര്യത്തിൽ, ഉയർന്ന തലത്തിലേക്ക് മുന്നേറാൻ അനവധി ചുമതലകൾ ഏറ്റെടുത്ത മാതാപിതാക്കൾ, പ്രത്യേകിച്ച് അച്ഛനും അമ്മയും ഒരുമിച്ച് ജോലിയിൽ സജീവമായിരിക്കുന്നു. ഇതിന്റെ ഫലമായി, അണുകുടുംബങ്ങളിലുള്ള

ബന്ധങ്ങളുടെ പരിപോഷണം കുറഞ്ഞു വരുന്നത് ഒരു സത്യമാണ്. കുട്ടികളോടൊപ്പം കൂടുതൽ സമയം ചെലവഴിക്കാൻ കഴിയാത്തതിനാൽ, അവരുടെ വികാസത്തിന് ആവശ്യമായ ശാരീരികവും മാനസികവും വൈകാരികവും പരിചരണങ്ങൾ കുറയുന്നതിന് ഇടയാകുന്നു.

പുതുതലമുറയിലെ മാതാപിതാക്കളുടെ ശ്രദ്ധേയമായ ഒരു പ്രത്യേകത ഇവർ മിക്കവരും അണുകുടുംബങ്ങളിൽ വളർന്നവരായതിനാൽ, കൂട്ടുകുടുംബങ്ങളിൽ നിന്നുള്ള അനുഭവവഴിയിലൂടെ രക്ഷാകർത്തൃത്വത്തെക്കുറിച്ച് പഠിക്കാൻ സാധ്യത കുറവാണ്. ഇത് രക്ഷിതാക്കൾക്ക് അവരവരുടെ മാതാപിതാക്കളുടെ മാതൃക ആവർത്തിക്കുകയോ, അല്ലെങ്കിൽ അവർക്ക് കിട്ടാതെ പോയ കാര്യങ്ങൾ അവരുടെ മക്കൾക്ക് നൽകാൻ ശ്രമിക്കുകയോ ചെയ്യുന്ന രീതിയിൽ ബാധിക്കുന്നു. ഇത്തരത്തിലുള്ള സമീപനം ചിലപ്പോൾ കുട്ടികളുടെ വ്യക്തിത്വ വികാസത്തിനും സ്വതന്ത്രമായ പ്രവർത്തന ശേഷിക്കുമുള്ള പരിധികളെ ബാധിക്കാനും ഇടയാക്കാം.

ഇത്തരം സാഹചര്യങ്ങളിൽ, പൂർണ്ണമായ ബോധ്യത്തോടെയും സമകാലികമായ അനുയോജ്യമായ രീതികളും പുതിയ മാർഗ്ഗങ്ങളുമുപയോഗിച്ച് രക്ഷാകർത്തൃത്വത്തിലൂടെ കുട്ടികളെ വളർത്തിയെടുക്കുക അനിവാര്യമാണ്. ഇവിടെ ചൈനയിലെ

കുട്ടികളുടെ പരിരക്ഷ ഓർക്കുന്നു. ജീവിതത്തിന് ആവശ്യമായ എല്ലാ നൈപുണികളെയും കുട്ടിയായിരിക്കുമ്പോൾ തന്നെ അവർ അഭ്യസിപ്പിക്കുന്നു. എന്നാൽ നമ്മുടെ കുഞ്ഞുങ്ങളിൽ മുതിർന്നവരായാലും ജീവിത നൈപുണികൾ തുലോം തുച്ഛം. അതിന് കാരണം നമ്മുടെ അമിതമായ സംരക്ഷണം ആണ്.

അതുകൊണ്ടുതന്നെ രക്ഷാകർതൃത്വം വലിയ വെല്ലുവിളിയാണ്. മാറിയ സാഹചര്യങ്ങൾ അനുസരിച്ച് കൂടുതൽ പരിചരണശീലങ്ങളും കൂടുതൽ ശ്രദ്ധയും അറിവും വേണ്ടിവരുന്നു. ഈ കാലഘട്ടത്തിൽ സന്തുലിതമായ രക്ഷാകർതൃത്വം വളർത്തുവാൻ, കുടുംബത്തിനും കുട്ടികൾക്കും പ്രാധാന്യം നൽകുന്ന പുതിയ മാർഗങ്ങൾ കണ്ടെത്തുക എന്നത് രക്ഷിതാക്കളുടെ ഉത്തരവാദിത്വമാണ്.

ഇന്നത്തെ രക്ഷാകർതൃത്വത്തിലെ പ്രധാന പ്രശ്നങ്ങളെ കുറിച്ച് സംക്ഷിപ്തമായി പരിശോധിക്കുമ്പോൾ എട്ട് പ്രധാന സവിശേഷതകൾ സ്പഷ്ടമാണ്:

1. കുറഞ്ഞ സമയത്തിന്റെ ഫലമായ കുറ്റബോധം:

മാതാപിതാക്കൾ കൂടുതൽ ജോലിയിൽ നിന്ന് വേർപിരിഞ്ഞ് കുട്ടികളോടൊപ്പം സമയം ചെലവഴിക്കാൻ കഴിയാത്തതിനാൽ, കുറ്റബോധം ഉണ്ടാകുന്നു. ഇത് ചെറുപ്പത്തിൽ കുട്ടികളെ അനാവശ്യമായ പകരം വെക്കുന്ന സമ്മാനങ്ങളിലേക്കോ വിട്ടുവീഴ്ചയിലേക്കോ നയിക്കുന്നു.

2. സന്തോഷത്തിന്റെയും സ്നേഹത്തിന്റെയും തെറ്റിദ്ധാരണ:

മക്കളെ സന്തോഷിപ്പിക്കാൻ അവർ ചോദിക്കുന്ന എല്ലാ ഇഷ്ടങ്ങളും നിറവേറ്റുന്നത് സ്നേഹത്തിന്റെ നിർവചനമായി

പല രക്ഷിതാക്കളും കരുതുന്നു. എന്നാൽ ഇതിന്റെ പരിണതഫലമായി കുട്ടികളിൽ പ്രതികൂല പെരുമാറ്റങ്ങളും സന്തോഷം അർത്ഥശൂന്യമാകുന്നതുമായ പ്രവൃത്തികൾ ഉണ്ടാകുന്നു.

3. രക്ഷിതാക്കൾ തമ്മിലുള്ള അഭിപ്രായ വ്യത്യാസങ്ങൾ:

മാതാപിതാക്കൾ കുട്ടികളുടെ കാര്യങ്ങളിൽ ഉൾപ്പെടെ അഭിപ്രായ വ്യത്യാസങ്ങൾ പ്രകടമാകുന്നത്, കുട്ടികൾക്ക് ആശയക്കുഴപ്പം സൃഷ്ടിക്കുകയും കുട്ടികളിൽ സുരക്ഷിതത്വം കുറയുകയും ചെയ്യുന്നു. കുട്ടികൾ രക്ഷിതാക്കളുടെ സ്വരച്ചേർച്ചയില്ലായ്മയിൽ മാനസികമായും വൈകാരികമായും തളർന്നുപോകുന്നു.

4. മറ്റ് രക്ഷാകർത്താക്കളുടെ മാതൃക പിന്തുടരൽ:

മറ്റു രക്ഷാകർത്താക്കൾ അവരുടെ മക്കൾക്ക് ചെയ്തിരിക്കുന്നതിന്റെ മാതൃക അനുകരിച്ചു കൊണ്ട് രക്ഷിതാക്കൾ തങ്ങളുടെ കുട്ടികളുടെ വ്യക്തിപരമായ ആവശ്യങ്ങൾ മനസ്സിലാക്കാതെ അവരുടെ എല്ലാ കാര്യങ്ങളിലും, തീരുമാനങ്ങൾ എടുക്കുന്നതും, അവരെ അനാവശ്യ സമ്മർദ്ദത്തിലാക്കുന്നതും ഗുരുതര പ്രശ്നമാണ്.

5. തനിക്ക് കിട്ടാത്തതെല്ലാം കുട്ടികൾക്ക് നൽകണം:

രക്ഷാകർത്താക്കൾ, തങ്ങൾക്ക് ലഭിച്ചിട്ടില്ലാത്ത എല്ലാ സൗകര്യങ്ങളും മക്കൾക്കു നൽകണം എന്ന തീവ്ര ആഗ്രഹം കുട്ടികളെ പരിപോഷിപ്പിക്കാതെയോ സ്വയം തീരുമാനങ്ങളെടുക്കാൻ പ്രാപ്തരാക്കാതെയോ വളർത്താൻ ഇടവരുത്തുന്നു.

6. അണുകുടുംബങ്ങളുടെ പരിചരണ പരിമിതികൾ:

കൂട്ടുകുടുംബങ്ങളിൽ ലഭിച്ചിരുന്ന അനുഭവങ്ങൾ ഇല്ലാതാകുന്ന സാഹചര്യത്തിൽ, അണുകുടുംബങ്ങളിൽ സന്തുലിത രക്ഷാകർത്തൃത്വത്തിന് നിർദ്ദേശങ്ങളും പിന്തുണകളും കുറയുന്നുവെന്ന് കാണുന്നു.

7. കുട്ടികളുടെ മാനസിക സമ്മർദ്ദം:

പുത്തൻ സാങ്കേതികലോകവും പ്രയാസകരമായ അക്കാദമിക വേളകളും ശാരീരിക വ്യായാമം ഇല്ലായ്മയും കുട്ടികളുടെ മാനസികാരോഗ്യത്തിൽ പ്രതിഫലിക്കുന്നു.

8. അധിക സംരക്ഷണം:

അധിക സംരക്ഷണവും സ്വാതന്ത്രമായി ചിന്തിക്കാൻ ശേഷിയില്ലാത്ത വളർച്ചയും കുട്ടികളുടെ ജീവിത ശേഷിയും ജീവിതത്തിലെ വെല്ലുവിളികളെ ഏറ്റെടുക്കാനുള്ള കഴിവും കുറയ്ക്കുന്നു.

നിലവിൽ വളർച്ച എത്തിയതും വളർന്നുവരുന്നതുമായ ഇന്നത്തെ തലമുറകളെ കാണുമ്പോൾ, അവരുടെ ലക്ഷ്യബോധമില്ലായ്മയും, അക്രമവാസനകളും, ആരെയും ബഹുമാനിക്കാതെയും, സ്നേഹിക്കാതെയും ജീവിക്കുന്നത് മനസ്സിന് വല്ലാത്ത അസ്വസ്ഥത ഉണ്ടാക്കുന്നതാണ്. ഈ തലമുറ വരും തലമുറകളിലും ശരിയായ രീതിയിൽ ഒരു മാറ്റം ഉണ്ടാക്കിയില്ലെങ്കിൽ ഭാവി എന്താകുമെന്ന് ആശങ്ക ഏറെയുണ്ട്.

മേൽ വിവരിച്ച കാരണങ്ങൾ ഇന്നത്തെ രക്ഷാകർത്തൃത്വത്തെ കൂടുതൽ സമ്മർദ്ദത്തിലാക്കുകയും, മക്കളുടെ വികാസത്തിൽ അവിശ്വസ്തതയും അസന്തുലിതത്വവും സൃഷ്ടിക്കുകയും ചെയ്യുന്നുണ്ട്.

എങ്ങനെ മികച്ച രക്ഷാകർത്താവാകാം?

ഒരു കുഞ്ഞിന്റെ ജനനം ഏറെ ആഹ്ലാദം നൽകുന്ന ഒരു അനുഭവമാണ്. എന്നാൽ കുട്ടിയെ വളർത്തുന്ന യാത്ര വളരെയധികം ഉത്കണ്ഠകളും ആകാംക്ഷകളും സംശയങ്ങളും നിറഞ്ഞതാണ്. 18 - 20 വയസ്സുവരെ കുട്ടിയുടെ പരിപാലനത്തിന് നല്ല ശ്രദ്ധ ആവശ്യമാണ്. അതിനാൽ രക്ഷിതാക്കൾക്ക് തനതായ രീതികളും അവലംബങ്ങളും ഉണ്ടാകേണ്ടതുണ്ട്.

കുട്ടികളുടെ വളർച്ച കാലഘട്ടത്തെ ഏഴു വർഷങ്ങൾ അടങ്ങുന്ന മൂന്ന് വലിയ വിഭാഗങ്ങളായി തരം തിരിക്കാം.

ഒന്നു മുതൽ ഏഴ് വയസ്സുവരെ ഒന്നാം ഘട്ടമായി കണക്കാക്കാം. ഒരു കുഞ്ഞിന്റെ ആദ്യ ഏഴു വർഷങ്ങൾ അവരെ ഒരു രാജാവിനെപ്പോലെ കാണണമെന്നാണ്. അവരുടെ വളർച്ചയ്ക്ക് അനുകൂലമായ സാഹചര്യങ്ങൾ എല്ലാം ഒരുക്കുകയും സ്നേഹവും കരുതലും സംരക്ഷണവും ഭംഗിയായി നൽകിക്കൊണ്ട് അവരുടെ വിശ്വാസം നേടിയെടുക്കുകയാണ് ഒരു രക്ഷിതാവിന്റെ ആത്യന്തികമായിട്ടുള്ള ചുമതല.

ആദ്യ രണ്ടുവർഷം കുട്ടികളുടെ ശാരീരികവും മാനസികവുമായ വളർച്ച തീവ്രമായ രീതിയിലാണ്. കുട്ടികൾക്ക് മാനസികം, മോട്ടോർ നൈപുണ്യം, സംസാരം തുടങ്ങിയവയിൽ ഒരു മെച്ചപ്പെട്ട അടിസ്ഥാനം നൽകുക. അതിനായി കുട്ടികളോടൊപ്പം ചെറിയ കളികൾക്ക് ചേർന്ന് സമയം ചെലവിടുക. അവരുടെ ശാരീരിക ശക്തി വികസിപ്പിക്കുന്നതിനായി കൈകാലുകൾ ഏകോപിപ്പിക്കുന്ന തരത്തിലുള്ള കളികൾക്ക് പ്രാധാന്യം നൽകണം. കൂടാതെ കുട്ടികളിൽ സുരക്ഷിതത്വവും സ്നേഹവും ഉറപ്പുവരുത്തേണ്ടത് ഈ പ്രാരംഭഘട്ടത്തിൽ വളരെയധികം നിർണായകമാണ്. ഏത്

സാധനവും എന്തെന്നറിയാനുള്ള ആവേശം നിൽക്കുന്ന കാലം. സുരക്ഷിതമായി എല്ലാ കാര്യങ്ങളും കരുതണം.

അങ്ങനെ, ഈ സമയം, അവരുടെ കൂടെ കളിച്ചും സംസാരിച്ചും ആ ബന്ധത്തെ ഊട്ടി ഉറപ്പിക്കണം. അത് വളരെ സ്നേഹത്തോടും കരുതലോടും കൊണ്ടുപോകേണ്ട ഒരു കാലം ആണ്. ശാരീരികത്തിനൊപ്പം ബുദ്ധിയും മാനസികവും വൈകാരികവുമായ ഇഷ്ടാനിഷ്ടങ്ങളും വളർത്തി ഒരു സമഗ്രമായ വളർച്ച നൽകുകയാകണം ലക്ഷ്യം.

മൂന്ന് മുതൽ ഏഴ് വയസ്സു വരെയുള്ള ഘട്ടത്തിൽ, കുട്ടികൾക്ക് ശാരീരികവും മാനസികവുമായ വളർച്ചയിൽ വലിയ പുരോഗതി ഉണ്ടാവുന്ന സമയം ആണിത്. ഈ പ്രായത്തിൽ രക്ഷിതാക്കൾക്ക് അവരുടെ കുട്ടികളോടൊപ്പം കൂടുതൽ സമയം ചെലവഴിക്കേണ്ടത് നിർണായകമാണ്. കുട്ടികളുടെ പേശികൾ ശക്തമാക്കാനും സ്വഭാവിക ആവേശവും ഉണർത്തുന്ന കളികൾ ഉൾപ്പെടുത്താനും ശ്രദ്ധ വേണം. പരിസ്ഥിതിയുമായി പ്രവൃത്തിക്കുകയും ഫൈനും ഗ്രോസും മോട്ടോർ സ്കിൽസ് വികസിപ്പിക്കുകയും ചെയ്യുന്നതിന് അവസരം നൽകുക.

ഈ ഘട്ടത്തിൽ കുട്ടികൾക്ക് മാതാപിതാക്കളുടെ സാമീപ്യം, സ്നേഹം, കരുതൽ എന്നിവയെല്ലാം വളരെയധികം ആവശ്യമുണ്ട്. അവർക്ക് നിങ്ങളുടെ സാന്നിധ്യം ഒരുതരം സുരക്ഷയും ആത്മവിശ്വാസവും നൽകും, ഇത് അവരുമായി ഒരു ശക്തമായ ബന്ധം ഉണ്ടാക്കാനും അതിനെ ദൃഢമാക്കാനും സഹായിക്കും.

സ്നേഹത്തോടും സഹിഷ്ണുതയോടും കൂട്ടിച്ചേർന്ന ഈ കാലഘട്ടം മൂല്യങ്ങൾ പഠിപ്പിക്കാനും ധാരാളം അവസരങ്ങൾ നൽകുന്നു. എല്ലാ പ്രവർത്തനങ്ങളും ആകാംക്ഷയോടെ

പരിശോധിക്കുന്ന കുട്ടികൾക്ക് പുതിയ കാര്യങ്ങൾ പരിചയപ്പെടുത്താൻ ഇത് അനുയോജ്യമായ സമയമാണ്.

കളികൾക്കിടെ നിഷ്കളങ്കതയും പഠനാത്മകതയും ചേരുന്ന രീതിയിൽ ചില ചിട്ടകളും നയങ്ങളും അവർക്കായി രൂപപ്പെടുത്തുക. ഒരു സുഹൃത്തിനെ പോലെ അവരുടെ കൂടെ സമയം ചെലവിട്ട് സംസാരിക്കുകയും, അവരുടെ ചിന്തകൾക്കും സംശയങ്ങൾക്കും പ്രാധാന്യം നൽകുകയും ചെയ്യുമ്പോൾ, അവർക്കും സന്തോഷകരമായ, സുരക്ഷിതമായ വളർച്ച ഉറപ്പാക്കാം.

ഏഴ് മുതൽ പതിനാലു വയസ്സുവരെയുള്ള രണ്ടാം ഘട്ടം, കുട്ടികളുടെ വളർച്ചയിലും വ്യക്തിത്വ വികസനത്തിലും നിർണായകമായ ഘട്ടമാണ്. ജീവിതം മൂല്യങ്ങൾ, ജീവിത നൈപുണികൾ, അച്ചടക്കം തുടങ്ങി അവരുടെ ജീവിത്തിന് ഉതകുന്നതായ എല്ലാ കാര്യങ്ങളുടെയും പഠന വേളയാണ്. ചിട്ടയോടും സ്ഥിരതയോടും കൂടിയാവണം ഈ ഏഴു വർഷങ്ങൾ നിർവഹിക്കുക.

ഈ കാലത്ത് അവരുടെ യുക്തിയും ബോധവുമാണ് ശക്തമായി രൂപം കൊള്ളുന്നത്. അതിനാൽ, അവർക്ക് ചിട്ടകളും നിയമങ്ങളും പരിധികളും നിർവ്വചിക്കുന്നതും, അവയെക്കുറിച്ച് വ്യക്തത നൽകുന്നതും വളരെ പ്രധാനമാണ്. സ്നേഹത്തോടും പരിഗണനയോടും കൂടിയ അച്ചടക്കം പാലിക്കുന്നത് ഏറെ ശ്രദ്ധയോടെയും നിരന്തരമായ പരിശ്രമങ്ങളോടെയും ചെയ്യേണ്ടതാണ്. എല്ലാ ആവശ്യങ്ങൾക്കും സമ്മതം നൽകാതെ, അവരുടെ യഥാർത്ഥ ആവശ്യങ്ങൾ തിരിച്ചറിയുകയും അവരെ ബുദ്ധിപൂർവ്വം കൈകാര്യം ചെയ്യുകയും വേണം.

ഈ പ്രായത്തിന്റെ പ്രധാന പ്രത്യേകത, വലിയ ശാരീരിക മാറ്റങ്ങളാണ്. ബാല്യത്തിൽ നിന്ന് വളരെയധികം വ്യത്യസ്തമായ

ശരീര വികസനം ഇവർ അനുഭവപ്പെടുന്നു. ഈ മാറ്റങ്ങൾ അവർക്ക് അനുയോജ്യമായ രീതിയിൽ കൈകാര്യം ചെയ്യാൻ മാതാപിതാക്കളുടെ പിന്തുണ വളരെ ആവശ്യമാണ്. ശാരീരിക ക്ഷമത, പോഷകാഹാരം, ആരോഗ്യകരമായ ശീലങ്ങൾ എന്നിവയ്ക്കും കൂടുതൽ ശ്രദ്ധ നൽകേണ്ടതുണ്ട്. മനസ്സിന്റെയും ബുദ്ധിയുടേയും വളർച്ചയ്ക്ക് കൂടുതൽഅവസരങ്ങൾ ലഭിക്കുന്ന ഈ ഘട്ടം, പുതിയ ചിന്തകളും ആകാംക്ഷകളും വരുന്നതിനുള്ള ഒരു അടിത്തറയാകുന്നു. വൈകാരികതയിൽ ധാരാളം മാറ്റങ്ങൾ കാണുന്നതായതിനാൽ, ഇതിനെ ഹൃദയപൂർവ്വം മനസ്സിലാക്കുകയും, കൂടുതൽ സൗഹൃദപരമായ സമീപനം സ്വീകരിക്കുകയും ചെയ്യണം. ആത്മവിശ്വാസവും സ്വാതന്ത്ര്യബോധവും വളർന്നുവരാൻ സഹായിക്കും. ശരിയായ മാർഗ്ഗനിർദ്ദേശം നൽകുന്നുണ്ടോ എന്ന് ഉറപ്പാക്കുന്നതിനും നിർദ്ദേശങ്ങൾക്ക് തുറന്ന മനസ്സോടെ സമീപിക്കുന്നതിനും രക്ഷിതാക്കൾ ശ്രദ്ധിക്കേണ്ടതാണ്.

പതിന്നാലു വയസ്സ് മുതൽ ഇരുപത്തിയൊന്ന് വയസ്സ് വരെയുള്ള കാലഘട്ടം, യുവജനങ്ങളുടെ വ്യക്തിത്വവും സ്വാതന്ത്ര്യബോധവും ഏറ്റവും ശക്തമായി വളരുന്ന സമയമാണ്. പ്രായപൂർത്തിയാക്കുന്നതിന് തൊട്ടുമുമ്പുള്ള ഈ കാലഘട്ടം സൗഹാർദ്ദപരമായ പെരുമാറ്റത്തിന്റേതാണ്. 'തന്നോടൊപ്പമത്തിയാൽ, താനെന്ന് വിളിക്കണം' എന്ന് ചൊല്ല് പോലെ അവരുമായി സൗഹാർദ്ദപരമായി ഇടപാടുകൾ നടത്തുകയും തുറന്ന മനസ്സോടെ, മുൻവിധികൾ ഇല്ലാതെ സംസാരിക്കുകയും, ചേർത്ത് പിടിക്കുകയും ചെയ്യുന്നത്, അവരെ ഏറ്റവും നല്ല പൗരന്മാരായി വളർത്തുവാൻ സഹായിക്കുന്നതാണ്.

ഈ സമയത്ത് അവരുടെ കഴിവുകൾക്ക് പ്രചോദനമാകുകയും താൽപര്യങ്ങൾക്ക് അനുസരിച്ച്

വഴിയൊരുക്കുകയും ചെയ്യുന്നതിന് രക്ഷിതാക്കളുടെ പിന്തുണ അനിവാര്യമാണെന്ന് തിരിച്ചറിയണം. ശരിയും തെറ്റും തിരിച്ചറിയാൻ കൂടുതൽ സാമർത്ഥ്യമുണ്ടാകുന്ന ഈ പ്രായത്തിൽ, സ്വാതന്ത്ര്യത്തിന് പരിധികളും ഉത്തരവാദിത്വങ്ങളും ഏർപ്പെടുത്തേണ്ടത് ഏറെ പ്രാധാന്യമുള്ളതാണ്. ഇത് അവരുടെ സ്വതന്ത്ര ചിന്തയും ഉത്തരവാദിത്വബോധവും ശക്തിപ്പെടുത്താൻ സഹായിക്കും.

ഈ പ്രായത്തിൽ അവരുടേതായ വ്യക്തിത്വവും സ്വകാര്യതയും അംഗീകരിക്കുക വേണം. വിശ്വാസത്തോടുകൂടിയ ബന്ധവും തുറന്ന സംഭാഷണവുമാണ് വലിയ പിന്തുണ നൽകുന്നത്. തീരുമാനങ്ങൾ എടുക്കുമ്പോൾ അവരെ ചർച്ചകളിൽ ഉൾപ്പെടുത്തുക, അവരുടെ അഭിപ്രായങ്ങൾ പരിഗണിക്കുക, ഇതിലൂടെ അവർക്ക് ആത്മവിശ്വാസം നൽകാം.

മൂല്യങ്ങളും ധൈര്യവും പകർന്നു നൽകാൻ രക്ഷിതാക്കൾ ശരിയായ മാതൃകയായി നിന്നാൽ മാത്രമേ കൂടുതൽ ഫലപ്രദമാകുകയുള്ളൂ. നിങ്ങളുടെ കുട്ടികളിൽ നിങ്ങൾ കാണാൻ ആഗ്രഹിക്കുന്ന ഗുണങ്ങൾ ആദ്യം നിങ്ങൾ അനുഷ്ഠിക്കുന്നതിലൂടെ ഉളവാക്കുക. അവർ കേൾക്കുന്നതിലും കാണുന്നതിലൂടെയാണു കൂടുതലായി പഠിക്കുന്നത്, അതിനാൽ തന്നെ നന്മയുടെ പാഠങ്ങൾ അനുഭവജ്യോതികളായിരിക്കണം.

പ്രതിദിന ജീവിതത്തിലെ ചിട്ടകൾ, നിയമങ്ങൾ, പരിധികൾ എന്നിവ പാലിക്കുന്നതിലൂടെ അവർക്ക് ഒരു മികച്ച അടിത്തറ നൽകുക. ഇത് അവർക്ക് ഒരു സുരക്ഷിതമായ പരിതസ്ഥിതി ഉണ്ടാക്കും, അതേസമയം ആവശ്യമായ ഭാവനയുടെയും ഇഷ്ടങ്ങളുടെയും വളർച്ചയ്ക്കും പ്രചോദനമാകും. അവരെ വളർത്തുന്ന ഓരോ നിമിഷവും അവരെ മനസ്സിലാക്കി കഴിവുകളെ ശക്തമാക്കാൻ ശ്രമിക്കുക. സ്നേഹവും

സഹിഷ്ണുതയും ആത്മവിശ്വാസവും മികച്ച മനുഷ്യരെ ഉണ്ടാക്കുന്ന ഘടകങ്ങളാണെന്ന് ഓർമ്മിക്കുക. നിങ്ങളുടെ ജീവിതമാണ് കുട്ടികൾക്ക് ആദ്യ പാഠപുസ്തകം എന്നതിനാൽ, സ്നേഹത്തിന്റെയും മൂല്യങ്ങളുടെയും ശക്തി കാണിച്ചുകൊണ്ട് അവരുടെ ജീവിതം ഉയർത്തുക. ഒരു സമഗ്രമായ വളർച്ചയ്ക്ക് ഇത് അവർക്കും ലോകത്തിനും ഏറെ പ്രയോജനപ്പെടുത്തുന്നവയാണ്.

ആനന്ദപ്പിറവി പ്രഥമ 240 ദിനങ്ങൾ: കുടുംബത്തിന്റെ ഭാഷയിൽ

"പുലരിയുടെ പൊന്നിൻ കണങ്ങൾ വിടരുമ്പോൾ,

അമ്മ ശലഭം, ചെറിയ മുട്ടകൾ

നീറും എന്നപോലെ ഇടുന്നു;

ഭാവിയുടെ പ്രതീക്ഷ ഇലകളുടെ കാമ്പിൽ"

"മോളെ", അമ്മയുടെ നീട്ടിയ വിളി കേൾക്കാം. "കുഞ്ഞു കരയുന്നു, പാല് കൊടുക്ക്." അമ്മ അപ്പുറത്ത് നിന്ന് വിളിക്കുകയാണ്.

ഒന്ന് മയങ്ങാൻ തുടങ്ങിയതേയുള്ളൂ, അപ്പോഴേക്കും ദാ അവൾ ഉണർന്നിരിക്കുന്നു. എഴുന്നേറ്റിരുന്നു കുഞ്ഞിനെ മടിയിൽ വെച്ച് പാല് കൊടുക്കാൻ തുടങ്ങിയപ്പോൾ അറിയാതെ കൈ മൊബൈലിലേക്ക് പോയി. അപ്പോൾ അതാ വീണ്ടും അമ്മയുടെ വക, "നീന, മൊബൈൽ മാറ്റി വച്ചിട്ട് കുഞ്ഞിന് പാലു

കൊടുക്കു" കർശനമായിരുന്നു അമ്മയുടെ സ്വരം." ഇത് അമ്മ എങ്ങനെ അറിഞ്ഞുവോ. നീന ഓർത്തു.

"**കുഞ്ഞിന്റെ മുഖത്ത് നോക്കി ഇരിക്കണം,** അവൾ പാൽ കുടിക്കുമ്പോൾ. അവൾ കണ്ണ് തുറക്കുമ്പോൾ നിന്റെ വലത്തേ കണ്ണിന്റെ നോട്ടം കുഞ്ഞിന്റെ ഇടം കണ്ണിലെത്തണം. അതാണ് അമ്മയും കുഞ്ഞും തമ്മിലുള്ള വൈകാരിക ബന്ധത്തിനുള്ള ഏറ്റവും നല്ല വഴി. അതിൽ വിള്ളൽ വരുത്തരുത്." അമ്മ വിശദീകരിച്ചു. ഈ ദിവസങ്ങളിൽ മോള് അത് മാറ്റിവെച്ചേ പറ്റൂ. അമ്മയുടെ സ്വരം കടുത്തിരുന്നു. നീന അത് ഓഫ് ചെയ്ത് ടേബിളിലേക്ക് മാറ്റിവെച്ചു.

സത്യം പറയാമല്ലോ, അപ്പോഴാണ് കുഞ്ഞു പാൽ കുടിക്കുമ്പോൾ അമ്മയ്ക്ക് കിട്ടുന്ന നിർവൃതി എന്തെന്ന് മനസ്സിലാകുന്നത് - നീന ഓർത്തു. കുഞ്ഞിന് മതിയാകുമ്പോൾ പാലുകുടി നിർത്തുന്നതാണ്. നമ്മൾ പിന്നെ നിർബന്ധിച്ചു കൊടുക്കേണ്ടതില്ല. കുട്ടിക്ക് അവന്റെ മേലിൽ ഉള്ള, അവന്റെ ശരീരത്തിന് മേലിൽ ഉള്ള അവകാശം അവന് സ്വന്തമായി ഉള്ളതാണ് എന്ന ബോധ്യം കുഞ്ഞിന് ഉണ്ടാകുന്നു. അങ്ങനെ ദിവസങ്ങൾ അവളും ഞാനും മാത്രമായിട്ടുള്ള **സമയമായി** മാറി. പ്രശ്നമൊന്നുമില്ല. അതുകൊണ്ട് ഇത് സഹിക്കുക തന്നെ. നീന ആത്മഗതം പറഞ്ഞു.

ഉണ്ടായ നിമിഷം മുതൽ അമ്മയും കുഞ്ഞും തമ്മിൽ ചേർന്ന് ഇരിക്കുമ്പോൾ ഉണ്ടാകുന്ന ഒരു ബന്ധം, അത് ദൃഢമാണ്. പ്രസവിച്ച ഉടനെ ഉള്ള പാൽ 'കൊളസ്ട്രം' വളരെ പ്രധാനപ്പെട്ടതാണ്. അത് കുഞ്ഞിന് രോഗപ്രതിരോധശേഷി നൽകുന്നു.

അതുപോലെ പ്രാധാന്യമേറിയതാണ് **അമ്മ കുഞ്ഞിന്റെ കണ്ണിലേക്ക് നോക്കി തന്നെയായിരിക്കണം അവനോട്**

ഓരോന്നും സംസാരിക്കുക എന്നത്. എവിടെയോ വായിച്ചത് അവൾ ഓർത്തെടുത്തു. ഈ സമയം തന്റെ കുഞ്ഞുമായിട്ട് തന്നെ നല്ല ഊഷ്മളമായ ബന്ധം ഉണ്ടാക്കാൻ തയ്യാറെടുക്കാം എന്ന് അവൾ തീരുമാനിച്ചു.

രവിയേട്ടൻ വന്ന് കുഞ്ഞിനെ എടുത്തു താലോലിച്ചപ്പോൾ, "അമ്മൂനെ മാറോട് ചേർത്ത് പിടിക്കു, ഏട്ടനും അമ്മുവുമായുള്ള ബന്ധം നന്നായി വളരട്ടെ " നീന സ്നേഹവായ്പോടെ പറഞ്ഞു. രവിയേട്ടൻ അവളെ അത്ഭുതത്തോടുകൂടി നോക്കി. നീന "അത് മന:ശാസ്ത്രം പറയുന്നതാ ഏട്ടാ. **കുട്ടികളുമായുള്ള സ്പർശനം നമ്മുടെ ബന്ധം ഒരുപാട് ആഴത്തിലുള്ളതാക്കും.** അതല്ലേ പ്രസവിച്ച ഉടനെ തന്നെ അമ്മയുടെ മാറിൽ ചേർത്ത് കുട്ടികളെ കിടത്തുന്നത്. അവിടുന്ന് തുടങ്ങുകയാണ് അമ്മയും കുഞ്ഞും തമ്മിലുള്ള ഗാഢമായ ബന്ധം." ഒരു തികഞ്ഞ അറിവുള്ള മന:ശാസ്ത്രജ്ഞയെ പോലെ നീന പറഞ്ഞു.

അൻപത്തിയാറ് ദിവസം ശ്രദ്ധയോടെ തന്റെ ആരോഗ്യവും കൂടി നോക്കി മുന്നോട്ടുപോകണമെന്ന് വാശി പിടിക്കുന്ന അമ്മ. അതുപോലെ തന്നെ കുളിപ്പിക്കാൻ വന്ന ജാനകി ചേച്ചിയും. ആയുർവേദ മരുന്നുകളും എണ്ണ വച്ചുള്ള കുളിയും വേദിട്ട് തിളപ്പിച്ച വെള്ളത്തിലുള്ള കുളിയും എല്ലാമായി ഒരു ശ്രമകരമായ കാലം തന്നെ. "എല്ലാം നിന്റെ ആരോഗ്യത്തിന് വേണ്ടിയും അതുവഴി കുടുംബത്തിന്റെയും " എന്ന് അമ്മ പറഞ്ഞു.

"നിനക്കും ഉപയോഗിക്കാം ഈ കൺമഷി. യാതൊരു മായവുമില്ല. കണ്ണിന് നല്ലതാണ്. അവൾക്കും എഴുതി കൊടുക്കണം." അമ്മ വിശദീകരിച്ചു.

"അമ്മാ, ഈ കൺമഷി എങ്ങനാ ഉണ്ടാക്കുന്നത് എന്ന് പറഞ്ഞു തരുമോ?" നീന നീട്ടി ചോദിച്ചു.

ഇന്നത്തെ കാലഘട്ടത്തിൽ കൺമഷി ഉപയോഗിക്കരുതെന്നാണ് പറയുന്നതെങ്കിലും അതിന് പ്രധാന കാരണം മാർക്കറ്റിൽ കിട്ടുന്ന കൺമഷിക്ക് എന്തെല്ലാം ഘടകങ്ങൾ അതിൽ ഉണ്ടാകുമെന്ന് അറിയില്ലാത്തതുകൊണ്ടാണ്. എന്നാൽ ഇത് ആയുർവേദശാസ്ത്ര പ്രകാരം നിർമ്മിച്ച കൺമഷിയാണ്. അത് ഉപയോഗിക്കുന്നതുകൊണ്ട് കുഴപ്പമില്ല. എന്നാൽ ഒരുപാട് വാരി തേച്ച് വൃത്തികേടാക്കാത്തിരുന്നാൽ മതി.

അതോടൊപ്പം "പണ്ടത്തെപ്പോലെയല്ല, ആറുമാസം കഴിയുന്നതുവരെ കണ്ണിനുള്ളിൽ കൺമഷി ഉപയോഗിക്കാതിരിക്കുന്നത് ആണ് നന്ന് എന്നൊരു ഡോക്ടർ പറയുന്നത് കേട്ടു." അമ്മ പറയുന്നുണ്ടായിരുന്നു.

കണ്ണ് എഴുതി പൊട്ടൊക്കെ തൊട്ട് കൊടുക്കാൻ പാകത്തിനുള്ള കണ്മഷി ഉണ്ടാക്കുകയായിരുന്നു അമ്മയുടെ പണി. തുളസി ഇലയും പിന്നെ പൂവാങ്കുറുന്നും കൈയ്യുന്നിയും വേരുൾപ്പെടെ ഇടിച്ചു പിഴിഞ്ഞ നീരിൽ നല്ല തിരിശീല തുണി എഴു തവണ മുക്കിയുണക്കി എടുക്കണം. അത് പിന്നെ തിരിയായി തെറുത്തെടുത്ത് വിളക്കിൽ നല്ലെണ്ണ, ആവണക്കെണ്ണ അല്ലെങ്കിൽ നെയ്യ് ഒഴിച്ച് കത്തിക്കുക. നല്ല പശുവിൻ നെയ്യ് ആണ് നല്ലത്. അതിന്റെ മുകളിൽ തിരി അണയാത്ത വിധം ഒരു ഓട്ടു പാത്രമോ മൺ പാത്രമോ കമഴ്ത്തി വയ്ക്കുക. തിരി കെടാതെ നോക്കണം. ആ പാത്രം എടുത്ത് അതിൽ നിന്നും കിട്ടുന്ന കരി എടുത്ത് സൂക്ഷ്മമായി ഒരു നല്ല ശുദ്ധമാക്കിയ പാത്രത്തിൽ ഒരു തരി നെയ്യും ഒഴിച്ച് നന്നായി ഇളക്കി ചേർത്ത് അടച്ചുവയ്ക്കാം.

കുഞ്ഞിനെ കുളിപ്പിക്കാൻ പഠിക്കണം. ജാനകി ചേച്ചിയുടെ അടുത്തു നിന്നും അത് പഠിച്ചെടുക്കണം. പണ്ട് പാളയിലായിരുന്നു കുഞ്ഞിനെ കുളിപ്പിക്കുന്നതുപോലും.

ഇപ്പോൾ അതിന് പറ്റിയ പാത്രങ്ങൾ ഉണ്ട്. എന്നാലും ചേച്ചി പറയും ആ പാളയിൽ കിടത്തി കുളിപ്പിക്കുന്ന സുഖം കിട്ടില്ല എന്ന്. കുഞ്ഞിന് ഒരു തിരുമലും ഒക്കെ നടത്തി കുളിപ്പിക്കുന്നത് കാണാൻ ഒരു ശേല് തന്നെ. ഈ തിരുമ്മുന്നതും ശ്രദ്ധിക്കേണ്ടതുണ്ട്. ഒരുപാട് അമർത്തി അല്ല വളരെ മൃദുവായി വേണം കുഞ്ഞിനെ എണ്ണ തേച്ച് തടവാൻ.

അമ്മ ഇതെല്ലാം ചെയ്തു കൊണ്ടുവന്നു മേശപ്പുറത്ത് വച്ചിട്ട് ഒന്നൂടി പറഞ്ഞുറപ്പിച്ചു "നീന ഈ കണമഷി വേണം മോൾക്ക് എഴുതാൻ ഉപയോഗിക്കേണ്ടത്. നിനക്കും ഉപയോഗിക്കാം." ഒരല്പം കണമഷി എഴുതി കണ്ണാടിയുടെ മുമ്പിൽ നോക്കി ഒന്ന് സ്വന്തം കണ്ണിലിങ്ങനെ എഴുതി നോക്കി. "നന്നായിരിക്കുന്നു." നീന സ്വയം ഓർത്തു. കുഞ്ഞിനെ കുളിപ്പിച്ചു കൊണ്ടുവന്നു. ജാനകി ചേച്ചിയുടെ ആ കണ്ണെഴുത്തും പൊട്ടു കുത്തലും കുഞ്ഞിനെ ഒരുക്കലും കാണാൻ എന്തൊരു ഭംഗിയാണ്. എല്ലാം കണ്ടങ്ങനെ ആസ്വദിച്ചു നിന്നു നീന.

ഓ! ഇനി എന്റെ കുളിയാണ്. നെറുകിലേക്ക് തന്നെ ഒരു കൈ നിറയെ എണ്ണ പൊത്തി വച്ച് തന്ന ചേച്ചിയോട്, മതി ചേച്ചി എന്ന് വിളിച്ചു പറയുന്നുണ്ടായിരുന്നു നീന. "ഇതൊക്കെ വേണം. ഇങ്ങനെയൊക്കെ തന്നെ പ്രസവ ശുശ്രൂഷ ചെയ്യണം. അത് ഇപ്പോഴത്തെക്ക് വേണ്ടിയല്ല, നാളേക്ക് വേണ്ടി. നിന്റെ ശരീരം തിരിച്ച് നല്ല ഉറപ്പിലേക്ക് വരണം. അതിനല്ലേ, കഷ്ടപ്പാട് സഹിച്ചേ പറ്റൂ." ചേച്ചി പറഞ്ഞു. വേദിട്ട് തിളപ്പിച്ച വെള്ളത്തിലെ കുളിയും എല്ലാം കഴിഞ്ഞു വന്നപ്പോൾ നീനക്ക് നല്ല ഉറക്കം വരുന്നുണ്ടായിരുന്നു. ഒരല്പം ഭക്ഷണവും എന്തൊക്കെയോ ലേഹ്യങ്ങളും എല്ലാം കഴിച്ച് സുഖമായി ഒന്നുറങ്ങാൻ തയ്യാറെടുക്കുകയായിരുന്നു നീന.

"കുഞ്ഞിന്റെ കൂടെ ഉറങ്ങാൻ പഠിക്കണം". കുഞ്ഞ് എപ്പോൾ ഉണരുന്നുവോ അപ്പോൾ അമ്മയും ഉണർന്നിരിക്കണം.

അത് രാത്രിയായാലും പകലായാലും. രാത്രിയിൽ ഒരല്പം കുറുമ്പിയാട്ടോ. നീന ഓർത്തു. എപ്പോഴും ശ്രദ്ധാപൂർവ്വം നാപ്കിൻ മാറ്റണം. അത് നശിപ്പിക്കുന്ന കാര്യത്തിലും ശ്രദ്ധ വേണം കേട്ടോ. നമ്മുടെ ഭൂമിക്ക് ഒരു ഭാരമാവാതെ നമ്മുടെ കുഞ്ഞിനെ സംരക്ഷിക്കുന്ന അതേ രീതിയിൽ തന്നെ പ്രകൃതിയെ സംരക്ഷിക്കാനും നാം മറന്നുകൂടാ. ഇന്ന് മാർക്കറ്റിൽ, പ്രകൃതിക്ക് അനുയോജ്യമായ നാപ്കിനുകൾ ലഭ്യമാണ് എന്നും കൂടി ഓർമിപ്പിക്കുന്നു.

ഓ! അടുത്ത ബുധനാഴ്ച അമ്മു പിറന്നിട്ട് 27 ദിവസം ആകുന്നു. **പേരീടിൽ ചടങ്ങുകൾ** നടത്തേണ്ട ദിവസം. ചെറിയ ചടങ്ങായി നടത്തിയാൽ മതി എന്ന് തീരുമാനിച്ചു. രവിയേട്ടന്റെ അച്ഛനും അമ്മയും പിന്നെ അവിടുന്ന് കുറച്ചുപേരും ഉണ്ടാവും. ഇവിടെയും കുറച്ചു കുടുംബാംഗങ്ങളുമായി നടത്തിയാൽ മതി എന്ന് എല്ലാരും കൂടി തീരുമാനിച്ചു. കുഞ്ഞിന് വളരെയധികം അസ്വസ്ഥതയായിരിക്കും ആളുകൾ കൂടുന്നതും, എല്ലാവരും എടുക്കാൻ ശ്രമിക്കുന്നതും. കുഞ്ഞിനെ ഏറെ ആൾക്കാർ കൈമാറുന്നത് അത്ര നന്നാകില്ല.

കുട്ടി ജനിച്ച് ഇരുപത്തിയെട്ടാം ദിനം കുട്ടിയുടെ അരയിൽ കറുത്ത ഒരു ചരട് കെട്ടുന്ന ചടങ്ങാണിത്, ഇതിനോടൊപ്പം തന്നെ കുട്ടിയുടെ നാമകരണവും നടത്തുന്നു.

അച്ഛാച്ഛൻ - രവിയേട്ടന്റെ അച്ഛൻ കുട്ടിയുടെ അരയിൽ കറുത്ത ഒരു ചരട് കെട്ടേണ്ട ചടങ്ങാണിത്. ഇവിടെ രവിയേട്ടന്റെ അച്ഛൻ ഇല്ലാത്തതുകൊണ്ട് നീനയുടെ അച്ഛൻ അത് ഏറ്റു.

ഒരു പാത്രത്തിൽ അരി നിരത്തിയതിനു ശേഷം അമ്മുവിനെ രവിയേട്ടന്റെ സഹായത്തിൽ അതിൽ നിർത്തി കൊണ്ട്, അപ്പുപ്പൻ അരയിൽ കറുത്ത ചരട് കെട്ടി. ഈ ചരടിനൊപ്പം പഞ്ചലോഹം കൊണ്ടുള്ള ഒരു ചുട്ടി കൂടി കെട്ടിയിട്ടുണ്ട്. അതിനു

ശേഷം അച്ചമ്മ - രവിയേട്ടന്റെ അമ്മ കുഞ്ഞിനെ മടിയിൽ കിടത്തി ഒരു ചെവിയിൽ വെറ്റില കൊണ്ട് മറച്ച് മറ്റേ ചെവിയിൽ പേര് മൂന്ന് പ്രാവിശ്യം വിളിക്കും. പിന്നീട് സ്വർണ്ണം കൊണ്ട് ഉണ്ടാക്കിയ അരഞ്ഞാണം, വളകൾ, കൊലുസുകൾ, പിന്നെ കരിവളകളും ധരിപ്പിക്കുന്ന തിരക്കായിരുന്നു. എല്ലാവരും പിന്നീട് ഭക്ഷണം കഴിച്ചു പിരിഞ്ഞു.

രാവിലെ തന്നെ ഉണ്ണിക്കുട്ടൻ അവിടെ ഓടിയെത്തി. "എന്ത് രസാ കുഞ്ഞാവയെ കാണാൻ. അവളുടെ ചിരി കണ്ടോ? എന്റെ മടിയിൽ വച്ച് തരുവോ?" ഉണ്ണിക്കുട്ടന്റെ ചിണുങ്ങൽ. മീനേച്ചീടെ മോനാണ് രണ്ടര വയസ്സുകാരനായ ഉണ്ണിക്കുട്ടൻ. അമ്മ അവനെ കട്ടിലിൽ ഇരുത്തിയ ശേഷം അമ്മൂനെ അവന്റെ മടിയിൽ വെച്ചുകൊടുത്തു, അവന് പിടിക്കാൻ പാകത്തിന്.

കണ്ടോ ഒരു മാസമൊക്കെ കഴിയുമ്പോ **കുഞ്ഞ് ചിരിക്കാൻ തുടങ്ങുന്നത്**. "ചേട്ടനെ കണ്ടിട്ടാണ് "അമ്മ ഉണ്ണിക്കുട്ടനോട് പറഞ്ഞു. അവനും സന്തോഷമായി. ഉണ്ണിക്കുട്ടന്റെ കുഞ്ഞു വർത്തമാനത്തിൽ അവളും തിരിച്ചു ശബ്ദം ഉണ്ടാക്കി തുടങ്ങി. അങ്ങനെ ഒരല്പം നേരം കുഞ്ഞിനെ കളിപ്പിച്ചുകൊണ്ട് ഉണ്ണിക്കുട്ടനും അമ്മയും കൂടി ആ കട്ടിലിൽ ഇരുന്നു.

"മോളേ, നീ അവനെ പുറത്തു തട്ടിയില്ലല്ലോ പാലു കൊടുത്തിട്ട്?" അമ്മയുടെ വക ഓർമ്മിപ്പിക്കൽ' - എന്ത് ശ്രദ്ധയാണല്ലേ അമ്മമാർക്ക്. ഞാനും അങ്ങനാവണം. അവൾ ഓർത്തു. ശരിയാണ്, ഞാൻ അത് മറന്നു. **കുഞ്ഞിനെ നമ്മുടെ തോളിൽ കിടത്തി പുറം തട്ടിക്കൊടുക്കുമ്പോൾ,** പാല് കുടിക്കുമ്പോൾ ഉണ്ടാകുന്ന വായു പുറത്തേക്ക് പോകും. അല്ലെങ്കിൽ കുഞ്ഞിന് വളരെയധികം അസ്വസ്ഥത ഉണ്ടാകും. അങ്ങനെ ചെയ്ത് അമ്മൂനെ, നീന കട്ടിലിൽ അവളുടെ മെത്തയിൽ കിടത്തി.

പിന്നീട് ഉണ്ണിക്കുട്ടൻ അവന്റെ വിരൽ അവളുടെ കയ്യിലേക്ക് വെച്ച് കൊടുത്തു. അമ്മു അവന്റെ വിരലുകൾ മുറുക്കെ പിടിച്ചു. അവന്റെ സന്തോഷത്തിന് അതിരില്ലായിരുന്നു.

"നീന, ഇപ്പൊ കുഞ്ഞിന് രണ്ടര മാസമായില്ലേ. നീ ഇടക്കൊക്കെ ഒന്ന് ഇത്തിരി നേരം അമ്മൂനെ ഒന്ന് **കമിഴ്ത്തി കിടത്താം.** പതുക്കെ ഒരുപാട് നേരം വേണ്ട. അവൾ പതുക്കെ തല ഒന്ന് പൊക്കാൻ തുടങ്ങേണ്ടേ." അമ്മയ്ക്ക് എല്ലാത്തിനും കൃത്യമായ നിർദ്ദേശങ്ങളാണ്. "അതുപോലെതന്നെ കുഞ്ഞിനോട് ഒരുപാട് സംസാരിക്കണം. കുഞ്ഞ് നമ്മൾ സംസാരിക്കുന്നത് കേൾക്കുമ്പോൾ ആണ് ശാന്തമാകുന്നത്. അതിലൂടെയാണ് നമ്മൾ അവരെ സംസാരിക്കാൻ പ്രേരിപ്പിക്കുന്നത്". അമ്മയുടെ നിർദ്ദേശങ്ങൾക്ക് ഒരു അവസാനവുമില്ല. നീന ഓർത്തു.

ഉണ്ണിക്കുട്ടൻ വീണ്ടും എത്തി. "അമ്മമ്മേ, ഇവളുടെ കിലുക്കൻ എടുത്ത് തര്യോ?" ഉണ്ണിക്കുട്ടൻ കൊഞ്ചി. കിട്ടുന്ന അവസരങ്ങളിൽ എല്ലാം ഓടിയെത്തും ഉണ്ണിക്കുട്ടൻ, അമ്മൂസുമായി കളിക്കാൻ. കുഞ്ഞിന്റെ രണ്ടുവശത്തുമായി അവൻ കിലുക്കി പതുക്കെ കിലുക്കാൻ തുടങ്ങി. കുഞ്ഞ് അങ്ങോട്ട് നോക്കുന്നുണ്ടായിരുന്നു. അതെ അവൾക്കിപ്പോൾ നാല് മാസം കഴിഞ്ഞിരിക്കുന്നു. ശബ്ദം കേൾക്കുന്നിടത്തേക്ക് നോക്കാൻ തുടങ്ങിയിരിക്കുന്നു.

"അങ്ങനെ കേൾക്കുന്നില്ല എന്ന് തോന്നുകയാണെങ്കിൽ ഡോക്ടറെ കാണിക്കണം കേട്ടോ" എന്ന് അമ്മ ഓർമിപ്പിച്ചു.

അതുപോലെ നല്ല നിറമുള്ള പമ്പരം അവളുടെ മുകളിൽ കറങ്ങുന്നുണ്ടായിരുന്നു."അമ്മമ്മേ, നോക്കിയേ ഇവൾ അങ്ങോട്ടും ഇങ്ങോട്ടും ഒക്കെ നോക്കുന്നത്. അവൾക്കിഷ്ടായി പമ്പരം അല്ലെ?" എന്ന് ഉണ്ണിക്കുട്ടൻ വളരെ

സന്തോഷത്തോടുകൂടി പറയുന്നുണ്ട്. അല്പനേരം കളികഴിഞ്ഞ് ഉണ്ണിക്കുട്ടൻ തിരികെ വീട്ടിലേക്ക് പോയി.

അമ്മു വിശന്നു കരയാൻ തുടങ്ങി. പതുക്കെ അവളുടെ അടുത്ത് എത്തി അവളോട് അല്പം കിന്നാരം പറഞ്ഞു. പക്ഷേ അവൾ ഉണ്ടോ അത് കേൾക്കാൻ നിൽക്കുന്നു. വിശന്നിട്ട് കരയുകയാണ്. അതെ, **കുഞ്ഞുങ്ങളുടെ പലതരം കരച്ചിലുകൾ നമ്മൾ തിരിച്ചറിയുന്നത്**, അതായത്, വേദനിക്കുമ്പോഴും, വിശക്കുമ്പോഴും, നമ്മുടെ സാമീപ്യം ആവശ്യപ്പെടുമ്പോഴും, അവർ പലതരത്തിൽ കരയും. അത് നമ്മൾ കുഞ്ഞിനെ നിരീക്ഷിച്ചു മനസ്സിലാക്കണം. അമ്മമാർക്ക് പ്രത്യേകിച്ചും ഇത് മനസ്സിലാക്കാനുള്ള കഴിവുണ്ട്. അത് ജനിച്ച കുഞ്ഞു മുതൽ മുതൽ അവർ പ്രായപൂർത്തി ആയാലും തുടരുന്നതാണ്.

പാലു കൊടുക്കുമ്പോൾ, അവരുടെ മുഖത്ത് നിന്ന് കണ്ണെടുക്കാൻ പാടില്ല. കുഞ്ഞിനെ ശ്രദ്ധിച്ചാൽ കാണാം - പാലു കുടിക്കുന്നതിനിടയിൽ അത് നിർത്തി അമ്മയുടെ മുഖത്തേക്ക് ഒരു നോട്ടം നൽകുന്നത്. സ്നേഹമോ, നന്ദിയോ, സന്തോഷമോ, തിരികെ നൽകുന്ന പോലെ. അത് കണ്ട് നിർവ്വതി അടയണമെങ്കിൽ സ്നേഹവായ്പോടെ തന്നെ അവരെ കണ്ടു കൊണ്ടിരിക്കണം. അതുപോലെ കുഞ്ഞു കുഞ്ഞു ഭാഷകളിലെ കുഞ്ഞു കുഞ്ഞ് ശബ്ദങ്ങളിൽ അവരോട് സംസാരിക്കണം. ഇതൊക്കെ ബന്ധങ്ങൾ ദൃഢമാക്കാൻ നന്നായിരിക്കും ഇപ്പോൾ.

"അമ്മേ ഇവൾക്ക് ഈ പാല് മതിയാവുന്നുണ്ടോ എന്ന് എനിക്ക് സംശയം. **നാലുമാസം കഴിഞ്ഞില്ലേ - നമുക്ക് അത്യാവശ്യ കുറുക്ക് കൊടുക്കാം** എന്ന് തോന്നുന്നു അല്ലേ?" ഇത്തവണ നീന അമ്മയ്ക്കു മുൻപേ ഗോളടിച്ചു. അപ്പോൾ അമ്മയും പറഞ്ഞു, "ശരിയാണ് ഇനി പതുക്കെ ഒരല്പം കുറുക്ക് കൊടുത്തു തുടങ്ങാം. ഞാനിവിടെ തയ്യാറാക്കി തരാം,

വാങ്ങുകയെന്നും വേണ്ട. അവിടെയും അമ്മയുടെ കരുതൽ. ആരോഗ്യകരം തന്നെയാവണം നമ്മൾ കുഞ്ഞുങ്ങൾക്കായി തെരഞ്ഞെടുക്കുന്ന ഓരോ വിഭവവും. നമുക്ക് വീടുകളിൽ ഉണ്ടാക്കാവുന്നവ നമ്മൾ തന്നെ ഉണ്ടാക്കിയെടുത്താൽ ഏറ്റവും നല്ലത്. മാർക്കറ്റിൽ കിട്ടുന്ന കുട്ടികൾക്കുള്ള പലതരത്തിലുള്ള പൊടികൾ കഴിയുന്നതും ഒഴിവാക്കാൻ ശ്രമിക്കുന്നത് തന്നെയാണ് നല്ലത്.

പഞ്ഞപ്പുല്ല് - റാഗി - വെള്ളത്തിലിട്ട് നമുക്ക് കൊടുക്കാം. പഞ്ഞപ്പുല്ല് തലേദിവസം രാത്രി വെള്ളത്തിലിട്ട്, രാവിലെ അത് എടുത്ത് അരച്ച്, അതിന്റെ തെളിനീര് പലതവണ ഊറ്റിക്കളഞ്ഞ്, അടിയിൽ വരുന്ന വെളുത്ത ഭാഗം മാത്രം എടുത്ത്, ഒരു അല്പം പാലും വെള്ളവും ചേർത്ത് കുറുക്കണം. പനങ്കൽക്കണ്ടം ഇടാം. ഉപ്പോ പഞ്ചസാരയോ ഇടാതിരിക്കുന്നത് തന്നെയാണ് നല്ലത്. രണ്ടു വയസ്സുവരെ കുട്ടികൾക്ക് ഉപ്പും പഞ്ചസാരയും പാടില്ല എന്നാണ്.

കുഞ്ഞിന് വിശക്കുന്ന സമയം ചെറുചൂടോടെ കൊടുക്കാം. ശ്രദ്ധിക്കണം, കുഞ്ഞിന് പൊള്ളരുത്. അമ്മ വിശദീകരിച്ചുകൊണ്ടിരുന്നു.കുഞ്ഞ് തുപ്പിയാൽ പിന്നെ നിർബന്ധിച്ചു കൊടുക്കാനും പാടില്ല. അതും നമ്മൾ മനസ്സിലാക്കേണ്ട കാര്യമാണ്. "കുഞ്ഞിന്റെ വിശപ്പ് മാറുമ്പോഴാണ് പിന്നെ കഴിക്കാതെ ആവുക. ആ സമയം പിന്നെ നിർബന്ധിക്കാൻ പാടില്ല. ആദ്യമൊക്കെ നമുക്ക് പഞ്ഞപ്പുല്ല് മാത്രം കൊടുത്താൽ മതി." അമ്മ വീണ്ടും പറഞ്ഞു.

അമ്മ പറയുന്നുണ്ടായിരുന്നു, "ഇപ്പോഴത്തെ കുട്ടികളെ കണ്ടില്ലേ, മിക്കവാറും പൊണ്ണത്തടിയുമായിട്ടാണ് നടക്കുന്നത്. അതിന് കാരണം ഭക്ഷണം അമ്മമാർ കൊടുക്കാൻ തുടങ്ങുമ്പോൾ, എത്ര കൊടുത്താലും തൃപ്തി വരാത്ത മനസ്സോടുകൂടി കുട്ടികൾക്ക് ആഹാരം

നൽകുന്നതുകൊണ്ടാണ്." കുട്ടികൾ അവരുടെ വിശപ്പിന് അനുസരിച്ച്, അവരുടെ ശാരീരിക ആവശ്യത്തിനനുസരിച്ച് ഭക്ഷണം കഴിക്കുന്നതാണ്. ഈയൊരു സ്വാഭാവിക സവിശേഷതയെ ഇല്ലാതാക്കുകയാണ് നമ്മൾ നിർബന്ധപൂർവ്വം ഭക്ഷണം നൽകുമ്പോൾ.

"ഹായ്, എന്തു രസാ അമ്മൂസിന്റെ ചിരി." വീണ്ടും ഉണ്ണിക്കുട്ടൻ. അതെ നാലുമാസം ആകുമ്പോൾ അവരെ ഏറ്റവും കൂടുതൽ **അടുപ്പമുള്ള വരെ തിരിച്ചറിയാൻ തുടങ്ങുന്നു.** ശരിയാണ്, സ്നേഹവും അടുപ്പവും കാട്ടുമ്പോൾ കുഞ്ഞുങ്ങളുടെ ചിരിക്ക് നല്ല ഭംഗിയാണ്. ഉറക്കത്തിലും കുഞ്ഞുങ്ങളുടെ ചിരി കാണാൻ നല്ല രസമാണ്.

കാണിക്കുന്നത് തന്നെ അവർ തിരിച്ചു കാണിക്കുന്നു. കണ്ടില്ലേ, ഉണ്ണിക്കുട്ടൻ കാണിക്കുന്ന ഓരോ ഓരോ ഗോഷ്ടിയും അമ്മു തിരിച്ച് കാണിക്കാൻ തുടങ്ങി. ആ സന്തോഷം കണ്ടോ? നീനയും അമ്മയും ഇതൊക്കെ കണ്ട് ആസ്വദിച്ചിരുന്നു.

ഇപ്പോൾ **അവർ സാധനങ്ങളൊക്കെ വ്യക്തമായി കാണാനും അത് പിടിച്ചെടുക്കാനുള്ള ശ്രമവും** നടത്തുന്ന സമയമായി. കളിപ്പാട്ടങ്ങൾ കൊടുത്താൽ, അത് വായിൽ വച്ചാണ് അതിനെ അറിയുക. അതുകൊണ്ട് മുറിവ് ഉണ്ടാക്കാത്തത് വേണം കേട്ടോ കൊടുക്കാൻ. വിഴുങ്ങി പോകാൻ പറ്റുന്ന സാധനവും ആയിരിക്കരുത് എന്നുറപ്പ് വരുത്തണം.

ശ്രദ്ധിച്ചുവേണം കളിപ്പാട്ടങ്ങളൊക്കെ വാങ്ങിക്കൊടുക്കാൻ. നല്ല സോഫ്റ്റ് ആയിട്ടുള്ള പ്ലാസ്റ്റിക്കിന്റെ ബേബി ഫ്രണ്ട്ലി ആയിട്ടുള്ള കളിപ്പാട്ടങ്ങൾ വാങ്ങിക്കൊടുക്കാൻ ശ്രദ്ധിക്കുക. വീണ്ടും അമ്മയുടെ ഉപദേശം. ഈ അമ്മയെ കൊണ്ട് തോറ്റു. ഉപദേശത്തോട് ഉപദേശം. നീനയുടെ ഇഷ്ടക്കേട് അവളുടെ

മുഖത്ത് പ്രകടമായി. "നിനക്ക് ബുദ്ധിമുട്ട് തോന്നും. എന്റെ കൊച്ചുമകൾക്കൊരു കുഴപ്പവും ഉണ്ടാകരുത് എന്ന് വിചാരിച്ചിട്ടാണ് " എന്ന് അമ്മയും തിരിച്ചടിച്ചു.

ഈ അടുത്ത കാലത്ത് ആര്യവേപ്പിൻ തടിയിൽ ഈ വിഭാഗത്തിൽ പെട്ട കളിപ്പാട്ടങ്ങൾ ഉണ്ടാക്കിയിരിക്കുന്നതായി കണ്ടു. പ്ലാസ്റ്റിക്കിനേക്കാൾ നന്നായിരിക്കും ഇത്.

പതുക്കെ ഒന്ന് ചെരിച്ച് കൊടുത്ത് സഹായിച്ചപ്പോൾ അമ്മു മേല്ലെ തല പൊക്കാൻ നോക്കി. പൊക്കാൻ പറ്റുന്നില്ല. ഒറ്റ കരച്ചിൽ ആയിരുന്നു പിന്നെ. വേഗം നേരെ കിടത്തി. ഇത് ആവർത്തിച്ചു. പതുക്കെ തന്റെ കൈകളിൽ ഒന്ന് പൊങ്ങാനുള്ള ശ്രമം നടത്തിത്തുടങ്ങി അമ്മു. അങ്ങനെ അവസാനം അവൾ കമഴ്ന്നു വീണു. ഓരോ പുതിയ മാറ്റവും എത്രത്തോളം ആഹ്ലാദം നിറയ്ക്കുന്നു എന്ന് നീന സന്തോഷത്തോടെ ഓർത്തു.

നമ്മുടെ കൈകളൊക്കെ മെല്ലെ അവളുടെ വായിലേക്ക് കൊണ്ടുവരാൻ തുടങ്ങിയിരിക്കുന്നു. ഒരു കൈയിൽനിന്ന് മറ്റേ കയ്യിലേക്ക് കളിപ്പാട്ടങ്ങൾ മാറി പിടിച്ച് തുടങ്ങി. കണ്ണാടി കാണിച്ചാൽ ആദ്യം കണ്ണുമിഴിച്ച് നോക്കുമായിരുന്നു എങ്കിലും അവൾക്കു പിന്നീട് ഇഷ്ടമായി. ഇപ്പോൾ അമ്മു നല്ലത് പോലെ ചിരിക്കുന്നുണ്ട്.

പക്ഷേ പുറത്തു നിന്നും ആരെങ്കിലും വന്നാൽ ഇപ്പോൾ ആകെ അസ്വസ്ഥയാകാൻ തുടങ്ങിയിരിക്കുന്നു. പിന്നെ ചിരിയുമില്ല, കളിയുമില്ല. അവർ ഇപ്പോൾ വീട്ടുകാരേയും അല്ലാത്തവരേയും തിരിച്ചറിഞ്ഞു തുടങ്ങിയിരിക്കുന്നു.

കുറച്ചു കൂടി ശബ്ദങ്ങൾ ഒക്കെ ഉണ്ടാക്കാൻ തുടങ്ങിയിട്ടുണ്ട് ഇപ്പോൾ അമ്മു. ഉണ്ണിക്കുട്ടന് അത് ഒരുപാട് ഇഷ്ടമാണ്. പല തരം ശബ്ദം അവൻ ഉണ്ടാക്കും. അമ്മു അത്

മുഴുവനും ഏറ്റു പറയും. അങ്ങനെ അവർ രണ്ടു പേരും കൂടി നല്ല കളിയാണ്.

ഉണ്ണിക്ക് വയസ്സ് മൂന്നാകാറായി. ഉണ്ണി നന്നായി വർത്താനം പറഞ്ഞു തുടങ്ങിയിരിക്കുന്നു. ഉണ്ണിയും അമ്മയും തമ്മിലുള്ള വർത്തമാനത്തിനിടെ കാണാം, അമ്മു അവരെ സൂക്ഷിച്ച് നോക്കി കിടക്കുന്നത്. ഒരുപാട് വർത്തമാനം പറയാൻ ശ്രമിക്കുന്നുണ്ട് അമ്മു. അഞ്ചുമാസമായിരിക്കുന്നു അവൾക്ക്.

നമ്മുടെ വർത്തമാനങ്ങൾ കേട്ടാണ് കുഞ്ഞുങ്ങൾ വർത്തമാനം പറയാൻ പഠിക്കുന്നത്. ആയതിനാൽ, അമ്മയും അച്ഛനും കുഞ്ഞിന്റെ അടുത്തിരുന്ന് അല്ലെങ്കിൽ മടിയിൽ വച്ച് **അവരുടെ മുഖത്തനോക്കി പല വർത്തമാനങ്ങളും സംസാരിക്കണം.** നമ്മുടെ വിവിധ ഭാവങ്ങൾ കാണിച്ചു കൊണ്ടായിരിക്കണം അവരോട് സംസാരിക്കേണ്ടത്. ഇതിനിടയിൽ അച്ഛനും അമ്മയും മറ്റാരും കുഞ്ഞിന് കാണുന്ന വിധം മൊബൈൽ ഫോൺ, ടി.വി, മറ്റ് സ്ക്രീനുകൾ ഒന്നും ഉപയോഗിക്കാൻ പാടില്ല.

WHO യുടെ പഠനത്തിൽ നിന്നും **പറയുന്നത് രണ്ടു വയസ്സ് വരെയുള്ള കുഞ്ഞുങ്ങൾക്ക് മൊബൈൽ, മറ്റ് സ്ക്രീനുകൾ ഒന്നും പാടില്ല** എന്നാണ്. അത് അവരുടെ മസ്തിഷ്കത്തിന്റെ വളർച്ചയ്ക്ക് അപകടകരമാണ്. അവരുടെ ബുദ്ധി വികാസത്തെ അത് പ്രതികൂലമായി ബാധിക്കുന്നതാണ്.

എല്ലാ രക്ഷിതാക്കളും വളരെ ശ്രദ്ധയോടെ, ഒരു കുഞ്ഞിന്റെ മസ്തിഷ്കത്തെ മനസ്സിലാക്കേണ്ടതാണ്. ജനിക്കുമ്പോൾ 25% മാത്രം വളർച്ച പ്രാപിച്ച മസ്തിഷ്കം, ആറു മാസം ആകുമ്പോൾ 50 % വും ഒരു വയസ്സിൽ അത് 60 % വും മൂന്ന് വയസ്സിൽ 80% വും അഞ്ചു വയസ്സാകുമ്പോൾ അത് 90% വളർച്ചയും ഉണ്ടാകുന്നു. ഇതിൽ നിന്നും രക്ഷിതാക്കൾ മനസ്സിലാക്കേണ്ടതും

ഉൾക്കൊള്ളേണ്ടതും പ്രാവർത്തികമാക്കേണ്ടതുമായ കാര്യങ്ങൾ താഴെപ്പറയുന്നവയാണ്.

ഒരു കുട്ടിയുടെ പഠിക്കാനും ചിന്തിക്കാനും അഭിവൃദ്ധി പ്രാപിക്കാനുമുള്ള കഴിവ് രൂപപ്പെടുത്തുന്ന അവസരങ്ങളുടെ നിർണായക ജാലകം - അതാണ് **അഞ്ച് വയസ്സുവരെയുള്ള കാലം.**

ഈ കാലയളവിൽ **കുട്ടികൾക്ക് കിട്ടുന്ന അനുഭവങ്ങൾ -** അത് പോസിറ്റീവായാലും നെഗറ്റീവായാലും - അതായിരിക്കും അവരുടെ ഭാവിജീവിതം നയിക്കുക. അതുകൊണ്ട് തന്നെ അഞ്ചോ ആറോ വയസ്സുവരെ എങ്കിലും കുട്ടികളെ ശരിയായ രീതിയിൽ നയിക്കേണ്ടതിന്റെ പ്രാധാന്യം ഓരോ രക്ഷിതാവും മനസിലാക്കും എന്ന് കരുതുന്നു.

അതെ, നമ്മുടെ എളുപ്പത്തിന് മൊബൈലും ടി വി യുമൊക്കെ ഉപയോഗിച്ച് കുട്ടികളെ ശാന്തരാക്കാനും ഭക്ഷണം കൊടുക്കാനും നമ്മൾ ശ്രമിച്ചാൽ അത് ശരിയായ വഴിയല്ല. കുട്ടികളെ നന്നായി വളർത്തുക എന്നത് ലോകത്തിലെ ഏറ്റവും ശ്രദ്ധാപൂർവ്വം ചെയ്യേണ്ടതും ബുദ്ധിമുട്ടേറിയതുമായ ജോലികളിൽ ഒന്നാണ്.

കുട്ടികളെ വളർത്തുക - കുട്ടികളിയല്ല. മറിച്ച്, ഇത് വലിയ ഉത്തരവാദിത്തമാണ്. ആയതിനാൽ ഉചിതമായ പരിചരണം, പിന്തുണ, വളർച്ച എന്നിവ ഉറപ്പാക്കണം.

അമ്മൂനിപ്പോൾ **ആറാം മാസമാണ്.** അവൾ **എഴുന്നേറ്റിരിക്കാൻ ശ്രമിച്ചു തുടങ്ങിയിരിക്കുന്നു.** "ഇനി ഇത്തിരി സൂക്ഷിക്കണം. കുതിച്ചു പൊങ്ങും." അമ്മയുടെ ഓർമ്മപ്പെടുത്തൽ. അതുകൊണ്ട് ഇനി ഉണ്ണിക്കുട്ടന്റെ കൈയ്യിൽ കൊടുക്കുമ്പോൾ നമ്മൾ കൂടുതൽ ശ്രദ്ധിക്കണം.

അതുപോലെ തന്നെ വായിൽ വയ്ക്കരുതാത്തതൊന്നും, പ്രത്യേകിച്ച് വിഴുങ്ങി പോകാൻ സാധ്യതയുള്ളത്, ചെവിയിലോ മൂക്കിലോ ഇടാൻ പറ്റുന്ന അത്ര ചെറുതായ സാധനങ്ങൾ, ഇവയൊന്നും അമ്മൂ നീന്തി നടക്കുന്നിടത്ത് ഇല്ല എന്ന് ഉറപ്പിക്കണം എപ്പോഴും.

ഇവിടെ മൃദുവായ കളിപ്പാട്ടം ആകട്ടെ കഠിനമായ ബോൾ ആയിരിക്കട്ടെ ഓരോ സ്പർശനത്തിലും കുഞ്ഞ് ആ വസ്തുവിന്റെ സ്വഭാവത്തെക്കുറിച്ചുള്ള ഒരു സൂക്ഷ്മ വിശദാംശം മനസ്സിലാക്കുന്നു. മൃദുവായ വസ്തുക്കൾ എളുപ്പത്തിൽപിടിക്കാൻ കഴിയും എന്നുള്ള തിരിച്ചറിവ് ലഭിക്കുന്നു. തണുപ്പോ ചൂടോ അനുഭവപ്പെടുന്നത് പുതിയ പാഠമായി മാറുന്നു. ഇത്തരം ഓരോ അനുഭവങ്ങളിലൂടെയാണ് കുഞ്ഞ് ജീവിതത്തെ അറിഞ്ഞു തുടങ്ങുന്നത്.

കുഞ്ഞുങ്ങൾക്ക് എല്ലാം, നാക്ക് ഉപയോഗിച്ച് പരീക്ഷിക്കേണ്ട സ്വാഭാവിക താല്പര്യം ഉണ്ട്. ഇത് ലോകത്തെക്കുറിച്ചുള്ള അവരുടെ പഠനത്തിനും പരിചയത്തിനും പ്രധാനമാണ്. കുഞ്ഞ് പലതവണ ഏതെങ്കിലും സാധനം നക്കുന്നതിലൂടെ അതിന്റെ ഉപരിതലം, രുചി എന്നിവയെ കുറിച്ച് മനസ്സിലാക്കുന്നു. എന്നാൽ പല അമ്മമാരും കുഞ്ഞിന്റെ ഈ സ്വഭാവം ഗൗരവത്തോടെ കാണുകയും അവരെ അനാവശ്യമായി വസ്തുക്കളിൽ നിന്ന് സംരക്ഷിക്കുകയും ചെയ്യുന്നു.

കുഞ്ഞുങ്ങളെ എല്ലാവിധ വസ്തുക്കളെയും പരിചയപ്പെടുത്തുന്നതിനോടൊപ്പം തന്നെ അപായപ്പെടുത്താനും മുറിപ്പെടുത്താനും സാധ്യതയുള്ള വസ്തുക്കൾ മാറ്റി വെച്ചുകൊണ്ട് കുഞ്ഞിന്റ് എല്ലാത്തരത്തിലുമുള്ള സുരക്ഷ ഒരുക്കുക, രക്ഷിതാക്കളുടെ ഉത്തരവാദിത്തമാണ്. എന്നാൽ ഇതിനോടൊപ്പം ഒരു കാര്യം കൂടി രക്ഷിതാക്കൾ മനസ്സിലാക്കേണ്ടതുണ്ട്. കുട്ടികൾക്ക് ഏതെങ്കിലും സാധനത്തെ

കുറിച്ചുള്ള **അനുഭവം ലഭ്യമാണെങ്കിലും അതേക്കുറിച്ച് നാം സംസാരിക്കുമ്പോൾ അവർക്ക് മനസ്സിലാകില്ല.**

അതായത് ചൂട് കൊണ്ട് കുഞ്ഞുങ്ങൾക്ക് പൊള്ളും എങ്കിലും അവരോട് ഒരു സാധനം എടുക്കാൻ വരുമ്പോൾ എടുക്കരുത് അത് ചൂടാണെന്ന് പറഞ്ഞാൽ ഈ പ്രായത്തിൽ അത് മനസ്സിലാകില്ല എന്ന് അറിയണം. പകരം, ചൂടുള്ള വസ്തുവിൽതൊടുമ്പോൾ കൈ പെട്ടെന്ന് പിൻവലിക്കുന്നത് പോലെ കാണിക്കാം.

ഇതിനിടയിൽ **നമ്മൾ പല ആവർത്തിയായി പലതരം ഭക്ഷണം കൊടുക്കുവാൻ തുടങ്ങിട്ടുണ്ട്.** കണ്ണങ്കായ ഉണക്കി പൊടിച്ചത്, ധാന്യങ്ങളും പയർ വർഗ്ഗങ്ങളും കശുവണ്ടിയും ചേർത്ത്, വറുത്ത പൊടിച്ചതും മറ്റും കുറുക്കി കൊടുത്ത് തുടങ്ങി. ഒരേ സാധനം ആവർത്തിക്കാതിരിക്കാനും കുട്ടികൾക്കും മടുപ്പ് തോന്നാതിരിക്കാനും ഇത് ഉപകാരപ്പെടും.

രണ്ടു ദിവസം കഴിഞ്ഞ് അമ്മുവിന്റെ ചോറൂണ് ആണ്. നമ്മുടെ തൊട്ടുത്ത അമ്പലത്തിൽ തന്നെ കൊണ്ടുപോയി ആണ് ചോറ് കൊടുക്കുന്നത്. അച്ഛനും അമ്മയും രവിയേട്ടനും മീനേച്ചിയും അങ്ങനെ ഒരു നീണ്ട നിര തന്നെയുണ്ടായിരുന്നു, അമ്മൂസിന് ചോറ് കൊടുക്കുവാൻ. അമ്മു അതെല്ലാം മുഴുവനും വായിൽ ഒതുക്കിയിട്ടുണ്ട്. ഉണ്ണിക്കുട്ടനും നിർബന്ധം - അവനും കൊടുക്കണം ചോറ്. അമ്മുവാകട്ടെ എല്ലാം വായിൽ ഒതുക്കി വച്ച് പതുക്കെ കഴിക്കാൻ തുടങ്ങിയിരിക്കുന്നു. പതുക്കെ പതുക്കെ അവൾ എല്ലാം കഴിച്ചു തീർക്കുന്നുണ്ട്. എല്ലാവരും അത്ഭുതത്തോടെ നോക്കി നിന്നു. സാധാരണ ഈ സമയം എല്ലാ കുട്ടികളും നല്ല കരച്ചിൽ ആയിരിക്കും.

"അമ്മേ ഇവൾ ഒരു കൊതിച്ചിയാ " ഉണ്ണികുട്ടൻ പറഞ്ഞു. ഇനി അവൾക്ക് സ്വല്പം ചോറും തൈരും പതുക്കെ കറികളും

കൊടുത്ത് തുടങ്ങണം. കറികൾ എന്ന് പറയുമ്പോൾ അല്പം വേവിച്ച പച്ചക്കറികളും മുട്ടയും കൊടുത്തു തുടങ്ങാം. ഉപ്പും പഞ്ചസാരയും ഒഴിവാക്കുന്നത് നല്ലത്.

ആറുമാസം കഴിഞ്ഞിരിക്കുന്നു. എന്റെ ലീവും തീർന്നു. നീന ഓർത്തു. രണ്ടുമാസം കൂടി ഒന്ന് നീട്ടിയെടുക്കാം. കമ്മ്യൂട്ടട് ലീവ് ഉണ്ടല്ലോ. അപ്പോൾ മോൾ ഒരുവിധം ഭക്ഷണമൊക്കെ കഴിക്കുന്ന അവസ്ഥയിൽ ആകുമല്ലോ. "നല്ല തീരുമാനം". അമ്മ പറഞ്ഞു.

രണ്ടു വയസ്സ് വരെ കുഞ്ഞിന് അമ്മയുടെ സാമീപ്യം മുഴുവനായും വേണം. എങ്കിലും, അത് എട്ട് മാസം ആകുന്നു എന്ന് ഓർത്ത് വിഷമിക്കേണ്ട. ഞാനുണ്ടല്ലോ. അമ്മ ആശ്വസിപ്പിച്ചു. "കുഞ്ഞിന് സ്നേഹം നിറഞ്ഞ സാമീപ്യം കിട്ടിയാൽ മതി ഈ പ്രായത്തിൽ. ഞങ്ങൾ നോക്കിക്കൊള്ളാം. നീ സമാധാനമായി ജോലിയ്ക്ക് പൊക്കോളൂ." അമ്മ വീണ്ടും ധൈര്യം തന്നു. നമ്മൾ തിരികെ വന്നു കഴിഞ്ഞുള്ള സമയം നന്നായി ചെലവഴിച്ചാൽ മതി. അത് പൂർണ്ണമായും കുഞ്ഞിന് കൊടുക്കുന്ന സമയം ആയിരിക്കണം.

"ഒരു കാര്യം കൂടി, **കുഞ്ഞിനെ മൊബൈൽ ഫോണോ ടിവിയോ ഒന്നും കാണിക്കാതെ പറ്റുന്നത്ര നോക്കണം ഒരു രണ്ട് വയസ്സുവരെ എന്തായാലും പാടില്ല**. ബുദ്ധിമുട്ടാണെന്ന് അറിയാം എങ്കിലും നമുക്ക് ശ്രമിക്കണം. കണ്ടില്ലേ ഉണ്ണിക്കുട്ടനെ - അവൻ ഇടയ്ക്കൊക്കെ വാശിപിടിച്ചു മൊബൈലിന് കരയാറില്ലേ? നമ്മൾ തന്നെയല്ലേ അത് കൊടുത്തത്, അത് കാണിച്ചു ഭക്ഷണം കഴിപ്പിക്കാൻ ശ്രമിച്ചത്. നമ്മുടെ അമ്മൂനെ അങ്ങനെ വളർത്താൻ പാടില്ല." അമ്മ സ്വയം പഴിച്ചോണ്ട് പറഞ്ഞു.

ഇത് പറയുമ്പോൾ മറ്റൊരു കാര്യം എനിക്ക് ഓർമ്മ വരുന്നു. പണ്ട് നമ്മളെയൊക്കെ അല്ലെങ്കിൽ നാം വളർത്തിയ മക്കളെ, കാക്കയെയും പൂച്ചയെയും എല്ലാം കാണിച്ചുകൊണ്ട് അവരുടെ ശ്രദ്ധ തിരിച്ചു കൊണ്ടായിരുന്നു ഭക്ഷണം കൊടുത്തിരുന്നത്. എന്നാൽ ശാസ്ത്രം പറയുന്നത് ഇതും തെറ്റായ സമീപനമെന്നാണ്. ഭക്ഷണം കഴിക്കുമ്പോൾ ആര് തന്നെയായാലും മറ്റ് ശല്യങ്ങൾ ഒന്നുമില്ലാതെ ഭക്ഷണത്തിൽ മാത്രം ഊന്നൽ കൊടുത്തു കൊണ്ടാവണം കഴിക്കേണ്ടത്. എങ്കിൽ മാത്രമേ ദഹനരസങ്ങൾ നന്നായി പ്രവൃത്തിക്കുകയും ആഹാരത്തിൽ നിന്നും വേണ്ടതെല്ലാം ശരീരത്തിന് ആഗീരണം ചെയ്യാൻ സാധിക്കുക. **ആഹാരം സ്വയം കയ്യിലെടുത്തു വായിലേക്ക് വെക്കുന്നത് തന്നെ അത് ദഹിക്കുന്ന കാര്യത്തിൽ നല്ല മാറ്റം ഉണ്ടാക്കുന്നു.**

ഉണ്ണിക്കുട്ടനെ നോക്കേണ്ടി വന്നപ്പോൾ ജോലിക്കാരിയുടെ സഹായം തേടേണ്ടി വന്നിരുന്നല്ലോ, തനിക്കും ജോലി ഉണ്ടായിരുന്നല്ലോ എന്ന് അമ്മ ഓർത്തു. ഇപ്പോൾ ഏതായാലും ഞാൻ റിട്ടയേഡ് ആയ സ്ഥിതിക്ക് കുഞ്ഞിനെ അതൊന്നുമില്ലാതെ വളർത്താൻ സാധിക്കുമല്ലോ എന്നത് ഒരു ദീർഘശ്വാസമായി പുറത്തുവന്നു.

പതുക്കെ എട്ട് മാസം ആയപ്പോൾ എഴുന്നേറ്റിരിക്കുന്നു അമ്മു. അങ്ങനെ എട്ടുമാസം തികഞ്ഞപ്പോൾ നീന ജോലിക്ക് പോയി തുടങ്ങി. അരമണിക്കൂർ ദൂരം പോയാൽ മതിയായിരുന്നു എന്നുള്ളത് കൊണ്ട് തന്നെ അവൾ വൈകുന്നേരം നാലരയോട് കൂടി എത്തുമായിരുന്നു. അമ്മുവിനെ കാണുന്നതിന് മുമ്പ് തന്നെ ഓടി വാഷ്റൂമിൽ കയറി ഒന്ന് ഫ്രെഷ് ആയി വരും. അമ്മൂവിനെ മാറോട് ചേർത്തു പിടിച്ച് ഒരു പാട് ഉമ്മകൾ നൽകും. അമ്മൂവിന് അപ്പോൾ പാൽ കുടിക്കാനുള്ള ആവേശമായിരിക്കും. മനസ്സു നിറയെ പാൽ കൊടുക്കും.

കൂട്ടത്തിൽ കളിയും കൊച്ചരിപ്പല്ലു കൊണ്ടുള്ള കടിയും എല്ലാമായി അമ്മയും മകളും സന്തോഷത്തിൽ ആറാടും. അമ്മയായിരിക്കുക എത്ര സന്തോഷം നൽകുന്നു! നീന ഓർത്തു. എത്ര വിഷമിച്ചിട്ടാണ് ഓഫീസിൽ നിന്നും വരുന്നതെങ്കിലും ഇവളുടെ മുഖം കാണുമ്പോൾ എന്റെ എല്ലാ വിഷമവും മറക്കും.

കുഞ്ഞിനെ നമുക്ക് എല്ലാ സമയവും നോക്കിക്കൊണ്ടിരിക്കേണ്ട കാര്യമില്ല. പക്ഷേ അവരുമായി ചിലവഴിക്കുന്ന സമയം അത് മുഴുവനായും അവർക്ക് വേണ്ടി അർപ്പിച്ചിരിക്കണം. അത് തെറ്റിക്കാൻ പാടുള്ളതല്ല. മാത്രമല്ല, അവൾ ഇപ്പോൾ അമ്മ ഉണ്ടാക്കി കൊടുക്കുന്ന സ്പെഷ്യൽ പൊടികൾ കൊണ്ടുണ്ടാക്കിയ കുറുക്ക് അത്യാവശ്യം കഴിക്കുന്നുണ്ട്. മറ്റ് ആഹാരം കൊടുക്കുമ്പോൾ ശ്രദ്ധിക്കേണ്ട ഒരു കാര്യം ഒരു വയസ്സു വരെയും ഉപ്പും പഞ്ചസാരയും കൊടുക്കാതിരിക്കുക എന്നത് തന്നെ. അധികം എരിവില്ലാതെ എടുക്കുന്ന പച്ചക്കറികളും അല്പം മീനും മുട്ടയും ഒക്കെ കഴിച്ചു തുടങ്ങിയിരിക്കുന്നു. "ഇതിനൊന്നും ഉപ്പിട്ട് കൊടുക്കേണ്ട കേട്ടോ." അമ്മയുടെ ഓർമ്മപ്പെടുത്തൽ.

ഈ പ്രായമാകുമ്പോൾ, പ്രധാനമാണ് അവരെ പാത്രത്തിൽ നിന്ന് തനിയെ വാരി കഴിക്കാൻ പ്രോത്സാഹിപ്പിക്കുന്നത്. മേലാകെ ആക്കും - ഒരു സംശയവുമില്ല. അത് നമുക്ക് കഴുകി കളയാവുന്നതേയുള്ളൂ. എന്നാൽ ഇതുകൊണ്ട് കിട്ടുന്ന ഗുണം എല്ലാ ഭക്ഷണവും അവർ കഴിക്കാൻ പഠിക്കുകയും ഏകദേശം ഒന്നൊന്നര വയസ്സ് ആകുമ്പോൾ തനിയെ കഴിക്കാൻ തുടങ്ങുകയും ചെയ്യും. അതുവഴി എല്ലാ പോഷകാഹാരങ്ങളും കുഞ്ഞിന് ലഭ്യമാവുകയും താൻ തനിയെ ചെയ്തു എന്നുള്ളത് ഏറെ സന്തോഷവും ഉണ്ടാകും. ഒരല്പം ആഹാരം നമുക്കും ഇതിനൊപ്പം കൊടുക്കാം. ആവശ്യത്തിന് ഭക്ഷണം അവരുടെ

ഉള്ളിൽ ചെന്നു എന്ന് നമുക്ക് ഉറപ്പാക്കാമല്ലോ. എന്നാൽ അവർ തുപ്പാൻ തുടങ്ങുമ്പോൾ നിർത്തേണ്ടത് ആണ്.

രാവിലെ ഓഫീസിൽ പോകുന്നതിനു മുൻപും വൈകുന്നേരം വന്നതിനുശേഷവും മാത്രമാണ് അമ്മുവിന് ഇപ്പോൾ മുലപ്പാൽ നൽകുന്നത്. എന്നുവച്ച് അതിന്റെ ക്ഷീണം ഒന്നുമില്ല. ഡോക്ടറെ സമയാസമയങ്ങളിൽ ഒക്കെ കാണിക്കുമ്പോൾ അവൾക്ക് കിട്ടേണ്ട തൂക്കം കൃത്യമായി കിട്ടുന്നുണ്ട് എന്ന് ഡോക്ടർ പറഞ്ഞു. ആശ്വാസമായി.

ഇതോടൊപ്പം ഡോക്ടർ പറഞ്ഞ ഒരു കാര്യം കൂടി ഓർമിക്കുന്നു. കൃത്യമായ സമയങ്ങളിൽ **കുഞ്ഞുങ്ങൾക്ക് വേണ്ട എല്ലാ പ്രതിരോധ കുത്തിവെപ്പുകളും നൽകേണ്ടതാണ്.**

"നിങ്ങളുടെ കുട്ടികൾ നന്നായി വളരണം

എന്ന് നിങ്ങൾ ആഗ്രഹിക്കുന്നുവെങ്കിൽ,

അവരോടൊപ്പം ഇരട്ടി സമയവും,

പകുതി പണവും ചെലവഴിക്കുക"

അഭിഗേയ്ൽ വാൻ ബൂരൻ - അമേരിക്കൻ റേഡിയോ ഷോ അവതാരക, ഉപദേശക കോളമിസ്റ്റ്

വളർച്ചയുടെ കാൽപ്പാടുകൾ : 9 - 12 മാസം വരെ

"കുഞ്ഞു പുഴുവായ് മുട്ട തുറക്കുന്നു,

പ്രതീക്ഷകൾ നിറഞ്ഞൊഴുകുന്നു

ജീവന്റെ ഇല നുറുങ്ങുകളിൽ

ഒരു കുഞ്ഞൻ പുഴു പുതുതായി ജനിക്കുന്നു."

അമ്മൂസിന് ഒമ്പത് മാസമായി. അവൾ ഇപ്പോൾ നമ്മെ കണ്ട് ചിരിക്കാനും, ശബ്ദങ്ങൾ ഉണ്ടാക്കാനും, "അച്ഛ", "അമ്മ", എന്ന് വിളിക്കാനും "വേണ്ട" എന്ന് കൃത്യമായി പറയാനും പഠിച്ചിരിക്കുന്നു. ഈ പ്രായത്തിൽ തന്നെ അവൾക്ക് ആവശ്യമില്ലാത്തത് പെട്ടെന്ന് തിരിച്ചറിഞ്ഞ് പറയാനുള്ള കരുത്ത് ലഭിച്ചിരിക്കുന്നു.

എത്രത്തോളം ഈ തിരിച്ചറിയലിനെ നാം പൂർണ്ണമായും സ്നേഹത്തോടും ബോധ്യത്തോടെയും പ്രതികരിക്കുന്നു എന്നത്,

ഭാവിയിൽ അവളുടെ ആത്മവിശ്വാസത്തെ വളരുവാൻ സഹായിക്കും. ഇന്നത്തെ പ്രവർത്തനം ഭാവിയെ സ്വാധീനിക്കുന്നതിനുള്ള വിലയേറിയ കാര്യങ്ങളാണ്.

ഉദാഹരണത്തിന് ': ഇവിടെ കുഞ്ഞുങ്ങൾ 'വേണ്ട' എന്ന് പറയുമ്പോൾ നാം നിർബന്ധം പിടിക്കുകയും ചെയ്യുന്നു എന്ന് കരുതുക. ഇങ്ങനെ വരുമ്പോൾ, അരുതാത്ത രീതിയിൽ ആരെങ്കിലും കുട്ടികളെ സ്പർശിക്കുമ്പോൾ 'അരുത്' എന്ന് പറയണമെന്ന് പിന്നീട് പഠിപ്പിച്ചാലും കുഞ്ഞുങ്ങൾക്ക് 'അരുത്' എന്ന് പറയാൻ സാധിക്കാതെ പോകും.

ഇപ്പോൾ അമ്മൂസ് നിലത്ത് നീന്തി നടക്കുമ്പോൾ എന്തെങ്കിലും ചെറിയ തരിയായ സാധനങ്ങൾ കിടക്കുന്നത് കണ്ടാലും എടുക്കാൻ പഠിച്ചിരിക്കുന്നു. അത് നേരെ കൊണ്ടു പോവുക വായിലേക്ക് ആണ്. അങ്ങനെയാണ് കുഞ്ഞുങ്ങൾ അവയെ മനസ്സിലാക്കുന്നത്. അതിൽ നിന്നും അവരെ പിന്തിരിപ്പിച്ചിട്ട് കാര്യമില്ല. പക്ഷേ ശ്രദ്ധിക്കേണ്ടതു നമ്മുടെ കടമയും. നീന്തി നടക്കുന്ന സ്ഥലമെല്ലാം അപകടം ഉണ്ടാകാത്തത് ആക്കി മാറ്റണം. കുഞ്ഞുങ്ങൾക്ക് കയറി എടുക്കാൻ ഇടയില്ലാത്തത്ര ഉയരത്തിലും സുരക്ഷിതമായും അപകട സാധ്യതയുള്ള എല്ലാ സാധനങ്ങളും പ്രത്യേകിച്ച് വിഴുങ്ങി പോയാൽ അപകടം ഉണ്ടാകുന്ന ഏതും മാറ്റേണ്ടത് നമ്മുടെ കടമയാണ്. അതുപോലെ തന്നെ എടുക്കുന്ന ഒന്നും **ചെവിയിലോ മൂക്കിലോ പോയി അപകടം ഉണ്ടാകാതെയും** ശ്രദ്ധിക്കുക.

അപ്പുറത്തെ വീട്ടിലെ ശാന്തമ്മ ചേച്ചി വന്നപ്പോൾ, അത് തന്റെ വീട്ടിലെ ആളല്ല എന്ന് അമ്മൂസ് തിരിച്ചറിഞ്ഞു. **പരിചയമുള്ളത് ആരെന്നും അല്ലാത്തവർ ആരെന്നും തിരിച്ചറിയാൻ കഴിയുന്നതും** അവരുടെ വളർച്ചയുടെ ഒരു നാഴികക്കല്ല് തന്നെയാണ്.

പതുക്കെ ചില ശബ്ദങ്ങളും പുറപ്പെടുവിച്ചു തുടങ്ങുകയും ചെയ്യുന്നുണ്ട്. കൈയ്യും കാലും കൊണ്ട് സംസാരിക്കാനും പഠിച്ചു തുടങ്ങി. പരിചയമുള്ളവരെ മാത്രം ഇഷ്ടപ്പെടാനും അവരോടൊപ്പം പോകാനും തുടങ്ങിയിരിക്കുന്നു, **സാധനങ്ങളൊക്കെ താഴെവീഴ്ത്തുന്നതും** ഒളിച്ചിരിക്കുന്നതും ഈ പ്രായത്തിലെ സ്വാഭാവികമായ വികൃതികളാണ്.

കുട്ടികൾക്ക് ഇഷ്ടമുള്ള ഒരു കളിയാണ് "ഒളിച്ചേ, കണ്ടേ" എന്നുള്ളത്. ഈ പ്രായം മുതൽ അവർ ഇത് ഏറെ ആസ്വദിക്കുന്നു.

ഇനി ഇത് മാത്രമല്ല, അമ്മൂസ് ദാ കസേരയുടെയും സെറ്റിയുടെയും ടീപോയുടെയും **വക്കിന് പിടിച്ച് എഴുന്നേൽക്കാൻ തുടങ്ങുന്നു.** അതുപോലെ വീട് മുഴുവൻ നീന്താനും, സ്വന്തം ഇഷ്ടങ്ങൾ എന്താണെന്ന് അറിയാനും തുടങ്ങുന്നു, ഈ പ്രായത്തിൽ നമ്മുടെ കുഞ്ഞുങ്ങൾ.

രാവിലെ ഓഫീസിൽ പോകാൻ ഇറങ്ങുമ്പോൾ അമ്മൂസ് ഒന്ന് ചിണുങ്ങുമെങ്കിലും കുറച്ച് ഉമ്മകൾ കൊടുത്തു കഴിയുമ്പോൾ 'ഗുഡ്ബൈ' പറയാൻ കൈവീശി തുടങ്ങും. സത്യം പറഞ്ഞാൽ അമ്മുവിനെ വിട്ടു പോകാൻ സങ്കടാവും. നീന മനസ്സിൽ ഓർത്തു.

അതുപോലെ തന്നെ, വേണ്ട സാധനങ്ങൾക്ക് നേരെ, കളിപ്പാട്ടങ്ങൾ ആയാലും പേന, പെൻസിൽ തുടങ്ങിയ സംഗതികൾ ആയാലും **കൈ ചൂണ്ടാനും അത് വേണമെന്ന് വാശി പിടിക്കാനും** തുടങ്ങിയിരിക്കുന്നു. ഇതൊക്കെ അവരുടെ ആശയവിനിമയത്തിന്റെ ഓരോ രീതികളാണ്. ഈ അവസരങ്ങളിലൊക്കെ അവരോട് സംസാരിക്കാൻ ആളുകൾ ഉണ്ടെങ്കിൽ ആണ് കുഞ്ഞുങ്ങൾ സംസാരിക്കാൻ പഠിക്കുക.

ഇന്ന് പലപ്പോഴും കുഞ്ഞുങ്ങൾ **വൈകി സംസാരിക്കുന്നതായി** അറിയുന്നു. അതിന് കാരണം കുഞ്ഞുങ്ങളെ നോക്കാനുള്ള സമയം അച്ഛനും അമ്മയ്ക്കും ജോലിത്തിരക്ക് മൂലം കിട്ടാതിരിക്കുന്നുണ്ട്. അവരെ കുറ്റപ്പെടുത്തുകയല്ല, അവർക്ക് ജോലി ഉള്ളപ്പോൾ ഒരുപാട് സമയം ചെലവഴിക്കാൻ പറ്റുന്നില്ല. ഇതിനല്ലം പരിഹാരം കാണാൻ സാധിക്കുക നമുക്ക് വിശ്വസ്തരായ ആളിനോടൊപ്പം കുട്ടിയെ ആക്കുക എന്നുള്ളതാണ്. സ്നേഹം നിറഞ്ഞ സാമീപ്യം അമ്മയുടെയും അച്ഛന്റെയും കുറവ് താൽക്കാലികമായി നികത്തുന്നതാണ്.

ഇതോടൊപ്പം, വന്ന് കഴിഞ്ഞാൽ, ഇന്ന് ഓഫീസ് ജോലിയും കൂടെ കൊണ്ടുപോരുന്നവരുണ്ട്. അനവധി ഫോണുകളും അറ്റൻഡ് ചെയ്യേണ്ടതായി വരുന്നു. പിന്നെ സ്വന്തം സന്തോഷത്തിന് വേണ്ടി മൊബൈലും നോക്കികൊണ്ടിരിക്കുന്ന രക്ഷാകർത്താക്കളെയും കാണാം.

ഇതോടൊപ്പം മുതിർന്നവർ കുട്ടികളുടെ മുന്നിൽ പുകവലി ഒഴിവാക്കണം. കാരണം ഈ പ്രായത്തിൽ പുകയിലയും ആയുള്ള സമ്പർക്കം കുട്ടികളുടെ ശ്രവണങ്ങൾക്ക് കേട് സംഭവിക്കാൻ സാധ്യതയുണ്ടാകുമെന്ന് ശാസ്ത്രം പറയുന്നു.

മദ്യപാനത്തിന്റെയും ലഹരിയുടെയും കാര്യം പിന്നെ പറയേണ്ടതില്ലല്ലോ.

ജോലികൾ ഒട്ടും തന്നെ ഈ കാലത്ത് വീട്ടിലേക്ക് കൊണ്ടു വരാതിരുന്നാൽ നന്ന്. **മുതിർന്നവർ സംസാരിക്കുന്നത് കേട്ടിട്ടും കണ്ടിട്ടും ആണ് കുഞ്ഞുങ്ങൾ സംസാരിക്കുക.** 'അമ്മയും ഉണ്ണിക്കുട്ടനും ഉള്ളത് എന്റെ ഭാഗ്യം' നീന ആശ്വസിച്ചു. സത്യത്തിൽ നീനയുടെ അല്ല, അമ്മുവിന്റെ ഭാഗ്യം.

ഈ പ്രായത്തിന്റെ മറ്റൊരു പ്രത്യേകത അവർ **തിരികെ സ്നേഹം പ്രകടിപ്പിക്കാൻ തുടങ്ങുന്നു** എന്നതാണ്. ഇപ്പോൾ അമ്മുവിനോട് "ഒരു ഉമ്മ തരുമോ അമ്മയ്ക്ക് " എന്ന് പറഞ്ഞാൽ അവൾ കെട്ടിപ്പിടിച്ച് ഏറെ ഉമ്മകൾ തരും. വൈകിട്ട് ഇപ്പോൾ രവിയേട്ടൻ വന്നശേഷം മാത്രമേ അവൾ ഉറങ്ങൂ. അച്ഛനും ഒരുപാട് ഉമ്മകൾ നൽകും.

അച്ഛനും മകളും കൂടി ഒരുപാട് സംസാരിച്ചു അങ്ങനെ അവർ തമ്മിൽ നല്ല കളിയും ചിരിയുമായി പതുക്കെ ഉറങ്ങാൻ തുടങ്ങും. അമ്മുവിന് ഇപ്പോൾ പാട്ട് കേട്ടാൽ നല്ല സന്തോഷമാണ്. രവിയേട്ടനാണ് പാട്ടിന്റെ ആള്. നല്ല പാട്ടും പാടിക്കൊടുത്ത് അമ്മുവിനെ ഉറക്കും. സാധാരണ അമ്മമാരാണ് താരാട്ട് പാടി ഉറക്കാറുള്ളതെങ്കിലും ഇവിടെ അത് അച്ഛന്റെ വകയാണ്.

ആദ്യവർഷം കുഞ്ഞ് മാതാപിതാക്കളും മറ്റു പരിചരിക്കുന്നവരുമായി സ്നേഹബന്ധം സ്ഥാപിക്കുന്നു. കുട്ടികളുടെ ആവശ്യങ്ങൾ എല്ലാവരും ശ്രദ്ധയോടെ നിറവേറ്റുമ്പോൾ, അവിടെ മാതാപിതാക്കളും കുട്ടികളും തമ്മിലുള്ള വിശ്വാസം ഊട്ടി ഉറപ്പിക്കുന്നു. ഈ സമയത്ത് **വിശ്വാസം നേടിയെടുക്കുന്നതും ശരിയായ ഭക്ഷണം കൊടുക്കുന്നതും** ഏറെ ശ്രദ്ധ അർഹിക്കുന്നു.

എറിക് എറിക്സൺ എന്ന സൈക്കോളജിസ്റ്റ് തന്റെ സിദ്ധാന്തത്തിൽ ശിശുക്കളുടെ വളർച്ചയെ കുറിച്ച്, ജനനം മുതൽ പ്രായമാകുന്നതുവരെ എട്ട് ഘട്ടങ്ങളിലായി തിരിച്ചിട്ടുണ്ട്. ഇതിലോരോന്നിലും അടിസ്ഥാനപരമായി ഉണ്ടാകുന്ന സംഘർഷങ്ങളെയും ഓരോ ഘട്ടങ്ങളിലെ മൂല്യങ്ങളെയും പറ്റി വിശദീകരിച്ചിട്ടുണ്ട്. ഇതനുസരിച്ച് **ശൈശവാവസ്ഥ വിശ്വാസവും അവിശ്വാസവും തമ്മിലുള്ള സംഘർഷകാലമാണ്.** പ്രതീക്ഷയാണ് ഈ കാലഘട്ടത്തിന്റെ മൂല്യം.

ഇവിടെ ഇതുവരെയുള്ള കുട്ടികളുടെ ആവശ്യങ്ങൾ എല്ലാം മാതാപിതാക്കൾ വളരെ ശ്രദ്ധയോടെ സാധിച്ചു കൊടുക്കുന്നത് പ്രാധാന്യമർഹിക്കുന്നു എന്ന് മനസ്സിലാകും. ഈ ഘട്ടത്തിൽ ശ്രദ്ധിക്കേണ്ട കാര്യങ്ങൾ താഴെ കൊടുത്തിരിക്കുന്നു.

സംക്ഷിപ്തം

0-1 വയസ് (ശൈശവം)

ഭാവനാത്മക വളർച്ച

❖ അമ്മയോട്/അച്ഛനോട് ബന്ധം രൂപപ്പെടുന്നു. വിശ്വാസം വളരുന്നു.

❖ പ്രാഥമിക ഭയങ്ങൾ, സന്തോഷം, അമർഷം എന്നിവ പ്രകടിപ്പിക്കുന്നു.

❖ ആർത്തലച്ചിലും പുഞ്ചിരിയുമാണ് പ്രധാന ഭാവ പ്രകടനങ്ങൾ.

മാനസിക വളർച്ച

❖ പരിചയപ്പെടുന്ന മുഖങ്ങളെ ഓർമ്മിക്കുന്നു.

❖ ശബ്ദങ്ങളോടും പ്രകാശത്തോടുമുള്ള പ്രതികരണം വർദ്ധിക്കുന്നു.

❖ അനുകരണ ശേഷി തുടങ്ങുന്നു.

ബൗദ്ധിക വളർച്ച

❖ ശബ്ദങ്ങളെയും മൃദു സ്പർശങ്ങളെയും തിരിച്ചറിയുന്നു.

❖ ഒരേ സംഭവം ആവർത്തിക്കുമ്പോൾ അത് മുൻകൂട്ടി കണക്കാക്കാൻ തുടങ്ങുന്നു.

❖ കാര്യങ്ങൾ വായിലേക്ക് കൊണ്ടുപോകുന്ന പതിവ് വികസിക്കുന്നു.

സാമൂഹിക വളർച്ച

❖ പരിചിതരായവർക്ക് പുഞ്ചിരി നൽകുന്നു.

❖ അന്യരെ തിരിച്ചറിയാൻ തുടങ്ങുന്നു.

❖ അമ്മയോ അച്ഛനോ ദൃശ്യമാകാത്തപ്പോൾ ഭയപ്പെടാൻ തുടങ്ങുന്നു.

ഈ കാലഘട്ടം ഏറ്റവും പ്രാധാന്യമർഹിക്കുന്നത് **ശരിയായതും ആരോഗ്യകരവുമായ ഭക്ഷണം** നൽകുന്നതിനാണ്.

ശിശുക്കൾക്ക് പരിചരണത്തിനായി മറ്റുള്ളവരെ ആശ്രയിക്കേണ്ടതാണ്. ഈ പരിചരണം തുടർച്ചയായുള്ളതും വിശ്വസനീയവുമായി കുട്ടികൾക്ക് ലഭിക്കുമ്പോൾ അവരിൽ വിശ്വാസം ഊട്ടിയുറപ്പിക്കുകയായി.

നല്ല പരിചരണം ലഭിക്കാത്ത ശിശുക്കൾ അവിശ്വാസമായിരിക്കും വികസിപ്പിച്ചെടുക്കുക. കുഞ്ഞുങ്ങളെ സ്നേഹവും കരുതലും കൃത്യമായ പരിചരണവും നൽകി അവരുടെ വിശ്വാസം ആർജ്ജിക്കാം. ഇത് ഭാവി ജീവിതത്തിന്റെ അടിത്തറയാണ്.

"കുട്ടികളെ മഴ കാണിക്കുന്നത് വരെ നിങ്ങളുടെ ജോലികൾ കാത്തിരിക്കും എന്നാൽ, മഴവില്ല് ആ ജോലികൾ തീരുന്നതുവരെ കാത്തിരിക്കില്ല

നാം എങ്ങനെ നമ്മുടെ കുട്ടികളോട് സംസാരിക്കുന്നു എന്നതാണ് അവരുടെ 'ആന്തരിക ശബ്ദം' ആകുന്നത്."

കുഞ്ഞിന്റെ ആദ്യ ചുവടുവെയ്പുകൾ: മാതാപിതാക്കളുടെ ആവേശം
(1 വയസ്സ് മുതൽ 18 മാസം വരെ)

"പുഴു തൻ ജീവിതം തുടിക്കുന്നു

ഇലകൾതൻ പരപ്പിൽ,

പച്ച തണ്ടുകളിൽ

അവൻ ഒളിക്കുന്നു നീളുന്നു"

അമ്മൂസിന് ഒരു വയസ്സ് തികഞ്ഞിരിക്കുന്നു. എല്ലാവരെയും വിളിച്ച് പിറന്നാൾ ആഘോഷിക്കണം - അടുത്ത ബന്ധുക്കളെയും സുഹൃത്തുക്കളെയും കൂട്ടി ഒന്നാം പിറന്നാൾ ഗംഭീരമായി ആഘോഷിക്കണം. രവിയും നീനയും അമ്മയും കൂടി തീരുമാനിച്ചു. പിറന്നാൾ ദിവസം എല്ലാവരും കൂടി അമ്പലത്തിൽ പോയി. ഉച്ചയൂണിന് എല്ലാവരെയും ക്ഷണിച്ചിരുന്നു. കേക്ക് മുറിക്കൽ, സമ്മാനങ്ങൾ നൽകൽ, നല്ല പായസം കൂട്ടിയുള്ള സദ്യ - എല്ലാം കൂടി ആഘോഷം പൊടിപൊടിച്ചു.

ഉണ്ണിക്കുട്ടനോടൊപ്പം ചോറു കൊടുത്താൽ അമ്മൂസിന് ഇപ്പോൾ ഏറെ സന്തോഷമാണ്. നല്ല ചിരി ചിരിക്കും. ചേട്ടനോടൊപ്പം ചോറും വാരി കഴിക്കാനും ചിലപ്പോൾ സ്പൂൺ കൊണ്ട് കോരി കഴിക്കാനും

അത്യുൽസാഹമാണ്. രണ്ടാളും കൂടിയിരുന്ന് ഊണ് കഴിച്ച് എഴുന്നേറ്റാൽ മേശപ്പുറവും ആളെയും കുളിപ്പിക്കണമെന്നവസ്ഥ ആയിരിക്കും. എന്നാൽ അത് കാര്യമാക്കേണ്ടതില്ല.

കുട്ടികൾ **തനിയെ ഭക്ഷണം കഴിക്കുമ്പോൾ**, അവരുടെ വിരലുകളും കൈയും വായും എല്ലാം ഏകോപിച്ച് കൊണ്ടുപോകുന്നതിലൂടെ അവരിൽ ആത്മവിശ്വാസം ഉളവാക്കും. ഇത് നല്ല വ്യക്തിത്വത്തിലേക്ക് നയിക്കും. ആഹാരം എന്തെന്നറിഞ്ഞു കഴിക്കാനും ദഹനത്തിനും കുട്ടികൾക്ക് തനിയെ കഴിക്കുന്നത് വളരെയധികം സഹായിക്കുന്നു.

അമ്മമാർ എല്ലാം ചെയ്തു കൊടുക്കുന്ന സാഹചര്യത്തിൽ, അവർക്ക് സ്വയം ഒന്നും ചെയ്യാൻ അറിയില്ലാത്ത അവസ്ഥ വരും, ഇത് ഭാവിയിൽ ദോഷം ചെയ്യും. "കുഞ്ഞല്ലേ" എന്ന ധാരണയിൽ എല്ലാം ചെയ്തു കൊടുക്കണം എന്ന് തോന്നുമെങ്കിലും, ഇത് ശരിയായ സമീപനം അല്ല. കാര്യം നിസ്സാരമായതായി തോന്നിയാലും, അതിന്റെ ഭാവി ഫലങ്ങൾ വലുതായിരിക്കും.

ഇവിടെയും ശ്രദ്ധിക്കേണ്ട ഒരു കാര്യം തനിയെ ഭക്ഷണം കഴിക്കുമ്പോൾ ആവശ്യത്തിന് അവർ കഴിച്ചിട്ടുണ്ട് എന്ന് ഉറപ്പുവരുത്തണം. ഇല്ലെങ്കിൽ ഒരല്പം അമ്മയ്ക്ക് കൊടുക്കാവുന്നതാണ്. അവർ മതിയാക്കുമ്പോൾ നിർത്താനും ശ്രദ്ധിക്കേണ്ടതാണ്.

മേൽപ്പറഞ്ഞതിന്റെ ഭീകരാവസ്ഥ ബോധ്യപ്പെടണമെങ്കിൽ കുട്ടികൾ കൗമാരത്തിലെത്തണം. കാരണം ഇതിന് ഏറ്റവും വലിയ ഉദാഹരണങ്ങൾ ഞാൻ സ്കൂളിലെ കുട്ടികളിൽ

കണ്ടിട്ടുണ്ട്. അച്ഛനമ്മമാർ എല്ലാം ചെയ്തു കൊടുക്കുന്ന കുട്ടി, സ്വന്തമായി ഒന്നും ചെയ്യില്ല, അങ്ങനെ അവൻ എല്ലാത്തിലും പിന്നാക്കം പോകുന്നു. സ്വന്തമായി ഒരു തീരുമാനം എടുക്കാൻ ശേഷിയില്ലാതെ മറ്റുള്ളവരെ ആശ്രയിച്ച് മാത്രം ജീവിക്കുന്നു. സ്വന്തം കഴിവുകൾ എന്തെന്നറിയാതെ, താൻ ഒറ്റയ്ക്ക് ഒന്നും ചെയ്യാൻ കഴിവില്ലാത്തവൻ ആണെന്നുള്ള ചിന്തയും അവരെ വിഷാദത്തിലേക്ക് വരെ നയിക്കുന്നുണ്ട്.

അതുകൊണ്ട് മാതാപിതാക്കളെ, നിത്യജീവിതത്തിലെ ചെറുതും വലുതുമായ കാര്യങ്ങളിൽ കുട്ടികളെ പങ്കെടുപ്പിക്കുമ്പോൾ അവർക്ക് വ്യക്തിത്വം ഉറപ്പിച്ച്, ഏത് സാഹചര്യത്തെയും അഭിമുഖീകരിക്കാൻ കഴിയുന്നവൻ ആയി വളർത്തുക.

ഓരോ കാലഘട്ടത്തിലും **കുട്ടികൾ സ്വയം ചെയ്യേണ്ട കാര്യങ്ങൾ ഉണ്ട്. അവരെ അത് ചെയ്യാൻ അനുവദിക്കുക, പൂർണ്ണത പ്രശ്നമല്ല എന്ന് മനസ്സിലാക്കുക.** ഒരു കാര്യം പൂർണമായും ഭംഗിയായി ചെയ്യുന്നതിനും അപ്പുറം, മുൻപ് ചെയ്തതിനേക്കാൾ ഭംഗിയായി ചെയ്യുന്നുണ്ടോ എന്ന് മാത്രം നോക്കുക. ഈ ചിന്ത നമ്മിൽ ഉണ്ടാകുമ്പോൾ, ഒട്ടനവധി പ്രശ്നങ്ങൾക്ക് പരിഹാരം ലഭ്യമാകും.

അമ്മു ഇപ്പോൾ പതുക്കെ നടക്കാനും, സ്റ്റെപ്പുകൾ കയറാനും തുടങ്ങി. ചിലപ്പോഴൊക്കെ അവൾ സാധനങ്ങളിൽ തട്ടി വീഴും. അത്തരത്തിൽ സംഭവിക്കുമ്പോൾ, രക്ഷിതാക്കൾ സാധാരണ പറയുന്നത് "അയ്യോ, അങ്ങോട്ട് പോകരുതേ", അല്ലെങ്കിൽ "അതിൽ കയറരുതേ" പോലുള്ള കാര്യങ്ങൾ ആയിരിക്കും. "വേണ്ട" എന്നും "അരുത്" എന്നും കുട്ടികൾ രക്ഷിതാക്കളിൽ നിന്നാണ് കേൾക്കുന്നത്. ഈ വാചകങ്ങൾ പറയേണ്ടപ്പോൾ രക്ഷാകർത്താക്കൾ കുട്ടികളോട് പറയാറില്ല എന്നുള്ളതാണ്

മറ്റൊരു തമാശ. ഇത് പ്രയോഗിക്കേണ്ട ചില സന്ദർഭങ്ങൾ ഉണ്ട് അത് വഴിയേ പറയാം.

കുഞ്ഞിനെ സ്വന്തം കാലിൽ നിർത്താൻ, സുരക്ഷിതവും ചെറുതുമായ അനുഭവങ്ങൾ നൽകുന്നത് അനിവാര്യമാണ്. ഈ പ്രവൃത്തികളിലൂടെ ആണ് അവരുടെ മുന്നോട്ടുള്ള ജീവിതത്തിൽ സൃഷ്ടിപരമായ വളർച്ചയും ആത്മവിശ്വാസവും വളർത്തുന്നത്.

അതേസമയം, ഞങ്ങൾ അമ്മുവിനെ കൈകാര്യം ചെയ്യുന്നത് ഇങ്ങനെയാണ്: പടികൾ കയറുമ്പോൾ അമ്മുവിനൊപ്പം കൂടെ നിന്ന് അവളെ പടികൾ കയറുന്നതു പരിചയപ്പെടാൻ സഹായിക്കും. സഹായിക്കും എന്ന് പറഞ്ഞാൽ കൈപിടിച്ച് മുകളിലേയ്ക്ക് കൊണ്ടുപോവുകയല്ല. പകരം അവൾ ഇഴഞ്ഞ് കയറുമ്പോൾ കൂടെയുണ്ടാകും. അവൾ പടികൾ കയറുന്നതു പൂർത്തിയാക്കുകയും, സുരക്ഷിതമായി ഇറങ്ങാനും പ്രാപ്തയാകുന്നതുവരെ ഞങ്ങളുടെ ശ്രദ്ധയും കരുതലും ഉറപ്പാക്കും. പിന്നീട് അവൾക്ക് സ്വയം ധൈര്യത്തോടെ കയറാനും ഇറങ്ങാനും കഴിയും. വീണ്ടും അവൾ കയറാൻ തുടങ്ങുമ്പോൾ, ഞങ്ങൾ സമാധാനപരമായ മനസ്സോടെ അവളുടെ അടുത്ത് കരുതലോടെ നില്ക്കും. എങ്കിലും അമ്മു ഒറ്റയ്ക്ക് കയറാതിരിക്കാൻ ഏണിപ്പടികൾക്ക് താഴെ ഒരു പടി വെച്ച് പിടിപ്പിച്ചു. അമ്മ തന്നെയല്ലേ അമ്മുവിനെ നോക്കുന്നത്. ഒരു മുൻകരുതൽ.

ഈ സമീപനം കുട്ടിക്ക് സ്വതന്ത്രമായി എന്തിനേയും നേരിടാനുള്ള കഴിവുണ്ടാക്കും. ഇത് അവരെ ഏതു പ്രതിസന്ധിയേയും മുഖാമുഖം കാണാനും അതിനെ അതിജീവിക്കാനും സജ്ജമാക്കും.

ജനൽ പടികൾ കയറുക അമ്മുവിന്റെ ഇഷ്ട വിനോദമാണ്. അവളുടെ വിനോദങ്ങളിൽ പങ്കുചേർന്നു, ആവശ്യമായ കരുതലോടെ കൂടെ നിന്നാൽ, അത് രക്ഷിതാക്കളുടെ അവരിലുള്ള ആത്മവിശ്വാസം കൂടിയാണെന്ന് അവളെ പഠിപ്പിക്കും.

എങ്കിലും, രക്ഷിതാക്കൾ ആയതിനാൽ മനസ്സിൽ പേടി തോന്നുക സ്വാഭാവികം. എന്നാൽ നമ്മുടെ പേടി അവരെ അറിയിക്കുന്നതു വഴി ഭയം സൃഷ്ടിക്കുകയും ചെയ്യരുത്. ശാന്തമായി അവളുടെ സുരക്ഷ ഉറപ്പാക്കി നിരീക്ഷിക്കുക. കുട്ടികൾക്ക് സ്വതന്ത്രമായി എങ്ങനെ കരുതലോടെ പെരുമാറണമെന്ന് കാണിച്ചു കൊടുത്താൽ, അവരിൽ ഏത് കാര്യത്തിനേയും ധൈര്യത്തോടെ നേരിടാനുള്ള അവസ്ഥ ഉണ്ടാക്കാൻ കഴിയും.

വളർച്ചയുടെ ഈ ഘട്ടങ്ങളിൽ, കുട്ടികൾ ഒന്ന് വീഴുകയോ, തട്ടുകയോ ചെയ്യുമ്പോൾ, അവർ ചുറ്റും നോക്കും. ആ സമയം, നാം അവരെ ശ്രദ്ധിക്കാതിരിക്കുകയോ, ഓ! ഇത് സ്വാഭാവികം എന്ന രീതിയിൽ, 'കുഴപ്പമില്ല എഴുന്നേൽക്കൂ' എന്നോ പറയാം. അവർ സ്വയം എഴുന്നേൽക്കുകയും, കരച്ചിൽ ഇല്ലാതിരിക്കുകയും ചെയ്യും. ഇതിനിടയിലും ഏതെങ്കിലും തരത്തിൽ അവർക്ക് അപകടം പറ്റിയിട്ടുണ്ടോ എന്ന് ശ്രദ്ധിക്കണം, അവരെ ബോധ്യപ്പെടുത്താതെ തന്നെ.

നാം കാണിക്കുന്ന ആകാംക്ഷയും വെപ്രാളവും കാണുമ്പോഴാണ് കുട്ടികൾ കരയുന്നതും ശാഠ്യം കാണിക്കുന്നതും. ഇത് സ്വാഭാവികമാണെന്ന് മാതാപിതാക്കൾ മനസ്സിലാക്കുക. വീഴ്ച വളർച്ചയുടെ ഒരു ഭാഗമാണെന്ന് സ്വാഭാവികമായും കുഞ്ഞിനും മനസ്സിലാകുന്നു. ഭാവിയിൽ ഉണ്ടായേക്കാവുന്ന പല വീഴ്ചകളിൽ നിന്നും ഉയർന്നു വരാൻ ഈ രീതി ഉപകാരപ്പെടും.

കുട്ടികൾ അങ്ങനെ പ്രതിസന്ധികളെ നേരിടാനും അതിജീവിക്കാനും പഠിക്കുന്നു മറിച്ച് എല്ലാ കാര്യവും രക്ഷിതാക്കൾ ചെയ്തുകൊടുക്കുന്ന കുട്ടികളാണ് പിന്നീട് ജീവിതത്തിൽ നേരിടുന്ന പ്രതിസന്ധികളിൽ തളരുകയും ജീവിതം വരെ അവസാനിപ്പിക്കുന്നതും എന്ന് ഓർക്കുക.

ഇതിനോടൊപ്പം കളികൾ എല്ലാം കഴിഞ്ഞ് കിടക്കാൻ നേരം തന്റെ കുഞ്ഞിന്റെ ശരീരം ഒന്ന് പരിശോധിക്കേണ്ടതാണ്. എവിടെയെങ്കിലും ആഴത്തിലുള്ള മുറിവുകളില്ല എന്ന് ഉറപ്പാക്കുക. നല്ലൊരു മസാജ് ചെയ്തുകൊടുക്കുന്നത് വളരെ നല്ലതാണ്. കുട്ടികൾ **നന്നായി ഉറങ്ങാൻ, നമ്മുടെ സ്നേഹഭരിതമായ തലോടലുകൾ സഹായിക്കും.**

ഈ പ്രായത്തിൽ **കൈയ്യിൽ കിട്ടുന്നതെന്തും വായിൽ വെച്ച് നോക്കാനുള്ള ശ്രമമാണ്.** അങ്ങനെയാണ് അവർ ഓരോ സാധനവും പരിശോധിക്കുന്നതും മനസ്സിലാക്കുന്നതും. അതുകൊണ്ടുതന്നെ, നേരത്തെ സൂചിപ്പിച്ചതുപോലെ, അപകടം ഉണ്ടാകാൻ സാധ്യതയുള്ളതെല്ലാം കുട്ടിയുടെ കയ്യെത്തും ദൂരത്തിൽ നിന്ന് മാറ്റുക. പ്രത്യേകിച്ച് മുറിപ്പെടാൻ സാധ്യതയുള്ളത് ചെവിയിലോ മൂക്കിലോ ഇടാൻ പറ്റുന്ന അത്ര ചെറിയ സാധനങ്ങൾ, അതുപോലെ വിഴുങ്ങാൻ സാധ്യതയുള്ള സാധനങ്ങൾ.

ഈ പ്രായത്തിൽ, ഓരോ സാധനങ്ങളും അവർ എറിഞ്ഞു നോക്കി മനസ്സിലാക്കാനും ശ്രമിക്കും. പൊട്ടുന്നതിനേയും പൊട്ടാത്തതിനേയും മനസ്സിലാക്കാൻ നടത്തുന്ന പഠനപ്രക്രിയ തന്നെയാണത് എന്ന് രക്ഷിതാക്കൾ മനസ്സിലാക്കണം. അവിടെ ശബ്ദമുയർത്തുകയോ ശാസിക്കുകയോ ചെയ്ത്, എല്ലാം അറിയാനുള്ള അവരുടെ ആവേശം കെടുത്താതെ അവരെ പ്രോത്സാഹിപ്പിക്കുക.

രക്ഷിതാക്കൾ ഐക്യത്തോടെ കുട്ടികളുടെ വളർച്ച സംരക്ഷിക്കുന്നത് അനിവാര്യമാണ്. അച്ഛനും അമ്മയും ഒരേ തീരുമാനമെടുക്കുമ്പോൾ ബന്ധത്തിന്റെ ശക്തി വളരുന്നു. രക്ഷിതാക്കളുടെ ഐക്യം എന്നത്, ഒരാൾ എടുക്കുന്ന തീരുമാനത്തിനൊപ്പം തന്നെയാവണം അടുത്തയാളും നില്ക്കുക എന്നതാണ്. ഒരിക്കലും ഒരു രക്ഷിതാവ് പറയുമ്പോൾ മറ്റൊരു രക്ഷിതാവ് അതിനെ ഖണ്ഡിക്കരുത്. ഇവിടെ, ഒരു വ്യക്തിയുടെ അഭിപ്രായം മാത്രം പറയാനല്ല. മറിച്ച്, കുട്ടിയുടെ സ്വഭാവസവിശേഷതകൾ, വളർത്തുന്നതിനെക്കുറിച്ച്, അങ്ങനെ വേണ്ടതെല്ലാം നേരത്തെ തന്നെ കുട്ടിയുടെ അസാന്നിധ്യത്തിൽ മാത്രം ചർച്ച ചെയ്യുകയും, തീരുമാനങ്ങൾ എടുക്കുകയും ചെയ്യുക. പിന്നീട് എല്ലാ കാര്യത്തിനും ഒന്നിച്ച് നില്ക്കുകയും വേണം.

ഒരു സന്ദർഭത്തിൽ ഒരാൾ തീരുമാനമെടുക്കേണ്ടി വന്നാൽ മറ്റേ വ്യക്തി തൽക്കാലം പിന്തുണ നൽകുകയും വേണം. കുട്ടികളുടെ മുന്നിൽ അഭിപ്രായ വ്യത്യാസങ്ങൾ പ്രകടിപ്പിക്കാതെ, സ്വകാര്യമായി എല്ലാം തീർക്കുക വളരെ പ്രാധാന്യമുള്ളതാണ്.

കുഞ്ഞിന്റെ വളർച്ചയിൽ രക്ഷിതാക്കളുടെ ഐക്യം ഏറ്റവും പ്രധാനമാണ്. മാതാപിതാക്കളുടെ പെരുമാറ്റം കുട്ടിയുടെ സ്വഭാവത്തെ വലിയ തോതിൽ സ്വാധീനിക്കുന്നു. മാതാപിതാക്കൾ തമ്മിലുള്ള ഐക്യം കുട്ടിയുടെ വളർച്ചയെ ശക്തിപ്പെടുത്തും.

ന്യായം, സത്യസന്ധത, സ്നേഹം, സഹാനുഭൂതി തുടങ്ങിയ മൂല്യങ്ങൾ ഉൾക്കൊണ്ട് രക്ഷിതാക്കൾ ജീവിക്കുന്നത്, കുട്ടികളെ, അവരുടെ ഭാവിയിൽ ഈ മൂല്യങ്ങളെ കുറിച്ച് മനസ്സിലാക്കുമ്പോൾ, തങ്ങളുടെ രക്ഷിതാക്കളുടെ പെരുമാറ്റം ഓർമ്മയിൽ വരുന്നതിന് സഹായിക്കുന്നു.

മാതാപിതാക്കൾ പരസ്പര ബഹുമാനം പ്രകടിപ്പിക്കുകയും യോജിപ്പുള്ള ഒരു കുടുംബം നിലനിർത്തുകയും ചെയ്യുമ്പോൾ കുട്ടികൾ അഭിവൃദ്ധി പ്രാപിക്കുന്നു. നേരെമറിച്ച്, പ്രക്ഷുബ്ധമായ വീട്ടിലെ അന്തരീക്ഷത്തിൽ നിന്ന്, കുറ്റകരമായ ഭാഷ ഉപയോഗിക്കുന്നതും കോപം പ്രകടിപ്പിക്കുന്നതും സ്വീകാര്യമാണെന്ന് കുട്ടികളെ പഠിപ്പിക്കുന്നു. ഭാവിയിൽ മറ്റുള്ളവരുടെ മേൽ തങ്ങളുടെ ആധിപത്യം സ്ഥാപിക്കാൻ ഇത് അവരെ നയിച്ചേക്കാം, പലപ്പോഴും അവർ കീഴാളരായി കരുതുന്നവരോട് അധിക്ഷേപകരമായ പെരുമാറ്റത്തിലേക്ക് നയിക്കുന്നു.

കുട്ടികൾ നന്നായി അനുകരിക്കുന്നവരാണ്. അവർക്ക് അനുകരിക്കാൻ ഏറ്റവും നല്ല മാതൃകകളായി രക്ഷിതാക്കൾ ജീവിച്ചു കാണിക്കുക. കുട്ടികളുടെ മുമ്പിൽ തർക്കിച്ചു കൊണ്ട് രക്ഷിതാക്കളിൽ ആര് തന്നെ ജയിച്ചാലും നിങ്ങൾ തോൽക്കുകയാണ് എന്ന് മനസ്സിലാക്കുക.

ഇവിടെ ഒന്നുകൂടി ഓർമ്മിപ്പിക്കുന്നു. രമ്യതയിൽ അല്ലാതെ ജീവിക്കുന്ന മാതാപിതാക്കളുടെ മക്കൾ അനുഭവിക്കുന്ന വേദന ഏറെ സ്കൂളുകളിൽ കണ്ടിട്ടുണ്ട്. ആ കുട്ടികൾ അനുഭവിക്കുന്ന മാനസിക വേദന, ഇത്തരം രക്ഷിതാക്കൾ കാണാതെ പോകുന്നുണ്ട്. കുട്ടികളുടെ നല്ല വളർച്ചയ്ക്ക് അച്ഛന്റെയും അമ്മയുടെയും സാമീപ്യം ആവശ്യമെങ്കിലും, സ്വരചേർച്ച ഇല്ലാതെ ജീവിക്കുന്ന രക്ഷിതാക്കൾ ഉള്ളതിനേക്കാൾ നല്ലത് അവരിൽ ഒരാളുടെ കൂടെ ജീവിക്കുകയാണ്. അതിന്റെയും അനുഭവസാക്ഷ്യങ്ങൾ കണ്ടിട്ടുണ്ട്. പഠനങ്ങൾ പറയുന്നതും അങ്ങനെയാണ്.

മക്കൾക്ക് വേണ്ടി ഒന്നിച്ചു നിൽക്കൂ എന്ന് എല്ലാവരും പറയുമ്പോഴും തമ്മിലടിക്കുന്ന, സ്നേഹം ഒരിക്കലും പ്രകടിപ്പിക്കാത്ത, വഴക്കുകൾ മാത്രം നടക്കുന്ന, വീട്ടിലെ

കുട്ടികൾക്ക് അരക്ഷിതാവസ്ഥ ഉണ്ടാവുന്നു. ഇത്തരം കുടുംബങ്ങളിൽ അച്ഛനും അമ്മയും വേർപ്പെടുന്നതാണ് കുട്ടികളുടെ ഭാവിക്ക് നല്ലത്. ഇങ്ങനെ പറയുമ്പോഴും **കുട്ടികൾക്ക് രണ്ടുപേരുടെയും സാന്നിധ്യം ആവശ്യമാണ്** എന്ന് ബോധ്യപ്പെടുത്തുകയും ചെയ്യുന്നു.

അച്ഛനും അമ്മയും സഹകരണ മനോഭാവത്തോടെ ഉത്തരവാദിത്തങ്ങൾ ഏറ്റെടുക്കുന്നതിന്റെ പ്രാധാന്യം പറഞ്ഞറിയിക്കാനാവില്ല. അമ്മുവിന്റെ കാര്യത്തിൽ, കുളിക്കാനും ഭക്ഷണം കഴിക്കാനും ഞാൻ അവളെ സഹായിക്കുമ്പോൾ, രവിയേട്ടൻ അവളെ കളികളിലും ചിത്രരചനയിലും ഏർപ്പെടുത്തുന്നു. സ്വതന്ത്രമായി പ്രവൃത്തിക്കാനുള്ള അവസരങ്ങൾ അവൾക്ക് അനിവാര്യമാണ്.

ഈ സമീപനത്തിലൂടെ, ഈ പ്രായത്തിൽ ലഭിക്കേണ്ട ശാരീരിക വ്യായാമം ലഭിക്കുകയും, മൊബൈൽ ഫോൺ, ടിവി തുടങ്ങിയവയിലേയ്ക്കുള്ള അമ്മുവിന്റെ ശ്രദ്ധ ഒഴിവാക്കാനും കഴിയും. അവളുടെ അച്ഛനോടൊപ്പം ഉള്ള സംതൃപ്തമായ ഒരു ദിവസത്തെ കളി കഴിഞ്ഞ്, അവൾ ശാന്തമായ ഒരു രാത്രിയും ആസ്വദിക്കുന്നു. ഉറങ്ങുന്നതിനു മുമ്പുള്ള അച്ഛന്റെ പാട്ടോ ഒരു കഥയോ അമ്മുവിന് നിർബന്ധം ആണ്. കുട്ടികളെ നയിക്കാൻ ഈ സമീപനം ഫലപ്രദമാണ്.

കുട്ടികൾ ഉറങ്ങുമ്പോൾ അച്ഛനും അമ്മയും അവർക്ക് ഉമ്മകൾ നൽകുകയും സ്നേഹത്തിന്റെ തലോടുകൾ കൊടുക്കുകയും തന്റെ കുഞ്ഞ് ശാന്തനാണ്, മിടുക്കനാണ് തുടങ്ങിയ നല്ല വാക്കുകൾ പറഞ്ഞു കൊണ്ട് ഉറക്കുന്നതും അവരിൽ ഈ സ്വഭാവ ശീലങ്ങൾ വളർത്തുന്നതിൽ പങ്കുവഹിക്കുന്നു.

എറിക് എറിക്സന്റെ മാനസിക-സാമൂഹിക വികസന തത്ത്വം പറയുന്നത്, ജനനം മുതൽ ഏകദേശം ഒരു വയസ്സുവരെ നീണ്ടുനിൽക്കുന്ന ഈ ഘട്ടത്തിൽ **കുഞ്ഞിന് മാതാപിതാക്കളുടെ ശ്രദ്ധ, സ്നേഹം, സംരക്ഷണം എന്നിവ ലഭിച്ചാൽ വിശ്വാസം വളരുന്നു.** കുഞ്ഞിന് മാതാപിതാക്കളുടെ സ്നേഹവും പരിരക്ഷയും ലഭിക്കാതെയാണെങ്കിൽ അവന്റെ മനസ്സിൽ അവിശ്വാസം വളരുകയും ഭയവും അനിശ്ചിതത്വവും അനുഭവപ്പെടുകയും ചെയ്യും. ഈ ഘട്ടത്തിൽ നല്ല പരിചരണം ലഭിച്ചാൽ കുഞ്ഞിന് സുരക്ഷിതത്വം അനുഭവപ്പെടും, അല്ലെങ്കിൽ അവിശ്വാസം മൂലം അസ്വസ്ഥതയും ആശങ്കയും വളരും.

രവിയേട്ടന് അവധിയുള്ള രണ്ടാമത്തെയും നാലാമത്തെയും ശനിയാഴ്ചകളിൽ ഞങ്ങൾ അമ്മുവിന്റെ വളർച്ചയെക്കുറിച്ചാണ് ചർച്ച ചെയ്യുന്നത്. ഞങ്ങൾ മാത്രമല്ല, അമ്മുവിനെ വളർത്തുന്നതിൽ നിർണായക പങ്ക് വഹിക്കുന്ന അവളുടെ അമ്മൂമ്മയും ഈ ചർച്ചകളിൽ പങ്കുചേരുന്നു. ഈ ഇടപെടൽ കുടുംബ സ്ഥിരത വളർത്തുകയും കുട്ടികൾക്ക് വ്യക്തത നൽകുകയും ചെയ്യുന്നു.

സ്നേഹവും ക്ഷമയും ഉള്ള ഒരു പെരുമാറ്റം അത്യന്താപേക്ഷിതമാണ്. ആശയവിനിമയം സ്നേഹം നിറഞ്ഞതായിരിക്കുമ്പോൾ കുട്ടികൾ ക്രിയാത്മകമായി പ്രതികരിക്കാൻ സാധ്യതയുണ്ട്. ഈ തത്ത്വം കുട്ടിക്കാലത്ത് മാത്രമല്ല, ജീവിതത്തിലുടനീളം പ്രയോഗിക്കാൻ കഴിയും. നിങ്ങൾ ദയയും ക്ഷമയും സ്വയം പ്രകടിപ്പിക്കുമ്പോൾ, നിങ്ങളുടെ സന്ദേശം മറ്റുള്ളവർ മനസ്സിലാക്കാനും വിലമതിക്കാനും സാധ്യതയുണ്ട്.

അമ്മു ഭക്ഷണം കഴിക്കാൻ മടിക്കുമ്പോഴെല്ലാം ഞങ്ങൾ അവൾക്ക് ഇഷ്ടപ്പെട്ട ഭക്ഷണത്തോടൊപ്പം പോഷകസമൃദ്ധമായ

ഭക്ഷണവും വാഗ്ദാനം ചെയ്യുന്നു. ഞങ്ങൾ അവളുടെ പ്രിയപ്പെട്ട വിഭവം വിളമ്പുമ്പോൾ, പച്ചക്കറികളുടെ ഒരു ചെറിയ ഭാഗവും പൂരകമായി ഉൾപ്പെടുത്തുന്നു. ഈ തന്ത്രം പോഷകാഹാരം അവൾക്ക് ആകർഷകമാക്കുന്നതു മാത്രമല്ല, വിവിധ തരം ഭക്ഷണം സന്തോഷത്തോടെ സ്വീകരിക്കാൻ അവളെ പഠിപ്പിക്കുകയും ചെയ്യുന്നു.

ഈ രീതി കുട്ടികളെ തിരുത്താൻ ഉപയോഗിക്കാവുന്നതാണ്. **മെച്ചപ്പെടുത്തേണ്ട മേഖലകളെ അഭിസംബോധന ചെയ്യുന്നതിനുമുമ്പ് അവരുടെ നേട്ടങ്ങളെ പ്രശംസിച്ചുകൊണ്ട് ആരംഭിക്കുക.** ഈ രീതി അവരുടെ ആത്മവിശ്വാസം വളർത്തുകയും മാറ്റങ്ങൾ ഉൾക്കൊള്ളാൻ അവരെ പ്രോത്സാഹിപ്പിക്കുകയും ചെയ്യുന്നു.

നിങ്ങളുടെ കുട്ടികളുമായി **ഓരോ ദിവസവും കുറഞ്ഞത് മുപ്പത് മിനിറ്റ് എങ്കിലും സുഹൃത്തുക്കളെപ്പോലെ കളിക്കാൻ മാറ്റിവയ്ക്കുക.** ഈ സമയം നിർദ്ദേശങ്ങളും ശാസനകളും ഒഴിവാക്കി, മുഴുവനായും അവരുടെ ലോകവുമായി ഇഴുകി ചേരുക. **അവരുമായി സംസാരിക്കുമ്പോൾ അവരുടെ കണ്ണിലേയ്ക്കു നേരിട്ട് നോക്കുക, കേൾക്കുക, മറുപടി നൽകുക—എല്ലാം അവരുടെ തലത്തിലേക്ക് ഇറങ്ങി.**

ഈ കാര്യത്തിൽ, ഒരു കാര്യം വിടാതെ ഉറപ്പാക്കണം: കുട്ടികൾ താഴെ ഇരിക്കുകയാണെങ്കിൽ, നമ്മളും അവരോടൊപ്പം താഴെ ഇരിക്കുക. അല്ലെങ്കിൽ അവരെ നമ്മുടെ ഉയരത്തിലേക്ക് എടുത്തിരുത്തുക. ഒരു സാധാരണ സംസാരത്തിലും കളിയിലും, അവർക്ക് നമ്മെ തലയുയർത്തി നോക്കേണ്ട സാഹചര്യം ഒഴിവാക്കണം. അങ്ങനെ ചെയ്യുമ്പോൾ, അവരുടെ തലത്തിൽ നിന്ന് ഒരു സമത്വവിചാരത്തോടെ സംവദിക്കാൻ സാധിക്കും, ഇത് അവർക്കു കൂടുതൽ സുരക്ഷിതവും പ്രീതികരവുമാകും.

കളിക്കുമ്പോൾ നിങ്ങളും അവർക്കൊപ്പം ഒരു കൂട്ടുകാരനായുള്ള മട്ടിൽ ലയിക്കുക. ഈ രീതിയിലൂടെ, കുട്ടിയും രക്ഷിതാവും തമ്മിൽ വിശ്വാസം നിറഞ്ഞ, ദൃഢമായ ഒരു ബന്ധം വളരും. അവർക്കു അവരുടെ രക്ഷിതാവിന്റെ സാന്നിധ്യവും പിന്തുണയും ഉറപ്പാകും. അതുപോലെ തന്നെ, തൊഴിൽദിനത്തിന്റെ സമ്മർദ്ദം അലിഞ്ഞു പോകാനായി മാതാപിതാക്കൾക്കും ഇത് ഒരു അവസരം നൽകും.

കളിപ്പാട്ടങ്ങൾ എല്ലാം ഏകോപ്പിക്കാൻ അമ്മുവിന് ഒരു കാർഡ്ബോർഡ് പെട്ടി കൊടുത്തിട്ടുണ്ട്. ഇപ്പോൾ അമ്മു അവളുടെ കളിപ്പാട്ടങ്ങളെല്ലാം തിരികെ ആ ബോക്സിൽ വെക്കുന്നതാണ്. അമ്മുവിന് കളിപ്പാട്ടങ്ങൾ തിരികെ വെക്കാൻ ശീലപ്പെടുത്തിയത് കൃത്യമായ നിലപാടുകളിലൂടെയാണ്. സ്ഥിരതയോടെ അമ്മയും, രവിയേട്ടനും, ഞാനും, പെരുമാറിയത് അമ്മുവിൽ ഈ ശീലം ആഴത്തിൽകൊണ്ടു വരാൻ സാധിക്കുന്നു.

ഏത് പ്രവൃത്തിയും കുട്ടികളെക്കൊണ്ട് ചെയ്യിക്കാൻ പറ്റുന്നത്, ഇതുപോലെ വീട്ടിലുള്ള എല്ലാവരും ഒരേ പോലെ സഹായിക്കുമ്പോഴാണ്. അതുപോലെ **കുട്ടികൾക്ക് ആശയക്കുഴപ്പം ഉണ്ടാക്കാത്ത രീതിയിൽ കാര്യങ്ങൾ നടത്തണം.** ചിലപ്പോൾ നാം എല്ലാം എടുത്തു വച്ച് കൊടുക്കുകയും മറ്റ് ചിലപ്പോൾ അവരെക്കൊണ്ട് എടുത്ത് വയ്പിക്കുകയും ചെയ്താൽ, ഈ ശീലം വളരാൻ ബുദ്ധിമുട്ടാകും.

അമ്മുവിന് ഈ ശീലമുണ്ടാക്കിയത് എങ്ങനെ എന്ന് അറിയണോ? എല്ലാ കുട്ടികളെപ്പോലെയും അവളും കളിപ്പാട്ടങ്ങൾ എല്ലാം വിതറി കളിക്കാറുണ്ടായിരുന്നു. എത്ര ദേഷ്യം വന്നാലും, ഞങ്ങൾ ഒരുപോല വളരെ ശാന്തമായി പറയുമായിരുന്നു - "അമ്മു, ഇവ മോളുടെ കളിപ്പാട്ടങ്ങളാണ്.

നാളെ കളിക്കാൻ ഇത് വേണമെങ്കിൽ അത് ബോക്സിൽ വയ്ക്കണം."

ആദ്യ ചില ദിവസങ്ങൾ, അമ്മു തന്റേതായ രീതി തുടർന്നിരുന്നു. കളിപ്പാട്ടങ്ങൾ അടുക്കി വയ്ക്കാതെ കളി തുടർന്നിരുന്നു. എങ്കിലും, ഞങ്ങൾ **വീണ്ടും സ്നേഹം നിറഞ്ഞ കൃത്യമായ കഠിനതയോടെ അവളോട് ആവശ്യപ്പെടുകയും,** ഒന്നിച്ച് കളിപ്പാട്ടങ്ങൾ ബോക്സിൽ ആക്കി വയ്ക്കുകയും ചെയ്തു. ആദ്യമാദ്യം, കളിപ്പാട്ടങ്ങൾ തിരികെ ബോക്സിൽ ആക്കുന്നത്, ഒരു കളിയായി എടുത്ത്, ഞങ്ങളും അവളോടൊപ്പം കൂടി. പിന്നീട്, അമ്മുവിന് അത് ശീലമാകുകയായിരുന്നു.

എല്ലാ കുട്ടികളുടെയും സ്വഭാവത്തിൽ നല്ല ഗുണങ്ങൾ കൊണ്ടുവരാൻ, കൃത്യതയോടു കൂടിയുള്ള ആവർത്തനം പ്രധാനമാണ്. ഇവിടെ അവരോടുള്ള നമ്മുടെ സംഭാഷണം സ്നേഹം നിറഞ്ഞ കാർക്കശ്യത്തോട് കൂടി ആയിരിക്കണം. **കാർക്കശ്യം എന്ന് പറയുമ്പോൾ ശബ്ദമുയർത്തുകയോ പേടിപ്പിക്കുകയോ അല്ല - ശാന്തമായും കൃത്യമായും വ്യക്തമായും മാറ്റമില്ലാതെ പറയുക എന്നതാണ്.** കുട്ടികൾ സ്വയം ചെയ്യുമ്പോൾ അവരെ ഹൃദയം നിറഞ്ഞ അഭിനന്ദനങ്ങളാൽ മൂടുക. അതൊരു നല്ല ശീലമാകാൻ പ്രേരണയാകും.

കുടുംബത്തിൽ ശീലമാക്കി എടുക്കേണ്ട **ഒരു പ്രധാന കാര്യം കൂടിയാണ് ഒന്നിച്ചുള്ള സമയം.** അത് പ്രാർത്ഥനയായാലും, അടുക്കളയിലെ കൂട്ടുകെട്ടായാലും, ഒന്നിച്ച് ഭക്ഷണം കഴിച്ചുകൊണ്ട് ദിവസം മുഴുവനും ഉള്ള വിശേഷങ്ങൾ പങ്കുവയ്ക്കുന്നതായാലും - കുടുംബ ബന്ധത്തിന്റെ പ്രാധാന്യമുള്ള പ്രവർത്തനങ്ങളാണിവ.

ഒന്നിച്ച് കളിക്കാൻ കൂടുക, ഒന്നിച്ചു വായിക്കുക, കുട്ടികൾക്ക് വായിച്ചു കൊടുക്കുക - അങ്ങനെ അവരുടെ ലോകവുമായി നമ്മുടെ ലോകം ചേർത്ത് പിടിക്കുക. ഇതെല്ലാം കുടുംബത്തിലെ സന്തോഷത്തിന് ഉണർവ്വ് നൽകുന്ന പ്രവർത്തനങ്ങളാണ്. അനുയോജ്യമായ ഒരുങ്ങലിനും ചെലവഴിച്ച സ്നേഹം നിറഞ്ഞ സമയത്തിനും കുഞ്ഞുങ്ങൾ നൽകുന്ന സന്തോഷം കുടുംബത്തിന്റെ വളർച്ചയുടെയും വിജയത്തിലേക്കുമുള്ള ഏറ്റവും വലിയ പാതയാണ്.

ഇത് പറയുമ്പോൾ നീന ഓർത്തു തന്റെ കുട്ടിക്കാലത്തെ സമയം എത്ര രസകരമായിട്ടാണ് ചെലവഴിച്ചിരുന്നത്. പ്രത്യേകിച്ചും കറന്റ് കട്ടിന്റെ സമയം - അന്താക്ഷരി കളിച്ചും തമാശകൾ പറഞ്ഞും ആ അരമണിക്കൂർ ആഘോഷമാക്കിയിരുന്നു. നിത്യവും ഒന്നിച്ച് ഭക്ഷണം കഴിക്കുക അവിടെ അന്നത്തെ ദിവസത്തെ വിശേഷങ്ങൾ എല്ലാം പങ്കുവയ്ക്കുക - അങ്ങനെ എത്രയെത്ര **മധുരമുള്ള ഓർമ്മകൾ നൽകുന്ന സന്ദർഭങ്ങൾ.**

വൈകുന്നേരം ഓഫീസിൽ നിന്നും രവിയേട്ടൻ തളർന്ന് തിരിച്ചു എത്തിയിരിക്കുന്നു. വന്നയുടൻ ഫ്രഷായ ശേഷം അച്ഛനും മകളും കൂടി കളി തുടങ്ങുമ്പോൾ, നീനയും പണി തീർത്ത് അവരുടെ കൂടെ ചേരും. അതിനൊപ്പം, അമ്മയ്ക്ക് കുറച്ച് വിശ്രമിക്കാനും അവസരം ലഭിക്കും.

മേൽ പറഞ്ഞതെല്ലാം കുട്ടികളുമായി ബന്ധപ്പെടുമ്പോൾ യൗവനത്തിലേക്കും തുടരാവുന്ന നല്ല ശീലങ്ങളാണ്. ഇവ നല്ല ആശയവിനിമയത്തിനും സുരക്ഷിതമായ കുടുംബബന്ധത്തിനും ശക്തമായ അടിത്തറ ഒരുക്കുന്നു. ബാല്യത്തിലോ, യൗവനത്തിലോ—കുട്ടികൾ അംഗീകരിക്കപ്പെടുകയും അവരുടെ വികാരങ്ങളും ആശങ്കകളും കേൾക്കപ്പെടുകയും ചെയ്യുന്നത് തീർത്തും പ്രധാനമാണ്.

മുമ്പ്, കുട്ടികളിലെ തെറ്റുകൾ തിരുത്താൻ പ്രധാനമായും ശിക്ഷാനടപടികളായിരുന്നു ഉപയോഗിച്ചിരുന്നത്. എന്നാൽ ഇന്നത്തെ കാലം മാറിയിരിക്കുന്നു, അതിനാൽ ഈ രീതികളിലും മാറ്റം വന്നിരിക്കണം. ഇന്ന് പ്രാധാന്യം നൽകേണ്ടത് ശിക്ഷയ്ക്ക് പകരം **സ്നേഹപൂർവ്വമായ തിരുത്തലുകൾക്കും പോസിറ്റീവ് പിന്തുണയ്ക്കുമാണ്.**

കുട്ടികൾ ശരിയായി കാര്യങ്ങൾ ചെയ്യുമ്പോൾ അഭിനന്ദനം നൽകുക. എങ്കിലും കുട്ടിയെ അല്ല, **അവരുടെ പ്രവൃത്തിയെ അഭിനന്ദിക്കാനാണ് ശ്രദ്ധിക്കേണ്ടത്.** മാത്രമല്ല, ഫലം ലഭിച്ചതിനല്ലാതെ, അവർ എടുത്ത ഓരോ ശ്രമത്തിനും പ്രോത്സാഹനം നൽകുക. ഈ ശീലങ്ങൾ ഒരു വയസ്സുമുതൽ തന്നെ ആരംഭിക്കാം.

ഒരു കാര്യം ചെയ്താൽ അതിന്റെ **ഭവിഷ്യത്തിനെക്കുറിച്ചും ചിന്തിക്കാൻ കുട്ടികൾക്ക് ശേഷി ആയിട്ടില്ല.** ഭാവിയെക്കുറിച്ച് പറയുമ്പോഴും അവർക്ക് അത് മനസ്സിലാവില്ല. നാലു വയസ്സിന് താഴെയുള്ള കുട്ടികൾക്ക് കാര്യകാരണബോധം ഇല്ലെന്ന് മനസ്സിലാക്കുക. "തെറ്റായി ചെയ്തോ?" എന്ന ചോദ്യം ഒന്നും അവരോട് ഉന്നയിക്കേണ്ടതില്ല. അതിന് പകരം, 'എന്ത് ചെയ്യണം' എന്ന് പ്രത്യക്ഷത്തിൽ കാണിച്ചുകൊടുത്ത്, വളരെ സ്നേഹത്തോടെ ബോധിപ്പിക്കുക. അവർക്ക് ഭാവിയെക്കുറിച്ച് ചിന്തിക്കാൻ കഴിയില്ലെന്ന് മനസ്സിലാക്കി, കടന്നുപോകുന്ന ഓരോ സമയവും ശരിയായ മാർഗ്ഗം മാത്രമേ കാട്ടിക്കൊടുക്കാവൂ.

കുട്ടികളോടുള്ള സമീപനം എപ്പോഴും **ക്ഷമയോടും സ്നേഹത്തോടും കൂടിയാകണം.** കുട്ടിയാണെങ്കിലും ഓരോരുത്തരും വ്യത്യസ്ത വ്യക്തിത്വമുള്ളവരാണ്. അതിനാൽ എല്ലാവരോടും ഒരേ രീതിയിൽ പെരുമാറാതെ അവരുടെ വ്യക്തിത്വം ബോധ്യപ്പെട്ട് തന്നെ ഇടപഴകുക. ഒപ്പം അവരുടെ വികാരങ്ങൾ - അത് ദേഷ്യം, സങ്കടം, പേടി തുടങ്ങി ഏതുമാകാം.

കുട്ടിയല്ലേ എന്ന് കരുതി അവഗണിക്കാതെ ആ വികാരങ്ങൾ ഉൾക്കൊണ്ട്, അതിന്റെ കാരണം കണ്ടെത്താൻ ശ്രമിക്കുക. ഇങ്ങനെ ചെയ്യുമ്പോഴാണ് തന്റെ അച്ഛനും അമ്മയും തനിക്കേറ്റവും വേണ്ടപ്പെട്ടവർ തന്നെയാണെന്നും എന്റെ വിഷമഘട്ടത്തിൽ അവർ എന്റെ ഒപ്പം ഉണ്ട് എന്ന വിശ്വാസവും വളരുന്നത്.

കുട്ടികളോട് സംസാരിക്കുമ്പോൾ അവരുമായി **സമതലത്തിൽ നിന്ന് ഇടപഴകുക.** നേരത്തെ സൂചിപ്പിച്ചിരുന്നത് പോലെ തന്നെ, അവർ താഴെയിരിക്കുകയാണെങ്കിൽ മുട്ടുകുത്തി അല്ലെങ്കിൽ അവരെ ഉയർത്തിക്കൊണ്ട് സംസാരിക്കുക. കണ്ണിൽ കണ്ണു നോക്കി സംസാരിക്കുന്ന ശീലത്തിലൂടെ അവർക്കും സുരക്ഷിതവും വിശ്വാസം നിറഞ്ഞതുമായ അനുഭവം ലഭിക്കുന്നു.

കുട്ടി സംസാരിക്കുമ്പോൾ, നമ്മുടെ ഭാഗത്തു നിന്ന് അത് പലപ്പോഴും മനസ്സിലായാലും, അവരെ സംസാരിക്കാൻ അനുവദിക്കുക. പൂർണ്ണമനസ്സോടെ കേൾക്കുക. അവരുടെ മനസിലുള്ളത് മുഴുവൻ കേൾക്കുന്നതിലൂടെ അവർക്കും മാതാപിതാക്കളുടെ സാന്നിധ്യത്തിൽ വിശ്വാസം ലഭിക്കുകയും ചെയ്യും. ഈ പ്രായത്തിൽ, **അവരുടെ വിശ്വാസം നേടുന്നത് അത്യന്തം പ്രാധാന്യമർഹിക്കുന്ന കാര്യമാണ്.**

ഈ രീതിയിൽ കുട്ടികളോട് ഇടപഴകിയാൽ അവർ മാതാപിതാക്കളോട് ആത്മാർത്ഥമായ സ്നേഹവും ആദരവും കാണിക്കും. കുടുംബ ബന്ധത്തെ കൂടുതൽ ദൃഢമാക്കാനും ആശയവിനിമയം മെച്ചപ്പെടുത്താനും ഈ ശീലങ്ങൾ നിർണ്ണായകമായ സഹായം ചെയ്യുന്നു.

കുട്ടികൾ ഒരു വയസ്സാകുമ്പോൾ ആദ്യ വാക്കുകൾ പറയുകയും, രണ്ട് വയസ്സോടെ രണ്ടും മൂന്നും വാക്കുകൾ

ചേർത്തു വാചകം നിർമ്മിക്കാനും തുടങ്ങുകയും ചെയ്യുന്നു. എന്നാൽ ഇന്ന്, അച്ഛനും അമ്മയും മൊബൈലുകളും ടിവിയും ഉപയോഗിക്കുന്നതിന്റെ അതിപ്രസരം കാരണം കുട്ടികളുമായി സംസാരിക്കുവാൻ സമയം ലഭിക്കാതെ വരികയും ചെയ്യുന്നതായി കാണാം. ഇത് ഇത്തരം കുട്ടികൾ സംസാരിക്കുന്നതിൽ വൈകുന്നതിന് കാരണമാകുന്നു. കുഞ്ഞിന് സംസാരത്തിൽ പുരോഗതി ഉണ്ടാകാൻ, അച്ഛനും അമ്മയും അല്ലെങ്കിൽ സംരക്ഷിക്കുന്നവരും **കുട്ടിയുമായി നിരന്തരം ആശയവിനിമയം നടത്തണം.** മോശം ശീലങ്ങൾ തടയാനുള്ള പ്രധാന മാർഗം ഇത് തന്നെയാണ്. കുട്ടി പറഞ്ഞിട്ടുള്ള ഓരോ വാക്കും ആവർത്തിച്ച് പ്രോത്സാഹനം നൽകുക.

ഇവിടെ മാതാപിതാക്കളുടെയും കുട്ടിയെ സംരക്ഷിക്കുന്നവരുടെയും **ഭാഷ ശുദ്ധമായിരിക്കണം.** ചുറ്റുപാടുകളിൽ നിന്നു അനവധി മോശം ഭാഷകൾ ലഭ്യമാകുന്ന കാലം അകലെയല്ല. അതിനാൽ, അവ തെറ്റാണെന്ന് അറിയാൻ, ഇന്ന് നമ്മൾ ശരിയായ ഭാഷ മാത്രം ഉപയോഗിക്കുകയും നിർദ്ദേശിക്കുകയും വേണം. ഓർക്കുക **കുട്ടികൾ അനുകരിക്കുന്നത് അവരുമായി അടുപ്പമുള്ള വരെയാണ്,** അതായത് അവരെ സംരക്ഷിക്കുന്നവരെ.

കുട്ടികളുടെ ആദ്യ രണ്ട് വർഷം തലച്ചോറിന്റെ ഏറ്റവും വേഗതയേറിയ വളർച്ചാകാലമാണ്. **ഓരോ പുതിയ അനുഭവവും അവരുടെ മസ്തിഷ്കത്തിൽ പുതിയ ന്യൂറോൺ കണക്ഷനുകൾ രൂപപ്പെടുത്തുന്നു.** ഈ ഘട്ടം, ഭാവിയിൽ കുഞ്ഞിന്റെ ബുദ്ധിപരവും സാമൂഹികവുമായ വളർച്ചയ്ക്കു ശക്തമായ അടിസ്ഥാനം സൃഷ്ടിക്കുന്ന സമയമാണ്.

പ്രാരംഭ വികാസത്തിന്റെ പ്രധാന ഘടകങ്ങൾ താഴെ പറയുന്നവയാണ്.

ഭാവങ്ങളിലൂടെ ആശയവിനിമയം – അമ്മ, അച്ഛൻ, ഭവനത്തിലെ മറ്റ് ആളുകൾ എന്നിവരുമായി നേരിട്ട് ആശയവിനിമയം നടത്തുന്നത് കുട്ടിയുടെ ഭാഷാ ശേഷിയും സാമൂഹിക ബന്ധങ്ങളും രൂപപ്പെടുത്താൻ സഹായിക്കുന്നു.

ശ്രദ്ധയും ഓർമ്മയും മെച്ചപ്പെടുത്തൽ – വിശാലമായ ശബ്ദങ്ങളും ചിത്രങ്ങളും തിരിച്ചറിയാനുള്ള കഴിവ് ഈ കാലഘട്ടത്തിൽ വളരുന്നു. ഇത് കുട്ടിയുടെ പഠനശേഷി മെച്ചപ്പെടുത്തുന്നതിന് അനിവാര്യമാണ്.

ഭാവനാ വികാസം – കളികളും കഥകളും ധാരാളം സ്വാഭാവികമായ ചിന്തകളുടെ വളർച്ചയ്ക്ക് സഹായിക്കുന്നു. സൃഷ്ടിപരമായ ചിന്താഗതിയും പ്രശ്നപരിഹാര ശേഷിയും ഈ ഘട്ടത്തിൽ വളർച്ച നേടുന്നു. ഇവിടെ നമ്മുടെ സൗകര്യത്തിന് കുട്ടികളുടെ കയ്യിൽ മൊബൈൽ കൊടുക്കുന്നത് അപകടമാണ്. അത് കുട്ടികളുടെ കാർട്ടൂൺ ആയാലും ഇതിലൂടെ അവരുടെ ഭാവനാ വികാസം തടസ്സപ്പെടുത്തുകയാണ് എന്ന് മനസ്സിലാക്കുക.

കുടുംബാംഗങ്ങൾ **കുട്ടികൾക്ക് കൂടുതൽ അനുഭവങ്ങൾ നൽകുന്നത്** ഇവരുടെ ബൗദ്ധികവും മാനസികവുമായ വളർച്ചയ്ക്ക് ശക്തമായ പിന്തുണ നൽകും. നേരിട്ട് എടുക്കേണ്ട ഉത്തേജനങ്ങൾക്കു പകരം കുട്ടി നീണ്ട സമയം സ്ക്രീനിൽ അടിമപ്പെടുമ്പോൾ, ഈ പ്രക്രിയയിൽ പല വ്യതിയാനങ്ങളും ഉണ്ടാകുന്നു:

സ്ക്രീനിലെ അമിതവും അതിവേഗത്തിലും മാറുന്ന കാഴ്ചകൾ കുട്ടിയുടെ ശ്രദ്ധ തുടർച്ചയായി തിരിഞ്ഞുകൊണ്ടിരിക്കാൻ ഇടയാക്കുന്നു. ഇതിന്റെ

ദീർഘകാലപ്രഭാവമായി, ഒരു കാര്യം സ്ഥിരമായി ശ്രദ്ധിക്കുന്ന കഴിവ് കുറയാൻ സാധ്യതയുണ്ട്.

ഇന്നിവർ കാർട്ടൂൺ കാണുന്നത് ഒരു പതിവായി മാറിയിരിക്കുന്നു. പക്ഷേ, ഇത് കുട്ടികളുടെ ശ്രദ്ധാകേന്ദ്രത്തിന് അനുകൂലമല്ല. മൊബൈൽ സ്ക്രീൻ നോക്കി ഇരുമ്പോൾ അവർ ശാന്തരാകാം, എന്നാൽ അതിന് വിരുദ്ധമായ സാഹചര്യത്തിൽ അവർ വേഗം പ്രകോപിതരാകാറുണ്ട്. ഇത് അവസാനം ശ്രദ്ധക്കുറവുള്ള അവസ്ഥയിലേക്ക് നയിച്ചേക്കാം.

കുട്ടികൾ പരിസ്ഥിതിയെ അന്വേഷിച്ച് അനുഭവങ്ങളും വികാരങ്ങളും ഉൾക്കൊള്ളാനാണ് പഠിക്കുന്നത്. **സ്പർശം, മണം, രുചി, ദൃശ്യങ്ങൾ, ചലനം, ശബ്ദം** എന്നിവയുടെ **അനുഭവം** കുട്ടികൾക്ക് അവരുടെ ഇന്ദ്രിയങ്ങളിലൂടെ ലഭിക്കുന്നു. ഈ പ്രക്രിയ വളർച്ചയ്ക്കും മാനസികവികാസത്തിനും അനിവാര്യമാണ്. എന്നാൽ, ഒരു കുട്ടി അത്യധികം ഡിജിറ്റൽ ഉപകരണങ്ങൾ ഉപയോഗിച്ച് വർച്ചൽ ലോകത്തിൽ മാത്രം മുഴുകിക്കഴിയുമ്പോൾ, ഇത് വർച്ചൽ ഓട്ടിസം എന്ന അവസ്ഥയിലേക്ക് നയിക്കുന്നു. പ്രത്യേകിച്ച് 3 വയസ്സിനു താഴെയുള്ള കുട്ടികൾ **സ്ക്രീനിൽ അത്യധികം സമയം ചെലവഴിക്കുമ്പോൾ, ഇത് Autism Spectrum Disorder (ASD)-നു സമാനമായ** ലക്ഷണങ്ങൾ ഉണ്ടാക്കുന്നു. ASD എന്നത് സാമൂഹിക ആശയവിനിമയവും പെരുമാറ്റത്തിലും ബുദ്ധിമുട്ടുകൾ ഉണ്ടാക്കുന്ന, തലച്ചോറിന്റെ വ്യത്യസ്തമായ വികസനം മൂലമുണ്ടാകുന്ന വികസന വൈകല്യമാണ്.

വർച്ചൽ ഓട്ടിസം തിരിച്ചറിയാനാകുന്നത് കുട്ടിയിൽ താഴെപ്പറയുന്ന ലക്ഷണങ്ങൾ അൽപം കൂടി പ്രായമാകുമ്പോൾ കാണുമ്പോഴാണ്:

❖ ബുദ്ധി വികാസം കുറയുക

- ❖ അതിവേഗത്തിലുള്ള പ്രവർത്തനശൈലി

- ❖ ശ്രദ്ധയും ഏകാഗ്രതയും കുറയുക

- ❖ ശാരീരിക പ്രവർത്തനങ്ങളിൽ താൽപ്പര്യം കുറയുക

- ❖ വർച്ചൽ ലോകത്തോടുള്ള അമിതാസക്തി

- ❖ സാമൂഹ്യ ഇടപെടലുകളുടെ അഭാവം മൂലമുള്ള ഭാഷാ വൈകല്യം

- ❖ കഠിനമായ പ്രകോപനം

- ❖ ശ്രദ്ധ വൈകല്യം, ദീർഘകാല ശ്രദ്ധപാടവം കുറയുക

- ❖ തീർച്ചയായ നിലയിൽ മനോഭാവ വ്യതിയാനം

കുട്ടികളുടെ പരിസ്ഥിതിയുമായുള്ള സ്വഭാവിക ബന്ധം നിലനിർത്തി ഡിജിറ്റൽ ലിമിറ്റുകൾ പ്രായോഗികമായി നിയന്ത്രിക്കുമ്പോഴാണ്, ഈ അവസ്ഥ തടയാനാവുക.

ഈ കാര്യങ്ങൾ ഇവിടെ തന്നെ പ്രതിപാദിക്കാൻ കാരണം കുട്ടികൾക്ക് തീർച്ചയായും മൊബൈൽ, ടിവി, ലാപ്ടോപ് തുടങ്ങിയ **സ്ക്രീനുകൾ ഒന്നും തന്നെ ഒരു കാരണവശാലും മൂന്നു വയസ്സിൽ താഴെ കൊടുക്കരുത്** എന്ന് സ്നേഹപൂർവ്വം നിർദ്ദേശിക്കാനാണ്.

സ്ക്രീൻ സമയം അധികരിക്കുന്നതുമൂലം ജീവിതാനുഭവങ്ങൾ, അഭിപ്രായ പ്രകടനം, സൗഹൃദബന്ധങ്ങൾ എന്നിവയ്ക്കാവശ്യമായ ഭാവങ്ങൾ മനസ്സിലാക്കാനും, പ്രതികരണങ്ങൾ ഉൾക്കൊള്ളാനുമുള്ള കഴിവുകൾ മുടങ്ങാൻ സാധ്യതയുണ്ട്. ഇവിടെ അമ്മുവിന് ഇതുവരെ മൊബൈൽ അല്ലെങ്കിൽ ടിവി കാണാൻ അവസരം നൽകിയിട്ടില്ല. വീട്ടിലായിരുന്നതിനാൽ, അവൾക്ക് ഇതിന്റെ ആവശ്യമോ അറിയിപ്പോ ഉണ്ടായിട്ടില്ല. അതിനാൽ, മൊബൈലിനോടുള്ള

പിടിവാശി അമ്മുവിൽ ഇല്ല. കുറഞ്ഞത് രണ്ട് വയസ്സ് വരെ ഈ പതിവ് തുടരുനത്, കുട്ടിയുടെ ബുദ്ധിപരമായ വളർച്ചയ്ക്ക് അത്യന്താപേക്ഷിതമാണ്.

വീട്ടിൽ നോക്കാൻ ആളില്ലാത്തതിനാൽ കുട്ടികളെ മറ്റുള്ളവർക്കു ഏൽപ്പിക്കുകയോ ഡേ കെയർ സെന്ററിലേക്കു അയക്കുകയോ ചെയ്യുന്ന രക്ഷിതാക്കൾ ഈ കാര്യത്തിൽ കൂടുതൽ ശ്രദ്ധിക്കണം. കൂടെയുള്ള സുഹൃത്തുക്കളിലൂടെ പുതിയ അനുഭവങ്ങൾ അറിയാനുള്ള സാധ്യതയുള്ളതിനാൽ, കുട്ടികൾ വാശിപിടിക്കാനും ചില അനാവശ്യ പ്രവൃത്തികൾ അഭ്യസിക്കാനും സാധ്യതയുണ്ട്.

ഈ സാഹചര്യത്തിൽ, വീട്ടിൽ എത്തിയശേഷം കുട്ടികളോടുള്ള കളികൾ ഏറ്റവും ഫലപ്രദമായി ഉപയോഗിക്കേണ്ടതും, സ്ക്രീനിലേയ്ക്കുള്ള അമിത ആകർഷണം കുറയ്ക്കേണ്ടതുമാണ്. അതിനായി മാതാവോ പിതാവോ അല്ലെങ്കിൽ രണ്ടുപേരും കൂടിയോ കുട്ടിയുമായി ഗുണപരമായ സമയം തീർച്ചയായും ചെലവഴിക്കണം.

കുട്ടികളെ ശാന്തരാക്കാൻ മൊബൈൽ ഉപയോഗിക്കുന്നത് എത്രത്തോളം അപകടകരമാണെന്ന് രക്ഷിതാക്കൾ മനസ്സിലാക്കേണ്ടതാണ്. ചെറുതായെങ്കിലും സമയം ചിലവഴിച്ച്, വീട്ടിലെ അടുക്കള ഉപകരണങ്ങൾ പോലെയുള്ള സാധനങ്ങൾ പോലും ഉപയോഗിച്ച് കൊണ്ട് പല കളികളിൽ ഏർപ്പെടുത്തുകയാണെങ്കിൽ, അവരെ സ്ക്രീനുകളിൽ നിന്നും അകറ്റി ശാന്തരാക്കാൻ സാധിക്കും. ഈ രീതിയിലൂടെ കുട്ടികളുടെ ശാരീരികവും മാനസികവും വികാസവും കൂടുതൽ സ്വാഭാവികമായി മുന്നേറാൻ സഹായിക്കും.

രക്ഷിതാക്കളെ, നിങ്ങളുടെ സമയവും സ്നേഹവുമാണ് കുട്ടികൾ ഏറ്റവും അധികം ആഗ്രഹിക്കുന്നത്. അത് ഭംഗിയായി നൽകുന്നവർ തങ്ങളുടെ കുട്ടികളുടെ വളർച്ചയിൽ നീതി പുലർത്തുന്നു എന്ന് പറയാം.

മൊബൈൽ ഫോണും ആയി ഈ ചെറിയ പ്രായത്തിൽ ഇടപഴകുന്ന കുട്ടികൾക്ക് **ഭാവങ്ങൾ തിരിച്ചറിയുന്ന കഴിവ് കുറയുന്നു.** ജീവിച്ചു ഇരിക്കുന്നവരുമായി ഇടപെടൽ, സ്പർശങ്ങൾ, കണ്ണിലോ മുഖത്തോ കാണുന്ന സ്നേഹത്തിന്റെ പ്രതികരണം എന്നിവയെ അനുഭവിക്കാതെ സ്ക്രീൻ ഉപയോഗം കൂടുതലായ കുട്ടികൾക്ക്, തങ്ങളുടെ സഹജീവികളുമായി സംസാരിക്കാനും മാനുഷിക ബന്ധങ്ങൾ വളർത്താനും ബുദ്ധിമുട്ടായി മാറും.

പ്രവർത്തനശീലങ്ങളിൽ മാറ്റം വരുന്നു. **വേഗത്തിൽ പ്രകോപിതരാകുന്ന,** ഏത് സമയവും **അസ്വസ്ഥരായി തോന്നുന്ന കുട്ടികളായി** അവർ മാറാൻ സാധ്യത കൂടുതലാണ്. ഇന്ന് സമൂഹത്തിൽ ഇത്തരത്തിലുള്ള കുട്ടികൾ ധാരാളം കാണുന്നു. കോവിഡിന് ശേഷം ഇവരുടെ എണ്ണത്തിൽ വലിയ വർദ്ധനവാണ് ഉണ്ടായിരിക്കുന്നത്. **സഹജീവികളോട് സഹാനുഭൂതി ഒട്ടുമില്ലാതെ വളരുന്ന കുട്ടികൾ** നമ്മുടെ സമൂഹത്തിന് ദോഷമാണ്.

സ്ക്രീനിൽ നിന്നുള്ള ശക്തമായ പ്രകാശം കുട്ടികളുടെ കണ്ണുകളിലും തലച്ചോറിലും അനിശ്ചിതമായ വിഷമതകൾ ഉളവാക്കാൻ ഇടയാക്കുന്നു. ദീർഘകാലത്തേക്ക് ഇത് അവരുടെ ദൃശ്യക്ഷമതയിലും താല്പര്യങ്ങൾകുമേൽ പ്രതികൂലമായ സ്വാധീനം ചെലുത്താം. കൂടാതെ, ഓരോ വ്യക്തിയെയും മനസ്സിലാക്കുകയും അനുയോജ്യമായി പ്രതികരിക്കുകയും ചെയ്യാനുള്ള അവരുടെ കഴിവ് സ്വാഭാവികമായി വളരുന്നതിൽ വിഷമങ്ങൾ ഉണ്ടാക്കാം. ഇത് കുട്ടികളുടെ **സാമൂഹികവും**

ഭാവനാത്മകവുമായ വളർച്ചയെ പ്രതികൂലമായ രീതിയിൽ ബാധിക്കാം.

സ്ക്രീൻ സമയം കുറയ്ക്കുന്നതിന് രക്ഷാകർത്താക്കൾ എങ്ങനെ ശ്രദ്ധിക്കണം? ലോകാരോഗ്യ സംഘടനയുടെ (WHO) നിർദ്ദേശപ്രകാരം, **രണ്ട് വയസ്സിന് താഴെ, കുട്ടികൾക്ക് സ്ക്രീൻ ഒഴിവാക്കുക.** പകരം കുഞ്ഞിനെ പുതിയ വാക്കുകൾ പഠിപ്പിക്കുക, ഭാവങ്ങളിലൂടെ ആശയവിനിമയം നടത്തുക.

കുട്ടികളെ **പല വിധ പ്രവർത്തനങ്ങളിൽ ആകർഷിക്കുന്ന ശീലങ്ങൾ സൃഷ്ടിക്കുക.** സാമൂഹിക ഇടപഴകൽ, കളികൾ എന്നിവ കൂടുതൽ ഏർപ്പെടുത്താൻ ശ്രദ്ധിക്കുക. നല്ല ശീലങ്ങൾ കുട്ടികളിൽ രൂപപ്പെടുത്താൻ രക്ഷിതാക്കൾ ആ ശീലങ്ങൾ പ്രാവർത്തികമാക്കുക - അത് ബുദ്ധിമുട്ടാണെങ്കിലും ഉത്തരവാദിത്വം തന്നെയാണ് എന്ന് ഓർക്കുക.

പ്രചോദനാത്മകമായ പരിതസ്ഥിതി നൽകുക എന്നത് ഏറ്റവും പ്രധാന പരിഹാരമാണ്. കുഞ്ഞിന്റെ ബുദ്ധിയും സാമൂഹിക കാര്യങ്ങൾ കൈകാര്യം ചെയ്യുന്നതും സ്ക്രീൻ പരിമിതപ്പെടുത്തി, വ്യക്തിപരമായ സംവേദനത്തിലൂടെ മാത്രമേ സാധ്യമാകൂ. **കുട്ടികളുടെ മസ്തിഷ്കവളർച്ചക്ക് പൂർണ്ണ സമയ സ്നേഹം, സംരക്ഷണം, ഇടപഴകൽ നൽകുക.** ഇവരുടെ പ്രാരംഭ വളർച്ച കാലത്ത്, മസ്തിഷ്കത്തിന്റെ ദ്രുതതഗതിയിലുള്ള വളർച്ച നടക്കേണ്ടുന്ന കാലമാണ്. ഈ രീതിയിൽ ശ്രമിച്ചാൽ, കുട്ടികളുടെ മാനസികവും ശാരീരികവുമായ ആരോഗ്യം മെച്ചപ്പെടുകയും അവർ സുരക്ഷിതമായ രീതിയിൽ വളരുകയും ചെയ്യും.

കുട്ടികൾക്ക് രസകരമായ ശാരീരിക പ്രവർത്തനം ലഭിക്കാൻ തറയിൽ തന്നെ ഒരു നല്ല ബെഡ്ഡ് ഒരുക്കാം. അവർ അതിൽ

കുത്തിമറിയുകയോ കളിക്കുകയോ ചെയ്താലും അപകടമൊന്നും ഉണ്ടാകില്ല. മറിച്ച്, ശാരീരിക അവയവങ്ങൾ മികച്ച രീതിയിൽ ഉപയോഗിക്കാനും വളരാനും സഹായിക്കും. വൈകുന്നേരങ്ങളിൽ കുടുംബമായി കളിക്കുന്ന സമയം കുട്ടികളെ സ്ക്രീൻ ഉപയോഗത്തിൽ നിന്നും പിന്തിരിപ്പിക്കാൻ മികച്ച വഴിയാകുന്നു. ഈ പ്രായത്തിൽ കുട്ടികൾ ഏറ്റവും ആഗ്രഹിക്കുന്നത് **മാതാപിതാക്കളുടെ സാമീപ്യവും ലാളനയും** തന്നെയാണ്.

അധിക സംരക്ഷണം കുട്ടികളെ നശിപ്പിക്കാൻ സാധ്യതയുള്ളതിനാൽ, പരിചരണം അത്യാവശ്യമായത് മാത്രം നൽകുക എന്നതും സ്മരണയിൽ വേണം. ഇതു മനസ്സിലാക്കിക്കാൻ ഒരു ചെറിയ കഥ ഓർമ്മിപ്പിക്കുന്നു:

ഒരു വൃക്ഷത്തെ പുറം പറമ്പിൽ വെച്ച്, ആവശ്യത്തിന് മാത്രം വെള്ളവും വളവും നൽകി വളർത്തി. മറ്റേതിനെ മുറ്റത്ത് വെച്ച് ദിവസവും വെള്ളവും പരിചരണവും നൽകി വളർത്തി. രണ്ടും വളർന്ന് വലുതായി. പക്ഷേ ഒരു കാറ്റു വീശിയപ്പോൾ മുറ്റത്തെ വൃക്ഷം വേരോടെ മറിഞ്ഞു വീണു. പുറം പറമ്പിലെ വൃക്ഷം ശക്തമായി അവിടെ തന്നെ നിന്നു. കാരണം, മുറ്റത്തെ വൃക്ഷത്തിന് എല്ലാ ആവശ്യങ്ങളും സുലഭമായതിനാൽ വേരുകൾ മണ്ണിനടിയിൽ പടർന്നില്ല. എന്നാൽ, പരിമിതമായ പരിചരണം ലഭിച്ച പുറം പറമ്പിലെ വൃക്ഷം വേരുകൾ ദൂരത്തേക്ക് പടർന്ന് ശക്തമാവുകയും മണ്ണിൽ പിടിച്ചിരിക്കുകയും ചെയ്തു.

ജീവിതത്തിൽ പ്രായോഗികമാക്കേണ്ടത് അവശ്യത്തിനു മാത്രം വേണ്ട പരിചരണമാണ്. അതിലധികം കൊടുത്താൽ അത്രയ്ക്ക് പ്രയോജനകരമാകുന്നില്ല. ഇത് മനസ്സിലാക്കി, കുട്ടികളുടെ വ്യക്തിത്വം കൂടുതൽ കരുത്തുറ്റതാക്കുക.

ഉണ്ണിക്കുട്ടൻ പ്ലേസ്കൂളിൽ നിന്നും തിരികെ വന്ന് ആഹ്ലാദത്തോടെ അമ്മൂസിനോട് ചോദിച്ചു, "അമ്മൂസ്സേ, നിന്റെ കണ്ണ് ഏതാണ്? കാണിച്ചു തരുമോ?" അമ്മൂസ് തന്റെ കുഞ്ഞി വിരലുകൾ കൊണ്ടു കണ്ണിന്റെ അടുത്തേക്ക് എത്തിച്ചു കാണിച്ചു. അവിടെ ഒന്നു തൊട്ടിട്ട് മാറ്റി. പിന്നെയും ഉണ്ണിക്കുട്ടന്റെ ചോദ്യങ്ങൾ തുടരും: "മൂക്ക് എവിടെ?", "ചുണ്ട് എവിടെ?", "പല്ല് എവിടെ?", "നെറ്റി എവിടെ?", "മുടി എവിടെ?"—ഇങ്ങനെ ഓരോ ശരീരഭാഗവും പറഞ്ഞു അമ്മൂസിനോട് ചൂണ്ടി കാണിക്കാൻ പ്രേരിപ്പിച്ചു.

ഇത് ഒരു പരിപുഷ്ടമായ വളർച്ചയുടെ നാഴികക്കല്ലാണ്. **കുട്ടികൾ അവരുടെ ശരീരഭാഗങ്ങളെ തിരിച്ചറിയുന്നതിനും വ്യക്തമായി ബോധം നേടുന്നതിനുമുള്ള ആദ്യപാഠം.** ഈ കാലഘട്ടത്തിൽ ശ്രദ്ധിക്കേണ്ട ഒരു സുപ്രധാന കാര്യമുണ്ട്: കുട്ടികളെ അവരുടെ **സ്വകാര്യ ഭാഗങ്ങൾക്കു ശരിയായ പേരുകൾ** ഉപയോഗിച്ച് പരിചയപ്പെടുത്തുക. "ഇച്ചിച്ചീ" അല്ലെങ്കിൽ "അയ്യേ" പോലുള്ള പ്രതികരണങ്ങൾ ഉപയോഗിക്കുന്നതിലൂടെ അവരുടെ ശരീരത്തോടുള്ള ആത്മാഭിമാനം തളർത്താതിരിക്കുക. ശരീരത്തെ അഭിമാനത്തോടെ നോക്കിക്കാണാൻ പ്രേരിപ്പിക്കുന്നത് അവരുടെ ആത്മവിശ്വാസം വളരാനുതകും.

അതേ സമയം, ഈ ഭാഗങ്ങളെ **വൃത്തിയായി സൂക്ഷിക്കുന്നതിന്റെ പ്രാധാന്യവും, മറ്റാരും അവിടെയൊക്കെ സ്പർശിക്കാൻ പാടില്ലെന്നതും** അവരെ മാന്യതയോടെ ബോധിപ്പിക്കുക. ഇത് തീർച്ചയായും സുഗമവും സ്വാഭാവികവുമായ രീതിയിലാണ് ചെയ്യേണ്ടത്. സംസാരിക്കുന്ന രീതിയിൽ ഒരുതരത്തിലും "ഇവിടെ എന്തോ തെറ്റുണ്ട്" എന്ന ഭാവം വരുത്താതെ സ്നേഹപൂർവ്വമായ അവതരണം തന്നെ സ്വീകരിക്കണം.

അമ്മ അതിനിടയിൽ എത്തിയപ്പോഴേക്കും അമ്മുവിന് കൂടുതൽ സന്തോഷം. അമ്മൂമ്മയും കൊച്ചുമക്കളും ചേർന്ന് ചെറിയ ഒളിച്ചു കളികൾ തുടങ്ങി. ഇവർക്ക് ഈ കളികൾ ആയിരിക്കാം ഏറ്റവും പ്രിയപ്പെട്ടത്. ഇത്തരത്തിലുള്ള ഉല്ലാസങ്ങൾ അവരുടെ മാനസികവും ശാരീരികവുമായ വളർച്ചയിൽ വലിയ പങ്കു വഹിക്കും.

ഇങ്ങനെയുള്ള **സന്തോഷഭരിതമായ നിമിഷങ്ങൾ** ഒരു കുട്ടിയുടെ വളർച്ചയുടെ മുത്തുകൾ തന്നെയാണ്. അവരെ താങ്ങിയെടുക്കുന്നതും സ്നേഹത്തോടെ കൈപിടിച്ച് കൊണ്ടുപോകുന്നതും ജീവിതത്തിൽ ഉറച്ച അടിസ്ഥാനം സൃഷ്ടിക്കും.

ചിരിയും കളിയും മാത്രമല്ല, അമ്മൂസിനിപ്പോൾ പതുക്കെ വാശിയും തുടങ്ങിയിട്ടുണ്ട്! പുതിയ ആളുകളെ കാണുമ്പോൾ കരയുന്നത് അമ്മൂസിന് സാധാരണയായി തുടങ്ങിക്കഴിഞ്ഞു. ഇത് അവളുടെ കുറ്റമല്ല, കാരണം ഇതുവരെ കണ്ടു പരിചയിച്ചവരിൽ മാത്രമേ കുട്ടികൾക്ക് ആത്മവിശ്വാസം ഉണ്ടാവൂ.

ഇപ്പോഴത്തെ അമ്മൂസിന്റെ **ഭാഷാ കുതിപ്പ് വളരെ രസകരമാണ്.** ചിണുങ്ങി ചിണുങ്ങി സംസാരിക്കുന്ന അവളുടെ ഓരോ വാക്കും കേൾക്കാൻ എന്തൊരു മധുരം! ഉണ്ണിക്കുട്ടനും അമ്മൂസ്സും ഒരുമിച്ച് നല്ല കളിയാണ് കളിക്കുന്നത്. എന്നിരുന്നാലും, അമ്മൂസ് ചെറുതായി "വേണ്ട" എന്ന വാക്ക് ഉണ്ണിക്കുട്ടനോട് പറയാൻ തുടങ്ങി. ഇത് ഈ പ്രായത്തിലെ സ്വാഭാവികമായ ഒരു പ്രത്യേകതയാണ്. ടാറ്റാ പറയാനും, സാധനങ്ങളുടെ വക്കുകളിൽ പിടിച്ച് നടക്കാനും, കൈവിട്ട് നില്ക്കാനും തുടങ്ങി കഴിഞ്ഞു. പടികളിൽ കാൽ എടുത്ത് വച്ച് കയറാൻ മടി കാണിക്കുന്നില്ല.

ഇപ്പോഴിതാ വലിയ പ്രാധാന്യമുള്ള കാലം വരുകയാണ്! നമ്മുടെ ഭാഗത്ത് ഇനി കരുതലും പൂർണ ശ്രദ്ധയും വേണം. എന്നാൽ, അവർ ചെയ്യുന്ന പ്രവൃത്തികളെ തടയരുത്. "വേണ്ട" എന്ന വാക്ക് അമിതമായി ഉപയോഗിക്കുമ്പോൾ കുട്ടികളിൽ ആത്മവിശ്വാസം നശിക്കാനും, സ്വന്തമായി പ്രയാസങ്ങളെ മറികടക്കാൻ കഴിയാതെ മറ്റുള്ളവരെ ആശ്രയിക്കേണ്ട സാഹചര്യങ്ങൾ സൃഷ്ടിക്കാനുമാണ് സാധ്യത. അതിനുപകരം, ആവശ്യമുള്ളപ്പോൾ ഒരല്പം കാത്തിരിക്കുക, **സഹിഷ്ണുതയോടെ അവരെ പിന്തുണയ്ക്കുക** എന്നതാണ് നല്ല സമീപനം.

ഉണ്ണിക്കുട്ടന് പാൽ കപ്പിൽ കൊടുക്കുന്നത് കണ്ടപ്പോൾ അമ്മൂസ് വാശി പിടിച്ചു "അമ്മൂസ് കപ്പ്!" എന്ന് ഉറക്കെ പറഞ്ഞു. അവൾക്ക് ഇപ്പോൾ അത് ചെയ്യാനാകുമോ എന്നു ഒരു ചിന്ത നമുക്ക് ഉണ്ടാകാം. പക്ഷേ, അവൾക്കുള്ള ആ ആത്മവിശ്വാസം പിന്തുണയ്ക്കുക ആണ് വേണ്ടത്. കപ്പിൽ കുടിക്കാൻ അവർക്ക് അവസരം കൊടുത്ത് പരിശീലിപ്പിക്കുക—ഇതാണ് ശരിയായ വഴിയെന്നത് വ്യക്തമാണ്.

കുട്ടികൾക്ക് പല തവണ സ്വാഭാവിക ശാഠ്യങ്ങൾ ഉണ്ടാകുന്നത് നമ്മൾ കാണും. ചില കാര്യങ്ങൾ അവരെ കാണിച്ചു കൊടുത്ത് മാത്രമേ മാറ്റാനാകൂ. ഉദാഹരണത്തിന്, കുഞ്ഞായിരിക്കുമ്പോൾ കുട്ടികൾ മുഖത്ത് അടിക്കുന്നത് നമ്മളൊക്കെ ആദ്യമായി കാണുമ്പോൾ കളിയായി തോന്നും. എന്നാൽ, അത് അവരിൽ ശീലമാകുമ്പോൾ, പ്രായം കൂടുന്തോറും അത് വേദനിപ്പിക്കുന്ന രീതിയിൽ മാറും. അപ്പോൾ അതിനെ തടയാനും തിരുത്താനും ബുദ്ധിമുട്ട് കാണും. അവിടെ തന്നെ, ആദ്യം തന്നെ ശരിയായ രീതിയിൽ ഇടപെടുക. അവരോട് അടിക്കാതിരിക്കാൻ സ്നേഹപൂർവ്വം കൈപിടിച്ച് മാറ്റുക. അടികിട്ടാതെ മുഖം മാറ്റണം. അല്ലെങ്കിൽ, അവരൊന്നു

അടിച്ചാൽ "എനിക്ക് വേദനിച്ചു" എന്ന് പറഞ്ഞു അവരിൽ കരുണയും ബോധവും വളർത്തുക. ഈ ശ്രമങ്ങൾ ഒന്നോ രണ്ടോ തവണ കൊണ്ട് ഫലം കാണേണ്ടതില്ല; **അവർ ബോധ്യപ്പെടുന്നതുവരെ ഇത് ഒരേ ക്ഷമയോടെ ആവർത്തിക്കണം.**

ഒരു കുഞ്ഞിന്റെ വളർച്ചയുടെ ശക്തമായ അടിസ്ഥാനം ഒന്നാം വയസ്സിൽ തന്നെ തുടങ്ങുന്നു. ഈ പ്രായത്തിൽ പാളിച്ചകൾ സംഭവിച്ചാൽ ഭാവിയിൽ വലിയ പ്രതിസന്ധികൾ ഉണ്ടാകാം. അവയെ തിരുത്താൻ ഒരുപാട് സമയവും പണവും ചെലവാക്കിയാലും പലപ്പോഴും അത് സാധിക്കണമെന്നില്ല.

രണ്ടു വയസ്സ് വരെ കുട്ടികളുടെ അടുത്ത് കൂടുതൽ സമയം ചെലവഴിക്കുകയാണ് നല്ലത്. പറ്റുന്നവർ ഈ രണ്ടു വർഷവും ജോലിക്ക് പോകാതെ ഇരിക്കാം. എന്ന് കരുതി ജോലിക്ക് പോകരുതെന്ന് അർത്ഥമില്ല—കുട്ടികളെ നോക്കുന്നവർ സ്നേഹത്തോടും ശ്രദ്ധയോടും കൂടി കൃത്യമായി സംരക്ഷിക്കുന്നുണ്ടോ എന്ന് ഉറപ്പുവരുത്തുക. ജോലിക്ക് ശേഷം തിരികെ വരുന്ന സമയത്ത് കുട്ടികളുടെ കൂടെ സത്യസന്ധമായും കൂടുതൽ സ്നേഹത്തോടെയും സമയം ചെലവഴിക്കുക.

ഇത് ഇപ്പോൾ കൈക്കൊള്ളുന്ന ചെറിയ തീരുമാനങ്ങളാണ്, പക്ഷേ പ്രായപൂർത്തിയാകുമ്പോൾ അവയുടെ ഫലങ്ങൾ വളർന്ന ആത്മവിശ്വാസവും സന്തോഷവുമാകുമെന്ന് ഉറപ്പാണ്.

കുഞ്ഞുങ്ങളെ വളർത്തുമ്പോഴും, അവശ്യ സംരക്ഷണവും വേണ്ടത്ര സ്വാതന്ത്ര്യവും തമ്മിലുള്ള സുതാര്യമായ സമതുലിതാവസ്ഥ കൈവരിക്കുക. അപ്പോൾ മാത്രമേ അവർ ജീവിതമത്രയും ശക്തിയോടെ നിലകൊള്ളാൻ പഠിക്കൂ.

സംക്ഷിപ്തം

12-18 മാസം

ഭാവനാത്മക വളർച്ച

- ❖ കുട്ടിയോടുള്ള അടുപ്പം, വിശ്വാസമുള്ള ബന്ധങ്ങൾ ഉണ്ടാക്കുന്നു. അകലം പിടിക്കുന്നത് അവരിൽ ഭയവുമുണ്ടാക്കുന്നു.
- ❖ കൂടുതൽ താത്പര്യങ്ങൾ പ്രകടിപ്പിക്കുന്നു.
- ❖ സ്വന്തം ഇഷ്ടാനിഷ്ടങ്ങൾ പ്രകടിപ്പിക്കാൻ തുടങ്ങുന്നു.
- ❖ **മാനസിക വളർച്ച**
- ❖ കാര്യങ്ങൾ മനസ്സിലാക്കാനുള്ള കഴിവ് വർദ്ധിക്കുന്നു.
- ❖ ലളിതമായ നിർദ്ദേശങ്ങൾ അനുസരിക്കുന്നു.
- ❖ ഹിതാഹിതങ്ങൾ തിരിച്ചറിയുന്നു.

ബൗദ്ധിക വളർച്ച

- ❖ ലളിതമായ പദങ്ങൾ ഉപയോഗിച്ചു സംസാരിക്കുന്നു.
- ❖ പുതിയ കാര്യങ്ങൾ എളുപ്പത്തിൽ പഠിക്കുന്നു.
- ❖ ചെറിയ പ്രശ്നങ്ങൾ പരിഹരിക്കാൻ ശ്രമിക്കുന്നു.

സാമൂഹിക വളർച്ച

- ❖ അനുകരണം വർദ്ധിക്കുന്നു.
- ❖ സ്വന്തം സ്വത്തുക്കളെ സംരക്ഷിക്കാൻ തുടങ്ങുന്നു.
- ❖ മറ്റ് കുട്ടികളോടൊപ്പം കളിക്കാൻ ആഗ്രഹിക്കുന്നു.

കുട്ടിക്കുറുമ്പിന്റെ കാലം:

പതിനെട്ട് മാസം മുതൽ രണ്ടു വയസ്സുവരെ

"രസികൻ പുഴു, കുസൃതി പുഴു,

ചെടികൾ തൻ ഇലകളിൽ

സവാരി ചെയ്ത്,

ഇലകൾ കടിച്ചെടുത്തതാ ഉറങ്ങുന്നു."

അമ്മൂസ് ഇപ്പോൾ കയ്യിൽ കിട്ടുന്ന എന്തും കൊണ്ട് വരയ്ക്കാൻ ശ്രമിക്കുന്നു! ഓരോ നിറവും, രൂപവും നോക്കി ആസ്വദിക്കുന്നതിൽ ഒരു കൊച്ചു കലാകാരിയെപ്പോലെയായിരിക്കുകയാണ് അവൾ. മുൻപിൽ കാണുന്ന സാധനങ്ങൾ – കളിപ്പാട്ടങ്ങൾ, ബുക്കിലെ പടങ്ങൾ, പന്തുകൾ – എല്ലാം തിരിച്ചറിയാൻ അവൾ തുടങ്ങി.

"അമ്മൂസ്സേ, ഒന്ന് എഴുന്നേറ്റ് നിൽക്കൂ!" നീന പറഞ്ഞു. അമ്മൂസ് മനസ്സിലാക്കി, ഉടൻ എഴുന്നേറ്റു നിൽക്കുകയും

ചെയ്തു. ഇവിടെ, അവരിൽ മാർഗ്ഗനിർദ്ദേശങ്ങൾ മനസ്സിലാക്കി അനുസരിക്കാനുള്ള കഴിവ് വളർന്നു വരുകയാണ്. ഓരോ ചെറിയ നിർദ്ദേശവും അവർ തീർത്തും ആത്മവിശ്വാസത്തോടെ പൂർണ്ണമാക്കുമ്പോൾ കൈയടിച്ച് പ്രോത്സാഹിപ്പിക്കുന്നത്, അവർക്കു സന്തോഷവും അഭിമാനവും നൽകുന്നു. ഈ ചുവടുകൾ അവരുടെ വളർച്ചയെ പ്രേരിപ്പിക്കാനുള്ള ചെറിയ പാതകളും നാഴികകളും ആണ്.

കണ്ണാടിയുടെ മുമ്പിൽ നിൽക്കുന്നതും അമ്മൂസിന്റെ ഏറ്റവും പ്രിയപ്പെട്ട വിനോദങ്ങളിൽ ഒന്നാണ്. തന്റെ പ്രതിബിംബം നോക്കി കാണുന്നത് ഒരു വേറിട്ട അനുഭവമാണ്. "അച്ഛാ," "അമ്മേ," "ചേട്ടാ," "അമ്മമ്മ" എന്നൊക്കെ സന്തോഷത്തോടെ വിളിക്കുന്ന അമ്മൂസിനെയും കാണാം ഇപ്പോൾ. "എന്നെ കണ്ടോ" എന്ന മട്ടിൽ. ചെറുപല്ലുകളും കാണിച്ചു കൊണ്ട് പറയുന്ന ഓരോ വാക്കും ആകെ സന്തോഷം നൽകും. അമ്മൂമ്മയും കൊച്ചുമോളും കൂടി കണ്ണാടിക്ക് മുന്നിലെ ഈ ഒരുക്കം നോക്കി നിന്നാസ്വദിക്കുന്നു ഞങ്ങൾ.

ഉണ്ണിക്കുട്ടൻ, അമ്മൂസിനോടു സഹോദര സ്നേഹത്തോടെ, തുമ്പികൾ കാണിച്ചു കൊടുക്കുകയും പൂക്കൾ പറിച്ചു കൊടുക്കുകയും ചെയ്യുന്നു. അമ്മൂസിന് ഈ ചെറു നേട്ടങ്ങൾ പ്രിയപ്പെട്ടവയാണ്. ഉണ്ണിക്കുട്ടൻ തന്റെ ഓർമയിൽ നിന്നുള്ള കഥകൾ ഒന്നു വീതം വായിച്ചു പറയുമ്പോൾ അമ്മൂസ് ആ കഥകളിൽ മുഴുകുന്നു. ഉണ്ണിക്കുട്ടൻ അക്ഷരമറിഞ്ഞല്ല, പക്ഷേ അച്ഛൻ മുമ്പ് വായിച്ചു കൊടുത്തതിന്റെ ഓർമ്മയിൽ നിന്ന് തന്റെ രചനകളുടെ പ്രപഞ്ചത്തിലേക്ക് അമ്മൂസിനെ കൊണ്ടു പോകുന്നു.

ഇപ്പോഴത്തെ അമ്മൂസിന്റെ പ്രിയ വിനോദം – ഒരു നിമിഷം നിർത്താതെ ഓടുന്നത്! അമ്മ പിന്നിൽ ഓടി ഓടി ക്ഷീണിച്ചാലും, അവർ ഉറച്ചതും ആത്മവിശ്വാസം ഉള്ളതുമായ രീതി

ആസ്വദിക്കുന്നു. അമ്മൂസിന്റെ ഈ പ്രായം, ശരീരവും ആത്മവിശ്വാസവും വികസിപ്പിക്കുന്ന ഒരു ഘട്ടമാണല്ലോ. കപ്പിൽ വെള്ളം പിടിച്ച് കുടിക്കാനും, സ്പൂൺ ഉപയോഗിച്ച് ഭക്ഷണം കഴിക്കാനും പഠിച്ചിരിക്കുന്നു.

അച്ഛൻ വാങ്ങിക്കൊടുത്ത വലിച്ച് കൊണ്ടുപോകുന്ന ഒരു പട്ടിക്കുഞ്ഞിന്റെ കളിപ്പാട്ടം അമ്മൂസിന്റെ ഏറ്റവും പ്രിയപ്പെട്ടതാണ്. ഇതും അവൾ സന്തോഷത്തോടെ വലിച്ചുകൊണ്ട് നടക്കുന്നു. ഒരു വലിയ വിജയമെന്ന പോലെ കസേരയിലൊക്കെ കയറി ഇരിക്കുന്നത് അമ്മൂസിന് ഏറെ രസമാണ്.

അമ്മൂസിന് ഇപ്പോൾ കഥകൾ കേൾക്കുമ്പോൾ ചോദ്യങ്ങൾ ചോദിക്കാൻ തുടങ്ങുന്നുണ്ട്. "എന്താ?", "എങ്ങനാ?" അങ്ങനെ പോകുന്നു അവളുടെ ചോദ്യങ്ങൾ. കേട്ട കഥകളുടെ ചില ഭാഗങ്ങളൊക്കെ പറയാനും തുടങ്ങിയിരിക്കുന്നു. സ്വന്തമായി ചില ആലോചനകളും വരുന്നുണ്ട്. സിംഹത്തിനും മുയലിനും കൂട്ടുകാരാകാൻ പറ്റില്ലേ? ......അങ്ങനെ പോകുന്നു അവളുടെ കുഞ്ഞു വർത്തമാനങ്ങൾ. ഈ ചോദ്യങ്ങൾക്കു അവർക്കു മനസ്സിലാകുന്ന ഭാഷയിൽ മറുപടികൾ കൊടുക്കുകതന്നെ വേണം എന്നും ഓർമിപ്പിക്കുന്നു.

പഴങ്ങളും മിഠായികളും എണ്ണാൻ പഠിച്ചിരിക്കുന്നു. കണക്കുകളും പതിയെ വഴങ്ങി തുടങ്ങുന്നു അവർക്ക്. ഇതെല്ലാം അമ്മയുടെ സംഭാവനയാണ്.

ഈ പ്രായത്തിലെ ഓരോ നിമിഷവും കരുതലോടെ കൈകാര്യം ചെയ്യേണ്ടവയാണ്. മാതാപിതാക്കൾ അല്ലെങ്കിൽ കുട്ടിയെ നോക്കുന്നവർ എങ്ങനെയാണ് പെരുമാറുന്നത് എന്നതു ഭാവിയിൽ വലിയ മാറ്റം വരുത്തും. സ്നേഹവും ക്ഷമയുമുള്ള,

ചിന്താപരവും ശ്രദ്ധാപൂർവ്വവുമായ ഇടപെടൽ, കുട്ടികളുടെ ആത്മവിശ്വാസവും മാനസിക വികാസവും കരുത്തുറ്റതാക്കും.

ഇപ്പോൾ ആരംഭിക്കുന്ന ഈ സ്നേഹം നിറഞ്ഞ സംരക്ഷണം, പ്രായപൂർത്തിയാകുമ്പോൾ മികച്ച വ്യക്തിത്വത്തിന്റെ അടിസ്ഥാനം ആക്കാം – ഇത് ഓരോ മാതാപിതാവിനും തികഞ്ഞ പ്രതീക്ഷയാണല്ലോ!

സംക്ഷിപ്തം

18-24 മാസം

ഭാവനാത്മക വളർച്ച

❖ ചിരിച്ചും കരഞ്ഞും വ്യക്തമായ സമ്പ്രദായങ്ങൾ കാണിക്കുന്നു.

❖ ദേഷ്യം പ്രകടിപ്പിക്കാൻ തുടങ്ങുന്നു.

❖ തനിയെ കാര്യങ്ങൾ ചെയ്യാനുള്ള ആഗ്രഹം വർദ്ധിക്കുന്നു.

മാനസിക വളർച്ച

❖ ലളിതമായ കഥകൾ മനസ്സിലാക്കുന്നു.

❖ സ്വയം ആലോചിക്കാൻ തുടങ്ങുന്നു.

❖ അനുകരണത്തിന് കൂടുതൽ ആവേശം കാണിക്കുന്നു.

ബൗദ്ധിക വളർച്ച

❖ കൂടുതൽ വാക്കുകൾ ഉപയോഗിച്ച് ആശയവിനിമയം നടത്തുന്നു.

❖ ചെറിയ ഗണിത പ്രയോഗങ്ങൾ മനസ്സിലാക്കുന്നു.

❖ ലളിതമായ കലയ്ക്ക് താൽപര്യം കാണിക്കുന്നു.

സാമൂഹിക വളർച്ച

❖ സഹോദരന്മാരോടും   സുഹൃത്തുക്കളോടും   കൂടുതൽ ഇടപെടുന്നു.

❖ സ്വന്തം ഇഷ്ടങ്ങൾ നിർബന്ധപൂർവം പ്രകടിപ്പിക്കുന്നു.

❖ സഹകരിക്കാൻ പഠിക്കുന്നു.

"കുഞ്ഞുങ്ങൾ നമ്മുടെ സ്നേഹത്തിനായി പ്രയത്നിക്കാൻ അവസരം നൽകാതെ,

അവർ നമ്മുടെ സ്നേഹത്തിൽ വിശ്രമിക്കട്ടെ"

അദ്ധ്യായം ആറ്

ഉത്സാഹ തിമിർപ്പിന്റെ കാലം 24 മാസം

"ചട്ടമ്പി പുഴു ചാടി തിമിർക്കുന്നു,

പുല്ലുകളുടെ ഇലകൾ കടിച്ചുരിയുന്നു,

തലയുയർത്തിയതാ

ലോകം കാണുന്നു."

"**ഹായ്,** ഇന്നെന്താ അച്ഛൻ കൊണ്ടുവന്നിരിക്കുന്നത്? നോക്കൂ അമ്മൂസ്!" അച്ഛൻ അങ്ങനെ പറഞ്ഞുകൊണ്ടാണ് വീട്ടിലേക്ക് കടന്നത്. ജോലിയ്ക്കു പോയ ശേഷം രവിയേട്ടൻ ഒരു വലിയ പാക്കറ്റുമായി എത്തിയപ്പോൾ അമ്മൂസ് ആകാംക്ഷയോടെ നോക്കി. ബിൽഡിംഗ് ബ്ലോക്സിന്റെ പാക്കറ്റായിരുന്നു അത്!

ഓ! പിന്നെ അച്ഛനും മകളും ചേർന്ന് അതു തുറന്നു. അമ്മൂസ് അതിലുണ്ടായിരുന്ന ഓരോ ഭാഗവും കയ്യിലെടുത്ത് നോക്കി. അത് എങ്ങനെ കൂട്ടിച്ചേർക്കാം എന്നറിയാൻ ശ്രമിച്ചു. എന്തൊരു ആഘോഷമായിരുന്നു ആ മുഹൂർത്തം! അവളുടെ മുഖത്ത്

സന്തോഷത്തിന്റെ തിളക്കം. അച്ഛൻ അവളെ കാണിച്ചുകൊടുത്തു—ഇതൊക്കെ കൂട്ടിച്ചേർത്ത് എന്തെല്ലാം ഉണ്ടാക്കാമെന്ന്.

അവസാനം അമ്മൂസ് തന്നെ അതു ചെയ്യാൻ തുടങ്ങി. പതിയെ ഓരോ ബ്ലോക്കുകളും ചേർത്തുവയ്ക്കാൻ ശ്രമിക്കുമ്പോൾ അല്പം കഷ്ടപ്പെടുന്നുണ്ട്. എന്നാൽ ഈ പ്രായത്തിൽ ആ ശ്രമം വളരെ പ്രധാനപ്പെട്ടതാണ്. **വിരലുകളുടെ നിയന്ത്രണം മെച്ചപ്പെടുത്താനും നിർമ്മാണ കഴിവുകൾ വികസിപ്പിക്കാനും** ഇതു സഹായിക്കുന്നു.

ഇതുപോലെയുള്ള കളികൾ കുഞ്ഞുങ്ങൾക്ക് വലിയ പ്രയോജനം നൽകുന്നു. **ഷേപ്പുകൾ തിരിച്ചറിയാൻ, കളറുകൾ മനസിലാക്കാൻ, അവ മിക്സുചെയ്ത് പറയാൻ, അഭിനയിക്കാൻ**—പല കാര്യങ്ങളും അവർ താല്പര്യത്തോടെ അഭ്യസിക്കുന്നു. ഇതൊക്കെ അവരുടെ മാനസിക ഉല്ലാസത്തിനും ബൗദ്ധിക വികാസത്തിനും മികച്ച സഹായമാണ്!

കുട്ടികൾ ഇപ്പോൾ **മറ്റു കുട്ടികളോടൊപ്പം ഇരിക്കാനും അവരോടൊപ്പം ചേർന്ന് കളിക്കാനും** തുടങ്ങുന്നു. ഈ സമയം നാം അവരെ അതിന് അനുവദിക്കണം, പ്രോൽസാഹിപ്പിക്കണം. അതുവഴിയാണ് സോഷ്യൽ സ്കിൽ - സാമൂഹിക കഴിവുകൾ അവരിൽ വികസിപ്പിക്കാൻ കഴിയുക.

കുട്ടികളുടെ **തലച്ചോറിന്റെ ഏറ്റവും പ്രിയപ്പെട്ട പഠന മാർഗമാണ് കളികൾ.** അതുകൊണ്ടുതന്നെ വൈവിധ്യമാർന്ന കളികളിലൂടെ ജീവിത നൈപുണികൾ അറിയാതെ തന്നെ കുട്ടികളിലേക്ക് വന്നുചേരും. കളികളിൽ വൈവിധ്യം കൊണ്ടുവരിക എന്നുള്ളതായിരിക്കണം കുഞ്ഞുങ്ങളോടൊപ്പം കളിക്കുമ്പോൾ രക്ഷിതാക്കൾ ശ്രമിക്കേണ്ടത്.

അല്ലംകൂടി കുറുമ്പൊക്കെ ഇപ്പോൾ കാട്ടി തുടങ്ങും - ഇരിക്കാൻ പറഞ്ഞാൽ ഓടിപ്പോകും, വരാൻ പറഞ്ഞാൽ തലകുനിച്ച് നിന്നിരിക്കും! ഇതെല്ലാം അവരുടെ സ്വതന്ത്ര ചിന്തയുടെയും സ്വാഭാവിക വളർച്ചയുടെയും ഭാഗവുമാണ്.

ഇപ്പോൾ ചെറിയ ചോദ്യങ്ങൾ ചോദിച്ച് തുടങ്ങിയിരിക്കുന്നു. ഒട്ടുമിക്ക സാധനങ്ങളുടെ പേരുകൾ പറയാനാകും. **രണ്ടു വാക്കുകൾ കൂട്ടിച്ചേർത്ത് ഉപയോഗിക്കുന്നതും** കാണാം - കേൾക്കാൻ എന്ത് രസം! പരിചയമുള്ള ആളുകളെ പേരിട്ട് വിളിക്കാൻ തുടങ്ങിയിരിക്കുന്നു. ശശി വല്യച്ഛനെ "ശ്ശച്ചാ" എന്ന് വിളിക്കുന്നത് കേൾക്കുമ്പോൾ മനസ്സ് നിറയെ സന്തോഷം പകരും! കുഞ്ഞിന്റെ ഓരോ പുതുമകളും ഒരു മഹത്തായ അനുഭവമാണ്.

ഓ! ഈ അമ്മൂസിനെ കൊണ്ട് തോറ്റു! എന്താ ചാട്ടം നോക്കൂ! ചാടാൻ അവൾക്കറിയാം, കാൽവിരലിന്മേൽ നടക്കാനും അവൾക്കറിയാം. പിന്നെ ഓട്ടം? അമ്പമ്പോ! ഒരു രക്ഷയും ഇല്ല. അമ്മ അവളുടെ പുറകെ നടന്നു നടന്നു അണച്ചു.

"ആഹാ! ഇന്ന് അച്ഛൻ അമ്മൂസിന് വലിയ ക്രയോണും ബുക്കും മേടിച്ചിട്ടുണ്ടല്ലോ." അതും പറഞ്ഞാണ് രവിയേട്ടൻ ഇന്ന് വീട്ടിലേക്ക് കയറി വന്നത്. അച്ഛനെ കണ്ടതും അമ്മു തുള്ളിച്ചാടി. പുതിയ കളറിംഗ് ബുക്ക് കിട്ടിയതോടെ അമ്മു അതിൽ പണി തുടങ്ങി. **വളഞ്ഞതും, അത്യാവശ്യം നേരേ ആയതുമായ രേഖകളും, പലതരം ആകൃതികളും വരയ്ക്കാൻ പഠിച്ചിരിക്കുന്നു.** ഇപ്പോൾ ആ ബുക്ക് അവളുടെ സ്വന്തം സൃഷ്ടികളുടെ ലോകം! പുതിയ പുതിയ നിറങ്ങൾ പരീക്ഷിച്ച്, അതിൽ മുഴുകിയിരിക്കുന്ന അമ്മുസിന്റെ മുഖത്ത് ഒരു വലിയ സന്തോഷം കാണാം.

പതുക്കെ, അമ്മൂമ്മ **ഒരു പാത്രത്തിൽ അമ്മൂസിന് ചെറുപയർ ഇട്ടുകൊടുത്തു.** കൂടെ കുറച്ച് വൻപയറും ചേർത്തു. അമ്മൂമ്മയും കൊച്ചുമോളും ചേർന്ന് അവയെ തരംതിരിച്ചു. "ഇത് എന്തിനായിട്ടാ ഈ സൂത്രപ്പണി?" എന്നുപോലും തോന്നാം.

കുഞ്ഞുങ്ങളുടെ കണ്ണുകൾ, വിരലുകൾ, കൈകൾ എന്നിവയിലെ ചെറിയ പേശികൾ ഇതുപോലുള്ള പ്രവർത്തനങ്ങളിൽ നന്നായി പരിശീലനം നേടുന്നു. ഈ പ്രായത്തിൽ ഈ തരത്തിലുള്ള പ്രവർത്തനങ്ങൾ അവരിൽ കൃത്യതയും **ഏകോപനവൈദഗ്ധ്യവും വളർത്തുന്നു.** ഓരോ സാധനവും കൃത്യമായി പിടിച്ച് പ്രവൃത്തിക്കാൻ ഈ ആസൂത്രണം വലിയൊരു സഹായമാണ്! പയർ മണികൾ എടുക്കുമ്പോൾ അത് അവർ ചെവിയിലും മൂക്കിലും ഇടാതെ സൂക്ഷിക്കണം.

"അതാ ഉണ്ണിക്കുട്ടൻ എത്തിയല്ലോ." അമ്മൂമ്മ തിരിഞ്ഞു നോക്കി പറഞ്ഞു. നല്ലൊരു സ്പോഞ്ചിന്റെ പന്തും ആയിട്ടാണ് അവനെത്തിയിരിക്കുന്നത്. രണ്ടുപേരും ചേർന്ന് ആ പന്ത് തട്ടിക്കളി തുടങ്ങി.

കളിക്കുന്നതിനിടയിൽ പന്ത് ഏണിപ്പടികളിലേക്ക് ചെന്ന് ചാടിയപ്പോൾ, അമ്മൂസിന്റെ ശ്രദ്ധ പന്തിൽ നിന്നും അതാ പടികളിലേക്ക് തിരിഞ്ഞു. അവൾ പതുക്കെ ആ പടികൾ കയറാൻ തുടങ്ങി. അമ്മൂമ്മ "അമ്മൂസ്സേ മുകളിലേക്ക് കയറരുത്" എന്ന് വിളിച്ചു പറഞ്ഞു. പക്ഷേ കുട്ടി അമ്മൂസ് ഉണ്ടോ കേൾക്കുന്നു?

ഇവിടെ ശ്രദ്ധേയമായ ഒരു കാര്യമുണ്ട്: പല രക്ഷിതാക്കളും സമാനമായ സാഹചര്യങ്ങളിൽ **"വേണ്ട"** എന്നും **"അങ്ങനെ ചെയ്യരുത്"** എന്നും **"അവിടെ പോകരുത്"** എന്ന പോലെ താക്കീതുകൾ നൽകാറുണ്ട്. എന്നാൽ ഈ രീതിയിൽ

നിരന്തരമായി പേടിപ്പിക്കുന്നതോ, **വിലക്കുകൾ മാത്രം നൽകുന്നതോ, കുട്ടികളുടെ മാനസിക, ശാരീരിക, വികാരാത്മക വളർച്ചയ്ക്ക് ദീർഘകാലത്തിൽ പ്രതികൂല പ്രത്യാഘാതങ്ങൾ** ഉണ്ടാകാനുള്ള സാധ്യത ഉയർന്നിരിക്കുന്നു. ഇത്തരം സമയങ്ങളിൽ ശാന്തമായി ആശയവിനിമയം നടത്തുകയും അവർക്ക് സുരക്ഷിതമായ രീതികൾ സൃഷ്ടിച്ച് ആകർഷണീയമായി വഴിയൊരുക്കുകയും ചെയ്യുന്നത് വളർച്ചയ്ക്കും വിശ്വാസം വളർത്തുന്നതിനുമുള്ള മികച്ച മാർഗ്ഗമാണ്.

ഈ പ്രായത്തിൽ കുട്ടികൾ എല്ലാം അറിയാൻ **ആകാംക്ഷയോടെ എന്തും പരീക്ഷിക്കാൻ താല്പര്യപ്പെടും.** ഇവിടെ മുതിർന്നവർക്ക് ഒരു പ്രധാന പങ്കുണ്ട് - അവർക്ക് പരീക്ഷിക്കാനും, മനസ്സിലാക്കാനും, അതിനെ സുരക്ഷിതമായി കൈകാര്യം ചെയ്യാനും പ്രേരിപ്പിക്കാം. ഇത്തരം അനുഭവങ്ങൾ നൽകുന്നത് കുട്ടികളുടെ ആത്മവിശ്വാസം വികസിപ്പിക്കാനും അവരുടെ വിവിധ കഴിവുകൾ മനസ്സിലാക്കാനും വളർത്താനും സഹായകമാകും.

ചപ്പാത്തി പൊടി കുഴയ്ക്കാൻ അവർക്ക് കൊടുക്കുകയും അത് പരത്താൻ സഹായിക്കുകയും ചെയ്യുന്നതുപോലും ഒരു പഠനപ്രക്രിയയാണ്. ഇതുപോലെ അടുക്കളയിൽ അരി അളക്കുക ചെറിയ രീതിയിൽ പച്ചക്കറികൾ ആവശ്യമുള്ളവ തിരിഞ്ഞ് വയ്ക്കുക തുടങ്ങി അവർക്ക് ചെയ്യാവുന്നതെന്തും, അത് **പൂർണ്ണതയോടെ ചെയ്യണമെന്ന് വാശി പിടിക്കാതെ,** അവരുടെ പഠനപ്രക്രിയയാണ് എന്ന് കരുതിയാൽ കളിപ്പാട്ടങ്ങൾ കൊടുക്കുന്നതിലേറെ കുട്ടികൾ അത് ഇഷ്ടപ്പെടുന്നതാണ്. അതിനോടൊപ്പം അവരുടെ ബൗദ്ധിക വികാസം നന്നായി നടക്കുകയും ചെയ്യും.

വൈവിധ്യമാർന്ന ഇത്തരം **അനുഭവങ്ങൾ കുട്ടികൾക്ക് നൽകുക. അവരോട് ഒപ്പം നല്ല രീതിയിൽ സമയം ചെലവഴിക്കുക,** താൻ അച്ഛനാണ് അമ്മയാണ് എന്ന ചിന്ത വിട്ട്, അവരോടൊപ്പം അവരിൽ ഒരാളായി മാറുക. ഇങ്ങനെയെല്ലാം ഈ കുഞ്ഞ് പ്രായത്തിൽ നമ്മുടെ കുട്ടികളോട് ഇടപഴകിയാൽ വളരെ ഉയർന്ന നിലവാരത്തിൽ കുട്ടികൾ വളരുകയും നല്ല പൗരന്മാരായി മാറുകയും ചെയ്യും.

പണം കൊണ്ട് വാങ്ങുന്നത് എന്തും അല്ല കുട്ടികൾക്ക് ആവശ്യം, വീണ്ടും പറയുന്നു, **നമ്മളോടൊപ്പം കഴിയുന്ന ഓരോ നിമിഷവും ഉണ്ടാക്കിയെടുക്കുന്ന ഓരോ സന്തോഷം നിറഞ്ഞ ഓർമ്മകളുമാണ്.**

അമ്മുവിന് സോഫയിൽ ചാടി തുള്ളുന്നത് ഏറ്റവും ഇഷ്ടം. എന്നാൽ, നീന മനസ്സിൽ ഓർത്തു - ഇത് നീണ്ട നിൽക്കുന്ന ശീലമാകാൻ പാടില്ല. ഓരോ തവണ അമ്മു ചാടുമ്പോഴും, നീന അവളെ സ്നേഹത്തോടെ ചേർത്തു പിടിക്കും. എന്നിട്ട് "അമ്മു, സോഫ ഇരിക്കാനുള്ളതാണ്. മോള് ഇവിടെ അടുത്ത് വന്നിരിക്കു ഈ സോഫയിൽ." നീന വളരെ സ്നേഹത്തോടെ പറഞ്ഞുകൊണ്ടിരിക്കും. ഏറെ സ്നേഹം നിറഞ്ഞ ആ ശബ്ദം കേട്ട് എന്തൊക്കെയോ മനസ്സിലായ പോലെ അമ്മു സമീപം വന്ന് ഇരിക്കും. പലതവണ ഇത് ആവർത്തിക്കുമ്പോൾ അവൾ പിന്നെ സോഫ മേൽ ചാടാതെയായി.

ശരിയായ പെരുമാറ്റം മാർഗ്ഗങ്ങൾ വ്യക്തമാക്കുന്ന ഓരോ സന്ദർഭവും വളർച്ചയ്ക്കുള്ള പാഠങ്ങളാണ്. "ഇത് വേണ്ട" എന്ന് പറയുന്നത് മാത്രമല്ല, പകരം അവർക്ക് എന്ത് ചെയ്യാം എന്ന് കാണിച്ചു കൊടുക്കുകയാണ് പ്രധാനം. "വേണ്ട" എന്നുമാത്രം പറയുമ്പോൾ, ചെറിയ കുട്ടികളുടെ മനസ്സിന് അതിന്റെ അർത്ഥം പലപ്പോഴും അവ്യക്തമായിരിക്കും.

ഒരു പരീക്ഷണം നിങ്ങൾക്ക് തന്നെ ചെയ്തു നോക്കാവുന്നതാണ്. ഒരു പന്ത്, ഒരു ബാറ്റ്, ഒരു കാർ, ഒരു പാവ, ഇതെല്ലാം നിരത്തി വെച്ചിട്ട് കുട്ടിയോട് ചോദിക്കാം ഏതാണ് കാർ അല്ലാത്തത്, ഏതാണ് പന്തല്ലാത്തത്, ഏതാണ് ബാറ്റല്ലാത്തത്, ഏതാണ് പാവയല്ലാത്തത്. ഈ ചോദ്യത്തിന് അവർ അല്ലാത്തത് എന്ന ആശയം മനസിലാക്കാതെ കൃത്യമായും പന്തല്ലാത്തത് എന്ന് പറഞ്ഞാൽ പന്തിനെ തൊട്ട് കാണിക്കും. അതേ രീതിയിൽ ബാറ്റും പാവയും ചോദിച്ചാലും അവർ ഇങ്ങനെ തന്നെ പ്രതികരിക്കും.

ഇതിന് കാരണം "അല്ല", "പാടില്ല", "ഇല്ല" തുടങ്ങിയ വാക്കുകൾ ഈ പ്രായത്തിൽ അവരുടെ ബുദ്ധിക്ക് എളുപ്പം മനസ്സിലാവാത്തതാണ്. അച്ചടക്കമോ നിർദേശം നൽകുമ്പോഴോ, "അരുത് " എന്ന് മാത്രം പറയുന്നതിന് പകരം, **"ഇതുപോലെ ചെയ്യൂ" എന്ന് പ്രകടമായി പറഞ്ഞ് അവർക്ക് മാതൃക** കാണിച്ചു കൊടുക്കുന്നതാണ് ഏറ്റവും ഫലപ്രദം. ഇത്, അവരെ ഓർമ്മയിൽ സൂക്ഷിക്കാൻ സഹായിക്കും, കൂടാതെ നല്ല പെരുമാറ്റ ശീലങ്ങൾ കൂടി വളർത്താനും സഹായകമാകും.

കൃത്യമായ ചിട്ടകൾ പാലിക്കുന്നത് വളരെ ബുദ്ധിമുട്ടായേക്കാം, പക്ഷേ ശാന്തമായ സ്നേഹത്തോടെ പറഞ്ഞാൽ കുട്ടികൾക്ക് അത് മനസ്സിലാക്കാം. **നിത്യേന ചെയ്യുന്ന ചില ചെറിയ ശീലങ്ങൾ അവരുടെ മനസ്സിൽ സുരക്ഷിതത്വവും സ്ഥിരതയുമുണ്ടാക്കും.** ഉദാഹരണത്തിന്, അമ്മയോ അച്ഛനോ ഓഫീസിലേക്ക് പോകുമ്പോൾ ഒരു ഉമ്മ കൊടുത്ത് "വൈകുന്നേരം കാണാം" എന്ന് പറയുക. കൂടാതെ, "അമ്മൂമ്മയുടെ അടുത്ത് നല്ല കുട്ടിയായിട്ട് ഇരിക്കണം കേട്ടോ" എന്ന് സ്നേഹത്തോടെ അഭ്യർത്ഥിക്കാം.

തിരികെ വരുമ്പോഴും കുട്ടിയോട് സ്നേഹത്തോടെ ആഹ്ലാദം പ്രകടിപ്പിക്കുക. "അമ്മ ഒന്ന് ഫ്രഷ് ആയ ശേഷം അമ്മുവിനെ

എടുക്കാം. കാരണം അമ്മ ആകെ വിയർത്തു കുളിച്ചിരിക്കുകയാണ്" എന്ന് പറഞ്ഞാൽ കുട്ടികൾക്ക് കുറച്ചു ദിവസങ്ങൾ കഴിഞ്ഞാൽ അതിന്റെ പരിചയം വരും.

ഈ രീതിയിൽ, ഏതുതരം ശീലവും കുഞ്ഞുങ്ങളെ പഠിപ്പിക്കാനോ അവരിൽ അച്ചടക്കമുണ്ടാക്കാനോ തീരുമാനിച്ചാൽ, **ശാന്തമായി അവരോടൊപ്പം ഇരുന്ന് മാതൃകയായി കാണിക്കുക.** അതിനുശേഷം അവരെ തുടർച്ചയായി പ്രോത്സാഹിപ്പിച്ച് ആവർത്തിച്ച് അവരുടേതായ രീതിയിൽ അത് ഏറ്റെടുക്കുന്നത് വരെ പിന്തുണ നൽകണം. ഇത് കുട്ടികളുടെ ആത്മവിശ്വാസവും സ്വതന്ത്ര ചിന്തയും വളർത്താൻ സഹായിക്കും.

എല്ലാദിവസവും അല്ലെങ്കിലും **വല്ലപ്പോഴും അപ്രതീക്ഷിതമായി ചില കളിപ്പാട്ടങ്ങൾ, ചിത്രങ്ങൾ നിറഞ്ഞ കഥ ബുക്കുകൾ, വരക്കാനോ കളറടിക്കാനോ ഉള്ള സാധനങ്ങൾ** എന്നിവ നൽകുന്നത് കുട്ടിയുടെ വളർച്ചയ്ക്ക് വലിയ പിന്തുണയായിരിക്കും. ഇത്തരത്തിലുള്ള സംഭാവനകൾ അവരിൽ വളരെയധികം സന്തോഷം ഉണ്ടാക്കും. ഇങ്ങനെ കൊണ്ടുവരുമ്പോൾ കുട്ടികൾക്ക് ആവശ്യമുള്ളവ മാത്രം കൊണ്ടുവരുന്ന ശീലമായിരിക്കും നല്ലത്.

ഇത് ഒരു ലളിതമായ പ്രവൃത്തി എന്ന് തോന്നിയാലും, കുട്ടിക്ക് "അച്ഛനും അമ്മയും എന്നെ വളരെ കരുതുന്നു " എന്ന സന്ദേശം നൽകുന്നു. ഇതിലൂടെ അവരെ സംബന്ധിച്ചുള്ള **പ്രീതിയും സുരക്ഷിതത്വവും വർദ്ധിപ്പിച്ച് ആത്മവിശ്വാസം വളർത്താൻ സഹായിക്കും.** അവരുടെ ജീവിതത്തിന് മുന്നോട്ടുള്ള ഗുണകരമായ മാനസിക നിലപാടുകൾക്കായി ഇതൊരു അടിസ്ഥാനമാകും.

ഈ കാലഘട്ടത്തിൽ കുട്ടികളുടെ **സുരക്ഷയ്ക്കായി ശ്രദ്ധിക്കേണ്ട ചില പ്രധാന കാര്യങ്ങൾ** ഉണ്ട്. ഇപ്പോൾ അമ്മു നല്ല രീതിയിൽ നടക്കാൻ മാത്രമല്ല, ഓടാൻ പോലും തുടങ്ങിയിരിക്കുകയാണ്. അതിനാൽ, പൂമുഖ വാതിലിന്റെ സുരക്ഷാ കുറ്റി ഇടുന്നത് അനിവാര്യം. കാരണം, അവിടെ നിന്നും പുറത്ത് പോകാനുള്ള സാധ്യതയുണ്ട്, അപകടം വരുത്താം.

അമ്മുവിന് ഊഞ്ഞാൽ കെട്ടിയിരിക്കുന്നത് വളരെ മനോഹരമാണ്. കസേരപോലുള്ള ഇരിപ്പിടം മുൻ ഭാഗത്ത് ഒരു ബെൽറ്റ് സജ്ജമാക്കിയതിനാൽ അത് സുരക്ഷിതമാക്കുന്നു. മുതിർന്നവർ അവളെ കയറ്റിയിരുത്തിയാൽ മാത്രമേ ആടാൻ കഴിയൂ, അതിനാൽ തനിയെ കയറാൻ സാധിക്കാത്തതിനാൽ വീഴുമെന്ന പേടിയില്ല.

കുട്ടികൾ കളിക്കുന്ന ഇടങ്ങളിൽ ഉണ്ടാകുന്ന **ഉപദ്രവം സൃഷ്ടിക്കാവുന്ന എല്ലായിനം സാധനങ്ങളും നീക്കം ചെയ്യുകയും** ശാന്തമായി ശ്രദ്ധിച്ചുകൊണ്ട് അവരെ കളിക്കാൻ അനുവദിക്കുകയും വേണം. എന്നാൽ, അവരുടെ സ്വാതന്ത്ര്യത്തെ നിയന്ത്രിക്കാതെ, അരുത് എന്നു പറഞ്ഞു പേടിപ്പിക്കാതെ, അവർക്കു സുരക്ഷിതമായി അനുഭവങ്ങൾ തേടാൻ അവസരം നൽകുന്നത് അത്യാവശ്യമാണ്.

അമ്മുവിന് പാർക്കിൽ പോകുന്നത് ആനന്ദകരമാണ്. ഞായറാഴ്ചകളിൽ രവിയേട്ടനും ഞാനും അമ്മുവിനെ പാർക്കിൽ കൊണ്ടുപോകാറുണ്ട്, ചിലപ്പോൾ അമ്മയും കൂടെ വരും. അവിടെ കയറി ഇറങ്ങാനുള്ള എല്ലാ ഉപകരണങ്ങളും അവളെ ഏറെ ആകർഷിക്കുന്നു. കളിക്കാൻ വിട്ട്, അവളുടെ സുരക്ഷ ഉറപ്പാക്കി, സമീപത്തു നിന്ന് തന്നെ നോക്കിക്കൊണ്ട് നിൽക്കാറുണ്ട്. അവളുടെ ഓരോ ചലനത്തിനും പുറകെ നടക്കാതെ, അവൾക്ക് **സ്വതന്ത്രമായി പരീക്ഷിക്കാൻ**

അവസരം നൽകുന്നത് അവളുടെ ആത്മവിശ്വാസം വളർത്തുന്നതാണ്.

എല്ലാ കാര്യത്തിലും കൈപിടിച്ചുനടത്തിയാൽ, കുട്ടികൾക്ക് ഭയങ്ങളോടുകൂടി ജീവിക്കേണ്ടി വരും. ഇതിന് പകരം, ഒരു പട്ടത്തെ നൂൽ പതിയെ അയക്കുന്നപോലെ തന്നെ—**നൂലിന്റെ അറ്റം കയ്യിൽ ഉറപ്പിച്ച് പിടിച്ചിരിക്കാൻ ശ്രദ്ധിക്കണം,** അതുപോലെ തന്നെ, കുട്ടികൾക്ക് അവർക്ക് ആവശ്യമായ സ്വാതന്ത്ര്യം നൽകുകയും എന്നാൽ സ്ഥിരമായി നിഴലായി അവരുടെ മുകളിൽ ശ്രദ്ധ വെക്കുകയും ചെയ്യുകയാണ് മികച്ച മാതൃക. ഇങ്ങനെ, അവർക്ക് സുരക്ഷിതമായും ആത്മവിശ്വാസത്തോടെയും ലോകത്തെ തിരിച്ചറിയാനുള്ള അവസരം ലഭിക്കും.

ഒരിക്കൽ പാർക്കിലൂടെ നടക്കുമ്പോൾ, രണ്ട് രണ്ടര വയസ്സുള്ള ഒരു കുഞ്ഞ് വളരെ ആത്മവിശ്വാസത്തോടെ മുന്നോട്ട് നടക്കുന്നത് ഞാൻ കണ്ടു. അതിന്റെ പിന്നാലെ, അവളുടെ മാതാപിതാക്കൾ ഇരുവരും അവളെ ശ്രദ്ധയോടെ നോക്കിക്കൊണ്ടായിരുന്നു നടക്കുന്നത്. ശ്രദ്ധിക്കേണ്ടത്, അവർ പരിസരം മറന്ന് സംസാരിച്ചുകൊണ്ടല്ല, മറിച്ച് കുട്ടിയെ സ്വതന്ത്രമായി മുന്നോട്ട് പോകാൻ അവസരം നൽകിക്കൊണ്ട്, അതിനൊപ്പം അവളെ പൂർണ്ണശ്രദ്ധയോടെ നിരീക്ഷിച്ചുകൊണ്ടായിരുന്നു ആ സാന്നിധ്യം.

ഇത് പോലെ, കുട്ടികളെ സ്വാതന്ത്ര്യത്തോടെ, പക്ഷേ സുരക്ഷിതമായ രീതിയിൽ നയിക്കുന്ന രീതിയാണ് അവരുടെ ഭാവിയിലേക്ക് ഒരുഭംഗിയുള്ള വഴിയൊരുക്കുക.

കുട്ടികളെ നിർബന്ധമായും ചില ചിട്ടകൾ പഠിപ്പിക്കണം, പക്ഷേ അതിനുള്ള അച്ചടക്കം സ്നേഹത്തോടും സഹനത്തോടും കൂടിയ സ്വഭാവത്തിലായിരിക്കണം.

ഭാഷയുടെ പ്രയോഗശൈലി പഠിക്കാൻ കഥകൾ പറഞ്ഞുകൊടുക്കുക, ചിത്രകഥകൾ വായിച്ചു കൊടുക്കുക, പാട്ടുകൾ പാടി കേൾപ്പിക്കുകയും അവരെ കൊണ്ട് പാടിക്കുകയും ചെയ്യുന്നത് ഏറെ സഹായകരമാണ്.

ഇത് വരെ മൊബൈൽ ഫോൺ അല്ലെങ്കിൽ ടിവി സ്ക്രീൻ അവരുടെ ജീവിതത്തിൽ വരാതിരിക്കുന്നതുതന്നെ ഉത്തമമാണ്. സ്ക്രീൻ പ്രയോഗത്തിന്റെ ത്വര ഇതുവരെ ഇല്ലാത്തതിനാൽ അവർക്ക് അതിനുള്ള രസമോ ആസ്വാദനമോ അറിയില്ല. ഈ പ്രായത്തിലെ **ടിവിയും മൊബൈലും അവരുടെ ബുദ്ധിവികാസത്തെ കാര്യമായി ബാധിക്കാൻ സാധ്യതയുള്ളതാണ്**, അതിനാൽ ഇതു വിട്ടുനിൽക്കാൻ നാം ശ്രമിക്കണം.

പകരം അവർക്ക് **സൃഷ്ടിപരമായ കാര്യങ്ങൾ ചെയ്യാൻ പ്രോത്സാഹിപ്പിക്കാം**—ഭിത്തിയിൽ പടങ്ങൾ വരയ്ക്കുക, കളിപ്പാട്ടങ്ങൾ ഉപയോഗിച്ച് കെട്ടിപ്പടുക്കൽ, കൃത്രിമ ചെളി ഉപയോഗിച്ച് കുഴച്ചുണ്ടാക്കുകെ, മണ്ണുകുഴികളും മറ്റ് കയ്ക്കോപ്പുകളുമായുള്ള പരീക്ഷണങ്ങൾ എന്നിവ അവർക്കു ബുദ്ധിമുട്ടില്ലാതെ ചെയ്യാൻ അനുവദിക്കണം. വീട്ടിന്റെ ഭിത്തികൾ നമ്മുടേതാണ്; അത് മായ്ക്കാനും പെയിന്റ് ചെയ്യാനും നമുക്ക് കഴിയും, എന്നാൽ നമ്മുടെ കുഞ്ഞുങ്ങളുടെ വളർച്ച അതിനും എത്രയോ കൂടുതൽ പ്രാധാന്യമുള്ളതാണ്.

അമ്മു ഭിത്തിയിൽ വരയ്ക്കാൻ തുടങ്ങിയപ്പോൾ നീന പറഞ്ഞത്, "മോളെ, ഭിത്തിയിൽ അല്ല വരയ്ക്കേണ്ടത്," എന്നായിരുന്നു. എന്നാൽ രവിയേട്ടൻ ഒരു സംഭവമാണ് പങ്കുവെച്ചത്. രവിയേട്ടന്റെ സുഹൃത്തിന്റെ മകന്റെ കാര്യത്തിൽ, അവൻ ഭിത്തിയിൽ വരയ്ക്കാൻ തുടങ്ങിയപ്പോൾ അത് അടിയന്തരമായി ഒഴിവാക്കാൻ ശ്രമിച്ച് കർശനമായി പേപ്പറിൽ മാത്രം വരയ്ക്കാൻ ശാസിച്ചു. വർഷങ്ങൾക്കു ശേഷം, ആ

സുഹൃത്ത് മനസിലാക്കി അവന്റെ മകൻ ഒരു സൃഷ്ടിപരമായ പ്രവർത്തനത്തിനും താത്പര്യം കാണിക്കാത്തതായും, **എല്ലാത്തിൽ നിന്നും പിന്തിരിയുന്ന സ്വഭാവം വളർന്നുവെന്നുമായിരുന്നു.**

അവരെ ഭിത്തിയിൽ വരയ്ക്കുന്നതിൽ നിന്ന് പിന്തിരിപ്പിക്കാൻ നമുക്ക് സ്നേഹപൂർവ്വം മറ്റൊരു മാർഗം കാണിക്കാം. പേപ്പർ കൊണ്ടു വരികയും, "ഇവിടെ വരയ്ക്കാമല്ലോ," എന്നു പ്രേരിപ്പിക്കുകയും ചെയ്യാം. എന്നാൽ, ഈ ശീലം മാറ്റം ഒരു രാത്രി കൊണ്ടോ ശാസനകൊണ്ടോ സംഭവിക്കുകയില്ല. **സ്നേഹം, ക്ഷമ, നിത്യേന ഉള്ള ശ്രമം എന്നിവ ഉപയോഗിച്ചാണ് അവരിൽ ശീലങ്ങൾ സൃഷ്ടിക്കേണ്ടത്.**

ശാസിച്ച് പേടിപ്പിക്കുന്നത് കുട്ടികളെ അവരുടെ ചെറിയ പ്രായത്തിൽ അനുസരിപ്പിച്ചേക്കാം, പക്ഷേ അവരിൽ ഒരു സ്ഥിരമായ ആത്മവിശ്വാസം അല്ലെങ്കിൽ സ്വാഭാവിക ബോധം വളരുന്നില്ല. **ഭീതിയിൽ ഉള്ള അനുസരണം താൽക്കാലികമത്രേ.** മാത്രമല്ല, കൗമാരത്തിൽ എത്തുമ്പോൾ അവർ നമ്മെ തീരെ അനുസരിക്കാതെയാകും.ശാന്തവും കരുതലോടും കൂടിയ ഒരു സമീപനം, ദീർഘകാല വളർച്ചയും നല്ല ശീലങ്ങളും ഉറപ്പിക്കും.

ഈ കാലഘട്ടത്തിൽ **കുട്ടികളെ പരിചരിക്കുന്നവരെ കൂടുതൽ ശ്രദ്ധിക്കേണ്ടതുണ്ട്,** കാരണം അവരോടുള്ള അടുപ്പം, ആ കുഞ്ഞുങ്ങളുടെ വികാസത്തിൽ വലുതായി സ്വാധീനിക്കുന്നു. ഇവിടെ ഇപ്പോൾ അമ്മുവിനെ നോക്കുന്നത് അമ്മ ആയതുകൊണ്ട് കുഴപ്പമില്ല. മറ്റുള്ളവരെക്കൊണ്ട് കുട്ടിയെ നോക്കേണ്ടി വരുന്നവർ നന്നായി ശ്രദ്ധിക്കണം. അമ്മമാരും രക്ഷാകർത്താക്കളും കുട്ടികളുടെ ചെറിയ പെരുമാറ്റ വ്യത്യാസങ്ങൾ പോലും ശ്രദ്ധിക്കേണ്ടതുണ്ട്. കുഞ്ഞുങ്ങളുടെ

മുഖഭാവങ്ങൾ നോക്കി, അവർ സന്തോഷത്തിലോ, സങ്കടത്തിലോ ആണെന്ന് മനസ്സിലാക്കുകയും ചെയ്യണം.

ജോലിക്കാരും ഡേകെയർ സ്റ്റാഫും കുട്ടികൾക്കൊപ്പം നല്ല ശ്രദ്ധയും സഹാനുഭൂതിയും കാണിക്കുന്നുണ്ടോ എന്ന് ശ്രദ്ധിക്കണം. ഓരോ ചെറിയ അനുഭവവും അവരുടെ വികാരങ്ങളിലും വിചാരങ്ങളിലും പ്രതിഫലിക്കുന്നതാണ്.

കുട്ടികളോട് ദിവസവും വിശേഷങ്ങൾ സംസാരിക്കുക വളരെ നിർണായകമാണ്. "ഇന്നെന്തൊക്കെയായിരുന്നു" എന്ന ചോദ്യത്തിനായും, എന്തെങ്കിലും പ്രശ്നം തോന്നിയാൽ, അവരുമായി സമാധാനമായി ഇടപെടാനും സമയം കണ്ടെത്തുക. ഇത് അവരുടെ ആത്മവിശ്വാസവും തുറന്ന സംസാരശീലവും വളർത്തുന്നു.

രക്ഷാകർത്താക്കൾ തങ്ങളുടെ മാനസികവും ശാരീരികവുമായ ആരോഗ്യം സൂക്ഷിക്കുന്നതിലും ശ്രദ്ധ വേണം. മാതാപിതാക്കളുടെ മാനസിക സമാധാനം കുട്ടികളിലേക്ക് പകരുന്നുണ്ടെന്ന കാര്യം ഓർക്കുക. വീട്ടിലെ അന്തരീക്ഷം സ്നേഹവും ശാന്തിയും നിറഞ്ഞതായാൽ കുട്ടികളുടെ വളർച്ചയ്ക്ക് ഏറ്റവും അനുയോജ്യമായ ഒരു മണ്ണാകും.

സംക്ഷിപ്തം

24 മാസം

ഭാവനാത്മക വളർച്ച

❖ സ്വന്തം ഇഷ്ട-അനിഷ്ടങ്ങൾ വ്യക്തമാക്കാൻ തുടങ്ങുന്നു.

❖ ഭയം, സന്തോഷം, ദു:ഖം, വിരോധം തുടങ്ങിയ വികാരങ്ങൾ പ്രകടിപ്പിക്കുന്നു.

- ❖ മാതാപിതാക്കളോടുള്ള ആശ്രിതബന്ധം ശക്തമാവുന്നു.

- ❖ അച്ഛനോ അമ്മയോ അകന്നാൽ കരയാൻ സാധ്യതയുണ്ട്.

മാനസിക വളർച്ച

- ❖ ലളിതമായ കാര്യങ്ങൾ മനസ്സിലാക്കുന്നു.

- ❖ താത്കാലികമായി വികാരങ്ങൾ മറക്കാൻ കഴിയും.

- ❖ കാരണം-ഫലം, ബന്ധം തിരിച്ചറിയാൻ തുടങ്ങുന്നു.

- ❖ ചില ചോദ്യങ്ങൾ ആവർത്തിച്ച് ചോദിക്കാനും തുടങ്ങുന്നു.

ബൗദ്ധിക വളർച്ച

- ❖ ചെറിയ വാക്കുകൾ ചേർത്ത് വാക്യങ്ങൾ രൂപപ്പെടുത്തുന്നു.

- ❖ അനുകരണ കഴിവ് വർദ്ധിക്കുന്നു.

- ❖ ലളിതമായ പദങ്ങൾ ഉച്ചരിക്കാൻ പഠിക്കുന്നു.

- ❖ കലയ്ക്കും സംഗീതത്തിനും താൽപര്യം കാണിക്കുന്നു.

സാമൂഹിക വളർച്ച

- ❖ മറ്റുകുട്ടികളോട് കൂടെ കളിക്കാൻ തുടങ്ങുന്നു.

- ❖ സാധനങ്ങൾ പങ്കുവയ്ക്കാൻ മടിയാണെങ്കിലും അതിലേക്കുള്ള ശ്രമം കാണിക്കുന്നു.

- ❖ മാതാപിതാക്കളെ അനുകരിക്കാൻ ശ്രമിക്കുന്നു.

- ❖ ഉപദേശം/നിരോധനം തിരിച്ചറിയുന്നു.

"കുട്ടികൾക്ക് നമ്മുടെ ജ്ഞാനം അല്ല,
നമ്മുടെ ശ്രദ്ധയും സ്നേഹവും ആണ് ആവശ്യം."

കുറുമ്പിന്റേയും കൊഞ്ചലിന്റേയും സൗരഭ്യവുമായി മൂന്നാം വയസ്

"കുട്ടിക്കുറുമ്പൻ പുഴു തലയൊന്നുയർത്തി,

ലോകം കാണുന്നു,

നിറമുള്ള പൂക്കളിൽ കണ്ണുടക്കി,

സ്വപ്നങ്ങൾ നെയ്തു ചിറകുകൾക്കായി"

അമ്മുവിന്റെ മൂന്നാം പിറന്നാളും എത്തിയിരിക്കുന്നു. **കുട്ടിക്കുറുമ്പിന്റെ മൂർധന്യാവസ്ഥയിലാണ്** ഇപ്പോൾ അവൾ. പിറന്നാളിന് വലിയ പസിലാണ് ഞങ്ങൾ വാങ്ങിക്കൊടുത്തത്. അതോടൊപ്പം ഗസ്റ്റുകളിൽ പലരും പസിലുകൾ, മറ്റനവധി കളിപ്പാട്ടങ്ങൾ തുടങ്ങിയവയാണ് കൊണ്ടുവന്നത്.

അമ്മൂമ്മയും മോളും കൂടി പസിലും കൊണ്ട് കൂടി. എങ്ങനെയാ ഇതൊക്കെ ചെയ്യുക എന്ന് കാട്ടിക്കൊടുക്കുകയായിരുന്നു അമ്മൂമ്മ. അമ്മൂമ്മയും കുട്ടിയായ പോലെ. എന്തോ മനസ്സിലായി എന്ന് ഭാവം

ആയപ്പോഴേക്കും തന്നെ അവൾ അത് തട്ടിപ്പറിച്ച് തനിയെ ചെയ്യാനുള്ള ശ്രമം ആയിരുന്നു. ഇത് കാണുമ്പോൾ തന്നെ കളിച്ചും പഠിച്ചും വളരുന്ന ഒരു സൂക്ഷ്മ ലോകം അവൾക്കുമുന്നിൽ തുറക്കുന്നതുപോലെ തോന്നുന്നു.

കുട്ടികൾക്ക് പസിലുകൾ, കുഴച്ചു കൂട്ടിച്ചേർക്കുന്നവ, വലിപ്പത്തിനനുസരിച്ച് അടുക്കുന്നവ, നമ്മുടെ അടുക്കളപാത്രങ്ങൾ വരെ ഏത് കുട്ടികൾക്കും ആത്മവിശ്വാസവും കുറെയേറെ ധൈര്യവും നൽകുന്നു. ഓരോ കളിയിലും മുന്നേറുമ്പോൾ അവരുടെ മനസ്സിൽ "ഞാൻ ചെയ്യുന്നു" എന്ന് പറയുന്നതുപോലെ തന്നെ! ഇപ്പോൾ അമ്മുവിന് മനസ്സിലായ പോലെ തോന്നിയാലും, ഒരിക്കൽ തോറ്റാൽ വീണ്ടും ശ്രമിക്കും. അത്രയ്ക്ക് താല്പര്യവും ആത്മവിശ്വാസവും അവൾക്കുണ്ടായി.

ഈ പ്രായത്തിലെ **കുട്ടികൾക്ക് ചെറുതും ഗുണമേറിയതുമായ അനുഭവങ്ങൾ തന്നെയാണ് ഏറ്റവും നല്ലത്.** കുറച്ചേറെ കളിപ്പാട്ടങ്ങൾ കൊടുക്കുമ്പോൾ അവർക്കു ആശയക്കുഴപ്പം ഉണ്ടാകാം, അതുകൊണ്ടാണ് എണ്ണത്തിൽ കുറച്ച് നൽകുന്നതാണ് നല്ലത്. കിട്ടുന്ന കളിപ്പാട്ടത്തിന്റെ മൂല്യം അറിയുന്നതിനും ഇത് നല്ലതാണ്. അതുകൊണ്ട് ഒന്നോ രണ്ടോ കളിപ്പാട്ടം മാത്രം ഒരു സമയം കൊടുക്കുക.

ചില വീടുകളിൽ **കളിപ്പാട്ടങ്ങൾ ഷോക്കേസിൽ** അഴകിനായി വെച്ചിരിക്കുന്നതാണ് കാണുന്നത്. പക്ഷേ കളിപ്പാട്ടങ്ങൾ അതുപോലെ കാണാനല്ല, പകരം **കുട്ടികൾ കളിച്ചും പരീക്ഷിച്ചും പഠിച്ചും വളരാനുള്ളതാണ്.** പൊട്ടിച്ചും വീണ്ടും ഒന്നിച്ച് ചേർത്തും അവ ഉപയോഗിക്കുമ്പോഴാണ് ആ കളിപ്പാട്ടത്തിന്റെ ഉപയോഗം പൂർണ്ണമായും ലഭിക്കുന്നത്.

ഷോക്കേസിൽ വയ്ക്കാനാണെങ്കിൽ അതിന് അനുയോജ്യമായ സാമഗ്രികൾ വാങ്ങി വയ്ക്കുക. പക്ഷേ, വിലകൂടിയ കളിപ്പാട്ടങ്ങളെകാൾ പെട്ടെന്ന് തട്ടി പൊട്ടിപ്പോകാവുന്ന ബലൂണുകൾ പോലും കുട്ടികൾ ഏറെ ആസ്വദിക്കും.

വിലയിൽ അല്ല കാര്യം, കുട്ടികൾക്ക് **രക്ഷിതാക്കൾ എങ്ങനെ ഇടപെടന്നു** എന്നതിനാണ് പ്രാധാന്യം. രക്ഷിതാക്കൾ ഈ സത്യം മനസ്സിലാക്കേണ്ടതുണ്ട് - കുട്ടികൾ കളിച്ചും അനുഭവിച്ചും വളരാനുള്ളതായിരിക്കണം അവരുടെ പരിസരം. അതുകൊണ്ട് പ്രിയ രക്ഷിതാക്കളെ, **കുട്ടികളുടെ കളിപ്പാട്ടങ്ങൾ അവർക്കായി നൽകുക.**

ഇപ്പോഴും അച്ഛനും അമ്മയും കുട്ടികളുടെ കൂടെ സമയം ചിലവഴിക്കേണ്ട, വളരെ പ്രധാനപ്പെട്ട ഘട്ടമാണ്. ഈ പ്രായത്തിൽ അവരുടെ വികാസം, താൽപ്പര്യം, ആത്മവിശ്വാസം എന്നിവയെ ഏറ്റവും കൂടുതൽ പ്രോത്സാഹിപ്പിക്കാനുള്ള അവസരമാണ് ഇത്. അച്ഛനും അമ്മയും കൂടെ കളിക്കുന്നതുകൊണ്ട് അവരെ മനസ്സിലാക്കാനും അവർ എന്തൊക്കെ നോക്കുന്നു, പഠിക്കുന്നു, സംശയിക്കുന്നു എന്ന് മനസ്സിലാക്കാനുമാകും.

ഇതുപോലെ ഇടപഴകി, തമാശകളും പാഠങ്ങളും പങ്കിട്ടാൽ അവരുടെ ബാല്യകാലത്തിലെ ഏറ്റവും സന്തോഷമുള്ള ഓർമ്മകൾ അവിടെ തന്നെ ഉറച്ചുനിൽക്കും. **മാതാപിതാക്കൾക്ക് കുട്ടികൾക്ക് കൊടുക്കാവുന്ന ഏറ്റവും വലിയ സമ്പത്ത് നല്ല ഓർമ്മകളാണ്.** ഈ ഓർമ്മകൾ എന്നും കുട്ടികൾ മനസ്സിൽ താലോലിക്കുന്നുണ്ടാവും.

എത്ര കർക്കശക്കാരനായി തോന്നിയാലും, അച്ഛന്റെ രോമം നിറയെയുള്ള നെഞ്ചത്ത് കയറിരുന്ന് ആ രോമങ്ങൾ വലിക്കുമ്പോൾ, "അയ്യോ മോളെ, വേദനിക്കുന്നു!" എന്നുപറഞ്ഞ്

ഒരല്പം നാടകം കളിച്ച്, പിറകെ ചിരിക്കുന്ന അച്ഛന്റെ മുഖമാണ് എനിക്ക് ആദ്യം ഓർമ്മവരുന്നത്. അതാണ് അച്ഛനോടുള്ള എന്റെ സ്നേഹത്തിന്റെ ആഴത്തിലുള്ള അടിത്തറ.

നിങ്ങൾക്കും ഇങ്ങനെ അമ്മയോടോ അച്ഛനോടോ ഉണ്ടായിരുന്ന സ്നേഹപൂർണ്ണ ഓർമകളുണ്ട്, അല്ലേ? ഒരുപാട് കാലമായാലും കനിഞ്ഞ് ഓർക്കുന്ന ഓർമ്മകൾ.

ഇത്തരത്തിലുള്ള ഓർമ്മകളാണ് നമ്മുടെ കുട്ടികൾക്കും നാമുണ്ടാക്കിക്കൊടുക്കേണ്ടത്. അവരുടെ നാളെയുടെ സുരക്ഷിതത്വത്തിന് ഏറ്റവും വലിയ ആധാരമാകുന്നത് അതാണ്. കുഞ്ഞുപ്രായത്തിൽ അനുഭവിക്കുന്ന **നല്ലതും സ്നേഹപൂർണ്ണവുമായ ഓർമകൾ,** അവരുടെ ഉള്ളിൽ ആത്മവിശ്വാസമായി, സ്നേഹമായി, സുരക്ഷാ ഭാവമായി വളരുന്നു. മറിച്ച് പേടിയും വേദനയും നിറഞ്ഞ ഓർമകൾ മനസ്സിന്റെ ഇടുക്കുകളും ഭീതികളും ആക്കുന്നു.

അതുകൊണ്ട്, ഓരോ രക്ഷിതാവും ഓർക്കേണ്ടത് – കുട്ടികളെ സ്നേഹിക്കുന്നതും, അവരുടെ ഓർമ്മകളിൽ നല്ലതിനെ നിറയ്ക്കുന്നതുമാണ് നമ്മുടെ ഏറ്റവും വലിയ ഉത്തരവാദിത്വം.

മൂന്ന് വയസ്സിൽ നിന്ന് ഏഴ് വയസ്സ് വരെ കുട്ടികളുടെ **മാനസികവും ശാരീരികവുമായ വളർച്ചയ്ക്ക്** വളരെ പ്രാധാന്യമുള്ള ഘട്ടമാണ്.

ഈ പ്രായത്തിൽ മാതാപിതാക്കൾ കുട്ടികളുമായി കൂടുതൽ നേരം ചെലവിടുമ്പോൾ മാത്രമേ ഭാവിയിൽ മാതാപിതാക്കളുമായുള്ള ബന്ധവും ആത്മവിശ്വാസവും വളരുകയുള്ളൂ. കുട്ടികൾക്കു അവരുടെ ലോകം പങ്കുവെക്കാൻ, സംശയങ്ങൾ ചോദിക്കാൻ, വിചാരങ്ങൾ പങ്കിടാൻ ഒരു ആസൂത്രിത അന്തരീക്ഷം ആവശ്യമുണ്ട്.

ഈ സമയം തന്റെ കൈകൾ കൊണ്ട് ചെയ്യാൻ സാധിക്കുന്ന ചില പ്രവർത്തനങ്ങൾ ഉണ്ട്. വാതിൽ തുറക്കൽ, ബുക്കിന്റെ പേജുകൾ മറിക്കൽ, ചെറിയ ചെറിയ ക്ലിപ്പുകൾ ഉപയോഗിക്കൽ – എല്ലാം **മോട്ടോർ സ്കിൽസ് മെച്ചപ്പെടുത്തുന്നവയാണ്.** ഇവയിൽ പിന്നാക്കം കാണിച്ചാൽ ആദ്യം വീട്ടിൽ ശ്രദ്ധിച്ച് ബുദ്ധിമുട്ടുണ്ടോ എന്ന് നോക്കണം.

അതിനുശേഷം, വേണമെങ്കിൽ ഡോക്ടറുടെ സഹായം തേടി എന്തെങ്കിലും വൈകല്യമോ പ്രത്യേക ആവശ്യമോ ഉള്ളതായി ഉറപ്പാക്കാം. വൈകാതെ ആവശ്യമായ പരിചരണം കിട്ടിയാൽ കുട്ടികൾക്ക് വളർച്ചയും അവരുടെ പൂർണ്ണ കഴിവുകൾ വികസിപ്പിക്കാനും വലിയ സാധ്യതയുണ്ട്. എല്ലാ കുട്ടികളെയും പ്രത്യേകം ശ്രദ്ധിച്ച് കൈകാര്യം ചെയ്യുമ്പോൾ അവരുടെ ഓരോ കഴിവിനെയും വളർത്തി മുന്നോട്ടു കൊണ്ടുപോകാൻ സാധിക്കും.

മറ്റു കുട്ടികളുമായി കളിക്കാനുള്ള അവസരങ്ങൾ നൽകുന്നത് വളർച്ചയുടെ ഈ ഘട്ടത്തിൽ നിർബന്ധമാണ്. ഇതിലൂടെ അവർക്ക് സാമൂഹികമായ കഴിവുകളും മറ്റുള്ളവരോട് എങ്ങനെയാണ് ഇടപെടുക എന്നും മനസ്സിലാക്കാൻ കഴിയും. ഈ പ്രായത്തിൽ ഇവർക്ക് കളിപ്പാട്ടങ്ങൾ പങ്കുവയ്ക്കുന്നതിലും കൂട്ടുകൂടിയുള്ള ആക്റ്റിവിറ്റികൾ ചെയ്യുന്നതിലും വലിയ താൽപ്പര്യമാണ്. ഇത് അവരുടെ **സഹകരണം, പങ്കുവയ്ക്കൽ തുടങ്ങിയവയുടെ പ്രാഥമിക പാഠങ്ങൾ നൽകുന്നു.** ഇതിനുള്ള സാഹചര്യവും സമയവും കിട്ടാത്ത കുട്ടികൾക്കാണ് പിന്നീട് മറ്റുള്ളവരുമായി കൂട്ടുകൂടാൻ ബുദ്ധിമുട്ടുണ്ടാവുക.

ഇപ്പോഴത്തെ കാലത്ത് ചില രക്ഷിതാക്കൾ കാണിക്കുന്ന ഒരു പൊതുവായ അബദ്ധം ഉണ്ട് – അവരുടെ കുട്ടികളെ മറ്റു കുട്ടികളുമായി കളിക്കാൻ അനുവദിക്കാതെ മാറ്റിനിർത്തുക, കളിപ്പാട്ടങ്ങൾ പങ്കുവെച്ച് കളിക്കാനോ ഒരു

കൂട്ടായ്മയിലൂടെയുള്ള അനുഭവങ്ങൾ കൈവരിക്കാനോ അവസരം നൽകാതിരിക്കുക. ഇത് പറയുമ്പോഴും, തന്റെ കുട്ടിക്ക് ഇഷ്ടമുള്ള ചില കളിപ്പാട്ടങ്ങൾ മാറ്റിവയ്ക്കുന്നതിൽ തെറ്റില്ല, അത് മറ്റു കുട്ടികളുമായി പങ്കിടാൻ അവർക്കിഷ്ടമില്ലെങ്കിലോ അതിനെക്കുറിച്ച് ഒന്നും പറയേണ്ടതില്ല. എന്നാൽ ഒട്ടും പങ്കിടാതെ ഇരിക്കുകയാണെങ്കിൽ മാത്രമേ പങ്കിടലിന്റെ പ്രാധാന്യത്തെ കുറിച്ച് പറയേണ്ടതുള്ളൂ, അതിലൂടെ അവരെ പങ്കിടാൻ പ്രോത്സാഹിപ്പിക്കാവുന്നതാണ്.

പക്ഷേ, ഒന്നും പങ്കുവയ്ക്കാൻ താല്പര്യം കാണിക്കാതെ വളരുന്ന കുട്ടികൾ ഭാവിയിൽ മറ്റുള്ളവരോടൊപ്പം പ്രവൃത്തിക്കാൻ താത്പര്യമില്ലാത്തവരായി മാറാൻ സാധ്യതയുണ്ട്. പങ്കുവെക്കലിന്റെ സുഖം, കൂട്ടായ്മയുടെ സ്നേഹം, കൂട്ടുകാരെ കുറിച്ച് കരുതാനുള്ള മനസ്സിന്റെ വികസനം – ഇവയെല്ലാം കുട്ടിക്കാലത്തിൽ തന്നെ അനുഭവിച്ച് പഠിക്കേണ്ടവയാണ്.

കുട്ടികൾക്ക് അവരുടെ ലോകം നാലു ചുവരുകളുള്ള മുറി മാത്രമാക്കാതെ, **ബഹുസ്വരതകളുള്ള ഒരു കളിസ്ഥലം ആക്കിക്കൊടുക്കുകയാണ്** നല്ല **വളർച്ചയുടെ അടിസ്ഥാനം.** അതുകൊണ്ട്, രക്ഷിതാക്കൾക്ക് ഓർക്കേണ്ടത് – ഓരോ കുട്ടിയും സമൂഹത്തിൽ ജീവിക്കാനാണ് പഠിക്കേണ്ടത്.

അതിനൊപ്പം, **കളിക്കിടെ ചെറിയ പ്രശ്നങ്ങൾക്കും അഭിപ്രായ വ്യത്യാസങ്ങൾക്കും** വഴിയുണ്ടാകാം. ഇത് അവർക്ക് അവരുടെ സഹിഷ്ണുതയും പ്രശ്നപരിഹാര കഴിവുകളും വളർത്താൻ സഹായിക്കും. മറ്റുള്ളവരുടെ വികാരങ്ങൾ കേൾക്കാനും അവരുടെ അഭിപ്രായങ്ങൾ മനസ്സിലാക്കാനും ആവശ്യമായ ശേഷികൾ ഇവിടെ നിന്നാണ് ഉയരുന്നത്. ഇതിൽ **രക്ഷിതാക്കൾ**

ഇടപെടാതിരിക്കുന്നതായിരിക്കും നല്ലത്. എന്നാൽ അപകടം ഉണ്ടാക്കാതെ നോക്കുകയും വേണം. കാരണം എല്ലാ കുട്ടികളും ഒരുപോലെ ആകണമെന്നില്ല.

ഇതെല്ലാം വളർന്നുവരുമ്പോൾ അവരുടെ ആത്മവിശ്വാസത്തിനും സമൂഹത്തിൽ സ്വതന്ത്രമായി ഇടപെടാൻ എളുപ്പവുമാകും. ഒരു നല്ല തോട്ടക്കാരനെ പോലെ, കുട്ടികളുടെ ഓരോ അനുഭവവും പരിപാലിച്ച് സ്നേഹത്തോടെ വളർത്തിയെടുക്കുക മാത്രമേ ശരിയായ വളർച്ചയ്ക്ക് വഴിയൊരുക്കൂ.

കളകൾ വളർന്നു വരുമ്പോൾ അത് മുളയിലെ നുള്ളി കളയുക എളുപ്പമാണ്. അതുപോലെ തന്നെയാണ് ശരിയല്ലാത്ത ശീലങ്ങളെ തുടക്കത്തിലെ മാറ്റാനുള്ള ശ്രമം നടത്തുക.

മറ്റു കുട്ടികളോടുള്ള സഹാനുഭൂതി, സ്നേഹ പ്രദർശനം എന്നിവ വളർച്ചയുടെ ഈ ഘട്ടത്തിൽ കണ്ടുവരുന്ന പ്രധാന ലക്ഷണങ്ങളാണ്. കൂട്ടുകാരൻ സങ്കടത്തിലും വിഷമത്തിലും ആണെങ്കിൽ അവർക്ക് ആശ്വാസം നൽകാനും സ്നേഹത്തോടെ പ്രതികരിക്കാനും ഈ പ്രായത്തിൽ കഴിയും.

ഉണ്ണിക്കുട്ടനൊപ്പം കളിക്കുമ്പോൾ, അമ്മുവിന് തന്റെ **അവകാശ ബോധം കൂടി വളരുന്നുണ്ട്.** "ഇതെന്റെ കളിപ്പാട്ടം" എന്ന് പറയുന്നത് അതിന് ഒരു ഉദാഹരണമാണ്. ഇതിലൂടെ അവർക്ക് തങ്ങളുടെ സ്വകാര്യപരിധികളും അതു മുൻനിർത്തിയുള്ള സംരക്ഷണവും, എങ്ങനെ നടത്തണം എന്ന് മനസ്സിലാക്കാൻ പറ്റുന്നു. ഊഴത്തിനായി കാത്തുനിൽക്കാൻ പഠിക്കുന്നതും ഈ പ്രായത്തിൽ ശ്രദ്ധിക്കാവുന്ന നല്ല വളർച്ചയാണ്.

ദിനചര്യകളിൽ മാറ്റങ്ങൾ ഉണ്ടാകുമ്പോൾ അവർക്ക് അസ്വസ്ഥത തോന്നാറുണ്ട്. കാരണം പതിവുകൾ ഇവർക്ക്

സുരക്ഷിതത്വത്തിന്റെ അടയാളമാണ്. എന്നാൽ സഹനത്തോടെയും സ്നേഹത്തോടെയും അവരോട് സംസാരിച്ചാൽ ഇത് അവർ അനായാസം മനസ്സിലാക്കുകയും പ്രശ്നങ്ങൾ തരണം ചെയ്യുകയും ചെയ്യും.

"ഇന്ന് ഉണ്ണിട്ടനും ഞാനും തൊടിയിൽ കളിച്ചപ്പോൾ പൂമ്പാറ്റയെ കണ്ടു." അമ്മു ഇങ്ങനെ പറയുന്നത് കേൾക്കാനും "ഉണ്ണീട്ടാ" എന്ന് ഉണ്ണിക്കുട്ടനെ വിളിക്കുന്നത് കേൾക്കാനും എന്തൊരു രസമാണ്. അമ്മൂമ്മയും അമ്മൂസും സംസാരിക്കുന്നത് കേൾക്കുമ്പോൾ എന്തെന്നില്ലാത്ത ഒരു ആനന്ദം തോന്നും. അവർ കളിക്കുമ്പോഴുണ്ടായ ചെറിയ സംഭവങ്ങൾ ഇതിൽ ഉൾപ്പെടുത്തി പറയുന്നത് കാണുമ്പോൾ അവരുടെ **ബോധവികാസവും ഭാഷാപ്രയോഗശേഷിയും പുരോഗമിക്കുന്നതായാണ്** തോന്നുന്നത്.

കുട്ടികളുടെ വർത്തമാനം കേൾക്കുന്നത് ഒരു ഉത്സവം പോലെ തോന്നി. ജോലിഭാരവും സമ്മർദ്ദവും എളുപ്പത്തിൽ മറക്കാൻ ഇത് വളരെയേറെ സഹായിക്കുന്നു. സാധാരണ ഉപയോഗിക്കുന്ന വസ്തുക്കൾ അവരുടെ സംഭാഷണത്തിൽ ഇടം പിടിക്കുന്നത് അവരുടെ **നിരീക്ഷണശേഷി വർദ്ധിച്ചു വരികയാണെന്ന്** കാണിക്കുന്നു.

ഈ ചെറിയ വൃത്താന്തങ്ങൾ ദിവസവും കേട്ടുകൊണ്ടേയിരിക്കുമ്പോൾ അവരുടെ ലോകവും മനസ്സും എങ്ങനെയാണ് വളരുന്നതെന്ന് മനസ്സിലാക്കാൻ കഴിയുന്നു. ജോലിത്തിരക്കുകൾക്കിടയിലും ഇത് ആസ്വദിക്കാനാകും എന്ന് പറയുന്നത് വളരെ മനോഹരമായ അനുഭവം തന്നെയാണ്. എന്ന് മാത്രമല്ല, **അവരെ കേൾക്കുക എന്നത് അവരുടെ ഉയർന്ന മാനസിക വളർച്ചയ്ക്ക് അത്യാവശ്യവും** ആണ്.

ഇപ്പോഴത്തെ അമ്മൂസിന്റെ വാക്കുകൾ കേൾക്കുമ്പോൾ **കുടുംബത്തെ തിരിച്ചറിയാനും** അവരെ കേട്ടു പ്രവൃത്തിക്കാനുമുള്ള കഴിവുകൾ വികസിച്ചതായിരിക്കുന്നു. അച്ഛനും അമ്മയുമായി കൂടാതെ അവളുടെ ഉണ്ണീട്ടനെപ്പറ്റിയും അമ്മൂമ്മയെ പറ്റിയും ഉണ്ണീട്ടന്റെ അമ്മ മീനമ്മയേ പറ്റിയും പരാമർശിക്കുന്നത് അവരുടെ കുടുംബബന്ധത്തെക്കുറിച്ചുള്ള ബോധം രൂപപ്പെട്ടതിന്റെ സൂചനയാണ്.

ആവശ്യപ്പെട്ട സാധനങ്ങൾ കൃത്യമായി എടുക്കാൻ തുടങ്ങുന്നത്, പ്രത്യേകിച്ച് മേശപ്പുറത്ത്, താഴെ, മുകളിലായുള്ള സ്ഥാനം തിരിച്ചറിയുന്നത്—ഇത് അവളുടെ **ചിന്താപാടവവും ദൈനംദിന നിർദ്ദേശങ്ങൾ** മനസ്സിലാക്കാനുള്ള ബുദ്ധിവികാസവും മുന്നേറുന്നതിന്റെ അടയാളങ്ങളാണ്. "അമ്മു ആ മേശപ്പുറത്ത് ഇരിക്കുന്ന പേന ഒന്ന് എടുത്തു തരൂ." രവിയേട്ടൻ സോഫയിൽ ഇരുന്ന് അമ്മുവിനോട് ആവശ്യപ്പെട്ടു. അമ്മു അത് കൃത്യമായി മനസ്സിലാകുന്നു. അവളത് എടുത്തു കൊണ്ട് വന്നു.

ഈ പ്രായത്തിൽ ഇത്തരം കാര്യങ്ങൾ കുട്ടികൾ ചെയ്യുന്നുണ്ടോ എന്ന് ശ്രദ്ധിക്കുക നിർണ്ണായകം. എങ്കിൽ പ്രശ്നങ്ങൾ എന്തെങ്കിലും ഉണ്ടെന്ന് സംശയം തോന്നിയാൽ സമയബന്ധിതമായി അതിനെക്കുറിച്ച് താൽപ്പര്യപ്പെടുകയും, ആവശ്യമെങ്കിൽ വിദഗ്ധരുടെ സഹായം തേടുകയും വേണം. കാരണം പ്രാരംഭ ജീവിതത്തിൽ ശാസ്ത്രീയ പരിഹാരങ്ങൾ സ്വീകരിക്കുന്നത് വളർച്ചയ്ക്കും ശീലങ്ങൾക്കും അനിവാര്യമാണ്.

ഇന്ന് കാണുന്ന പല പഠന വൈകല്യങ്ങളുടെയും കാരണമായി ഒളിഞ്ഞുകിടക്കുന്ന ചില പ്രശ്നങ്ങൾ കാണാം. പലപ്പോഴും യഥാർത്ഥത്തിൽ കുട്ടികൾക്ക് ബുദ്ധി വൈകല്യമോ കേവലം പഠന വൈകല്യമോ ഉണ്ടാകില്ല. എന്നാൽ അവരുടെ ബുദ്ധിവികാസത്തിന് ചെറിയ പ്രായത്തിൽ വേണ്ട

മുൻകരുതലുകളും പരിശീലനവും ശാസ്ത്രീയ നിർദ്ദേശങ്ങളും കിട്ടാത്തതാണ് പ്രശ്നം. അങ്ങനെ വരുമ്പോൾ അവരുടെ സ്വാഭാവിക കഴിവുകൾ കുറഞ്ഞ രീതിയിൽ പ്രത്യക്ഷപ്പെടാം. **ശാന്തമായ പരിചരണവും കൃത്യമായ നിർദ്ദേശങ്ങളും നൽകുക** വളർച്ചയ്ക്ക് അനിവാര്യമാണെന്നും അതിൽ ചെറിയ വീഴ്ചകൾ ശ്രദ്ധയിൽ പെടുത്തുകയും നിവർത്തിക്കുകയും ചെയ്യേണ്ടതുണ്ട്.

അതിനാൽ, കുട്ടികളുടെ ബാല്യകാല ശീലങ്ങൾ വളരെ ശ്രദ്ധയോടെ വളർത്തുകയും, അവർക്ക് വേണ്ട പിന്തുണയും കൃത്യമായ രീതിയിൽ നൽകുകയും ചെയ്യുന്നത് വളർന്നുവരുന്ന പഠനശേഷിക്കും സാമൂഹിക കഴിവുകൾക്കും അടിസ്ഥാനമാകുന്നു.

പഠനവിഷയങ്ങളിലോ സ്വഭാവ സവിശേഷതകളിലോ പാരമ്പര്യം ഒരു പങ്ക് വഹിക്കുന്നുണ്ടെങ്കിലും, കുട്ടികളുടെ ജീവിതത്തിൽ വാസ്തവത്തിൽ കൂടുതൽ സ്വാധീനിക്കുന്നത് അവർ വളരുന്ന ചുറ്റുപാടുകളും, അവരുടെ മനസ്സിലേക്ക് എത്തുന്ന സമീപനങ്ങളുമാണ്.

നല്ലൊരു മാതൃക കാണിച്ച്, സ്നേഹപൂർണ്ണമായും സമ്മതിയോടെ നയിച്ചാൽ ഒരു കുട്ടിയുടെ ഭാവി അതിന് അനുസൃതമായി മാറും. അതിനാൽ, കുട്ടികളുടെ ശരിയായ വളർച്ചയിലേക്കുള്ള വഴി രൂപപ്പെടുത്തുന്നത് രക്ഷിതാക്കളുടേയും പരിസരത്തുള്ളവരുടേയും വലിയ ഉത്തരവാദിത്വമാണ്.

ഇത് വീണ്ടും വീണ്ടും ഓർമിപ്പിക്കേണ്ടതായ ഒന്നാണ് – **നമ്മുടെ പെരുമാറ്റം, സമീപനം, അവരുടെ മുന്നിൽ സ്ഥാപിക്കുന്ന മാതൃക... എല്ലാം കൂടി ഒരു കുട്ടിയുടെ നാളെയാണ് തീർക്കുന്നത്.**

കുളി കഴിഞ്ഞ് ഉണ്ണിക്കുട്ടൻ അമ്മൂസിന്റെ കൂടെ കളിക്കാൻ വീട്ടിലെത്തിയപ്പോൾ അവൻ സ്റ്റെയർകെയ്സ് കയറുന്നത് ശ്രദ്ധിച്ചാൽ അവൾ ഉടൻതന്നെ ഒപ്പം ചേർന്നിരിക്കും. അവസരം ഒന്നും വിടാതെ അവൾ ഓരോ അനുഭവവും ആസ്വദിക്കുന്നു. ഇപ്പോൾ ഏണിപ്പടിയുടെ ഓരോ പടികളിലും ഓരോ കാൽ വച്ച് കയറാൻ പഠിച്ചിരിക്കുന്നു. അതേപോലെ തന്നെ സാവധാനം ഇറങ്ങാനും പഠിച്ചിരിക്കുന്നു.

കുഞ്ഞുങ്ങളുടെ ഈ വളർച്ച, അത് ആസ്വദിക്കാൻ തന്നെ വേണം മാതാപിതാക്കൾക്കും പരിചാരകർക്കും ഒരു മനസ്സ്. സൗകര്യവും സന്തോഷകരവുമായ കുടുംബാന്തരീക്ഷം ഉണ്ടെങ്കിൽ മാത്രമാണ് കുട്ടികൾക്ക് വളർച്ച എളുപ്പമാകുന്നതും നന്നാവുന്നതും.

വൈകുന്നേരം ഓഫീസിൽ നിന്നും വന്നാൽ അമ്മൂസിന്റെ ഡിമാന്റ് പന്ത് കളിക്കാൻ അവളോടൊപ്പം കൂടുക എന്നതാണ്. നീന ഓർത്തു, എന്നെ ഒന്ന് അകത്ത് കയറാൻ പോലും സമ്മതിക്കില്ല. എന്റെ അമ്മ അപ്പോൾ പറയും "അവൾ ഒന്ന് ചായ കുടിച്ചോട്ടെ മോളെ." പക്ഷേ അമ്മൂസ് സമ്മതിക്കില്ല. പന്ത് എറിഞ്ഞ് കൊടുത്തേ പറ്റൂ. അങ്ങനെ ഒരു അല്പനേരം അവളുമായി കളിച്ചതിനു ശേഷംആവും ഞാനൊന്ന് അകത്തേക്ക് കയറുക. ഒരു വാശി എടുക്കൽ അല്ലെങ്കിലും അവൾക്കൊരു സന്തോഷമാണെന്ന് കരുതിയാണ് ഞാൻ അങ്ങനെ ചെയ്യുന്നത്.

ഞായറാഴ്ച അച്ഛനും മോളും കൂടി തീരുമാനമെടുത്തു പാർക്കിൽ പോകാമെന്ന്. അങ്ങനെ ഞങ്ങൾ നാലാളും കൂടി - ഇത്തവണ അമ്മൂമ്മയും കൂടി. അമ്മൂസ് സ്ലൈഡിൽ കയറിയും ഇറങ്ങിയും ഏറെ ആസ്വദിച്ചു. ഇത്, പേടി മാറി എങ്ങനെ **സ്വതന്ത്രമായി കളിക്കാൻ തുടങ്ങിയിരിക്കുകയാണ്** എന്ന് കാണിക്കുന്നു. ഈ പ്രായത്തിൽ മറ്റു കുട്ടികളുമായി

കളിക്കുന്നത് അവരുടെ സാമൂഹികമായ വളർച്ചയ്ക്കും സഹകരണത്തിനും വലിയ സഹായം ചെയ്യും.

കളി എല്ലാം കഴിഞ്ഞ് അവിടെയുള്ള ഐസ്ക്രീം കണ്ടപ്പോൾ ഉണ്ടായ അമ്മൂസിന്റെ ആഗ്രഹം സ്വാഭാവികമാണ്, പ്രത്യേകിച്ച് ചുറ്റും മറ്റു കുട്ടികൾക്ക് വാങ്ങി കൊടുക്കുന്നത് കണ്ടപ്പോൾ. ഒന്ന് എതിർത്തപ്പോൾ, അമ്മൂസ് ശാഠ്യം പിടിച്ചു. ഈ പ്രായമുള്ള കുട്ടികൾക്ക് ആവശ്യം തോന്നിയാൽ ശാഠ്യം പിടിക്കുന്നതും സാധാരണമാണ്. പക്ഷേ, രവിയേട്ടൻ ഇത്തവണ അത് വാങ്ങാൻ തീരുമാനിച്ചെങ്കിലും, ഇത് സ്ഥിരമായി ആവർത്തിക്കാതിരിക്കാൻ ആയി **മുൻകൂർ വ്യവസ്ഥകൾ ഏർപ്പെടുത്തുന്നത്** നല്ലതാണ് എന്ന് കരുതി.

ഇതുവരെയും ഐസ്ക്രീം അവൾക്ക് വാങ്ങി കൊടുത്തിട്ടില്ല. രണ്ടു വയസ്സ് വരെ പുറമേ നിന്നുള്ള മധുരം ഒന്നും കൊടുക്കാതിരിക്കുന്നതാണ് നല്ലത്. നല്ലതല്ല എങ്കിലും, വല്ലപ്പോഴും അല്ലേ എന്ന് കരുതി രവിയേട്ടൻ ഞങ്ങൾക്ക് വാങ്ങി തരികയും ചെയ്തു.

ഇനിയും പാർക്കിൽ വരുമ്പോൾ ഇതേ ശാഠ്യം പിടിക്കുകയാണെങ്കിൽ ശാഠ്യം പിടിക്കട്ടെ എന്ന് തന്നെ കരുതണം. ആളുകൾ കാണും എന്ന് കരുതി നമ്മൾ അവരുടെ ശാഠ്യത്തിന് വഴങ്ങി കൊടുത്താൽ അവരെ ഒരിക്കലും തിരുത്താൻ ആവില്ല നമുക്ക്. അടുത്ത തവണ പാർക്കിൽ പോകുമ്പോൾ അമ്മൂസിന് കൃത്യമായി മുൻകൂട്ടി അറിയിക്കേണ്ടത്—**"ഇന്ന് കളിക്കാൻ മാത്രമാണ് പോകുന്നത്, മറ്റൊന്നും വാങ്ങില്ല"**—ഈ സമീപനം കുട്ടികൾക്ക് നിബന്ധനകൾ മനസ്സിലാക്കാനും, ആവശ്യമില്ലാത്ത ശാഠ്യങ്ങൾ ഒഴിവാക്കാനും സഹായിക്കും.

ശാഠ്യം ദീർഘകാലത്തേക്ക് തുടരുമെന്ന് കരുതുന്നില്ല. ഒരു കാര്യം നിശ്ചയമായും അനുവദിക്കില്ല എന്ന് കുട്ടികൾക്ക് ബോധ്യപ്പെടുമ്പോൾ അവർ അത് മനസ്സിലാക്കി ശാഠ്യം ഒഴിവാക്കുന്നു. **സമാധാനത്തോടെ, സ്നേഹത്തോടെ, പക്ഷേ സ്ഥിരതയോടെ സമരസപ്പെടുക** എന്നതാണ് മാതാപിതാക്കളുടെ ഏറ്റവും വലിയ കഴിവ്.

പിന്നീട് പലതവണ പാർക്കിൽ പോയെങ്കിലും, വീട്ടിൽ നിന്നിറങ്ങുന്നതിന് മുമ്പേ കാര്യങ്ങൾ വ്യക്തമായി പറഞ്ഞതിന്റെയും ശാഠ്യങ്ങൾക്ക് വഴങ്ങാതിരുന്നതിന്റെയും ഫലമായി, അമ്മു വലിയ പ്രശ്നങ്ങൾ സൃഷ്ടിച്ചില്ല. എന്നാൽ, മാസത്തിൽ ഒരിക്കൽ അത്രമേൽ ആഗ്രഹിക്കുന്നതുണ്ടെങ്കിൽ, അത് വാങ്ങിക്കൊടുക്കാൻ ശ്രമിക്കുകയും ചെയ്തു.

ഇങ്ങനെ ചെയ്യുന്നതിലൂടെ, കുട്ടികളുടെ ഇഷ്ടങ്ങൾ ശരിയായ സമയം രക്ഷിതാക്കൾ നൽകിയിരിക്കുന്നു എന്നൊരു ധാരണ അവരിൽ ഉദിക്കാം. അതിനോടൊപ്പം, ശാഠ്യങ്ങൾ ഇല്ലാതാവാനും ഈ സമീപനം സഹായകമാവുന്നു.

"ശരിയായ സമയത്ത് നൽകുന്ന ചെറിയ സംതൃപ്തികൾ" വളർച്ചയിലേയ്ക്ക് കുട്ടികളെ നയിക്കുന്ന വലിയ പാഠങ്ങളാണ്.

തിരികെ പോകുമ്പോൾ മാനത്തെ അമ്പിളിമാമനെ നോക്കി അത് തന്റെ പുറകെ വരുന്നു എന്നുള്ള ആഹ്ലാദമായിരുന്നു അമ്മൂസിന്. അതിനൊപ്പം കൂടി ഞങ്ങളും.

നമ്മുടെ അമ്മൂസിനെ ഈ വർഷം പ്രീസ്കൂളിൽ ചേർക്കാൻ തീരുമാനിച്ചു. **തൊട്ടടുത്തുള്ള സ്കൂളിൽ** അഡ്മിഷൻ സംബന്ധിച്ച് അന്വേഷിക്കുകയും ചെയ്തു. സ്കൂളിന്റെ കാര്യത്തിൽ രക്ഷിതാക്കൾ ഏറ്റവും മുൻഗണന നൽകേണ്ടത് സമീപത്തുള്ള സ്കൂളിനാണ്, കാരണം യാത്രയുടെ ബുദ്ധിമുട്ട്

കുറയുന്നതുകൊണ്ട് കുട്ടികൾക്ക്, ആനന്ദത്തോടെ സ്കൂളിൽ പോകാനും വീട്ടിൽ തിരിച്ചു വന്ന ശേഷം കൂടുതൽ സമയം ചിലവഴിക്കാനും കഴിയും.

ഇനി, എഴുത്തിന് പ്രാധാന്യം കൊടുക്കുന്ന പരമ്പരാഗത രീതികളിൽ പഠിപ്പിക്കുന്ന സ്കൂളുകൾ ഒഴിവാക്കുകയും പകരം കളികളും പാട്ടുകളും കഥകളുമായ് മൂല്യബോധം വളർത്തുന്ന **സ്വാഭാവികമായ പഠനപരിപാടികൾ പ്രോത്സാഹിപ്പിക്കുന്ന സ്കൂളുകൾ** തിരഞ്ഞെടുക്കുകയുമാണ് നല്ലത്.

പ്രധാനമായും ഇവിടെ പരിഗണിക്കുന്ന മറ്റൊരു ചിന്ത, ഏറ്റവും കൂടുതൽ സൗകര്യം ഉള്ള സ്കൂൾ എന്ന സങ്കല്പമാണ്. ഇത്തരം സ്കൂളുകൾ തേടിപ്പോകുമ്പോൾ, നമ്മുടെ കുഞ്ഞുങ്ങൾക്ക് മറ്റൊരു വെല്ലുവിളി നേരിടേണ്ടി വരും: തങ്ങളേക്കാൾ സമ്പന്ന കുടുംബങ്ങളിൽ നിന്നുള്ള കുട്ടികളുടെ കൂട്ടത്തിൽ അവർ ദിനംതോറും കഴിയേണ്ടിവരും. അവരുടെ വസ്ത്രധാരണം, സവിശേഷ സാമഗ്രികൾ എന്നിവയും കാണുമ്പോൾ അവരെയും തന്നെയും താരതമ്യപ്പെടുത്തുമ്പോൾ നമ്മുടെ കുട്ടികളിൽ ഒരു അപകർഷതാബോധം വളർന്നേക്കാം.

ഈ സാഹചര്യങ്ങളിൽ, രക്ഷിതാക്കൾ ആദ്യം പരിശോധിക്കേണ്ടത് **കുട്ടിക്ക് മാനസികവും സാമൂഹികവുമായ ദിശയിലും അനുയോജ്യമായ അന്തരീക്ഷം നൽകുന്ന സ്കൂളാണോ** എന്നതാണ്. സിലബസ്, ഫീസ് എന്നിവ പിന്നീട് പരിഗണിക്കാം. കൂടാതെ, കുട്ടികൾക്ക് ലഭിക്കുന്ന സൗകര്യങ്ങളുടെ മൂല്യം മനസ്സിലാക്കാൻ അവരെ പ്രാപ്തരാക്കുന്ന സ്കൂളുകൾ തിരഞ്ഞെടുക്കുക എന്നതും വളരെ പ്രധാനമാണ്.

ഈ അവസ്ഥ മനസ്സിലാക്കാൻ ഒരു ഉദാഹരണം: സാധാരണക്കാരായ നമ്മെ ഒരു സിനിമാ നടന്റെ ഹൈ-

പ്രൊഫൈൽ പാർട്ടിയിൽ പങ്കെടുക്കാൻ അവസരം ലഭിച്ചാൽ, നാം എത്രമാത്രം അസ്വസ്ഥരാകുന്നുവോ അതുപോലെയാണ് ഈ കുഞ്ഞുങ്ങളും അനുഭവിക്കുന്നത്. അവർക്കാണെങ്കിൽ ആ ബുദ്ധിമുട്ട്, ഓരോ ദിവസവും നേരിടേണ്ടി വരും.

അതുകൊണ്ട്, **കുഞ്ഞുങ്ങളുടെ സന്തോഷവും സുരക്ഷിതത്വവും മുൻനിർത്തി സ്കൂളുകൾ** തിരഞ്ഞെടുക്കുന്നതാണ് ഏറ്റവും നല്ലത്.

സ്കൂൾ കണ്ടപ്പോൾ അമ്മൂസിന് ഏറെ ഇഷ്ടമായി. കുട്ടികളെല്ലാം കളിക്കുന്നതും കൂടി കണ്ടപ്പോൾ ഇനി എന്നു മുതലാണ് സ്കൂളിലേക്ക് എന്നായി ചോദ്യം.

അങ്ങനെ അവസാനം അഡ്മിഷനും കഴിഞ്ഞു. തിങ്കളാഴ്ച മുതൽ അമ്മൂസ് സ്കൂളിൽപോകാൻ തുടങ്ങുകയാണ്. തൊട്ടടുത്തുള്ള അമ്പലത്തിലും കുടുംബ ക്ഷേത്രത്തിലും എല്ലാം അവളെ കൊണ്ട് പോയിദൈവാനുഗ്രഹം വാങ്ങി. തിരികെ വരുന്ന വഴിയിൽ ബാഗ്, കുട, സ്നാക്സ് ബോക്സ്, പെൻസിൽ, റബ്ബർ, ബുക്ക് തുടങ്ങിയ സ്കൂളിലെ ആവശ്യങ്ങൾക്കുള്ള എല്ലാ സാധനങ്ങളും വാങ്ങി വീട്ടിലെത്തി.

"ഉണ്ണീട്ടാ ഇതെല്ലാം കണ്ടോ? എനിക്ക് സ്കൂളിൽ കൊണ്ടുപോകാനുള്ള സാധനങ്ങളാണ്." അമ്മൂസ് ഉണ്ണിക്കുട്ടനെ വിളിച്ച് ആഹ്ലാദത്തോടെ കാണിച്ചു.

എന്നാൽ സ്കൂളിൽ പോകേണ്ട ദിവസം എത്തിയപ്പോൾ അവൾ എല്ലാം ഉടുത്ത് ഒരുങ്ങിയെങ്കിലും അമ്മുവിന് നിറഞ്ഞ ഒരു സങ്കടം. ഞങ്ങൾ രണ്ടാളും കൂടി അവളെ സ്കൂളിലേക്ക് കൊണ്ടുപോയി. പക്ഷേ അച്ഛന്റെ കയ്യിൽ നിന്നും വിടാൻ അമ്മൂസിന് മനസ്സുണ്ടായില്ല.

സ്കൂൾ എത്തിയപ്പോൾ അമ്മുവിന്റെ മനസ്സ് ആകെ അസ്വസ്ഥമാകുന്നത് കണ്ടു. വീട്ടിൽ നിന്ന് ആരും കൂടെ

ഇല്ലാതാകുന്നതിന്റെ ഒരു ബുദ്ധിമുട്ട് ഉണ്ടാവുക സ്വാഭാവികം. "അമ്മ കൂടെ നിൽക്കുമോ?"എന്നായിരുന്നു അവളുടെ കരച്ചിലോടെയുള്ള ചോദ്യം.

ഇത് സ്വാഭാവികമാണ്. കുഞ്ഞുങ്ങൾക്ക് പരിചയമുള്ള ആളുകളുടെ വാത്സല്യവും സുരക്ഷിതത്വവും വിട്ട് പെട്ടെന്ന് മറ്റൊരു പുതിയ ലോകത്തേക്ക് പോകാൻ ബുദ്ധിമുട്ട് തോന്നും. എന്നാൽ ഇങ്ങനെ ഒരു സാഹചര്യത്തിൽ നന്നായി കരുതലും സ്നേഹവും കാണിച്ച് അവരെ സ്കൂളിന്റെ നന്മകളെക്കുറിച്ച് പ്രചോദിപ്പിച്ചാൽ അവർക്ക് സമാധാനം അനുഭവപ്പെടും.

"അവിടെ കൂട്ടുകാർ ഉണ്ടാവും, കളിക്കാനായി കളിക്കോപ്പുകളും ഉണ്ടാകും, അമ്മുവിന് ഏറ്റവും ഇഷ്ടമുള്ള സ്ലൈഡ് കാണും." എന്നിങ്ങനെ പറയുകയും അവളിൽ ആകാംക്ഷയും കൗതുകവും വളർത്തുകയും വേണം. കുഞ്ഞുങ്ങളെ പുത്തൻ സാഹചര്യങ്ങളിലേക്ക് വിടുമ്പോൾ അവരിൽ ഭയവും ആശങ്കയും ഉണ്ടാകുന്നത് സ്വാഭാവികമാണ്. എന്നാൽ ഈ ഭയം പരിഹരിച്ചുകൊണ്ട്, സ്നേഹത്തോടെ ആശ്വാസം നൽകി, വിശ്വാസം ഉണ്ടാക്കിയെടുത്ത് സ്കൂളിൽ അവരുടെ ഓരോ ദിനത്തിനും പുതിയ ഉത്സാഹം നൽകുകയാണ് പ്രധാനം.

പതുക്കെ അമ്മൂസ് സ്കൂളുമായി നല്ലതുപോലെ ഇണങ്ങി. സ്കൂളിൽ നിന്ന് തിരിച്ചെത്തുമ്പോൾ ആകാംക്ഷയോടെ കാത്തിരിക്കുകയാണ് അമ്മൂമ്മ, അവളുടെ വിശേഷങ്ങൾ കേൾക്കാൻ.

ഏറ്റവും ആദ്യം അമ്മൂമ്മ ചോദിക്കുന്നതെന്തായിരിക്കും? "സ്നാക്സ് മുഴുവൻ കഴിച്ചോ മോളെ?" എന്നല്ലേ?

ഇതിനുള്ള മറുപടി, നേരത്തെ കുട്ടികൾക്ക് കളിപ്പാട്ടങ്ങൾ പങ്കുവെക്കാൻ പഠിപ്പിച്ചുപോലെ, സ്നാക്സും

കൂട്ടുകാരോടൊപ്പം ഷെയർ ചെയ്തു കഴിച്ചിട്ടുണ്ടാവും എന്നാകും. എന്നാൽ ഇത് കേൾക്കുമ്പോൾ, പല അമ്മമാരും സഹജമായി ചോദിക്കുന്നതാകട്ടെ: "നീ എന്തിനാ അത് മറ്റുള്ളവർക്ക് കൊടുത്തത്? അത് നിനക്ക് കഴിക്കാനുള്ളതല്ലേ!"

പക്ഷേ, ഇതാണ് നമ്മൾ തിരുത്തേണ്ട രീതികൾ. ഒരു കുട്ടി, തനിക്കുള്ളതും സ്വന്തം മനസ്സോടെ തന്റെ സുഹൃത്തിനും നൽകുമ്പോൾ, അതിനെ **"സോഷ്യൽ സ്കിൽ"**, **സ്നേഹപരമായ പങ്കിടൽ** എന്ന രീതിയിലാണ് കാണേണ്ടത്. അതിന് പകരം, "നിനക്ക് മാത്രമുള്ളതാണ്,, "മറ്റുള്ളവർക്ക് കൊടുക്കരുത്" എന്ന രീതിയിൽ പ്രതികരിക്കുന്നത്, അവരെ സ്വാർത്ഥതയിലേക്ക് നയിക്കുന്നതിനും സാമൂഹികമായി അകറ്റുന്നതിനും കാരണമാകും.

നമ്മുടെ വാക്കുകൾ വഴി അവർക്കുള്ള സന്ദേശം ഇങ്ങനെയായിരിക്കണം: "മോളെ, നീ പങ്കിട്ടത് വളരെ നല്ലത് ആണ്... പക്ഷേ, നീയും കുറച്ച് കഴിക്കണം?!"

അത് അവരെ സന്തോഷിപ്പിക്കാനും, പങ്കുവെയ്ക്കലിനോട് അത്ഭുതം കാണിക്കാനും, തങ്ങൾക്കും അർഹതയുള്ളവരാണെന്നു മനസ്സിലാക്കിക്കൊടുക്കാനും സഹായിക്കുന്നു.

പിന്നീട്, അത്യുൽസാഹത്തോടെ അമ്മൂസ് പാട്ടും കഥകളും പറഞ്ഞ അമ്മൂമ്മയെ സന്തോഷിപ്പിക്കും. അമ്മൂസിന്റെ പാട്ടുകളും, കഥകൾ പറയുമ്പോൾ ഉപയോഗിക്കുന്ന വാക്കുകളുടെ വ്യക്തതയും കേട്ട് രവിയും നീനയും, അവളുടെ ഭാഷാവ്യക്തതയും ആശയപ്രകടന ശേഷിയും മനസ്സിലാക്കി. അമ്മൂസിന്റെ ഈ കഴിവുകൾ മികവുറ്റവയാണെന്ന് അവർ തിരിച്ചറിഞ്ഞു. അവളുടെ ഒരു പ്രത്യേക ബുദ്ധിയാണ് ഇതിന് കാരണം എന്നും വ്യക്തം. ഈ കഴിവ് വളർത്തിക്കൊണ്ടു

പോകേണ്ടതാണ്. സ്കൂളിൽ നിന്നും വരുമ്പോഴുള്ള ഈ സമയം അതിപ്രധാനമാണ്. അവരെ ചേർത്തുപിടിച്ചു, "ഇഷ്ടമാണെന്നും", "അവരെ മിസ് ചെയ്തു", എന്നും പറയണം.

ഈ അടുത്തകാലത്ത് കേട്ട **ബഹുമുഖ ബുദ്ധിയെക്കുറിച്ചുള്ള** ക്ലാസ്സിന് ഇതിൽ വലിയ പങ്കുണ്ട്. മൾട്ടിപ്പിൾ ഇന്റലിജൻസ് എന്ന ആശയം കുട്ടികൾക്കുള്ള വിവിധ കഴിവുകൾ തിരിച്ചറിഞ്ഞ് അത് വളർത്തുന്നതിന് മാർഗ്ഗങ്ങൾ നൽകുന്ന ഒന്നാണ്. ഓരോ കുട്ടിയുടെയും കഴിവുകൾ വ്യത്യസ്തമാണ്, അതുകൊണ്ട് ഇവയെ തിരിച്ചറിഞ്ഞ് പ്രോത്സാഹിപ്പിക്കുക എന്നത് അവരുടെ ഭാവി വളർച്ചയ്ക്ക് നിർണ്ണായകമാണ്.

ഞാൻ തിരികെ വരുമ്പോൾ അമ്മൂസിന് തന്റെ വിശേഷങ്ങൾ പങ്കിടാൻ ആണ് കൂടുതൽ ആകാംക്ഷ. അച്ഛനോടും അവൾ വിശേഷങ്ങൾ പറയാൻ മറക്കാറില്ല. ഈ സംഭാഷണങ്ങൾ കേൾക്കുന്നതിനോടൊപ്പം, നമ്മളും നമ്മുടെ ദിവസത്തിലെ അനുഭവങ്ങൾ അവരോട് പറയുന്നത് കുട്ടികളുടെ ഭാഷാ വികാസനത്തിനും അവരുടെ ആത്മവിശ്വാസത്തിനും വലിയ പ്രേരണ നൽകുന്നു. ഇതിനോടൊപ്പം **ഞാൻ അവളുടെ വിശേഷങ്ങൾ കുറിച്ചിടാൻ തുടങ്ങി**. അവളെഴുതാൻ തുടങ്ങുമ്പോൾ ബാക്കി അവൾക്ക് എഴുതാമല്ലോ. അവളുടെ ചിന്തകൾ ഈ പ്രായത്തിൽ എന്താണെന്ന് പിന്നീട് അവൾക്ക് വായിക്കാമല്ലോ എന്ന് കരുതി.

വീട്ടിൽ നല്ല ലൈബ്രറികൾ ഉണ്ടാക്കുക കുട്ടികളുടെ പഠനവും ആസ്വാദനവും വളർത്താൻ വലിയ സഹായമാകും. മുറികളിൽ 10 മുതൽ 15 ബുക്കുകൾ വരെ വെച്ചാൽ എവിടെ പോയാലും കുട്ടികൾക്ക് ബുക്കുകൾ കാണാൻ കഴിയും. ഇത് ബുക്കുകളോടുള്ള താൽപ്പര്യം വളർത്താനും അവരെ വായനയുടെ ലോകത്തേക്ക് തിരിക്കാനും വലിയൊരു

ഘടകമാകും. ആദ്യകാലത്ത് നല്ല ചിത്രകഥകൾ ഉൾപ്പെടുത്തുന്നത് നന്നായിരിക്കും.

വായനയോട് പ്രിയം തോന്നാൻ കുറച്ചുകൂടി ശ്രമിക്കാം, **ഉറങ്ങുന്നതിനു മുമ്പ് ബുക്കുകളിൽ നിന്ന് കഥകൾ വായിച്ച് കൊടുക്കുക** ശീലമാക്കാം. ഇത് മുടങ്ങിയില്ലെങ്കിൽ കുട്ടികൾക്ക് ഉറക്കത്തിൽ ഒരു സുഖകരമായ അവസ്ഥ ലഭിക്കുന്നു, കൂടാതെ അവരുടെ ഭാവനയും ഭാഷാപരമായ കഴിവുകളും വളരാൻ ഇതു സഹായിക്കുന്നു. എളിമയോടെ, രസകരമായി, നിരന്തരം കഥകൾ കേൾക്കുമ്പോൾ പുസ്തകങ്ങളോടുള്ള സ്നേഹം സ്വാഭാവികമായി വളരും.

അമ്മു ഇപ്പോൾ എന്ത് കണ്ടാലും "അയെന്നാ" എന്ന് ചോദിച്ചു കൊണ്ടേയിരിക്കും അവൾക്ക് **മനസ്സിലാകുന്ന ഭാഷയിൽ മറുപടി കൊടുക്കാൻ ശ്രമിക്കും** മടുത്തു പോയാലും ശരി എന്നെക്കൊണ്ട് ആകുന്ന വിധത്തിൽ മറുപടികൾ കൊടുക്കും.

മറ്റൊരു പ്രധാനപ്പെട്ട കാര്യം, കുട്ടികളോട് സംഭാഷണം നടത്തുമ്പോൾ അവരെ ചോദ്യങ്ങൾ ചോദിച്ചു മറുപടി പറയാൻ മാത്രം ചുരുക്കേണ്ടതല്ല. പകരം, നമ്മുടെ അനുഭവങ്ങളും വിശേഷങ്ങളും തുറന്നു പറയുമ്പോൾ, അവർ സ്വാഭാവികമായും തങ്ങളുടെ കഥകളും അനുഭവങ്ങളും തുറന്നു പങ്കിടും. ഇത്തരത്തിലുള്ള **തുറന്ന സംഭാഷണം** അവരുടെ സംവേദന ശേഷിയും ആത്മബന്ധവും മെച്ചപ്പെടുത്തും.

രക്ഷിതാക്കൾ എപ്പോഴും ഓർക്കേണ്ടതുണ്ട് – കുട്ടികൾക്ക് എന്തെങ്കിലും വിഷമമുണ്ടായാൽ,

ആശ്വാസത്തിനായി ഓടി വരേണ്ടത് മറ്റാരുടെയുമടുത്തല്ല, സ്വന്തം അമ്മയുടെയോ അച്ഛനുടെയോ അടുത്തായിരിക്കണം.

അതിനുവേണ്ടി, അവരുടെ മനസ്സിൽ നാം ഉണ്ടാക്കേണ്ടത് സുരക്ഷയുടെ, സ്നേഹത്തിന്റെ, വിശ്വാസത്തിന്റെ ഒരു മനോഹര ചിത്രം ആണ്. നാം അവർക്ക് ഏത് വിഷമഘട്ടത്തിലും ഓടിവരാവുന്ന പുഞ്ചിരിക്കുന്ന, കടുപ്പം പിടിക്കാത്ത ശാന്തതയുള്ള ഒരു വ്യക്തിയായി നിലകൊള്ളണം.

നാം അവരെ ജീവിതം എങ്ങനെ കാണിക്കുന്നു എന്നതിൽനിന്നാണ് അവർക്കുള്ള "ഭയം", "ഭാരം", അല്ലെങ്കിൽ "ഭദ്രത" രൂപപ്പെടുന്നത്. പക്ഷേ, ഒരു കാര്യവും ഉറപ്പുള്ളതാണ് – നമുക്ക് അവരുടെ ഹൃദയത്തിൽ ഒരു നല്ല ചിത്രം വരയ്ക്കാൻ കഴിയുന്നുവെങ്കിൽ, അവരും ആ മനസ്സോടെ ഒരാൾ ആകാൻ വളരും.

ഈ രീതിയിൽ കുഞ്ഞുങ്ങളെ സംസാരത്തിലേക്ക് നയിക്കുന്നത് വളരെ നിർണ്ണായകമാണ്, കാരണം മുതിർന്നു വരുമ്പോൾ ചോദ്യങ്ങൾ ചോദിച്ചാൽ മാത്രം മറുപടികൾ നൽകുന്ന പതിവിൽ അവർ ചുരുങ്ങി പോകും. കൂടാതെ, അത് കുറഞ്ഞ വാക്കുകളിൽ ഒതുങ്ങും, പിന്നീട് ഇത്തരത്തിലുള്ള സംഭാഷണങ്ങൾ തന്നെ ഇല്ലാതാകാനും സാധ്യതയുണ്ട്. അതുകൊണ്ട് അവരുടെ മനസ്സിൽ സ്വതന്ത്രമായ ആശയപ്രകടനത്തിനും സംവാദത്തിനും അന്തരീക്ഷം ഒരുക്കേണ്ടത് നമ്മുടെ ഉത്തരവാദിത്വമാണ്.

എറിക് എറിക്സന്റെ മാനസിക സാമൂഹിക വികസന തത്വത്തിന് അനുസരിച്ച് 1½ വയസ്സിൽ നിന്ന് 3 വയസ്സുവരെ നീണ്ടുനിൽക്കുന്ന ഈ ഘട്ടത്തിൽ കുട്ടികൾക്ക് **സ്വയം കാര്യങ്ങൾ ചെയ്യാൻ ശ്രമിക്കാൻ ആഗ്രഹമുണ്ടാകും.** ഈ സമയത്ത് കുട്ടികൾ, നിരവധി പരീക്ഷണങ്ങൾ നടത്തും. മാതാപിതാക്കളുടെ പിന്തുണയും ധൈര്യവും കിട്ടിയാൽ കുട്ടികൾ സ്വതന്ത്രത വളർത്തുകയും ആത്മവിശ്വാസം നേടുകയും ചെയ്യും. എന്നാൽ, കുട്ടിയെ അമിതമായി

നിയന്ത്രിച്ചാൽ അല്ലെങ്കിൽ തുടർച്ചയായി കുറ്റപ്പെടുത്തുകയാണെങ്കിൽ ലജ്ജയും സംശയവും വളരും.

സംക്ഷിപ്തം - 3 വയസ്സ്

ഭാവനാത്മക വളർച്ച

❖ കൂടുതൽ സ്വാതന്ത്ര്യം ആഗ്രഹിക്കുന്നു.

❖ മനോവികാരങ്ങൾ എളുപ്പത്തിൽ പ്രകടിപ്പിക്കുന്നു.

❖ സ്വന്തം തീരുമാനങ്ങൾ എടുക്കാൻ ശ്രമിക്കുന്നു.

❖ അമിത ആവേശം, വിഷാദം എന്നിവ എളുപ്പത്തിൽ പ്രകടിപ്പിക്കുന്നു.

മാനസിക വളർച്ച

❖ കഥകൾ കേൾക്കാനും ആവർത്തിക്കാനും ഇഷ്ടപ്പെടുന്നു.

❖ കാരണം-ഫലം, ബന്ധം കൂടുതൽ മനസ്സിലാക്കുന്നു.

❖ ലളിതമായ ചോദ്യങ്ങൾക്ക് ഉത്തരം പറയാൻ കഴിയും.

❖ "എന്ത്?", "എന്തുകൊണ്ട്?" തുടങ്ങിയ ചോദ്യങ്ങൾ ആവർത്തിക്കുന്നു.

ബൗദ്ധിക വളർച്ച

❖ വസ്തുക്കളുടെ പേരുകൾ കൂടുതലായി മനസ്സിലാക്കുന്നു.

❖ നന്നായി സംസാരിക്കാൻ തുടങ്ങുന്നു.

❖ അനുസരണശീലം വികസിക്കുന്നു.

❖ കളിയിലൂടെ പഠനം ആരംഭിക്കുന്നു.

സാമൂഹിക വളർച്ച

- ❖ കൂട്ടുകാരുമായി കൂടുതൽ ബന്ധം സ്ഥാപിക്കുന്നു.

- ❖ പങ്കുവയ്ക്കൽ, സഹകരണം തുടങ്ങിയവ പഠിക്കുന്നു.

- ❖ മൂത്തവരോട് അനുസരണ ശീലം കൂടുന്നു.

- ❖ ലളിതമായ സങ്കേതങ്ങൾ പിന്തുടരുന്നു.

"കുട്ടികൾ നനച്ചു വച്ചിരിക്കുന്ന സിമൻറ് പോലെയാണ്. അതിൽ വീഴുന്ന എന്തിന്റെയും രൂപം അതിൽ പതിയുന്നതാണ്."

അമേരിക്കൻ സാംസ്കാരിക നരവംശശാസ്ത്രജ്ഞയും എഴുത്തുകാരിയുമായ മാർഗ്ഗരെറ്റ് മീഡ് പറഞ്ഞിരിക്കുന്നത് പോലെ

"കുട്ടികളെ എന്ത് ചിന്തിക്കണം എന്നല്ല എങ്ങനെ ചിന്തിക്കണം എന്നാണ് പഠിപ്പിക്കേണ്ടത്."

പുതു വർണ്ണങ്ങൾ ആവാഹിക്കുന്ന 4-5 വയസ്സുകളിൽ

" സ്വപ്നങ്ങൾ നെയ്യുന്നു

ചിറകുകൾക്കായി

വർണങ്ങൾ ആവാഹിക്കുന്നു

ആ ചിറകുകൾക്കായി"

ഇപ്പോൾ അമ്മൂസ് എൽ കെ ജി ക്ലാസിലേക്ക് പോകാൻ ആവേശത്തോടെ തയ്യാറാകുന്നു. "പുതിയ ക്ലാസിലേയ്ക്കുള്ള സാധനങ്ങളൊക്കെ വാങ്ങണ്ടേ?" നീന ചോദിച്ചു. " നമുക്ക് വാങ്ങാമല്ലോ," രവിയേട്ടൻ മറുപടി കൊടുത്തു. "ലുലു മാളിൽ പോയാൽ എല്ലാം അവിടെ നിന്ന് തന്നെ വാങ്ങാം," നീന പറഞ്ഞു.

അമ്മൂസിന് വേണ്ടി ബാഗുകളും ഭക്ഷണ പാത്രങ്ങളും വാട്ടർ ബോട്ടിലുകളും, റെയിൻകോട്ടും ഉൾപ്പെടെ എല്ലാ ആവശ്യങ്ങളും

വാങ്ങി. അന്നത്തെ ഭക്ഷണം പുറത്തുനിന്ന് കഴിച്ചുകൊണ്ടാണ് ഞങ്ങൾ വീട്ടിലേക്ക് തിരികെ എത്തിയത്.

അമ്മൂസ് അവളുടെ സാധനങ്ങൾ എണ്ണിത്തിട്ടപ്പെടുത്തുന്നത് കാണേണ്ടതായിരുന്നു! ഓരോ സാധനവും എണ്ണി ക്രമീകരിക്കുമ്പോൾ അവളുടെ ഓരോ ചലനത്തിലും ആനന്ദം നിറഞ്ഞിരുന്നു. പെൻസിൽ, ക്രയോൺ, ബുക്കുകൾ എല്ലാം തിരിച്ച് തിട്ടപ്പെടുത്തി കൊച്ചു മേശയിൽ നന്നായി അടുക്കുകയായിരുന്നു. ഈ പ്രായത്തിൽ അവർക്കും കൃത്യമായ സംഖ്യകൾക്ക് പ്രാധാന്യം നൽകാൻ കഴിയുന്നു. അങ്ങനെ അവർ അത് ഒരു കളി പോലെ ആസ്വദിച്ച് ചെയ്യുന്നു, പഠനത്തിന്റെ ആദ്യ ഘട്ടങ്ങൾ ചിരിയും സന്തോഷവും നിറച്ചിട്ടാണ് ആരംഭിക്കുന്നത്.

ക്രയോണും പേപ്പറും കിട്ടിയാൽ പിന്നെ അമ്മൂസിന്റെ പ്രധാന പണി, പടം വരക്കലാണ്. അതും **നേർവരകൾ കൊണ്ടുള്ള ചിത്രങ്ങൾ.** ഈ പ്രായത്തിലെ സൃഷ്ടിപരമായ ചിന്തയുടെ തുടക്കമാണ് ഇതൊക്കെ. പരിമിതമായ മോട്ടോർ സ്കിൽസിനൊപ്പം അവരുടെ അറിവും പ്രത്യക്ഷപ്പെടുന്ന ചിത്രങ്ങളാണ് ഈ വരകൾ.

ദിവസം മുഴുവനും നീണ്ട യാത്രയും ഷോപ്പിങ്ങും കഴിഞ്ഞതോടെ എല്ലാവർക്കും വിശ്രമിക്കാൻ സമയം ആയി. "ഉറങ്ങാം," എന്ന് നീന പറഞ്ഞു. പക്ഷേ അമ്മൂസ് ഉറങ്ങാൻ തയ്യാറാകുന്നില്ല. "എനിക്ക് കഥ പറഞ്ഞു താ," എന്ന് അവളുടെ കൊഞ്ചൽ. ഇനി കഥ പറഞ്ഞില്ലെങ്കിൽ ഉറങ്ങില്ല, ഇതാണ് അമ്മൂസിന്റെ നിയമം!

ഈ പ്രായത്തിൽ കഥകൾക്ക് വലിയ പ്രാധാന്യമുണ്ട്. നല്ല കഥകൾ, നല്ല സാരാംശമുള്ള കഥകൾ പറഞ്ഞു കൊടുക്കുന്നതിലൂടെ അവരുടെ സംസാര ശേഷിയും മനസ്സിലാക്കാനുള്ള കഴിവുകളും മെച്ചപ്പെടും. കൂടാതെ, ഒരു

കഥയുടെ അവസാനം എന്ത് സംഭവിക്കുമെന്ന് മുൻകൂട്ടി മനസ്സിലാക്കാനുള്ള കഴിവ് കൈവരിക്കുക ഈ പ്രായത്തിന്റെ ഒരു സുപ്രധാന കാര്യമാണ്. അതുപോലെ നമുക്ക് കുട്ടികളിൽ വളർത്തിയെടുക്കേണ്ട **ശരിയായ മൂല്യങ്ങൾ ഈ കഥകളിലൂടെ അവതരിപ്പിച്ചാൽ, കുട്ടികളിൽ അവർ വലുതാകുമ്പോഴും അവ നിലനിൽക്കുന്നതാണ്.** ഇതുവഴി അവരുടെ നിരീക്ഷണ ശേഷിയും ലോജിക്കൽ ചിന്തയും വളരുന്നു. പ്രേരണയും സഹിഷ്ണുതയും നൽകുന്ന പുതിയ കഥകളുടെ ലോകം അവരുടെ ശീലമാക്കേണ്ട പ്രായമാണിത്.

രണ്ടു ദിവസമായി ലുഡോ ഗെയിം വേണമെന്ന് അമ്മൂസ് ആവശ്യം പറയുന്നു. ഉണ്ണിക്കുട്ടൻ പറഞ്ഞതുകൊണ്ടാണെന്ന് അന്ന് മനസ്സിലായി. ഇപ്പോഴുള്ള പ്രായത്തിൽ ബോർഡ് ഗെയിമുകൾ കളിക്കാൻ കുട്ടികൾക്ക് വലിയ താൽപ്പര്യം കാണും. ഇതു കളിക്കുന്നത് കുട്ടികളുടെ മാനസിക, സാമൂഹ്യ, വൈകാരിക മുന്നേറ്റങ്ങൾക്കും വളരെ സഹായകമാണ്.

ബോർഡ് ഗെയിമുകൾ അവരുടെ ബുദ്ധിമുട്ടുകൾ കൈകാര്യം ചെയ്യുന്നതിനുള്ള താല്പര്യവും നിരീക്ഷണ ശേഷിയും മെച്ചപ്പെടുത്തും. മാർക്കറ്റിൽ ലഭ്യമായ പല ഗെയിമുകളിലും **പ്രശ്നപരിഹാര കഴിവുകളും സർഗ്ഗാത്മകതയും വളർത്താനുള്ള മികച്ച മാർഗങ്ങളാണ്.** അവ പരസ്പരം സഹകരിക്കാനും, പരാജയം സഹിഷ്ണുതയോടെ ഏറ്റുവാങ്ങാനും, വിജയത്തിന്റെ സന്തോഷം പങ്കിടാനും കുട്ടികളെ പഠിപ്പിക്കുന്നു.

ഇതുപോലുള്ള ഗെയിമുകൾ കുട്ടികളിൽ സൗഹൃദ ബന്ധങ്ങൾ ശക്തിപ്പെടുത്തുകയും, സാമൂഹ്യപരിപാടികളിലേക്കുള്ള ഒരു സ്വാഭാവിക വാതിൽ തുറക്കുകയും ചെയ്യുന്നു.

ബോർഡ് ഗെയിമുകൾ, ബിൽഡിങ് ബ്ലോക്കുകൾ, കൂട്ടായ്മയിൽ കളിക്കാവുന്ന കളിപ്പാട്ടങ്ങൾ – എല്ലാം ഇപ്പോൾ വിപണിയിൽ വളരെ സുലഭമായി ലഭ്യമാണ്. എന്നാൽ ഇവ കുട്ടികളെ ഉപയോഗിക്കാൻ "നിർബന്ധിക്കേണ്ട" ആവശ്യമില്ല.

പകരം, **മാതാപിതാക്കളാണ് ആദ്യം കളിച്ചുതുടങ്ങി പ്രചോദനം നൽകേണ്ടത്**. അച്ഛനും അമ്മയും കാണിക്കുന്ന ആ ഉത്സാഹം, ആസ്വാദനം, ഇന്ററാക്ഷൻ – ഈ എല്ലാം തന്നെ കുട്ടികളുടെ മനസ്സിൽ തത്സമയം ആകർഷണം സൃഷ്ടിക്കും.

ഇത് സ്ക്രീൻ ടൈം കുറയ്ക്കാനും, കുട്ടികൾക്ക് സംയമനത്തോടെ, ശ്രദ്ധയും ശാന്തതയും കൈവരിച്ചുള്ള സമയം ചെലവഴിക്കാനും വഴിയൊരുക്കും. അതിൽ കൂടുതൽ വിലപ്പെട്ടത്, ഇവയൊക്കെ ഒരു കുടുംബത്തിലൂടെയും, ബന്ധത്തിലൂടെയും പകർന്ന് പോവുന്ന വഴക്കമില്ലാത്ത ഓർമകളാണ്.

നമ്മുടെ കുട്ടിക്കാലം ഓർമ്മിക്കാവുന്ന എത്ര തരം കളികൾ ഉണ്ടായിരുന്നു അല്ലേ? അവർക്കും അതേ തരത്തിലുള്ള അനുഭവം നൽകാനാണ് അവസരം.

നമ്മൾ അവരുടെ പക്കൽ ചെലവഴിച്ചിട്ടില്ലാത്ത ഓരോ മണിക്കൂറും, അവരുടെ വളർച്ചയിലേക്കുള്ള ഒരു ശൂന്യതയായി മാറാനിടയുണ്ട്. അതിനാൽ തന്നെയാണ്, **ഇന്നത്തെ നിമിഷങ്ങൾ തന്നെയാണ് നാളത്തെ ബന്ധത്തിന്റെ അടിത്തറ.**

അമ്മൂസ് ഇപ്പോൾ സ്വന്തം ഇഷ്ടത്തിനനുസരിച്ച് "ഏത് കളർ ഉടുപ്പിടണം" എന്ന വാശിയിലേക്ക് എത്തിയിരിക്കുന്നു. കളർ ബുക്സിലെ ഓരോ ചിത്രത്തിലും ഇഷ്ടപ്പെട്ട നിറം ഉപയോഗിച്ച് ചായമടിക്കൻ, **കുട്ടിയുടെ സൃഷ്ടിപരമായ ചിന്തയും**

വ്യക്തതയുള്ള തീരുമാനങ്ങളും വളർത്തുന്ന അനുഭവമായി മാറുന്നു.

ഇപ്പോൾ സ്കൂളിൽ നിന്ന് ഹോംവർക്കുകളും വരാൻ തുടങ്ങി. നേർരേഖകൾ, ചെരിഞ്ഞ രേഖകൾ, തുടങ്ങിയവയാണ് ആദ്യത്തെ ഹോംവർക്ക്. സത്യം പറഞ്ഞാൽ, ഈ പ്രായത്തിൽ കുട്ടികളുടെ കൈകൾ ശരിയായി പെൻസിൽ പിടിക്കാൻ പാകത്തിൽ വികസിച്ചിട്ടില്ല. എന്നാൽ നിലവിലെ വിദ്യാഭ്യാസ രീതികൾ അത് ബലമായി മുന്നോട്ട് കൊണ്ടുപോകുന്നു. **ആകാശത്തിന് പച്ചനിറം അടിച്ചാൽ പോലും കളിയാക്കാതെ വേണം അഭിനന്ദിക്കുവാൻ.** എന്താണ് ആ മനസ്സിൽ വന്നത് എന്ന് വേണമെങ്കിൽ ചോദിച്ചറിയാം. ഇവിടെ ഒരു കളിയാക്കലിലൂടെ സംഭവിക്കുക, അവരുടെ ഭാവനശേഷി കെട്ട് അടങ്ങുകയാണ്.

മൂല്യം നൽകേണ്ടത് അവരുടെ മനസ്സിലാക്കാനുള്ള ശേഷിയേയും, പിന്നെ സൃഷ്ടിപരതയ്ക്കുമാണ്, എഴുത്തിനല്ല. അവരെ സ്നേഹപൂർവ്വം പ്രോത്സാഹിപ്പിച്ച്, സമ്മർദ്ദമില്ലാതെ വ്യത്യസ്ത കാര്യങ്ങൾ ചെയ്യാൻ പ്രചോദിപ്പിക്കുകയാണ് വേണ്ടത്. അവരിലൂടെ ആശയം സ്വാഭാവികമായി വിരിയുമ്പോൾ മാത്രമേ യഥാർത്ഥ പ്രോത്സാഹനവും പഠനോൽസാഹവും വളരുകയുള്ളൂ.

ഹോംവർക്ക് തീർത്ത ശേഷം പാവകളെ കൂട്ടി കളിക്കുന്നത് അമ്മൂസിന്റെ പുതിയ ശീലം. "അച്ഛനും മോളും," "അമ്മയും മോനും," എന്നിങ്ങനെ വ്യത്യസ്ത ബന്ധങ്ങൾ സൃഷ്ടിച്ച് അവൾക്ക് കളിക്കാൻ ഏറെ താൽപ്പര്യമുണ്ട്. ഓരോ പാവയും ഒരു പുതിയ കഥയുടെ ഭാഗമാകുമ്പോൾ അമ്മൂമ്മയും ആ സന്തോഷത്തിലൂടെ കൂട്ടുകാരിയാകുന്നു. ഈ കളികൾ എല്ലാം അവരുടെ വികാസത്തിന് എത്രത്തോളം ആവശ്യമാണെന്ന് പല

രക്ഷാകർത്താക്കളും മനസ്സിലാക്കുന്നില്ല എന്നത് സങ്കടകരമാണ്.

ഇത്തരത്തിലുള്ള കളികൾ കുട്ടിയുടെ മാനസികവും സാമൂഹ്യവുമായ വികാസത്തിന് ഏറെ ആവശ്യമുള്ളവയാണ്. **ഈ റോൾ-പ്ലേ ഗെയിമുകൾ** അവരെ നാടകീയതയിലൂടെ പുതിയ അനുഭവങ്ങൾ പരീക്ഷിക്കാൻ പ്രേരിപ്പിക്കുന്നു. പാവകളെ ഉപയോഗിച്ച് കഥകൾ പറയുന്നതിന്റെയും പുതിയ വൃത്താന്തങ്ങൾ സൃഷ്ടിക്കുന്നതിന്റെയും പ്രക്രിയയിൽ അവരുടെ സൃഷ്ടിപരതയും പ്രശ്നപരിഹാര ശേഷിയും വളരുന്നു. പല രക്ഷിതാക്കളും ഈ കളികൾ എത്ര പ്രയോജനകരമാണെന്ന് മനസ്സിലാക്കാതെ പോകുന്നു. പക്ഷേ, കുട്ടികളുടെ സംവേദനവും ആത്മവിശ്വാസവും വളരാനുള്ള ഇവയുടെ സംഭാവന വിലമതിക്കാൻ കഴിയാത്തതാണ്.

ചിലപ്പോഴൊക്കെ ഞാൻ, ഇവിടെ അമ്മു പറയുന്ന കഥകൾ ഫോണിൽ റെക്കോർഡ് ചെയ്തു വയ്ക്കും പിന്നീട് ഡയറിയിൽ കുറിച്ചു വയ്ക്കും. അമ്മു വളർന്നു വരുമ്പോൾ കൊടുക്കാമല്ലോ.

സ്കൂളിൽ, മറ്റ് കുട്ടികളുമായി സമയം ചെലവഴിക്കുന്നതും അവരുടെ ഇഷ്ടാനിഷ്ടങ്ങൾ തുറന്ന് പറയുന്നതും അമ്മൂസിന്റെ സാമൂഹിക സംവേദനത്തെ മിടുക്കോടെ വളർത്തിയിരിക്കുന്നു. കൂടാതെ, ചെറിയ കാര്യങ്ങൾ വലുതായി മാറ്റി അത് അഭിനയിച്ച് പ്രകടിപ്പിക്കുന്നതിലും അമ്മൂസ് ഒരു വിദഗ്ധയായി തുടങ്ങിയിരിക്കുന്നു!

ഇന്ന് സ്കൂളിൽ ടീച്ചർ പറഞ്ഞതും, ക്ലാസിലെ സണ്ണിയും സോനുവും മീനുവും അതിനനുസരിച്ച് നടത്തിയ എതിർ സംസാരവും, ഓടി കളിച്ചതും എല്ലാം ഒരു കഥയാക്കി പറഞ്ഞു കേൾക്കുമ്പോൾ എന്താ അഭിനയമെന്നു തോന്നും! ചിലപ്പോൾ

ഏതാണ് സത്യം, ഏതാണ് സത്യമല്ലാത്തത് എന്നറിയാൻ പോലും സാധിക്കാതെ പോകും.

കുട്ടികളുടെ സുരക്ഷക്കായി ഒരു പ്രധാന കാര്യം നാം ഉറപ്പാക്കേണ്ടതാണ് – അവർക്കു അമ്മയുടെയും അച്ഛന്റെയും പേര്, ജോലി ചെയ്യുന്ന സ്ഥലം, പ്രധാനമായും ഫോൺ നമ്പറുകൾ എന്നിവ കൃത്യമായി പഠിപ്പിക്കേണ്ടതുണ്ട്. ഇത് എങ്ങനെ സഹായിക്കുന്നു എന്നതിനുള്ള വ്യക്തമായ ഉദാഹരണം എന്റെ സ്വന്തം ജീവിതത്തിൽ നിന്നാണ്.

എന്റെ മൂത്തമകൻ എൽ.കെ.ജിയിൽ പഠിക്കുമ്പോഴാണ് സംഭവിച്ചത്. ഒരു തിങ്കളാഴ്ച, എല്ലാവിധത്തിലും സാധാരണദിനം പോലെ തന്നെയായിരുന്നു. അവന്റെ അച്ഛൻ ബൈക്കിൽ സ്കൂളിലേക്ക് അയച്ചു. ക്ലാസ് ടീച്ചറോട് വൈകിട്ട് സ്കൂൾ ബസ്സിൽ കയറ്റി വിടണമെന്നും അറിയിപ്പ് നൽകുകയും ചെയ്തു. പക്ഷേ, സാഹചര്യവശാൽ ടീച്ചർ അത് മറന്നുപോയി.

അദ്ധ്യാപിക സ്കൂൾ വിട്ടുപോകുമ്പോൾ, ക്ലാസ് റൂമിൽ ഉറങ്ങി കിടക്കുകയായിരുന്നു മകൻ. ആരും കാണാതെ അങ്ങനെ അവൻ അവിടെ തന്നെ കിടന്നു.

പിന്നീട് സെക്യൂരിറ്റി, ക്ലാസ് റൂമുകൾ അടയ്ക്കാനായി വരുമ്പോൾ ആണ് അവനെ കാണുന്നത്. ആ അതിജീവനത്തിന്റെയും, സുരക്ഷിത തിരിച്ചുവരവിന്റെയും പിന്നിൽ ഉണ്ടായിരുന്നത് – അവൻ അറിഞ്ഞിരുന്ന അച്ഛന്റെ ഫോൺ നമ്പർ! അത് പറഞ്ഞു കൊടുക്കാനായത് കൊണ്ട് മാത്രമാണ് സുരക്ഷിതമായി വീട്ടിലേക്ക് തിരിച്ചെത്തിക്കാനായത്.

ഇതെല്ലാം "പേടിക്കേണ്ട" കാര്യങ്ങളല്ല, മറിച്ച് ബോധവത്കരിക്കേണ്ട കാര്യങ്ങളാണ്. നമ്മുടെ ചെറിയ ശ്രദ്ധ, വലിയ ദുരന്തങ്ങൾ ഒഴിവാക്കാൻ കഴിയുന്ന അനന്തശക്തിയുള്ളത് ആകാം.

ഈ പ്രായത്തിൽ കഥകൾ ഒരുക്കാനും നെയ്തെടുക്കാനും, തന്റെ അനുഭവങ്ങളെ വ്യത്യസ്ത രീതികളിൽ അവതരിപ്പിക്കാനും കഴിവ് വളരുന്നത് സാധാരണമാണ്. ഇത് അവരുടെ സൃഷ്ടിപരതയുടെ പ്രകടമാണ്. നാടകീയതയും ഭാവനാത്മകമായ ചിന്തകളും അവരുടെ ചിന്തയെ വളർത്തി മനോഹരമായ രീതിയിൽ ഉള്ള പ്രതിഭാസങ്ങൾ സൃഷ്ടിക്കാൻ കഴിയുന്നു.

എറിക് എറിക്സന്റെ മാനസിക സാമൂഹിക തത്വപ്രകാരം, 3 മുതൽ 5 വയസ്സുവരെ നീണ്ടുനിൽക്കുന്ന ഈ ഘട്ടത്തിൽ കുട്ടികൾക്ക് **പുതിയ കാര്യങ്ങൾ പരീക്ഷിക്കാൻ, ഉത്തരവാദിത്തങ്ങൾ ഏറ്റെടുക്കാൻ, ആഗ്രഹം തോന്നും.** മാതാപിതാക്കൾ കുട്ടിയെ പിന്തുണയ്ക്കുന്നുവെങ്കിൽ കുട്ടികൾക്ക് ഉദ്ദേശശക്തി വളരും. അതേസമയം, കുട്ടികൾക്ക് പരാജയത്തെക്കുറിച്ചോ പുതിയ കാര്യം ചെയ്യുമ്പോൾ ഉണ്ടാകാവുന്ന അപകടങ്ങളെക്കുറിച്ചോ അമിത ഭയം വരുത്തിയാൽ കുറ്റബോധം ഉണ്ടാകും.

കുട്ടികളെ കേൾക്കാൻ പൂർണ്ണ മനസ്സോടെ ഈ ചെറുപ്രായത്തിൽ രക്ഷിതാക്കൾ തയ്യാറായാൽ വളർന്നു വരുമ്പോൾ അവർ നിങ്ങളിൽ നിന്ന് അകലില്ല പകരം നിങ്ങളോട് സംസാരിക്കാൻ കൂടുതൽ താല്പര്യം കാണും എന്ന് മനസ്സിലാക്കണം.

കുസൃതിയുടെ പാരമ്യതയിൽ ഇരിക്കുന്ന ഈ കാലഘട്ടത്തിൽ രക്ഷിതാക്കൾ അവരെ നിയന്ത്രിക്കാനായി ശബ്ദമുയർത്തുകയും ദേഷ്യത്തിൽ സംസാരിക്കുകയും ചെയ്യുന്നതു വഴി ഭാവിയിൽ സ്വീകാര്യമല്ലാത്ത സ്വഭാവ സവിശേഷതകൾ നയിക്കുകയാണ് രക്ഷിതാക്കൾ ചെയ്യുന്നത്.

കുട്ടികളോട് **ഏറ്റവും നന്നായും ബഹുമാനത്തോടെ പെരുമാറാനും സംസാരിക്കാനും** എല്ലാ രക്ഷിതാക്കൾക്കും സാധിക്കട്ടെ എന്നും അതുവഴി നല്ലൊരു തലമുറയെ സൃഷ്ടിക്കാനാകട്ടെ എന്നും ആശംസിക്കുന്നു.

സംക്ഷിപ്തം

നാലും അഞ്ചും വയസ്സ് കുട്ടികളുടെ വികസനം

നാലും അഞ്ചും വയസ്സുകൾ കുട്ടികളുടെ ശാരീരികവും മാനസികവുമായ വളർച്ചയിൽ നിർണ്ണായക കാലഘട്ടങ്ങളാണ്. ഈ പ്രായത്തിൽ അവർ ബോധപൂർവമായും സാമൂഹ്യപരമായും ശക്തമാകുന്നു.

ശാരീരിക വളർച്ച:

❖ ഇത് കുട്ടികളുടെ ശരീരത്തിന്റെ മോട്ടോർ സ്കിൽസ് (പല തരം പ്രവർത്തനങ്ങൾ ചെയ്യുന്ന കൈയുടെയും കാലിന്റെയും നിയന്ത്രണം) മെച്ചപ്പെടുന്ന കാലഘട്ടമാണ്.

❖ പാചകത്തോടോ, ചിത്രരചനയിലോ, ലളിതമായ കരകൗശല പ്രവൃത്തികളിലോ അവർക്ക് പങ്കുചേരാൻ കഴിയുന്നു.

സാഹചര്യവും സംസാരവും:

❖ ഈ പ്രായത്തിൽ ആശയങ്ങൾ വ്യക്തമായി പ്രകടിപ്പിക്കാൻ ഭാഷാവികാസം പരിപാകപെട്ടിരിക്കുന്നു.

❖ അനുഭവങ്ങളെക്കുറിച്ചോ കഥകളെക്കുറിച്ചോ കൂടുതൽ വിശദമായി സംസാരിക്കാൻ ഇവർക്ക് കഴിയും.

സാമൂഹിക ബന്ധങ്ങൾ:

❖ കൂട്ടുകാർക്കൊപ്പം കൂടിയും സ്കൂളിലായോ കളിക്കളത്തിലായോ സഹകരിച്ച് പ്രവൃത്തിക്കാനും വാദിച്ചു

സമ്മതിക്കുകയും അവരുടെ വികാരങ്ങൾ പ്രകടിപ്പിക്കുകയും ചെയ്യുന്നു.

❖ അതേ സമയം, അവരുടെ ഇഷ്ടവും അഭിപ്രായങ്ങളും അംഗീകരിക്കുന്ന ഒരു പരിസ്ഥിതിയും അവർക്ക് ആവശ്യമാണ്.

ബുദ്ധിശേഷിയും സൃഷ്ടിപരതയും:

❖ അനുമാനങ്ങൾ വെച്ച് കഥകൾ ഒരുക്കാനും ഒപ്പം പ്രശ്നങ്ങൾ പരിഹരിക്കാനും അവർക്ക് കഴിവുണ്ടാകും.

❖ സൃഷ്ടിപരതയോടുള്ള താല്പര്യം വളരുന്നു—അവരുടെ രചനകളിലും കഥ പറയലിലും അതിന്റെ പ്രകടനം കാണാം.

ചുരുക്കത്തിൽ, നാലും അഞ്ചും വയസ്സുകളിൽ കുട്ടികളുടെ വികാസം അവരുടെ വ്യക്തിത്വത്തെ അതിന്റെ വിവിധ വശങ്ങളിൽ സമ്പുഷ്ടമാക്കുന്ന ഒരു കാലഘട്ടമാണ്. ഇവരുടെ സാമൂഹ്യ, മാനസിക, ശാരീരിക, സൃഷ്ടിപരമായ വളർച്ചയെ പ്രോത്സാഹിപ്പിക്കുന്ന സ്നേഹപൂർണ്ണമായ സഹിഷ്ണുതാ മനോഭാവം മാതാപിതാക്കളും രക്ഷിതാക്കളും സ്വീകരിക്കണം.

"നാം എങ്ങനെ നമ്മുടെ കുട്ടികളെ പരിചരിക്കുന്നുവോ അതിനനുസരിച്ചുള്ള വിശ്വാസമായിരിക്കും അവരിൽ വളർന്നുവരിക."

അദ്ധ്യായം ഒൻപത്

വളർച്ചയുടെ പടവുകൾ (6-12 വയസ്സ്) പൊതുവായി പാലിക്കേണ്ടത്

"കാലം മാറിയപ്പോൾ,

പുഴു പൂമ്പയായി,

സ്വപ്നങ്ങൾ നെയ്യുന്ന

സൗന്ദര്യത്തിന്റെ സങ്കേതം..."

ഒരു ചിത്രശലഭം പൂമ്പയായി മാറുന്ന ഘട്ടം, അതിനുള്ളിൽ ശലഭമായി പിറവിയെടുക്കാനുള്ള തയാറെടുപ്പുകൾ ആരംഭിക്കുന്ന കാലഘട്ടം – അതുപോലെയാണ് കുട്ടികളുടെ വളർച്ചയിൽ ഇത് ഒരു പ്രധാനഘട്ടം. ഇത് അകത്തെയുള്ള മാറ്റങ്ങൾ ഒന്നും കാണാത്തതുപോലെയായാലും, അതിനകം അവരുടെ **മനസ്സും വ്യക്തിത്വവും ഭാവിയിലേക്കുള്ള വഴി തേടിത്തുടങ്ങുന്നു.**

വളർച്ചയുടെ ഈ അതിമനോഹരമായ ഘട്ടത്തിൽ, കുട്ടികൾക്ക് അനുഭവപ്പെടേണ്ടത് **ശരിയായ രീതിയിലുള്ള, സമയബന്ധിതമായ, അനുഭവങ്ങൾ ആണ്.** അവയ്ക്ക് ലഭിക്കുന്ന ആശംസകളും പിന്തുണയും ശരിയായ രീതിയിൽ നൽകിയാൽ മാത്രമേ അവരുടെ "ചിറകുകൾ" ശക്തമായി വിരിയാനാകൂ. നാം നൽകുന്ന ഓരോ അനുഭവവും, ചിറകുകളുടെ നിറം, ആകൃതി, പറക്കുന്ന ദിശ ഇവയെല്ലാം രൂപപ്പെടുത്തുന്ന അമൃത് ആകുന്നു..

ഈ കാലഘട്ടം **അക്കാദമിക മികവിന്റെ തുടക്കവും വ്യക്തിത്വ രൂപീകരണത്തിന്റെ അടിസ്ഥാനവും** ഒരുക്കുന്ന സമയമാണ്. 6 മുതൽ 12 വയസ്സുവരെ ഉള്ള ഈ കാലഘട്ടം, ഒറ്റഘട്ടമായി കാണാൻ പാടില്ല. ഇതു രണ്ട് വ്യത്യസ്ത ഘട്ടങ്ങളായി തരംതിരിക്കേണ്ടതുണ്ട്, കാരണം ഓരോ ഘട്ടത്തിലും കുട്ടികളുടെ വളർച്ചാ രീതികളും ആവശ്യങ്ങളും വ്യത്യസ്തം ആയിരിക്കും.

6, 7, 8 വയസ്സുകൾ - ഈ പ്രാരംഭ ഘട്ടത്തിൽ കുട്ടികളെ കുട്ടികളായി ജീവിക്കാൻ സമ്മതിക്കണം. ഈ പ്രായം അച്ഛന്റെയും അമ്മയുടെയും സമീപ്യം, സ്നേഹപ്രകടനം, ചേർത്തുപിടിക്കൽ എന്നിവ ഏറ്റവും കൂടുതൽ പ്രാധാന്യമുള്ളതാണ്. സ്നേഹബോധം വളർത്തുന്നതും സുരക്ഷിതത്വവും ആത്മവിശ്വാസവും വികസിപ്പിക്കുന്നതും ഈ പ്രായത്തിലെ മാനസിക വളർച്ചയ്ക്ക് നിർണായകമാണ്.

9, 10, 11 വയസ്സുകൾ - ഈ പ്രായത്തിലെ കുട്ടികൾ കുറച്ചുകൂടി സ്വതന്ത്രമാകാനും കൂടുതൽ ഉത്തരവാദിത്തങ്ങൾ ഏറ്റെടുക്കാനും തുടങ്ങിയിരിക്കും. അക്കാദമിക മികവിലേക്കുള്ള അടിത്തറ ഇതിലാണ് സ്ഥാപിക്കപ്പെടുന്നത്. ശ്രദ്ധയുടെ ദൈർഘ്യം വർധിക്കുന്നതിനാൽ, പഠന ശീലങ്ങൾ

ശക്തിപ്പെടുത്താനും വ്യക്തിത്വവികാസത്തിന് മികച്ച മാർഗങ്ങൾ നൽകാനും സാധ്യതയുണ്ട്.

ഈ വൈവിധ്യങ്ങളുള്ള വളർച്ചാ ഘട്ടങ്ങളെ വിഭജിച്ച് അവയ്ക്കനുസരിച്ചുള്ള വ്യത്യസ്ത സമീപനങ്ങൾ സ്വീകരിക്കുക കൂടുതൽ ഫലപ്രദമാകും. പൊതുവായ കാര്യങ്ങൾ ഏകീകരിച്ചും, മാറ്റം വരുത്തേണ്ടവ വേർതിരിച്ചും, കുട്ടികളുടെ ആവശ്യങ്ങൾക്ക് ചേർന്ന മാർഗ്ഗരേഖകൾ നൽകിയിരിക്കുന്നു ഇവിടെ.

ബുദ്ധിപരമായ ഉന്നമനം ആരംഭിക്കുന്ന സുപ്രധാന ഘട്ടമാണിത്. ലോകത്തെക്കുറിച്ച് ആകാംക്ഷയോടെയും കൗതുകത്തോടെയും മനസ്സിലാക്കാൻ കുട്ടികൾ ശ്രമിക്കുകയും നിരവധി ചോദ്യങ്ങൾ ഉന്നയിക്കുകയും ചെയ്യും. അറിയാനുള്ള തീവ്രമായ ആഗ്രഹം അവരെ കൂടുതൽ ചോദിക്കാനും പഠിക്കാനും പ്രേരിപ്പിക്കും.

ഇത്തരം അവസരങ്ങളിൽ രക്ഷിതാക്കൾക്ക് ആവശ്യമായത്, വളരെയധികം **കരുതലോടെയും സ്നേഹത്തോടെയും പ്രതികരിക്കാനുള്ള ശേഷിയാണ്.** ഉടൻ മറുപടി നൽകാൻ കഴിയാത്ത ചോദ്യം വന്നാൽ, തെറ്റായ മറുപടിയല്ല, മറിച്ച് അതിന്റെ ഉത്തരം അന്വേഷിച്ച്, കുട്ടികളുടെ മനസ്സിലാവുന്ന ഭാഷയിൽ വിശദീകരിക്കാനാണ് ശ്രമിക്കേണ്ടത്.

ഇങ്ങനെ ചെയ്യുമ്പോൾ, അവരുടെ മനസ്സിൽ സംശയങ്ങൾക്കും അപരിചിതമായ ആശയങ്ങൾക്കും സ്ഥാനമുണ്ട് എന്ന ബോധം അവരിലുണ്ടാകും. ചോദ്യം ചെയ്യാനുള്ള ആത്മവിശ്വാസം അവരിൽ വളരും. അറിവിന്റെ അനന്ത ലോകം അന്വേഷിക്കാൻ താൽപര്യം കൂടും.

കുട്ടികളുടെ ചിന്താശേഷിയും സൃഷ്ടിപരമായ മനോഭാവവും പ്രോത്സാഹിപ്പിക്കാൻ ഇവർക്ക് ആവശ്യമായ പിന്തുണ

നൽകുമ്പോഴാണ് അവർ ഒരു **ബുദ്ധിയുള്ള വ്യക്തിത്വമായി വളരാൻ** സാധ്യതയുള്ളത്.

രക്ഷിതാക്കൾ ശ്രദ്ധയിൽ വയ്ക്കേണ്ടത് എന്തെന്നാൽ കുട്ടികൾക്ക് എന്തിനും ഉത്തരങ്ങൾ നൽകാനോ അവരുടെ തലത്തിൽ കാര്യങ്ങൾ വിശദീകരിക്കാനോ കഴിയുന്നില്ലെങ്കിൽ, ആദ്യം അത് പഠിക്കണം. "ഹേ! നീ ചെറിയ കുട്ടിയല്ലേ? ഇതൊക്കെയാണോ ചോദിക്കുന്നത് " എന്ന രീതിയിൽ അവഗണനാ ഭാവം കാണിക്കരുത്. അല്ലെങ്കിൽ തിരക്ക് അഭിനയിച്ച്, ദേഷ്യപ്പെട്ട് ഓടിച്ചു വിടരുത്. ഇതുപോലെ പ്രതികരിക്കുന്നത് കുട്ടികളുടെ കൗതുകവും ആത്മവിശ്വാസവും കുറയ്ക്കും. ഇന്ന് ഏത് കാര്യവും നമുക്ക് അറിയില്ലെങ്കിൽ അത് കണ്ടു പിടിച്ച പറഞ്ഞു കൊടുക്കുവാൻ എത്ര എളുപ്പമാണ് എന്ന് പറയേണ്ടതില്ലല്ലോ.

ഒരു ദിവസം, അമ്മൂസ് ഉറ്റുനോക്കി ചോദിച്ചു: "ഞാൻ എവിടുന്ന് ഉണ്ടായി?" നീന ഇതിന് എന്ത് മറുപടി കൊടുക്കണം എന്ന് ശങ്കിച്ചു നിന്നു. എങ്കിലും, അമ്മൂസിന്റെ ആകാംക്ഷയെയും ശുദ്ധഹൃദയത്തെയും കാത്തുസൂക്ഷിക്കാനാണ് അവൾ തീരുമാനിച്ചത്. "നീ ഈ അമ്മയുടെ വയറ്റിൽ നിന്നാണ് ഉണ്ടായത്" എന്ന് മറുപടി കൊടുത്തു.

അപ്പോഴതാ അമ്മൂസിന്റെ അടുത്ത ചോദ്യം "എപ്പോഴാ അമ്മ എന്നെ വിഴുങ്ങിയെ?" ഹാവൂ! ഇതിനെന്തു മറുപടി കൊടുക്കണം - നീന ക്ഷണ നേരം ആലോചിച്ചു. അവൾ ധൈര്യം സംഭരിച്ച് തന്നെ സ്നേഹത്തോടെ ഒരു മറുപടി നൽകി "മോളെ, അച്ഛനും അമ്മയും ഒരുപാട് സ്നേഹിച്ചപ്പോൾ കിട്ടിയതാണ് നിന്നെ എന്റെ ഉള്ളിൽ". എന്തോ മനസ്സിലായ പോലെ അമ്മു സന്തോഷത്തോടെ പോയി. നീന സമാധാനത്തോടെ ആലോചിച്ചു—**കുട്ടികൾക്ക് ആവശ്യമുള്ളത് സത്യമായ മറുപടിയാണ്**, എന്നാൽ

അവർക്ക് മനസ്സിലാവുന്ന ഭാഷയിൽ ആകണം മറുപടി കൊടുക്കേണ്ടത്.

കുട്ടികൾ ചോദിക്കുന്ന ചോദ്യങ്ങളിൽ തെറ്റുണ്ടെന്ന് തോന്നിക്കരുത്. അവരുടെ ചോദ്യം ചോദിക്കുന്ന സ്വാതന്ത്ര്യത്തെ പിന്തുണക്കുക, കാരണം ഓരോ ചോദ്യവും അവരുടെ ബൗദ്ധികവും സാമൂഹികവുമായ വളർച്ചയുടെ ഒരു ഘട്ടമാണ്.

കുട്ടികൾക്ക് ഒരോ കാര്യവും ചോദിക്കാൻ സ്വാതന്ത്ര്യം ലഭിക്കുമ്പോൾ, അവർ ചിന്തിക്കാൻ തുടങ്ങുന്നു. അങ്ങനെ അറിവിന്റെ പുതിയ വഴികൾ അന്വേഷിക്കുന്നു. ഇനിനുള്ള ശ്രമം അവരിൽ ആത്മവിശ്വാസം വളർത്തും. ചിലപ്പോൾ പ്രശ്നകരമായ ചോദ്യങ്ങളും അവർ ചോദിച്ചേക്കാം, നമ്മൾ വിചാരിക്കാത്ത ചോദ്യങ്ങളും ഉന്നയിച്ചേക്കാം. എന്നാൽ അത്തരം ചോദ്യങ്ങൾ ഇല്ലായ്മ ചെയ്യുകയോ അവഗണിക്കുകയോ ചെയ്യരുത്. **ചോദ്യങ്ങൾക്ക് നാം അവസരം നൽകുമ്പോഴാണ്, കുട്ടികൾ അറിവിനും ലോകത്തിനും മുന്നിൽ മനസ്സു തുറക്കുന്നത്.**

ഒന്നാം ക്ലാസിൽ ഇതുവരെ പഠിച്ച സ്കൂളിൽ തന്നെയാണ് അമ്മു തുടരുന്നത്. "രവിയേട്ടാ, ഈ ശനിയാഴ്ച അമ്മുവിന്റെ സ്കൂളിൽ പി. ടി. എ മീറ്റിംഗ് ഉണ്ട്. രക്ഷിതാക്കൾ രണ്ടുപേരും പങ്കെടുക്കണം എന്നാണല്ലോ നിർദ്ദേശം., ലീവ് എടുക്കണേ കേട്ടോ," നീന രവിയോട് പറഞ്ഞു.

പി.ടി.എ. മീറ്റിംഗുകൾ രക്ഷിതാക്കളും അദ്ധ്യാപകരും തമ്മിലുള്ള ഒരു സവിശേഷമായ സംവാദ വേദിയാകണം. ഇത് കുട്ടികളുടെ പഠന പുരോഗതിയെ കുറിച്ചും, അവരുടെ സ്വഭാവ സവിശേഷതകളെ വിലയിരുത്താനും സംവദിക്കാനുമുള്ള ഒരു അവസരമാണ്. **അദ്ധ്യാപകരും രക്ഷിതാക്കളും ഒരുമിച്ച്**

കൈകോർക്കുമ്പോഴാണ് കുട്ടികളുടെ സമഗ്ര വളർച്ച ഉറപ്പാക്കാൻ കഴിയുന്നത്.

നീന എപ്പോഴും മാതൃകയാണ്. ആഴ്ചയിൽ ഒരിക്കൽ അമ്മുവിന്റെ അദ്ധ്യാപികയെ വിളിച്ച്, അവളുടെ വികാസത്തെക്കുറിച്ച് വിവരങ്ങൾ അറിയാൻ ശ്രമിക്കാറുണ്ട്. കൂടാതെ, മാസത്തിലൊരിക്കൽ സ്കൂളിൽ നേരിട്ട് പോയി, അദ്ധ്യാപകരുമായി അമ്മുവിന്റെ പുരോഗതിയെക്കുറിച്ച് ചർച്ച ചെയ്യാനും അവളുടെ ശക്തിയും മെച്ചപ്പെടുത്തേണ്ട മേഖലകളും മനസ്സിലാക്കാനും ശ്രമിക്കുന്നു.

കുട്ടികളുടെ വിദ്യാഭ്യാസ യാത്ര വിജയകരമാക്കാൻ, രക്ഷിതാക്കളുടെയും അദ്ധ്യാപകരുടെയും ഒരുമിച്ചുള്ള പങ്കാളിത്തം നിർബന്ധവുമാണ്.

രക്ഷിതാക്കൾ, കുട്ടികളുടെ സമഗ്ര വളർച്ചയ്ക്കായി **അദ്ധ്യാപകരെ അവരുടെ "രണ്ടാം രക്ഷിതാക്കൾ"** എന്ന് കണക്കാക്കണം. വീട്ടിൽ കാണിക്കാത്ത പല സ്വഭാവ സവിശേഷതകളും, കുട്ടികൾ സ്കൂളിൽ കൂട്ടുകാരോടൊപ്പം പ്രകടിപ്പിക്കാനുള്ള സാധ്യത കൂടുതലാണ്. ഈ സ്വഭാവ സവിശേഷതകൾ മനസ്സിലാക്കാനും ഉചിതമായി വളർത്തിക്കൊണ്ടുപോവാനും, രക്ഷിതാക്കളും അദ്ധ്യാപകരും തമ്മിലുള്ള സഹകരണം അത്യന്താപേക്ഷിതമാണ്.

അക്കാദമിക കാര്യങ്ങളിൽ കുട്ടികളെ സഹായിക്കുക നിർബന്ധമാണെങ്കിലും, എല്ലാ കാര്യവും അവർക്കു ചെയ്തുകൊടുക്കുന്ന ശീലം ഒഴിവാക്കേണ്ടതാണ്. ചെറുതായിരിക്കുമ്പോൾ തന്നെ അവരെ **ഉത്തരവാദിത്തബോധമുള്ളവരായി** മാറ്റാൻ രക്ഷിതാക്കൾ ശ്രദ്ധിക്കണം.

"അമ്മൂ, ഹോംവർക്ക്സ് ചെയ്യണ്ടേ?" നീന അമ്മുവിനെ വിളിച്ചു. അമ്മു ഹോംവർക്കുമായി ഇരിക്കുമ്പോൾ, നീന അടുത്തേക്ക് ചെന്നു നോക്കി.

"ഇന്നെന്താണ് ഞങ്ങളുടെ അമ്മുവിന് വേണ്ടത്?" എന്ന് ചോദിച്ചു.

അമ്മുവിനെക്കൊണ്ടു തന്നെ ഹോംവർക്കുകൾ വിശദീകരിപ്പിച്ച്, വാക്കുകൾ ശരിയാക്കാനും പിഴവുകൾ തിരുത്താനും നിർദ്ദേശം നൽകിയെങ്കിലും, എഴുത്ത് തീർത്തത് അമ്മു തന്നെയായിരുന്നു.

മറക്കണ്ട, എന്നും അല്പനേരം **രക്ഷിതാക്കളും കുട്ടികളും കൂടിയിരുന്നു പുസ്തകങ്ങൾ വായിക്കുക വായിച്ചു കേൾപ്പിക്കുക.** ഇത്തരത്തിലായിരിക്കണം, പഠനം, ബാല്യകാലം മുതൽ ശീലമാക്കുന്നതും, അവരെ സ്വയം ചിന്തിക്കാൻ പ്രേരിപ്പിക്കുന്നതും. കൂട്ടുകാരോടും അദ്ധ്യാപകരോടും അവർക്കുള്ള ഇടപെടലുകൾ വളർത്താൻ മാതാപിതാക്കൾ ശ്രദ്ധിച്ചാൽ, കുട്ടികൾക്ക് സ്വതന്ത്രവും ആത്മവിശ്വാസത്തോടെ വളരാനുള്ള നല്ലൊരു അന്തരീക്ഷം ഒരുക്കാം.

ഈ ശൈലി, രക്ഷിതാക്കളുടെ ഭാഗത്ത് നിന്ന് അനുകൂല പിന്തുണ നൽകിയാൽ മതിയെന്ന് അനുസ്മരിപ്പിക്കുന്നു. കൂടാതെ, എല്ലാ കാര്യങ്ങളും നമ്മൾ ചെയ്തു കൊടുക്കുക അല്ല, മറിച്ച് കുട്ടികൾക്ക് ഉത്തരവാദിത്ത്വവും സ്വതന്ത്ര പഠനശേഷിയും വളർത്തിയെടുക്കുന്നു.

കൂടാതെ, കുട്ടികളുടെ മാർക്കുകൾ പരിശോധിക്കുമ്പോൾ ശ്രദ്ധിക്കേണ്ടത്, അവർ **എന്ത് നഷ്ടപ്പെടുത്തി എന്ന് കണ്ടെത്തലോ, മറ്റ് കുട്ടികളുമായി താരതമ്യം ചെയ്യുകയോ അല്ല,** പകരം അവരുടെ പ്രയത്നം എത്രമാത്രം സത്യസന്ധമായിരുന്നു എന്നത് വിലയിരുത്തലാണ്. "നീ വളരെ

നന്നായി ശ്രമിച്ചു" എന്ന തരത്തിലുള്ള പ്രോത്സാഹനപരമായ വാക്കുകൾ ഉപയോഗിക്കുമ്പോൾ, കുട്ടികൾക്ക് മുന്നോട്ടുള്ള ശ്രമങ്ങൾക്ക് കൂടുതൽ ഉത്സാഹം നൽകാൻ കഴിയും.

കഴിഞ്ഞ പരീക്ഷകളിൽ നിന്ന് മികച്ച പ്രകടനം പ്രതീക്ഷിച്ചിട്ടും, ഫലം താഴെയായപ്പോൾ, കുട്ടികൾക്ക് സങ്കടം തോന്നുക സ്വാഭാവികമാണ്. അത്തരം സന്ദർഭങ്ങളിൽ, അവരുടെ **പരിശ്രമം അംഗീകരിക്കുകയും, അവരിൽ ഉള്ള നല്ല കഴിവുകൾക്ക് പിന്തുണ നൽകുകയും** ചെയ്യുന്നതാണ് മികച്ച രക്ഷാകർത്താവിന്റെ സമീപനം. അവരുടെ ശ്രമത്തെ അംഗീകരിച്ചാൽ, അവർ തങ്ങളുടെ അളവുകൾ മെച്ചപ്പെടുത്താനും ഭാവിയിൽ കൂടുതൽ ആത്മവിശ്വാസത്തോടെയും ഉത്സാഹത്തോടെയും മുന്നോട്ട് പോകാനും ശ്രമിക്കും.

താരതമ്യം ചെയ്യുന്നത്, പ്രത്യേകിച്ച് കുട്ടികളെ മറ്റു കുട്ടികളുമായി താരതമ്യപ്പെടുത്തുന്നത്, അവരെ **കള്ളം പറയുന്നതിനും കള്ളം മറയ്ക്കുന്നതിനും** വഴിയൊരുക്കുന്ന ഒരു മോശപ്പെട്ട തുടക്കമാണ് എന്ന് രക്ഷിതാക്കൾ മനസ്സിലാക്കേണ്ടതാണ്.

ഇത് പറയുമ്പോൾ എനിക്ക് സ്കൂളിൽ ഉണ്ടായിരുന്ന ഒരു സംഭവം ഓർമ്മ വരുന്നു. ഒരു കുട്ടി – അച്ഛൻ ജോലിസംബന്ധമായ മറ്റൊരു നാട്ടിൽ, കുട്ടിയാകട്ടെ അമ്മയോടൊപ്പം നാട്ടിലും താമസം.

അന്നത്തെ കാലത്ത് ഉത്തരക്കടലാസുകൾ വീട്ടിൽ ഒപ്പു ഇടിക്കാൻ കൊടുക്കുന്ന രീതിയായിരുന്നു. അവൾ നിരന്തരം കള്ളം പറഞ്ഞും, കള്ളം കാട്ടിയും, അമ്മയുടെ ഒപ്പിട്ട് ഉത്തരകടലാസുകൾ തിരികെ കൊണ്ടുവരികയായിരുന്നു.

എന്നും സ്കൂട്ടറിൽ സ്കൂൾ ഗേറ്റ് വരെ എത്തിച്ചിരുന്ന അമ്മയെ ഉള്ളിലേക്ക് ഒരിക്കലും കയറാൻ അനുവദിച്ചിരുന്നില്ല ഈ മകൾ.

"അവളുടെ അമ്മക്ക് മാനസിക പ്രശ്നങ്ങളുണ്ട്" എന്നാണ് ഈ കുട്ടി ഞങ്ങളെ വിശ്വസിപ്പിച്ചിരുന്നത്.

ഇത് ആവർത്തിച്ചപ്പോഴാണ് ഒരു ദിവസം നേരിട്ട് വീട്ടിലെത്തി കാണണമെന്നു തീരുമാനിച്ചത്. മൊബൈൽഫോൺ ഇല്ലാത്ത കാലം – എങ്കിലും ലാൻഡ്ഫോണിൽ വിളിച്ച് അമ്മയുമായി സംസാരിക്കുമ്പോഴാണ് യാഥാർത്ഥ്യം മനസ്സിലായത്. അവളുടെ അമ്മ വളരെ മനസ്സുറ്റ, സമർത്ഥയായ ഒരു വനിതയായിരുന്നു. കുട്ടി വളരെ ഭംഗിയായയാണ് എല്ലാം മറച്ചിരുന്നത്.

പലപ്പോഴും ഇത്തരം കള്ളങ്ങളിലേക്ക് കുട്ടികളെ തള്ളുന്നത് രക്ഷിതാക്കളിൽ നിന്നുള്ള അനാവശ്യ സമ്മർദമാണ് – "മാർക്ക് കുറയുന്നത് സമ്മതിക്കാനാവില്ല", "മറ്റു കുട്ടികൾക്ക് എത്ര കിട്ടി?", "നിന്റെ സെക്ഷനിലെ അവളുടെ മാർക്ക് നോക്കിയോ?" എന്നിങ്ങനെയുള്ള താരതമ്യങ്ങളാണ്.

"പിന്തുണയുടെ പേരിൽ പ്രതിസന്ധി സൃഷ്ടിക്കരുത്."

മുമ്പത്തെ പരീക്ഷയുമായി താരതമ്യം ചെയ്താൽ മതിയാകും – കുട്ടി സ്വന്തം നേട്ടം മനസ്സിലാക്കാനും മെച്ചപ്പെടാനും ഉറ്റൊരു അവസരം ലഭിക്കും.

അഭിനന്ദനങ്ങളുടെ ശക്തിയെക്കുറിച്ച്, **കെൻ ബ്ലൻചാഡ് തന്റെ "വെയ്ൽ ഡൺ പേരന്റിങ്"** എന്ന പുസ്തകത്തിൽ പോസിറ്റീവ് ബന്ധങ്ങൾക്കുള്ള പ്രാധാന്യം പ്രതിപാദിച്ചിരിക്കുന്നു. കുട്ടികളെ പ്രശംസിക്കുമ്പോൾ ശ്രദ്ധിക്കേണ്ട ചില നിർദേശങ്ങൾ അദ്ദേഹം മുന്നോട്ടു വയ്ക്കുന്നു, അതിലുപരി ഇവ രക്ഷിതാക്കൾ ഫലപ്രദമായി പരീക്ഷിച്ചിട്ടുള്ളവയുമാണ്.

പ്രശംസിക്കുമ്പോൾ ശ്രദ്ധിക്കേണ്ട 6 കാര്യങ്ങൾ:

❖ **എന്തിന് പ്രശംസിക്കുകയാണ് എന്ന് വ്യക്തമായി പറയുക** – പൊതുവായ അഭിനന്ദനങ്ങൾക്കുപകരം, കൃത്യമായ കാരണങ്ങൾ നൽകണം. *(ഉദാ: "നീ തനിയെ ഹോംവർക്ക് തീർത്തത് വളരെ ഗംഭീരം!" എന്നത് "നീ മിടുക്കിയാണ്" എന്നതിനെക്കാൾ ശക്തമാണ്.)*

❖ **ഫലം കണ്ടപ്പോൾ മാത്രമല്ല, ശ്രമത്തിനും പുരോഗതിക്കുമുള്ള അംഗീകാരം നൽകുക** – കുട്ടികൾ ഒരു ലക്ഷ്യത്തിലേക്കുള്ള യാത്രയിലാണ്, അതിനാൽ അവർ മുന്നോട്ട് വെച്ച ഓരോ പരിശ്രമവും അംഗീകരിക്കണം.

❖ **പ്രശംസയും തിരുത്തലുകളും ഒരേ സമയം നൽകരുത്** – "നല്ല ശ്രമം, പക്ഷേ..." എന്നതുപോലുള്ള വാചകങ്ങൾ പ്രശംസയുടെ ശക്തി കുറയ്ക്കും. തിരുത്തുന്നത് പ്രശംസ കേട്ടതിന്റെ സന്തോഷം ആസ്വദിച്ച ശേഷം പിന്നീട് സമയം കണ്ടെത്തി മാത്രം.

❖ **ആത്മാർത്ഥതയും കൃത്യതയും പ്രധാനം** – ഉള്ളിൽ നിന്നുള്ള പ്രശംസ മാത്രമേ കുട്ടികളുടെ മനസ്സിൽ തട്ടുകയുള്ളൂ. അവർക്ക് അത് കൃത്യമായി തിരിച്ചറിയാനും ആകും എന്ന് ഓർക്കുക.

❖ **എല്ലാവരുടെയും മുമ്പിൽ പ്രശംസിക്കുകയും സ്വകാര്യമായി തിരുത്തുകയും ചെയ്യുക** - മറ്റുള്ളവരുടെ മുന്നിൽ കുട്ടികളെ പ്രശംസിക്കാം, എന്നാൽ പിഴവുകൾ തിരുത്തേണ്ടി വന്നാൽ, അതിനെ സ്വകാര്യമായി മാത്രം പറയുക.

❖ **പോസിറ്റീവ് കാര്യങ്ങൾക്ക് മാത്രം പ്രാധാന്യം കൊടുക്കുക.** - കുട്ടികളുടെ ഓരോ ചെറിയ നല്ല പ്രവൃത്തിയും ശ്രദ്ധിക്കപ്പെടുകയും എന്നാൽ കുറവുകളും തെറ്റുകളും ശ്രദ്ധയിൽപ്പെട്ടാലും, യാതൊന്നും അതിനെ

കുറിച്ച് പങ്കുവയ്ക്കാതെയിരുന്നാൽ, പ്രോത്സാഹനം കിട്ടിയ കാര്യങ്ങൾ കൂടുതലായി ചെയ്യാൻ ഉത്സാഹം കൂടും.

പോസിറ്റീവ് പ്രശംസ കുട്ടികളിൽ വളർത്തുന്ന ഗുണങ്ങൾ:

❖ **ആത്മവിശ്വാസം വർധിപ്പിക്കുന്നു** – കുട്ടികൾ തങ്ങളുടെ ശ്രമം വിലപ്പെട്ടതാണെന്ന് മനസ്സിലാക്കും.

❖ **അറിവും പഠനശീലവും മെച്ചപ്പെടും** – ശ്രദ്ധ, ശ്രമം, വിജയം എന്നീ ഘടകങ്ങൾ കൂടുതൽ മികവോടെ അവർ സ്വീകരിക്കും.

❖ **നല്ല ശീലങ്ങൾ ദൈനംദിന ജീവിതത്തിൽ ഉരുത്തിരിയുന്നു** – തെറ്റുകൾക്ക് അധികം പ്രാധാന്യം നൽകാതെ, ശ്രദ്ധ നല്ലവയിലേക്കാണ് തിരിയേണ്ടത്.

കുട്ടികൾ ചെറിയ തെറ്റുകൾ ചെയ്താൽ, അവയെ ക്രിയാത്മകമായി കൈകാര്യം ചെയ്യണം. ഒരു തെറ്റിനേക്കാൾ, കുട്ടി ചെയ്ത നല്ല പ്രവർത്തനങ്ങൾക്കുള്ള അംഗീകാരം അവരെ നല്ല ശീലങ്ങൾ വളർത്തുന്നതിനുള്ള ആദ്യ പടിയാക്കും.

ഇത് കുഞ്ഞു പ്രായത്തിൽ മാത്രം ബാധകമായ കാര്യമല്ല, മുതിർന്നവരെയും ഏറെ പ്രേരിപ്പിക്കും. നാം നമ്മുടെ അടുത്തുള്ളവരെ സന്തോഷത്തോടെ പ്രശംസിക്കുമ്പോൾ, അതിന്റെ ശക്തി അളവറ്റമാണ്. ഇത് ഒരു വ്യക്തിയുടെ ജീവിതത്തിൽ വലിയ മാറ്റം സൃഷ്ടിക്കാൻ കഴിയും.

"തിരുത്തലുകൾ കുറച്ചു കാര്യങ്ങൾ മാറ്റുമെങ്കിലും പ്രോത്സാഹനം എല്ലാം മാറ്റുന്നതാണ്"

നേരത്തെ പറഞ്ഞതുപോലെ, ഈ പ്രായത്തിൽ കുട്ടികൾ അവരുടെ സൗഹൃദങ്ങളെ വളർത്താനുള്ള ശ്രമം തുടങ്ങിയിരിക്കുമ്പോൾ, അവരുടെ ചിന്തകൾ, അനുഭവങ്ങൾ,

സൗഹൃദങ്ങൾ എല്ലാം പങ്കിട്ട് സംസാരിക്കാൻ അവസരം നൽകുക വളരെ പ്രാധാന്യമുള്ളതാണ്. നമ്മുടെ സൗഹൃദങ്ങളെ കുറിച്ച് സംസാരിക്കുന്നത് കൊണ്ട് അവർക്ക് സൗഹൃദത്തിന്റെയും സഹാനുഭൂതിയുടെയും മൂല്യം മനസ്സിലാക്കാൻ കഴിയും.

അമ്മു ഇപ്പോൾ സുഹൃത്തുക്കളെക്കുറിച്ച് ആവേശത്തോടെ സംസാരിക്കുകയാണ്.

"ഏറ്റവും ഇഷ്ടപ്പെട്ട സുഹൃത്ത് ആരാ?" എന്ന് ചോദിച്ചാൽ,

"മീനു, സിനി, സോന, ബബിത, ഇന്ദു..." എന്നിങ്ങനെ തുടർച്ചയായി പേരുകൾ പറയും!

ഇതിലൂടെ സുഹൃത്തുക്കൾ അവരുടെ ജീവിതത്തിന്റെ അവിഭാജ്യഘടകമാകുന്നതിന്റെ സൂചന കാണാം.

ഇപ്പോൾ അമ്മു സ്വന്തം സൗഹൃദത്തിനായി ഒരു വ്യക്തിപരമായ ലോകം സൃഷ്ടിക്കുകയാണ്. ഇതിൽ വൈകാരികവും സാമൂഹികവുമായ വളർച്ചയുണ്ടാകുന്നതിനാൽ, രക്ഷിതാക്കൾക്ക് അതിനെ ധാരണയോടെയും കരുതലോടെയും കൈകാര്യം ചെയ്യേണ്ടതുണ്ട്. സുഹൃത്തുക്കളോട് സ്നേഹം പ്രകടിപ്പിക്കാനുമുള്ള ഈ കഴിവ്, അവരുടെ ലോകം കൂടുതൽ വ്യാപിപ്പിക്കുകയും, മറ്റുള്ളവരോടുള്ള ബന്ധം മെച്ചപ്പെടുത്തുകയും ചെയ്യുന്നു.

പുതിയ അനുഭവങ്ങളെ കുറിച്ച് തുറന്നുപറയാൻ അവരെ പ്രോത്സാഹിപ്പിക്കുക. അവർ ചെയ്ത ചെറിയ തെറ്റുകളിലേക്ക് വിരൽചൂണ്ടാതെ, പകരം അവരുടെ ആശങ്കകളും സംശയങ്ങളും മനസ്സോടെ കേൾക്കുക. മറ്റൊരു കാര്യം, കുട്ടികൾ എന്ത് ചോദിച്ചാലും, അവർക്കാവശ്യമായ മറുപടികൾ വ്യക്തമായി നൽകുക. ഇത് അവർക്കു കാര്യങ്ങൾ

മനസ്സിലാക്കാനും, രക്ഷിതാക്കളെ കൂടുതൽ വിശ്വസിക്കാനും സഹായിക്കും.

കുട്ടികൾയുടെ പെരുമാറ്റം, അവരുടെ മനസ്സുതുറക്കൽ, എല്ലാം നമ്മുടെ പ്രതികരണങ്ങളെ ആശ്രയിച്ചിരിക്കും.

അവരെന്തെങ്കിലും പറഞ്ഞു തുടങ്ങുമ്പോൾ, നമ്മൾ കാണുന്നത് ഒരു തെറ്റാണെങ്കിൽ, അതു തന്നെ ഉടൻ തിരുത്തണമെന്ന ആഗ്രഹം അതീവ സ്വാഭാവികമാണ്. പക്ഷേ, അതുപോലെ പ്രതികരിക്കുന്നത് ശരിയായ രീതിയല്ല.

നാം അവരോടൊപ്പം ഇരുന്ന്, അവരുടെ മുഴുവൻ കാര്യങ്ങളും കേട്ടശേഷം, "അത് ഇങ്ങനെ ചെയ്താൽ നല്ലതാകുമായിരുന്നില്ലേ?" എന്ന് സാവകാശമായി മനസ്സിലാക്കിക്കൊടുക്കുക.

ഇങ്ങനെ സംസാരിക്കുമ്പോഴാണ്, അവർ നമ്മോടൊപ്പം കൂടുതൽ തുറന്ന് സംസാരിക്കാൻ തയാറാകുന്നത്.

ഇതിന് വിപരീതമായി, കുട്ടികൾ സംസാരിക്കുന്നതിനിടയിൽ തന്നെ അവർ പറഞ്ഞ തെറ്റുകൾ തിരുത്താൻ ശ്രമിക്കുകയോ ശബ്ദമുയർത്തിയോ ശാസിക്കുകയോ ചെയ്താൽ അവർക്കുള്ള ആത്മവിശ്വാസം തകർന്നുപോകും.

പിന്നീട് അവർ തങ്ങളുടെ അനുഭവങ്ങൾ പങ്കുവെക്കുന്നതിൽ നിന്ന് പിന്നോട്ടാകാൻ തുടങ്ങിയേക്കാം.

ഈ പ്രായത്തിലെ ക്ഷമയും കരുതലുമാണ് അവരുടെ സുരക്ഷിത വളർച്ചയ്ക്കുള്ള വഴികാട്ടി. കുട്ടികളോട് മനസ്സുതുറന്ന സ്നേഹബന്ധം പുലർത്തുമ്പോൾ, അവർ ലോകത്തെ കൂടുതൽ ആത്മവിശ്വാസത്തോടെ നേരിടാൻ പഠിക്കും.

നാളെ സ്കൂളിൽ പ്രസംഗമത്സരമുണ്ട്. ഒരാഴ്ച മുമ്പ് പറഞ്ഞതാണ്. അച്ഛന്റെ സഹായത്തോടുകൂടി അമ്മു അതെല്ലാം

തയ്യാറാക്കിയിട്ടുമുണ്ട്. അവളുടെ കുടുംബത്തെക്കുറിച്ചാണ് പറയേണ്ടത്. പ്രസംഗമത്സരത്തിന് സജ്ജയായിരിക്കുകയാണ് അമ്മു. ഈ ചെറിയ പ്രായത്തിൽ പോലും വിജയത്തെക്കുറിച്ചുള്ള ആകുലത ആരംഭിക്കുന്ന അവസ്ഥയാണിത്. എന്നാൽ രക്ഷിതാക്കളും അദ്ധ്യാപകരും ഇവിടെ ഒരു നിർണ്ണായക പങ്ക് വഹിക്കുന്നു—വിജയത്തെക്കാളും വലിയ പ്രാധാന്യം അതിന് വേണ്ടി നടത്തിയ പരിശ്രമത്തിനാണ് എന്ന ധാരണ അവർക്ക് നൽക്കുക.

"രവിയേട്ടൻ അമ്മുവിനോട്, അമ്മൂസേ, ജയിക്കാൻ നോക്കണം കേട്ടോ. എന്നാൽ ജയിച്ചില്ലെങ്കിൽ സാരമില്ല. നന്നായി പങ്കെടുത്ത് വരണം. പേടിക്കാതെ, പകുതി ചെയ്തു നിർത്താതെ, മുഴുവനാക്കണം."

ഈ വാക്കുകൾ അമ്മുവിന് ഏറെ ആശ്വാസം നൽകുന്നവയാണ്. ജയിച്ചാലും തോറ്റാലും അച്ഛനും അമ്മയ്ക്കും എപ്പോഴും തങ്ങളെ ഇഷ്ടമാണെന്ന് കുട്ടികൾക്ക് തോന്നുമ്പോൾ, അവരിൽ ആത്മവിശ്വാസം വർധിക്കും. എന്തിനേയും സമർത്ഥമായി നേരിടാനും ഇത് സഹായകമാകും. അമ്മുവിന് ഈ പിന്തുണയും വിശ്വാസവും നന്നായി നൽകിക്കൊണ്ടിരിക്കുകയാണല്ലോ, ഇത് കുഞ്ഞുങ്ങളുടെ വളർച്ചയ്ക്ക് വളരെ ആവശ്യമാണ്.

കുട്ടികൾക്ക് ശരിയും തെറ്റും തിരിച്ചറിയാനുള്ള ബോധം ഈ പ്രായത്തിൽ തന്നെയാണ് വളരാൻ തുടങ്ങുന്നത്. അതിനാൽ, അതിനെ വ്യക്തമായി തിരിച്ചറിയാനും മാർഗ്ഗനിർദ്ദേശങ്ങൾ നൽകാനും രക്ഷിതാക്കൾ കൂടുതൽ ശ്രദ്ധിക്കണം.

തെറ്റുമ്പോൾ പരിഹാരം കാണിക്കാൻ പ്രേരിപ്പിക്കുക. തെറ്റുകളിൽ നിന്നും പഠിക്കുന്നതാണ് വളർച്ചയുടെ പ്രക്രിയ.

കുട്ടികൾക്ക് തെറ്റുമ്പോൾ രക്ഷിതാക്കളുടെ അടുത്ത് 'അമ്മേ, ഞാൻ അത് ഇങ്ങനെ ചെയ്യണമായിരുന്നോ? എന്ന് അവർക്ക് ചോദിക്കാനുള്ള മനോഭാവം ഉണ്ടാവണം. ഇവിടെ ശിക്ഷയെ ഭയക്കുകയല്ല പകരം പഠനത്തിനോടുള്ള സ്നേഹം വർദ്ധിക്കുകയാണ്, സ്വയം തിരുത്താൻ പരിശീലനം നേടുകയാണ്.

വാഹ്! അമ്മു ഇപ്പോൾ വീട്ടിലെ ബന്ധങ്ങൾ മനസ്സിലാക്കിയും അവരെക്കുറിച്ച് സംസാരിച്ചും തുടങ്ങിയല്ലോ! "അമ്മൂമ്മ എന്ന് പറഞ്ഞാൽ അമ്മയുടെ അമ്മ" എന്ന് മനസ്സിലാക്കുന്നത് വലിയൊരു മുന്നേറ്റമാണ്. ഇത് അവരുടെ നിരീക്ഷണശേഷി കൂടി വരുന്നുവെന്ന് വ്യക്തമാക്കുന്നു.

കൂട്ടുകാരിയെക്കുറിച്ച് പറയുന്നതും സ്കൂളിലെ ബന്ധങ്ങൾ മനസ്സിലാക്കുന്നതും അവരുടെ സോഷ്യൽ സ്കിൽസ് വളരെ മികച്ച രീതിയിൽ വളരുന്നതിന്റെ അടയാളമാണ്. അങ്ങനെയുള്ള വിശ്വാസം കുടുംബത്തിനോടും കൂട്ടുകാരോടും അടുപ്പമുണ്ടാകാൻ സഹായിക്കും.

അമ്മുവിന് ഇപ്പോൾ അമ്മയുടെയും അച്ഛന്റെയും **സ്നേഹത്തിൽ ഉറപ്പും** വേണമെന്ന് തോന്നുന്ന കാലഘട്ടമാണല്ലോ.

"അമ്മേ, അമ്മയ്ക്ക് എന്നെയാണോ അച്ഛനെ ആണോ ഏറെ ഇഷ്ടം?" കുഞ്ഞുമനസ്സിലെ സ്വാഭാവിക ചോദ്യങ്ങളാണിവ. നീന നൽകിയ മറുപടി മനോഹരമാണ്: "അമ്മു, നീ എന്റെ മോളാണ്, നിന്റെ അച്ഛൻ എന്റെ ഭർത്താവും, രണ്ടാളോടും രണ്ട് തരത്തിലുള്ള സ്നേഹമാണുള്ളത്."

അമ്മു പറഞ്ഞ "ആഹാ, അത് വെറുതേ!" എന്ന മറുപടി കുട്ടികളുടെ നിഷ്കളങ്കതയും ചിന്താഗതിയും കാണിക്കുന്നതായിരുന്നു. അമ്മുവിന്റെ അപ്പോഴുള്ള ചിരിക്കുന്ന

മുഖം കണ്ടാൽ തീർച്ചയായും അമ്മയ്ക്കും ചിരിക്കാതെ ഇരിക്കാൻ പറ്റില്ല!

നേരത്തെ തന്നെ സൂചിപ്പിച്ചിരുന്നുവല്ലോ, **സ്വാതന്ത്ര്യം ആഗ്രഹിക്കുന്ന** ഒരു കാലഘട്ടത്തിലേക്ക് ഇവർ കാലെടുത്ത് വയ്ക്കുന്നുവെന്ന്. പൂർണ്ണ സ്വാതന്ത്ര്യമല്ല, നിയന്ത്രിത സ്വാതന്ത്ര്യം ആയിരിക്കണം നൽകേണ്ടത്. അതോടൊപ്പം ഉത്തരവാദിത്വബോധവും ഉളവാക്കണം. എങ്ങനെ ഇത് സാധിക്കാമെന്ന് നോക്കാം.

ഉത്തരവാദിത്വമുള്ള കുട്ടിയായി വളർന്നുവരുന്നതിൽ രക്ഷാകർത്താവിന്റെ പങ്ക് നിർണായകമാണ്. കുട്ടികളെ അവരുടെ ഉത്തരവാദിത്വങ്ങൾ നിറവേറ്റുന്നതിൽ സഹായിക്കുകയല്ല; പകരം അവരെ അത് മനസ്സിലാക്കി ചെയ്യിക്കുകയാണ് വേണ്ടത്. ആദ്യം അതിന് രക്ഷിതാക്കൾ അവർക്ക് നിർദ്ദേശങ്ങൾ കൊടുക്കാം.

അമ്മു ഇപ്പോൾ കളിപ്പാട്ടങ്ങൾ മുഴുവനും, കളി കഴിഞ്ഞശേഷം അടുക്കി പെറുക്കി വയ്ക്കുന്നുണ്ട്. ഇത് ഒറ്റ ദിവസം കൊണ്ട് പറഞ്ഞു ചെയ്തതല്ല. പലതവണ അമ്മുവിന്റെ ഒപ്പം ഇരുന്ന്, ഒരു കളിയായി എടുത്ത് കളിപ്പാട്ടങ്ങൾ എല്ലാം തിരികെ ബോക്സിൽ ഇടാൻ പഠിപ്പിച്ചു. അങ്ങനെ സാവകാശം അത് അമ്മുവിന് ശീലമാകുകയായിരുന്നു.

ഇങ്ങനെ ചെയ്യുമ്പോൾ അവരെ അഭിനന്ദിക്കാം. പക്ഷേ നമ്മൾ പറഞ്ഞതിനുശേഷം മാത്രമാണ് ചെയ്യുന്നതെങ്കിൽ, അത്തരം അഭിനന്ദനങ്ങൾക്ക് പ്രസക്തിയില്ലെന്ന് മാത്രമല്ല, അത് അപകടകരവുമാണ്.

അമ്മുവിന് ചെടികൾ നനയ്ക്കാനുള്ള ഉത്തരവാദിത്വം നൽകിയിട്ടുണ്ട്. വൈകുന്നേരങ്ങളിൽ അമ്മൂമ്മയോടൊത്തുള്ള നടത്തത്തിനിടയിൽ അവൾ അത് ഭംഗിയായി നിറവേറ്റുകയും

ചെയ്യുന്നു. ഇതൊക്കെ കാണുമ്പോൾ അഭിനന്ദനങ്ങൾ നൽകാം, പക്ഷേ അതിന് ഒരു പരിധി വേണം. ഇഷ്ടമുള്ള മധുരം ഉണ്ടാക്കി കൊടുക്കുന്നതുപോലെയുള്ള പ്രോത്സാഹനങ്ങൾ ഇടക്കൊക്കെ നല്ലതാണെങ്കിലും, അത് ഒരു സഹായം ചെയ്യുന്നതിനുള്ള ഫലമാണെന്ന തോന്നൽ ഉണ്ടാവാൻ പാടില്ല.

കുട്ടികൾ, സ്വയം അവരുടേതായ ഉത്തരവാദിത്വങ്ങൾ ചെയ്യേണ്ടതാണെന്ന ബോധ്യം ഉണ്ടാക്കുകയാണ് ഏറ്റവും പ്രധാനം. "ഞാൻ ഇന്ന് എന്റെ ഉത്തരവാദിത്വം വളരെ നന്നായി ചെയ്തു" എന്ന രീതിയിൽ ചിന്ത വളർത്താൻ സഹായിക്കാം. ഇതിലൂടെ അവർക്ക് സ്വയം അഭിമാനവും ഉത്തരവാദിത്വബോധവും ഉടലെടുക്കും.

കുട്ടികൾ അവരുടെ ഉത്തരവാദിത്വം നിർവ്വഹിച്ചപ്പോൾ നന്ദി പറയുകയാണെങ്കിൽ, അവരുടെ മനസ്സിൽ "ഞാൻ ആർക്കോ വേണ്ടി എന്തോ ചെയ്തു" എന്ന ചിന്ത ഉളവാക്കും. പകരം, അവർ അത് അവരുടെ സ്വന്തം ഉത്തരവാദിത്വം എന്ന നിലയിൽ കാണാൻ സഹായിക്കുകയാണ് വേണ്ടത്.

ഉത്തരവാദിത്വവും സഹായവും തമ്മിലുള്ള വ്യത്യാസം
രക്ഷാകർത്താവ് കൃത്യമായി തിരിച്ചറിയേണ്ടത് അത്യാവശ്യമാണ്. കുട്ടി തനിയെ വൃത്തികേട് ആക്കിയ സ്ഥലം വൃത്തിയാക്കുന്നത് അവരുടെ ഉത്തരവാദിത്വമാണെന്നും അതിനെ സഹായമായി കാണരുതെന്നും മനസ്സിലാക്കേണ്ടതാണ്. എന്നാൽ നാം ആവശ്യപ്പെട്ട് ഒരു ഗ്ലാസ് വെള്ളം എടുപ്പിച്ചു എന്ന് കരുതുക. അത് അവർ ചെയ്യുന്ന സഹായമാണ്, അതിന് നന്ദിയും പറയണം. അതെ കുട്ടികളോട് നന്ദി പറയണം. ഇങ്ങനെ ചെയ്യുമ്പോൾ മറ്റുള്ളവരോട് എപ്പോൾ നന്ദി പറയണം എന്ന പാഠം പഠിപ്പിക്കുക കൂടിയാണ്.

ഇനി നാം ശ്രദ്ധിക്കേണ്ട മറ്റൊരു കാര്യമുണ്ട്—ഒരു കാര്യം ഒരിക്കൽ മാത്രം പറയുക. രണ്ടു ദിവസം കഴിയുമ്പോൾ അവർ സ്വയം അത് ചെയ്യുമോ എന്ന് നോക്കുക.അവരത് ചെയ്താൽ, അതിനുള്ള പ്രോത്സാഹനമായി അഭിനന്ദനം മാത്രം നൽകാം.

ഒരു കുട്ടിയുടെ ഉത്തരവാദിത്വബോധം വളർത്താൻ പ്രായത്തിനനുസരിച്ചുള്ള ചെറിയ ജോലികൾ ഏൽപ്പിക്കുന്നതും, അവരോടൊപ്പം കൂടിയും, നിർദ്ദേശങ്ങളും നൽകി പ്രോത്സാഹിപ്പിക്കലും, അനിവാര്യമാണ്. ഇപ്പോൾ അമ്മുവിന് ടേബിൾ സെറ്റ് ചെയ്യുന്നതും കഴിച്ച പാത്രങ്ങൾ സിങ്കിൽ വെക്കുന്നതും ഇഷ്ടമായ ഒരു പ്രവൃത്തിയായി മാറിയിരിക്കുന്നു. ഇതൊരു നല്ല മുന്നേറ്റമാണ്.

ഇതുപോലെ, സോക്സുകളും ഡ്രസ്സുകളും മടക്കി അലമാരയിൽ വയ്ക്കുക പോലുള്ള കൊച്ചു കൊച്ചു ജോലികൾ അവർക്ക് നൽകാവുന്നതാണ്. ഈ പ്രായത്തിൽ നൽകുന്ന ഇത്തരം ചെറിയ ഉത്തരവാദിത്വങ്ങൾ, വളർന്നു വരുമ്പോൾ, അവരുടെ സ്വഭാവത്തിൽ വലിയ മാറ്റങ്ങൾ കൊണ്ട് വരും.

അത് കൂടാതെ, വീട്ടിലെ എല്ലാത്തരം ജോലികൾക്കും ആൺകുട്ടികളെയും പെൺകുട്ടികളെയും ഒരുപോലെ പങ്കാളികളാക്കുക വളരെ പ്രധാനമാണ്. "ആൺകുട്ടികൾ അടുക്കളയിൽ കയറാൻ പാടില്ല," "പെൺകുട്ടികൾ വീട്ടിലെ ജോലികൾ എല്ലാം ചെയ്യണം." എന്ന പഴയ ചിന്തകൾ മാറ്റി നിർത്തണം.

ആൺകുട്ടികൾ അടുക്കളയിലെ ചെറിയ ജോലികളിലും, പാത്രങ്ങൾ കഴുകുന്നതിലുമൊക്കെ പങ്കാളികളാകുന്നത് അവരുടെ ഭാവി ജീവിതത്തിനുവേണ്ടി വളരെയേറെ ഗുണകരമാണ്.

ഇങ്ങനെ ശീലിപ്പിക്കുമ്പോൾ, കുടുംബജീവിതത്തിൽ പരസ്പരസഹകരണത്തോടെയും തുല്യതയോടെയും മുന്നോട്ടുപോകാൻ അവർക്ക് കഴിയും.

ഈ പ്രായത്തിൽ കുട്ടികൾക്ക് സ്വാതന്ത്ര്യത്തോട് കൂടുതൽ ആഗ്രഹം തോന്നും, എന്നാൽ അതിനൊപ്പം ജാഗ്രതയും അത്യാവശ്യമാണ്. അവരുടെ പ്രിയപ്പെട്ടവരുമായി ഇടപഴകുമ്പോൾ, കൃത്യമായ മാർഗനിർദ്ദേശങ്ങൾ നൽകേണ്ടത് രക്ഷിതാക്കളുടെ കടമയാണ്.

അത്യാവശ്യമായ സുരക്ഷാനിർദ്ദേശങ്ങൾ

❖ പരിചയമില്ലാത്തവരുടെ കൈയിൽ നിന്ന് ഭക്ഷണം വാങ്ങി കഴിക്കരുത്.

❖ അറിയാത്തവർ ആരെങ്കിലും വിളിച്ചാൽ, അവരോടൊപ്പം പോകരുത്.

❖ ഇനി അഥവാ ആരെങ്കിലും കടന്നു പിടിക്കുകയാണെങ്കിൽ നിലത്തേക്ക് കിടന്നു കൊണ്ട് അയാളുടെ ഒരുകാൽ കൈകൊണ്ടും അയാളുടെ മറ്റേ കാൽ കുട്ടിയുടെ കാലുകൾ കൊണ്ടും കെട്ടിപ്പിടിച്ച് ഉറക്കെ നിലവിളിക്കുക

ഇത്തരം നിർദ്ദേശങ്ങൾ വീണ്ടും വീണ്ടും വിനീതമായി ഓർമ്മിപ്പിക്കുക. എങ്ങനെയാണ് ഒരാളുടെ കാലുകൾ തന്റെ കൈയ്യും കാലും കൊണ്ട് കെട്ടിപ്പിടിച്ച് അയാളെ അനക്കാൻ പറ്റാത്ത വിധം ആക്കുന്നത് എന്ന് പഠിപ്പിച്ച് കൊടുക്കണം. ഒരു ഉപദേശം ഒരിക്കലൊന്നും മതിയാകില്ല, അത് ഭയം സൃഷ്ടിക്കാതെ മനസ്സിലാക്കുന്നതിന് ഉചിതമായ രീതിയിൽ അവതരിപ്പിക്കുക. കുട്ടികളുമായി തുറന്ന സംവാദം ആകാംഷയും സുരക്ഷിതത്വവും കൂട്ടും.

ഇതുപോലെയുള്ള അനുഭവങ്ങൾ അവരുടെ സാമൂഹിക ബോധം വളർത്താനും പരസ്പരം സഹായിക്കാനുള്ള മനോഭാവം വളർത്താനും സഹായകമാകും. അവരെ **സമകാലിക സമൂഹത്തിന്റെ ഒരു കരുണയുള്ള, ഉത്തരവാദിത്വമുള്ള പൗരന്മാരായി** മാറ്റാനുള്ള ഈ ചെറിയ അനുഭവങ്ങൾ വളരെ നിർണായകമായതാണ്.

സ്കൂളുകളിൽ **പഠനം നന്നായി നടക്കുന്നതും പുതിയ ഭാഷകളും പുതിയ അറിവുകളും പഠിക്കുന്ന** സമയവും ആണ്. കുട്ടികളുടെ വ്യക്തിത്വം വളരാനുള്ള ഒരു പ്രധാന ഘട്ടം കൂടിയാണിത്. ഈ ഘട്ടത്തിൽ അവരുടെ പഠനത്തിൽ ശരിയായ രീതികൾ നിർദ്ദേശിച്ച് സഹായിക്കുന്നതാണ് ആദ്യഘട്ടം. പതുക്കെ, അവർക്ക് തങ്ങളുടേതായ ഉത്തരവാദിത്വങ്ങൾ മനസ്സിലാക്കി അത് സ്വയം നിറവേറ്റാൻ പ്രേരിപ്പിക്കുകയാണ് രക്ഷിതാക്കളുടെ പ്രധാന കടമ.

കുട്ടികളെ എഴുത്തിലേക്ക് പരിചയപ്പെടുത്താൻ, ഒരു പാത്രത്തിൽ മണലോ അരിയോ നിറച്ച് അതിൽ വിരലുകൾ ഉപയോഗിച്ച് അക്ഷരങ്ങൾ എഴുതാൻ പ്രേരിപ്പിക്കാം. ഇങ്ങനെ വിരലുകൾ കൊണ്ടു എഴുതാൻ പഠിക്കുന്നത്, അക്ഷരങ്ങളുടെ ആകൃതി അവരുടെ മനസ്സിൽ എളുപ്പത്തിൽ പതിയാൻ സഹായിക്കും. പെൻസിൽ, പേന, ചോക്ക് എന്നിവ കൊണ്ട് എഴുതുന്നതിന് മുമ്പ്, വിരലുകൾ കൊണ്ട് തന്നെ എഴുതിക്കുക.

അതിനുശേഷം, വലിയ ചോക്കുകൾ ഉപയോഗിച്ച് ഭിത്തിയിൽ അല്ലെങ്കിൽ തൂക്കാനാകുന്ന സ്ലാക്ക് ബോർഡിൽ വലിയ അക്ഷരങ്ങൾ എഴുതാൻ പ്രേരിപ്പിക്കാം. വലിയ അക്ഷരങ്ങൾ എഴുതാൻ ശീലിച്ചതിന് ശേഷം അവർ ബുക്കിൽ എഴുതുന്നത്, അവരെ നന്നായി പഠിക്കാൻ പ്രാപ്തരാക്കും.

സ്കൂളിൽ ഈ രീതികൾ പഠിപ്പിക്കാതെ ഇരുന്നാലും, വീട്ടിൽ ഇത് പ്രാവർത്തികമാക്കി കുട്ടികളുടെ പഠനത്തിന് സഹായകരമാക്കാം. നിർഭാഗ്യം എന്ന് പറയട്ടെ ഇന്ന് കുട്ടിത്തം നഷ്ടപ്പെട്ട കുട്ടികളാണ് നമ്മുടെ ചുറ്റുമുള്ളത്. **അഞ്ചു വയസ്സുവരെ എങ്കിലും കളികളിലൂടെ മാത്രം** അവരുടെ മുന്നിലുള്ള ജീവിതത്തിൽ നേരിടേണ്ടതിന് പകരം രണ്ടര മൂന്ന് വയസ്സാകുമ്പോഴേക്കും അക്ഷരമാലയും വാക്കുകളും എഴുതാൻ പഠിപ്പിക്കുന്ന വ്യഗ്രതയിലാണ് രക്ഷിതാക്കൾ.

പിന്നെ റിയാലിറ്റി ഷോകളും .... കുട്ടികൾ അവരുടെ വളർച്ചയുടെ ഓരോ ഘട്ടങ്ങളിലും നേടേണ്ട നൈപുണികൾ എല്ലാം ശരിയായി നേടിയാൽ ബാക്കിയെല്ലാം സ്വാഭാവികമായി മാറും. **സമ്മാനങ്ങൾ വാരിക്കൂട്ടണം എന്നുള്ള മാതാപിതാക്കളുടെ ആഗ്രഹത്തിന് മുന്നിൽ നഷ്ടപ്പെടുന്ന ബാല്യം!**

കുട്ടികൾ ഏതെങ്കിലും നല്ല കാര്യങ്ങൾ ചെയ്താൽ, അഭിനന്ദനങ്ങൾ, നല്ല വാക്കുകൾ, ഒരു ചേർത്ത് പിടിക്കൽ, ഒരു സ്നേഹമുള്ള ഉമ്മ എന്നിവ കൊടുത്ത് വളർത്തുക. ഇതിലൂടെ അവർക്ക് കൂടുതൽ പ്രോത്സാഹനം കിട്ടുകയും എന്തും ഭംഗിയായി ചെയ്യാനുള്ള ഉത്സാഹം ഉണ്ടാകുകയും ചെയ്യും.

കുട്ടികളുടെ പഠനത്തിൽ രക്ഷിതാക്കൾക്കു മാത്രം ആശ്രയിച്ച് നിർത്താതെ സ്വതന്ത്ര പഠന പ്രക്രിയയിലേക്ക് അവരെ നയിക്കാൻ സാധിക്കുന്നു. "അമ്മയോ അച്ഛനോ കൂടിയിരുന്നാലേ ഞാൻ പഠിക്കൂ" എന്ന നിലപാടിലേക്ക് കൊണ്ടുപോകുന്നത് അവരുടെ ആത്മവിശ്വാസത്തിന് തടസ്സമായേക്കാം. അതിനാൽ, **പഠനം അവരുടെ ഉത്തരവാദിത്വമാണെന്ന്** അവരെ ബോധ്യപ്പെടുത്തുക— പിന്നീട് അത് ശീലമായി മാറുന്നു.

രക്ഷിതാവിന്റെ പ്രധാന ഉത്തരവാദിത്വം, അവരുടെ **വ്യക്തിത്വം വളരാൻ സ്വാതന്ത്ര്യം കൊടുക്കുന്നതിലും, അവരിൽ ഉത്തരവാദിത്തം ഉറപ്പിച്ചു വളർത്തുന്നതിലും** നിക്ഷിപ്തമാണ്. ഇത് അവരെ ഭാവിയിൽ നല്ല പൗരന്മാരായി വളരാൻ സഹായിക്കും.

ഇവിടെ ഞാൻ എന്റെ മക്കളെ വളർത്തിയ ഒരു രീതി ഓർക്കുകയാണ്. വളരെ ദൂരം യാത്ര ചെയ്തു ജോലി ചെയ്യേണ്ടി വന്നതിനാൽ എല്ലാ കാര്യങ്ങളിലും മുഴുവൻ ശ്രദ്ധ ചെലുത്താൻ എനിക്ക് കഴിയുമായിരുന്നില്ല. അതിനാൽ, ഹോംവർക്കുകൾ അവരുടെ ഉത്തരവാദിത്വമാണെന്ന് അവരെ ബോധ്യപ്പെടുത്തുകയും, ഞാൻ സ്കൂളിൽ നിന്ന് തിരികെയെത്തുന്നതിനുമുമ്പ് ഹോംവർക്കുകൾ തീർത്തു വയ്ക്കുന്നത് അവരുടെ ശീലമായി മാറുകയും ചെയ്തിരുന്നു.

ഇതു കൊണ്ട് വൈകുന്നേരങ്ങളിൽ അവരോടൊപ്പം അല്പം സമയം ചെലവഴിക്കാനാവുമായിരുന്നു. ഇത്, അവരിൽ സ്വയം പഠിക്കണം എന്ന ബോധ്യം ഉള്ളവരാക്കി വളർത്താൻ സഹായിച്ചു. "പഠിക്കുന്നില്ലേ" എന്ന് ചോദ്യവുമായി അവരുടെ പിന്നാലെ നടക്കേണ്ട ആവശ്യമുണ്ടായിരുന്നില്ല.

ഞങ്ങളുടെ മൂന്നു ആൺകുട്ടികളും ഇന്ന് അവർക്കു ഇഷ്ടമുള്ള തൊഴിലുകൾ സ്വീകരിച്ച് സന്തോഷത്തോടെ കഴിയുന്ന അവസ്ഥയിലാണ് എന്നെനിക്ക് അഭിമാനത്തോടെ പറയാൻ കഴിയും. ഈ പുസ്തകത്തിൽ പറഞ്ഞിരിക്കുന്ന നല്ലൊരു ശതമാനം കാര്യങ്ങളും പ്രാവർത്തികമാക്കാൻ സാധിച്ചു എന്നതുകൊണ്ടാണ് അങ്ങിനെ സംഭവിച്ചത് എന്ന് ഞാൻ വിശ്വസിക്കുന്നു.

പാഠ്യേതര പ്രവർത്തനങ്ങൾ കുട്ടികൾക്ക് ഒട്ടും കുറയാതെ നൽകിയിരിക്കണം. ശാരീരിക വ്യായാമം

അത്യന്താപേക്ഷിതമാണ്. ഒരു ദിവസം കുട്ടി കുറഞ്ഞത് ഒരു മണിക്കൂർ മുതൽ ഒന്നര മണിക്കൂർ വരെ ശാരീരികമായി കളിക്കണം. ഇത് സമൂഹത്തിലെ മറ്റു കുട്ടികളുമായി ഇടപഴകുകയാണെങ്കിൽ കൂടുതൽ ഫലപ്രദം.

രക്ഷിതാക്കൾ കുട്ടികളെയും കൂട്ടി അല്പം ശാരീരിക വ്യായാമം ചെയ്യുന്നത് രണ്ടുകൂട്ടർക്കും ഗുണം ചെയ്യും. കേട്ടുകൊണ്ടല്ല കണ്ടുകൊണ്ടാണ് കുട്ടികൾ പഠിക്കുന്നത് എന്ന് വീണ്ടും ഓർമിപ്പിക്കുന്നു.

ഇത്തരമൊരു സമീപനം അവരുടെ **ശാരീരിക ആരോഗ്യത്തിനൊപ്പം മാനസിക സന്തുലിതാവസ്ഥക്കും** സംഘാടകശേഷി വളർത്താനും സഹായിക്കും. അതിനാൽ, കളിയും ശാരീരിക പ്രാവീണ്യവും അവരുടെ ജീവിതത്തിന്റെ പ്രധാന ഘടകമാക്കുക അത്യാവശ്യമാണ്.

ഒരു കാര്യം കുട്ടികളെ കൊണ്ട് ചെയ്യിക്കണമെങ്കിൽ, തുടക്കത്തിൽ മൂന്ന്-നാലു ദിവസം നമ്മൾ തന്നെ ചെയ്ത് കാണിക്കുകയാണ് വേണ്ടത്. അവർ നമ്മളെ ശ്രദ്ധിക്കുകയും, അതിൽ താൽപര്യമുണ്ടാക്കി പങ്കെടുക്കുകയും ചെയ്യും. തുടക്കത്തിൽ കുറച്ച് സഹനവും ക്ഷമയും കാണിച്ചാൽ, നിർബന്ധമൊന്നും വേണ്ടാതെ അവർ സ്വാഭാവികമായി അത് ചെയ്യാൻ തുടങ്ങും.

കുറച്ച് ദിവസത്തെ നിരന്തര പരിശീലനത്തിന് ശേഷം, അവർ അറിയാതെ തന്നെ അവർക്ക് ഉത്തരവാദിത്വവും ആഗ്രഹവും വളരും. രക്ഷാകർത്താവിന്റെ ക്ഷമയും സഹനവും ഈ ഘട്ടത്തിൽ അനിവാര്യമാണ്.

പാഠ്യേതര പ്രവർത്തനങ്ങളിലെ അഭ്യാസം, കുട്ടികളുടെ ജീവിതത്തിലുടനീളം വിജയത്തിന് വഴിയൊരുക്കും. പുതിയ കാര്യങ്ങൾ സംസാരിക്കാനും, മറ്റു ആളുകളുമായി നന്നായി

ഇടപഴകാനും, സ്വന്തം കാര്യങ്ങൾക്ക് മുന്നിട്ട് നില്ക്കാനും ഇതു സഹായകമാണ്. അതിനാൽ, "പഠനം മാത്രം" എന്ന ചിന്ത ഒഴിവാക്കി, **പഠനവും പാഠ്യേതര പ്രവർത്തനങ്ങളും തുല്യമായി കൊണ്ടുപോകുക**. ഈ സമീപനം കുട്ടികളെ കാര്യക്ഷമതയുള്ള വ്യക്തികളായി വളർത്തും.

എന്റെ മൂത്ത മകന് മൂന്നു വയസ്സായപ്പോൾ മുതൽ വർത്തമാന പത്രത്തിലെ ക്രിക്കറ്റിന്റെ പേജ് കൊണ്ടുവരികയും, അവനു താൽപര്യമുള്ള ചിത്രങ്ങളുടെ അടിയിലുള്ള കാര്യങ്ങൾ വായിക്കാൻ ആവശ്യപ്പെടുകയും ചെയ്തിരുന്നു. പിന്നീട് മലയാളം നന്നായി വായിക്കാൻ പഠിച്ച് കഴിഞ്ഞപ്പോൾ, പത്രം വായന അറിയാതെ അവന്റെ ശീലമായി മാറുകയായിരുന്നു.

ആരോഗ്യത്തിനായി ഏറ്റവും പ്രധാനപ്പെട്ടത് ശാരീരിക വ്യായാമമാണ്. മുൻപ് പറഞ്ഞതുപോലെ, കുറഞ്ഞത് ഒരു മണിക്കൂറെങ്കിലും കുട്ടികൾ ശാരീരികമായി കളിക്കേണ്ടത് അത്യാവശ്യമാണ്. ഇത് ഉറപ്പാക്കുന്നതിനുള്ള അവസരങ്ങൾ സൃഷ്ടിക്കുക രക്ഷിതാക്കളുടെ മുഖ്യ ഉത്തരവാദിത്വമാണ്.

ഇന്നത്തെ കാലത്ത് പല വീടുകളിലും ഒന്നോ രണ്ടോ കുട്ടികൾ എന്ന നിലയിൽ പരിമിതപ്പെട്ടിരിക്കുമ്പോൾ തന്നെ, അയൽപ്പക്കത്തിൽ കൂട്ടായി കളിക്കാനുള്ള സൗകര്യങ്ങളും കുറവായിരിക്കുന്നു. ഈ സാഹചര്യത്തിൽ, **സ്കൂൾ കഴിഞ്ഞ് മുറിയിൽ ടിവി, മൊബൈൽ തുടങ്ങിയവയും കൊണ്ട് മുറിയിൽ അടഞ്ഞു കഴിയുന്നത് ആരോഗ്യത്തിനും മാനസിക വളർച്ചയ്ക്കും ദോഷമുണ്ടാകുന്നു.** കുട്ടികൾക്ക് പര്യാപ്തമായ ശാരീരിക പ്രവർത്തനവും തുറന്ന ഇടങ്ങളിൽ നേരം ചിലവഴിക്കുന്നതും ഉറപ്പാക്കേണ്ടതുണ്ട്.

മാർക്കറ്റിൽ കുട്ടികൾക്കായുള്ള നിരവധി കളി സാമഗ്രികൾ ലഭ്യമാണ്. സാധ്യമെങ്കിൽ അവ വാങ്ങി കൊടുക്കാം. അല്ലെങ്കിൽ

ഒരു പഴയ ബെഡ് താഴെയിട്ട് അതിൽ സുരക്ഷിതമായി കളിക്കാനുള്ള സ്ഥലമൊരുക്കിയാലും മതി. കൂടാതെ, കൂട്ടുകാരോടൊപ്പം ചേർന്ന് കളിക്കാനുള്ള അവസരങ്ങൾ ഒരുക്കുക.

രക്ഷിതാക്കൾ തമ്മിൽ മാറി മാറി സഹകരിച്ചും കുട്ടികളെ സുരക്ഷിതമായി കളിക്കാൻ പരിചരിക്കാം. ഇത്, ഇന്നത്തെ സാഹചര്യത്തിൽ ഒരു മികച്ച പരിഹാരമായിരിക്കും. ഒറ്റ വ്യക്തിയുടെ ഉത്തരവാദിത്വം കുറയ്ക്കാനും കുട്ടികൾക്ക് മതിയായ കളിവേള ലഭിക്കാനും ഇത് സഹായിക്കും.

ചെറുപ്രായത്തിൽ കുട്ടികളുടെ മാനസിക-ശാരീരിക വളർച്ചയ്ക്കായി ഈ ചെറുശ്രമങ്ങൾ എടുത്താൽ, വളർന്ന് വരുന്ന ബുദ്ധിമുട്ടുകൾ കൂടുതൽ കുറയ്ക്കാനാകും. ഇത്തരത്തിൽ, കുട്ടികളുടെ വളർച്ച കൂടുതൽ ദൃഢമാക്കുകയും ഭാവിയിലേക്കുള്ള ഉറച്ച വഴികൾ തുറക്കുകയും ചെയ്യാം."ഈ രീതിയിൽ, അച്ചടക്കവും ആത്മവിശ്വാസവും സ്നേഹവും കുട്ടികളിൽ വളർത്താൻ കൂടുതൽ സഹായകരമായിരിക്കും.

കുട്ടികൾ നമ്മുടെ വാക്കുകൾ അനുസരിക്കണമെന്ന് ആഗ്രഹിക്കുന്നുവെങ്കിൽ, ആദ്യം നമുക്ക് ക്ഷമയും സഹനവും നിർബന്ധമായും വേണം. അവരെ **ബോധപൂർവ്വം മനസ്സിലാക്കാനും സ്നേഹത്തോടെ വഴിയൊരുക്കാനും കഴിയുമ്പോൾ മാത്രമേ അവർ സന്തോഷത്തോടെ നമ്മെ അനുസരിക്കുകയയുള്ളൂ.** മാതൃകയാകുന്ന സമീപനവും സഹകരണവുമാണ് മികച്ച വഴികാട്ടികൾ. അവരോട് ഒരുമിച്ച് കളിക്കുന്നത് വഴി ഇത് സുഖകരമായി സാധ്യമാക്കാം. കളിക്കുമ്പോൾ, മറ്റുള്ളവർക്കായി കാത്തിരിക്കാൻ പഠിക്കുന്ന ഒരു പാഠം കൂടി കുട്ടികൾക്ക് സ്വാഭാവികമായി ലഭിക്കും.

ആർട്ട്, ക്രാഫ്റ്റ് പ്രവർത്തനങ്ങളും കുട്ടികളെ ക്ഷമയും തീർച്ചയായ ശ്രദ്ധയും പഠിപ്പിക്കാൻ വളരെ നല്ല മാർഗങ്ങളാണ്. ഇതിൽ, ഫലത്തിൽ മാത്രമല്ല, അവർ നന്നായി പരിശ്രമിക്കുന്ന ഓരോ നിമിഷത്തിലും അഭിനന്ദനങ്ങൾ നൽകുക.

ഒറിഗാമി കുട്ടികളെ ഏറെ ആകർഷിക്കുന്ന ഒന്നാണ്. ഈ അടുത്ത കാലത്ത് ഈ പ്രായത്തിലുള്ള ഒരു കുട്ടിയെ ഒരു മരണാനന്തര ചടങ്ങിന്റെ സാഹചര്യത്തിൽ മറ്റാരെയും ബുദ്ധിമുട്ടിക്കാതെ ഈ ഒറിഗാമി പേപ്പർ കൊണ്ട് ഒരുപാട് സൃഷ്ടികൾ നടത്തുന്നത് ശ്രദ്ധയിൽപ്പെട്ടതോർക്കുന്നു.

ഓരോ ദിവസവും വ്യത്യസ്തമായ പ്രവർത്തനങ്ങൾക്കായി നിർദേശങ്ങൾ നൽകുക കൂടുതൽ രസകരമാക്കും. കൂടാതെ, രക്ഷിതാവ് അവരുടെ പ്രവർത്തനങ്ങൾ കുറിച്ചു വെയ്ക്കുന്നതിലൂടെ, അവരുടെ പുരോഗതിയെ നിരീക്ഷിക്കാനും അതനുസരിച്ച് പ്രോത്സാഹനം നൽകാനും കഴിയും.

ആരോഗ്യത്തിന്റെ മറ്റൊരു പ്രധാന ഘടകം **ഭക്ഷണമാണ്.** ഏകദേശം ഒരു വയസ്സുമുതൽ കുട്ടികൾ ഭക്ഷണം കഴിക്കാൻ തുടങ്ങുന്നു. എന്നാൽ സ്കൂൾ പ്രായത്തിലെത്തിയാൽ വിവിധ തരം വാശികൾ കാണാൻ സാധ്യതയുണ്ട്. ഇക്കാര്യത്തിൽ രക്ഷിതാക്കൾ മാതൃകയാകുക വളരെ പ്രധാനമാണ്. **കുടുംബം ഒന്നിച്ചിരുന്ന് ഭക്ഷണം കഴിക്കുന്നത്** കുട്ടികളിൽ നല്ല ഭക്ഷണശീലം വളർത്താൻ സഹായിക്കും.

അമ്മുവിന് ഇങ്ങനെ വാശിയൊന്നുമില്ല. ഒരു വയസുമുതൽ കുടുംബം കഴിക്കുന്നതുപോലെ സമീകൃത ഭക്ഷണം കഴിച്ചതുകൊണ്ടാണ് അവൾ എല്ലാത്തരം ഭക്ഷണവും സംതൃപ്തിയോടെ കഴിക്കാൻ ശീലിച്ചത്. **ധാന്യങ്ങൾ, പയർവർഗ്ഗങ്ങൾ, പച്ചക്കറികൾ, പ്രോട്ടീനുകൾ അടങ്ങിയ പോഷകസമൃദ്ധമായ ആഹാരം** നൽകുന്നത് കുട്ടികളുടെ

ആരോഗ്യവും വളർച്ചയും ഉറപ്പാക്കാൻ അനിവാര്യമാണ്. സന്തുലിതമായ ഭക്ഷണ ശീലം കുട്ടിക്കാലത്തുതന്നെ രൂപപ്പെടുത്തുമ്പോൾ, അവർ ഭാവിയിലും ആരോഗ്യകരമായ ഭക്ഷണരീതി പിന്തുടരാൻ സാധ്യതയേറെയാണ്.

ഇവിടെ കുട്ടികൾ പുറത്തുനിന്നുള്ള ഭക്ഷണം കഴിക്കണമെന്ന് വാശി പിടിക്കാനുള്ള സാഹചര്യം കൂടുതലാണ്. മറ്റ് സുഹൃത്തുക്കളെ കാണുന്നതിനാലും, വീട്ടിൽ നിന്ന് നിങ്ങൾ കൊടുക്കാത്ത ഭക്ഷണങ്ങളെക്കുറിച്ചുള്ള അറിവ് അവർക്കു ലഭിക്കുന്നതിനാലും, ഈ ആഗ്രഹം വർദ്ധിച്ചേക്കാം. അതിനാൽ, ഒരു തവണ മാത്രം വാങ്ങിക്കൊടുത്താൽ കുഴപ്പമില്ല. എന്നാൽ, സ്ഥിരമായി ഇത്തരം ഭക്ഷണം വാങ്ങിക്കൊടുക്കാതിരിക്കാൻ എന്താണ് കാരണം എന്നത് അവർക്കു മനസ്സിലാക്കേണ്ടതാണ്.

ഇത്തരം ഭക്ഷണത്തിന്റെ ആരോഗ്യപരമായ പ്രശ്നങ്ങൾ എന്തൊക്കെയാണ് എന്ന് അവർക്ക് വിശദീകരിക്കണം. കൂടാതെ, ഇത് സ്ഥിരമായി വാങ്ങുന്നതിനുള്ള സാമ്പത്തിക ബാധ്യതയും അവർക്ക് ബോധ്യപ്പെടുത്താവുന്നതാണ്.

ദൈനംദിന ചുമതലകളല്ലാത്ത, **ചെറിയൊരു വിശ്വാസം നിറഞ്ഞ ഉത്തരവാദിത്യം കുട്ടികൾക്ക്** ഏൽപ്പിക്കുക എന്നത് വളരെയധികം ഫലപ്രദമായ ഒരഭ്യാസമാണ്.

അത് അവർ സമർപ്പണത്തോടെ, ശ്രദ്ധയോടെ ചെയ്തു കഴിയുമ്പോൾ, ഒരു ചെറിയ സമ്മാനമായി – അവരുടെ ഇഷ്ടപ്പെട്ട ഒരു കളിപ്പാട്ടമോ, മിഠായിയോ നൽകാവുന്നതാണ്.

പക്ഷേ, അതിനോടൊപ്പം നിർബന്ധമായി പറയേണ്ടതുണ്ട്:

"നീ ഇത്ര മനസ്സോടെ അത് ചെയ്തു കഴിഞ്ഞതിന് നന്ദി, അതിന്റെതാണിത്!" എന്ന്.

ഈ രീതിയിലായാലാണ് കുട്ടികൾക്ക് മനസ്സിലാകുന്നത് —

- ❖ പ്രയത്നം എത്ര വിലമതിപ്പുള്ളതാണ്

- ❖ ഒരു കാര്യത്തിലേക്ക് ഉത്തരവാദിത്വത്തോടെ സമീപിക്കേണ്ടത് എന്താണ്

- ❖ സമ്പത്ത് എന്നത് പരിശ്രമത്തിലൂടെ വരുന്നതാണെന്ന്

- ❖ ഒരു കാര്യത്തിന് വേണ്ടി കാത്തിരിക്കുക എന്നതിന്റെ മൂല്യവും

ഇത് ചെറുതായി തോന്നുന്ന ശീലമാകാം, പക്ഷേ ഭാവിയിൽ അവരുടെ സ്വന്തം ധനമാനസികതയും, ജോലി നോക്കുന്ന രീതിയും, ജീവിതത്തോടുള്ള സമീപനവും ഇതിൽ നിന്ന് വളരാൻ തുടങ്ങിയേക്കാം.

ഭക്ഷണ സമയം ആസ്വദിച്ച് കഴിക്കുന്നത് ദഹനത്തിന് സഹായകമാണ്. ഭക്ഷണം കഴിക്കുമ്പോൾ മൊബൈൽ, ടിവി തുടങ്ങിയതിൽ ശ്രദ്ധ തിരിഞ്ഞാൽ ദഹനരസങ്ങൾ ഉൽപാദിപ്പിക്കുന്ന പ്രക്രിയ തടസ്സപ്പെടുകയും, ശരീരത്തിന് ആവശ്യമായ പോഷകങ്ങൾ ലഭിക്കാതെ പോകുകയും ചെയ്യാം. അതിനാൽ, തീൻമേശയിൽ മുഴുവൻ ശ്രദ്ധ ഭക്ഷണത്തിലും കൂടെയുള്ളവരിലും തന്നെയായിരിക്കണം.

"സ്ക്രീൻ-ഫ്രീ തീൻമേശ" എന്ന നിയമം വീട്ടിൽ **നടപ്പാക്കാവുന്നതാണ്,** അമ്മൂമ്മ മുതൽ അമ്മു വരെ എല്ലാവർക്കും ബാധകം. കുട്ടികൾക്ക് ഇത് മികച്ച ശീലമാക്കാൻ രക്ഷിതാക്കളുടെ മാതൃക നിർണായകമാണ്.

ഒരു കുഞ്ഞു ഉണ്ടായാൽ, അവരുടെ ഏഴ് വയസ്സ് വരെയെങ്കിലും രക്ഷിതാക്കൾ നിശ്ചിത രീതികൾ പാലിച്ച് ചെറുതായി ത്യാഗം സഹിച്ചാൽ, പിന്നീട് നിരാശകളില്ലാത്ത സമാധാനമുള്ള ജീവിതം നയിക്കാൻ സാധിക്കും. കാരണം, ഈ

ഏഴു വയസ്സുവരെ അവർക്കു ലഭിക്കുന്നതാണ് അവരുടെ ഭാവിജീവിതം നിർണ്ണയിക്കുന്നത്.

കുട്ടികൾക്ക് **ശരിയായ ഉറക്കം** ഏർപ്പെടുത്തുക വളർച്ചയ്ക്കും മെച്ചപ്പെട്ട മാനസികാരോഗ്യത്തിനും അത്യന്താപേക്ഷിതമാണ്. കുട്ടികൾ ഒരു ദിവസം എട്ടു മുതൽ പത്ത് മണിക്കൂർ വരെ ഉറങ്ങണം. ഭക്ഷണം നേരത്തെ കഴിക്കുകയും, രാത്രിയിൽ എല്ലാ അംഗങ്ങളും സമയത്ത് കിടക്കാൻ പോകുന്നതും ശീലമാക്കണം.

കുട്ടികൾ ഈ സമയത്ത് നന്നായി ഉറങ്ങുന്നില്ലെങ്കിൽ, തലച്ചോറിന് ക്ഷമയോടെ പ്രവൃത്തിക്കാൻ കഴിയാതാകുകയും, ന്യൂറോണുകൾ തമ്മിൽ ബന്ധം ഉണ്ടാകാതിരിക്കുകയും ചെയ്യും. ഇതു കുട്ടികളുടെ ശ്രദ്ധക്കും ഓർമ്മശക്തിക്കും ദോഷകരമായി ഭവിക്കുകയും ഭാവിയിൽ വലിയ പ്രശ്നങ്ങളായി മാറുകയും ചെയ്യും. മൊബൈലിന്റെ അധിക ഉപയോഗവും ഉറക്കക്കുറവും കുട്ടികളെ ഹൈപ്പർ ആക്റ്റീവ് ആക്കുന്നതിനുള്ള പ്രധാന കാരണങ്ങളിലൊന്നാണ്. സ്ക്രീൻ സമയത്തിന് നിയന്ത്രണം കൊണ്ടുവരാനും, മികച്ച ഉറക്ക ശീലം വികസിപ്പിക്കാനും അവരെ പ്രേരിപ്പിക്കുകയും ചെയ്യണം.

പണ്ടുള്ളതിനേക്കാൾ ഇന്ന് കുട്ടികൾ ഈ വിധത്തിലുള്ള **ഹൈപ്പർ ആക്ടിവിറ്റിയും ശ്രദ്ധയില്ലായ്മയും** ഒരു നിമിഷം പോലും അടങ്ങിയിരിക്കാൻ പറ്റാത്ത ഇത്തരത്തിൽ മൊബൈൽ ഫോണിന്റെ ഫലമാണെന്ന് പഠനങ്ങൾ തെളിയിക്കുന്നുണ്ട്.

ഉറക്കത്തിനായുള്ള കഥകൾ വളരെ പോസിറ്റീവും, സന്തോഷം നിറഞ്ഞതും ആയിരിക്കണം. പേടിപ്പിക്കുന്നതോ ആശങ്കയുണ്ടാക്കുന്നതോ ആയ കഥകൾ ഒഴിവാക്കുക. കാരണം അത് പിന്നീട് ഭീതിയിലേക്കും അരക്ഷിതാവസ്ഥയിലേക്കും മാനസിക പ്രശ്നങ്ങളിലേക്കും

വരെ നീളുന്നു. സന്തോഷം നിറഞ്ഞതും പോസിറ്റീവും ആയ കഥകൾ കുട്ടികളുടെ മനസ്സിൽ സുരക്ഷിതത്വം നൽകും. രാത്രിയിൽ ഉറങ്ങാൻ പോകുന്ന സമയവും, രാവിലേ എഴുന്നേൽക്കുമ്പോഴും, അച്ഛനും അമ്മയും കുഞ്ഞിനെ ചേർത്ത് പിടിച്ച് ഒരു ഉമ്മ കൊടുക്കുകയും, "ഞങ്ങൾ നിന്നെ ഒരുപാട് സ്നേഹിക്കുന്നു" എന്ന് മൃദുവായി പറയുകയും ചെയ്യുക. ഇത് അവരിൽ അനിയന്ത്രിതമായ ആത്മവിശ്വാസം പകരും.

ഒരു കുഞ്ഞിനോട് സ്നേഹം പ്രകടിപ്പിക്കേണ്ട ഏറ്റവും പ്രധാനപ്പെട്ട മൂന്ന് സമയം ഉണ്ട്. അതിൽ രണ്ടെണ്ണം മുമ്പ് പറഞ്ഞതാണ്. രാവിലെ ഉണരുമ്പോഴും, വൈകിട്ട് കിടക്കാൻ പോകുമ്പോഴും. മൂന്നാമത്തെത് സ്കൂളിൽ നിന്നും വരുമ്പോഴാണ്. കുഞ്ഞിനെ വിട്ടു നിന്നതിൽ വിഷമമുണ്ടെന്നും അവനോട് ഒരുപാട് ഇഷ്ടമുണ്ടെന്നും സ്കൂളിൽ നിന്നും വരുമ്പോഴും ബോധ്യപ്പെടുത്താവുന്നതാണ്. ഇപ്രകാരം ചെയ്യുന്നത് കുട്ടികളിൽ ഉണ്ടാക്കുന്ന സ്വഭാവ സവിശേഷതകൾ വളരെയാണ്.

അച്ഛനും അമ്മയും എപ്പോഴും തങ്ങൾക്കൊപ്പം ഉണ്ട്, നിരന്തര സ്നേഹത്തോടെ തങ്ങളെ പിന്തുണയ്ക്കുന്നു എന്ന ആശയത്തിൽ ജീവിക്കുന്ന കുട്ടികൾ ഭാവിയിൽ മനോബലം നിറഞ്ഞവരായും സന്തോഷകരമായ ജീവിതം നയിക്കുന്നവരായും മാറും.

ശുചിത്വം എത്രത്തോളം പ്രാധാന്യമുള്ളതാണെന്ന് കുട്ടികൾക്ക് ചെറുപ്പം മുതൽ തന്നെ മനസ്സിലാക്കിക്കണം. സ്വന്തം ശരീരം വൃത്തിയായി വയ്ക്കുന്ന പ്രാധാന്യത്തെക്കുറിച്ചും അവരെ ബോധ്യപ്പെടുത്തണം. കളി കഴിഞ്ഞശേഷം കുളിച്ച് മാത്രമേ അവർ എന്തും ചെയ്യാവൂ എന്ന ശീലം വളർത്തണം.

ഈ അവസരത്തിൽ, അവരുടെ എല്ലാ ശരീരഭാഗങ്ങളെയും അവരുടെ ശരീരം എന്ന മുഴുവൻ ഭാഗത്തിന്റെ ഭാഗമായാണ് കാണിക്കേണ്ടത്. പ്രത്യേകിച്ച് സ്വകാര്യ ഭാഗങ്ങൾക്കു കൃത്യമായ, ശരിയായ പേരുകൾ തന്നെ ഉപയോഗിക്കുക. ഈ ഭാഗങ്ങൾക്ക് എന്തെങ്കിലും പ്രത്യേകമായ ഒളിച്ചുകളികളോ, ലജ്ജാജനകമായ, നാവിൽ പറയാൻ കഴിയാത്ത പേരുകളോ ചേർക്കേണ്ടതില്ല.

സ്വകാര്യ ഭാഗങ്ങളെക്കുറിച്ചുള്ള ബോധവൽക്കരണം വളരെ ലളിതവും വ്യക്തവുമാക്കുക. "കുളിപ്പിക്കുമ്പോൾ അച്ഛൻ, അമ്മ, അല്ലെങ്കിൽ അമ്മൂമ്മ മാത്രമേ അവിടെ തൊടാൻ പാടുള്ളൂ" എന്ന സവിശേഷത അവരെ പഠിപ്പിക്കണം. വളരെ അത്യാവശ്യഘട്ടങ്ങളിൽ, ഉദാഹരണത്തിന് - ഏതെങ്കിലും അസുഖം വരുമ്പോൾ ഡോക്ടർക്കും - 'അതും രക്ഷിതാവിന്റെ സാന്നിധ്യത്തിൽ മാത്രം' കുട്ടികളെ സ്പർശിക്കാനാവും എന്നും അവരെ മനസ്സിലാക്കുക.

അതോടൊപ്പം, ഈ ഭാഗങ്ങൾ **എല്ലാവരേയും കാണിക്കേണ്ടവ അല്ലെന്നും** അതിനെക്കുറിച്ചുള്ള ബോധം അവരിൽ ഉറപ്പിക്കണം. ഇത്തരത്തിലുള്ള ശരിയായ ബോധവൽക്കരണം അവരെ ശാരീരിക സുരക്ഷയിലേക്കും ആത്മസംരക്ഷണത്തിലേക്കും നയിക്കും.

"മറിച്ച് എന്തെങ്കിലും സംഭവിച്ചാൽ, ആരെങ്കിലും 'അച്ഛനോടോ അമ്മയോടോ പറയരുത്' എന്ന് പറഞ്ഞാലും, അത് നിർബന്ധമായും **അച്ഛനമ്മമാരോട് പറയണം.**" ഈ സന്ദേശം അമ്മുവിന്റെ മനസ്സിൽ വ്യക്തമായി ഉൾക്കൊള്ളാൻ ഞങ്ങൾ ശ്രദ്ധിച്ചിട്ടുണ്ട്. ഒരു കാരണവശാലും കുട്ടി ഭയന്ന് അല്ലെങ്കിൽ സംശയത്തോടെ മിണ്ടാതിരിക്കാൻ പാടില്ലെന്ന് ഉറപ്പാക്കുക.

ഇത് അവർക്കു മനസ്സിലാകുന്നതുവരെ പലതവണ, മനസ്സിലിഞ്ഞ്, സ്നേഹത്തോടെ വിശദീകരിക്കുക. ഇതു അവരെ കൂടുതൽ സുരക്ഷിതരാക്കാനും ബോധപൂർവ്വമായ തീരുമാനങ്ങൾ എടുക്കാനും സഹായിക്കും.

കുട്ടികളെ ശുചിത്വം പരിശീലിപ്പിക്കുന്നതിൽ **കൈ കഴുകൽ ഒരു പ്രധാന ഭാഗമാണ്.** ഭക്ഷണം കഴിക്കുന്നതിന് മുമ്പും ടോയ്ലറ്റിൽ പോയതിനുശേഷവും സോപ്പ് ഉപയോഗിച്ച് കൈ കഴുകേണ്ടതിന്റെ ആവശ്യകത അവരെ ബോധ്യപ്പെടുത്തണം. ഇത് പറഞ്ഞുകേൾപ്പിക്കുന്നതുപോലെ, അച്ഛനും അമ്മയും തങ്ങളുടെ പ്രവൃത്തികളിലൂടെ ഇത് മാതൃകയായി കാണിക്കണമെന്നും അത്ര തന്നെ പ്രധാനമാണ്.

പല്ല് തേക്കുക, കുളിക്കുക എന്നിവയിലും അവരെ സ്വയം ചെയ്യാൻ പ്രേരിപ്പിക്കണം. ആദ്യം കുറച്ചുനേരം അവരെ സ്വതന്ത്രമായി പരീക്ഷിക്കാൻ അനുവദിക്കുക, അവധിക്കാലങ്ങളിൽ നിങ്ങളുടെ നിരീക്ഷണത്തിൽ സ്വയം കുളിക്കാൻ അവസരം നൽകുക.

കുളിക്കുമ്പോൾ കുറച്ചുനേരം വെള്ളത്തിൽ കളിക്കുന്നതു കുട്ടികൾക്ക് രസകരമാകും, അത് അവരെ ശുചിത്വത്തിൽ കൂടുതൽ ആകർഷിക്കാനും സഹായിക്കും. "താൻ തന്നെ കുളിപ്പിച്ചാലേ ശരിയാകൂ" എന്ന ചിന്ത ഒഴിവാക്കി, അവർക്ക് സ്വയം ചെയ്യാൻ പ്രോത്സാഹനം നൽകുന്നത് ആത്മവിശ്വാസം വളർത്തുകയും ശീലമാക്കുകയും ചെയ്യും.

ഈ സമയത്ത് **അച്ചടക്കത്തെക്കുറിച്ച്** പറയാതെ പോകാനാവില്ല. കുട്ടികളെ ശരിയായ രീതിയിൽ നയിക്കേണ്ട സമയമാണ് ഇത്. ഇതിൽ ആദ്യം രക്ഷിതാവ് പാലിക്കേണ്ടത് നല്ല ക്ഷമയാണ്. കുട്ടികൾ എല്ലായ്പ്പോഴും ശരിയല്ലാതിരിക്കാൻ

സാധ്യതയുണ്ടെങ്കിലും, ഇടയ്ക്ക് അവർ ശരിയായ കാര്യങ്ങളും ചെയ്യാറുണ്ട്.

ഈ ശരികൾ ശ്രദ്ധയിൽപ്പെടുത്തി, അവരെ അഭിനന്ദിച്ചാൽ അവരുടെ ശ്രദ്ധ അതിലേക്ക് തിരിയും. അവരുടെ തലച്ചോറിന്, ആ ശരികൾ ആവർത്തിക്കേണ്ട സിഗ്നലുകൾ ലഭിക്കും. അതേസമയം, തെറ്റുകൾക്ക് കൂടുതൽ ശ്രദ്ധ കൊടുത്താൽ, അവർ അതേ തെറ്റുകൾ ആയിരിക്കും ആവർത്തിക്കുക. അതുകൊണ്ട് ശരികൾക്ക് ശ്രദ്ധ കൊടുക്കുകയും തെറ്റുകളെ അവഗണിക്കുകയും ചെയ്യുക.

അച്ചടക്കത്തെക്കുറിച്ച് സംസാരിക്കുമ്പോൾ, അതിന്റെ അർത്ഥം നന്നായി മനസ്സിലാക്കേണ്ടതുണ്ട്. അച്ചടക്കം എന്നത്, **ശരിയല്ലാത്ത പെരുമാറ്റങ്ങളെ മാറ്റി, ശരിയായ പെരുമാറ്റം രൂപപ്പെടുത്തുക** എന്നതാണ്. ഇതിന് പുറമേ, **കുട്ടികളെ ജീവിതത്തിനാവശ്യമായ നൈപുണ്യങ്ങൾ പഠിപ്പിക്കുകയും,** അതിനാവശ്യമായ ന്യൂറൽ കണക്ഷനുകൾ തലച്ചോറിൽ നിർമ്മിക്കുകയും ചെയ്യുന്നു. ഭാവിയിൽ അവർ ജീവിതത്തിലെ വിവിധ സാഹചര്യങ്ങളെ നേരിടുമ്പോൾ, ശരിയായ രീതിയിൽ അവയെ കൈകാര്യം ചെയ്യാനും ശരിയായ തീരുമാനങ്ങൾ എടുക്കാനും കഴിവ് നേടാൻ ഇതിലൂടെ സഹായം ലഭിക്കുന്നു.

ഒരു പട്ടത്തിന് ഉയർന്ന് പറക്കുവാൻ, അതിന്റെ നൂലിൽ പിടിച്ചിരിക്കണം എന്നതുപോലെ, പടവലങ്ങ നന്നായി വളരാൻ താഴെ ഒരു കല്ല് കെട്ടിയിടുന്നത് പോലെ, കുരുമുളകിന് താങ്ങായി ഒരു മരം വേണമെന്നതുപോലെ, അച്ചടക്കത്തിന്റെ പ്രാധാന്യം രക്ഷിതാവും കുട്ടിയും മനസ്സിലാക്കണം. പുറമേ കഴുകന്മാരും ചെന്നായയും പുലികളും സിംഹവും കരടിയും മനുഷ്യരൂപത്തിൽ ഉണ്ടെന്നും അവരിൽ നിന്നും രക്ഷപ്പെടാൻ ചില ചിട്ടകൾ വേണമെന്ന് ഉള്ളതും കുട്ടികളെ ധരിപ്പിക്കണം.

കുഞ്ഞുങ്ങളിലുള്ള വിശ്വാസക്കുറവല്ല, പകരം അവരെ അപകടപ്പെടുത്താൻ സാധ്യതയുള്ളവർ പുറത്തുണ്ടെന്നും അവരിൽ നിന്നുമുള്ള സംരക്ഷണത്തിനാണ് ഈ അച്ചടക്കം എന്നും കൂടി കുട്ടിയെ ധരിപ്പിക്കണം. ഇതെല്ലാമാണ് അച്ചടക്കത്തിന്റെ പ്രാധാന്യം.

അച്ചടക്കം നടപ്പിലാക്കുന്നതിനായി ആദ്യം കുട്ടികളെ കേൾക്കണം, അവരുമായി സംവദിക്കണം, തുടർന്ന് ശരിയായ മാർഗ്ഗനിർദ്ദേശം നൽകണം. ഇതിന് അവരുടെ വികാരങ്ങളെ മാനിക്കുകയും ഉൾക്കൊള്ളുകയും വേണം. കുട്ടികൾ ഏതെങ്കിലും തെറ്റുകൾ ചെയ്താൽ, **ഒരിക്കലും ശബ്ദം ഉയർത്തുകയോ, ശാരീരിക പീഡനം നൽകുകയോ, അവരെ ഒറ്റപ്പെടുത്തുകയോ, കളിയാക്കുകയോ, ശകാരിക്കുകയോ പാടില്ല.** അച്ചടക്കം നടപ്പിലാക്കുമ്പോൾ രക്ഷിതാക്കൾ ആദ്യം ചിന്തിക്കേണ്ടത്, **"എന്തുകൊണ്ട് എന്റെ കുട്ടി അങ്ങനെ പെരുമാറി?"** എന്നതാണ്. അതിനുശേഷം, "ശരിയായത് എന്താണ് കൊടുക്കേണ്ടത് എന്നും എനിക്ക് അത് എങ്ങനെ നൽകാം?" എന്നതും തിരിച്ചറിയണം.

അതിനുശേഷം, കുറച്ച് വാക്കുകളിൽ, സ്നേഹത്തോടെ, അവരോടുള്ള സഹാനുഭൂതി പ്രകടിപ്പിച്ചുകൊണ്ട് പരിഹാരം നിർദ്ദേശിക്കാം. അവരെയും പങ്കെടുപ്പിച്ചുകൊണ്ട് അച്ചടക്കം പാലിക്കാൻ ശ്രമിക്കാം. *"ഇല്ല"*, *"നടക്കില്ല"* എന്നത് ഒറ്റവാക്കിൽ പറയുന്നതിനേക്കാൾ, അവരെ സോപാധികമായി ശരിയിലേക്ക് നയിക്കുക. കൂടാതെ, അവരുടെ **നല്ലവശങ്ങളെ പ്രോത്സാഹിപ്പിക്കുകയും, ക്രിയാത്മകമായി അവരെ ഉചിതമായ സാഹചര്യത്തിലേക്ക്** കൊണ്ടുപോകുകയും വേണം. ഇങ്ങനെ ചെയ്താൽ അച്ചടക്കം ഭംഗിയായി നടപ്പിലാക്കാൻ കഴിയും.

അച്ചടക്കം പാലിക്കാൻ ശ്രമിക്കുമ്പോൾ, കുട്ടികളിൽ **ഒരു ഉൾക്കാഴ്ചയും ഉണർത്തേണ്ടതുണ്ട്.** അവരുടെ പ്രവർത്തനത്തിൽ വന്ന പിഴവുകൾ എങ്ങനെ മറ്റുള്ളവർക്കു വേദന ഉണ്ടാക്കുന്നു, വേദനിപ്പിച്ചെങ്കിൽ അതിന് എന്ത് തിരുത്തൽ വരുത്തണമെന്ന് കുട്ടികൾക്ക് ബോധ്യമാകണം. ആ തിരുത്തലുകൾ നടപ്പിലാക്കാനും അവരെ പ്രേരിപ്പിക്കണം.

രക്ഷിതാക്കളോട് ഒരിക്കൽ കൂടി ഓർമ്മിപ്പിക്കുന്നു: **അച്ചടക്കം ശിക്ഷയല്ല, അതൊരു പഠനപ്രക്രിയയാണ്.** ഭാവിയിൽ കുട്ടികൾ നേരിടേണ്ടി വരുന്ന ജീവിത സാഹചര്യങ്ങളെ ശരിയായ രീതിയിൽ കൈകാര്യം ചെയ്യാൻ പഠിപ്പിക്കുന്ന പ്രക്രിയ. കുട്ടി പഠനത്തിനും അച്ചടക്കത്തിനുമൊരുങ്ങുന്നതുവരെ, അഥവാ ശാന്തമാകുന്നത് വരെ കാത്തിരിക്കുക. അച്ചടക്കം പ്രോത്സാഹിപ്പിക്കുന്നത് സ്ഥിരതയോടെയും സ്നേഹപൂർവ്വമായ സമീപനത്തിലൂടെയും ആയിരിക്കണം; വെറും കർശനതയല്ല.

കൂടാതെ, **ഓരോ കുട്ടിയും ഓരോ വ്യക്തിയുമാണ്.** രക്ഷിതാക്കളും ഒരുപോലെ അല്ല. അതിനാൽ എല്ലാ സാഹചര്യങ്ങളിലും ഒരേ മാതൃകയിൽ പെരുമാറാനാവില്ല. ഒരേ സാഹചര്യം നേരിടുമ്പോൾ പോലും ഒരേ വ്യക്തികൾ വ്യത്യസ്ത സമയങ്ങളിൽ വ്യത്യസ്തമായി പ്രതികരിച്ചേക്കാം. അതിനാൽ അച്ചടക്കം എല്ലാവർക്കും എല്ലാ സമയത്തും ഒരേപോലെ നടപ്പിലാക്കാനാകില്ല. കുട്ടികളെ അച്ചടക്കം പാലിക്കാൻ പ്രേരിപ്പിക്കുന്നത് അവരുമായി നല്ല രീതിയിലുള്ള ബന്ധം നിലനിറുത്തുന്നതിലൂടെ മാത്രമേ സാധ്യമാകൂ. ശബ്ദം ഉയർത്തുകയോ ശാസിക്കുകയോ, അതിന് പരിഹാരമല്ല.

ഒന്നുകൂടി ഓർമ്മിക്കേണ്ടത്: അച്ചടക്കം ഒരു പഠനപ്രക്രിയയാണ്. കുട്ടികൾ ശാന്തമായി അതിനെ സ്വീകരിക്കാൻ തയ്യാറാകുമ്പോൾ മാത്രമേ അതിനർത്ഥമുണ്ടാകൂ. അതിനായി രക്ഷിതാക്കളും

കുട്ടികളുമായി നല്ല ബന്ധം പുലർത്തണം. അങ്ങനെ കുട്ടികൾ സ്നേഹപൂർവ്വമായ മനസ്സോടെ രക്ഷിതാക്കളുടെ ഉപദേശം കേൾക്കാൻ തയ്യാറാകും.

ഇങ്ങനെ അച്ചടക്കം ഭംഗിയായി നടപ്പിലാക്കാൻ കഴിയും. അച്ചടക്കം പഠിപ്പിക്കാതെ വളർന്ന കുട്ടികൾ, ഭാവിയിൽ അവരുടെ ജീവിതം ശുദ്ധമായി കൈകാര്യം ചെയ്യാൻ പ്രാപ്തരാകില്ല. അത്തരമൊരു ഭാവി ആരും അവരുടെ കുഞ്ഞുങ്ങൾക്കായി ആഗ്രഹിക്കില്ലല്ലോ! അതുകൊണ്ട് **അച്ചടക്കം കുട്ടികളെ വളർത്തുന്നതിലെ അതിപ്രധാനഘടകമാണ്.**

ഉദാഹരണത്തിന്, ജോലിത്തിരക്ക് കൊണ്ട് അത്യാവശ്യമായി ഈമെയിലിന് മറുപടി അയക്കാൻ ഇരിക്കുന്ന അമ്മ. നാലു വയസ്സുകാരൻ മകൻ അമ്മയെ കളിക്കാൻ വന്നു വിളിക്കുന്നു. വളരെ കർക്കശ്യത്തോട് കൂടി "ഞാനിപ്പോൾ ഇത് മെയിൽ ചെയ്തിട്ട് വരാം" എന്ന് പറയുന്നതിലും നന്ന്, അവനെ ഒന്ന് ചേർത്ത് പിടിച്ച് "മോനേ, ഇപ്പോൾ അമ്മ വന്നു നിന്റെ കൂടെ കളിക്കണം അല്ലേ? അമ്മയ്ക്ക് ഈ ഒരു മെയിൽ അയക്കാൻ ഒരു അല്പം സമയം വേണം. മോൻ അത് എല്ലാം കളിക്കാൻ തയ്യാറാക്കി വയ്ക്കുമ്പോഴേക്കും അമ്മയെത്താം" ഇങ്ങനെ പറയുമ്പോൾ കുഞ്ഞു വാശിയില്ലാതെ തന്നെ പോയി കാര്യങ്ങൾ മുന്നോട്ടു ചെയ്യുന്നതാണ്. അതോടൊപ്പം തന്നെ പറഞ്ഞ സമയത്ത് നിങ്ങൾ പോയി കളിക്കുകയും വേണം. ഇങ്ങനെയാണ് ശരിയായ രീതിയിൽ അച്ചടക്കം പാലിക്കാവുന്നതാണ്.

കുടുംബത്തിൽ അച്ചടക്കത്തിനായി ഒരു ഗൈഡ് തയ്യാറാക്കുന്നത് രക്ഷിതാക്കളുടെയും മുതിർന്നവരുടെയും ഉത്തരവാദിത്വമാണ്. കുട്ടികൾക്ക് വ്യക്തമായ അതിരുകൾ നൽകുമ്പോൾ അവർക്കു സുരക്ഷിതമായും ആത്മവിശ്വാസത്തോടെയും വളരാൻ കഴിയും.

അച്ചടക്ക ഗൈഡിന്റെ പ്രധാന ലക്ഷ്യങ്ങൾ:

അച്ചടക്കം ശിക്ഷയ്ക്കായല്ല, വളർച്ചക്കായിട്ടാണ്– ശിക്ഷയല്ല, മറിച്ച് **അറിവും മാർഗ്ഗനിർദ്ദേശവുമാണ്** ഗൈഡിന്റെ ലക്ഷ്യം. സ്ഥിരതയും വ്യക്തതയും ഉണ്ടാകണം. ഗൈഡിൽ യഥാർത്ഥചിട്ടകൾ ഉണ്ടാകണം. "എപ്പോൾ എന്ത് ചെയ്യണം?" എന്നതിന് എല്ലാവർക്കും മനസ്സിലാകുന്നവിധം തീർച്ചയായ ഒരു രീതി വേണം. **കഠിനതയല്ല, സ്നേഹപൂർവ്വമായ നിയന്ത്രണം** – കാത്തുസൂക്ഷിക്കാനും, സ്നേഹത്തോടെ പാഠങ്ങൾ പഠിപ്പിക്കാനുമുള്ള വഴിയാണ് ഇത്.

ഇതിൽ അമ്മൂമ്മയെപ്പോലെ, കുട്ടിയെ സംരക്ഷിക്കുന്ന മുതിർന്നവരേയും പങ്കാളിയാക്കുന്നത്, ഗൈഡ് കൂടുതൽ ഫലപ്രദമാകാൻ സാഹായിക്കും. ജീവിതാനുഭവമുള്ളവരുടെ അറിവ് ഉൾപ്പെടുത്തുന്നത് കുട്ടികളെ മനസ്സിലാക്കാനും, അവരുടെ വളർച്ചയുമായി ചേർന്ന് പ്രവൃത്തിക്കാനും സഹായിക്കും. ശ്രദ്ധയും കരുതലുമുള്ള മാർഗ്ഗനിർദ്ദേശങ്ങളിലൂടെ കുട്ടികളെ വളർത്തുമ്പോൾ, അവർക്ക് ഉത്തരവാദിത്വമുള്ള വ്യക്തികളായി വളരാൻ കഴിയും.

ശിക്ഷനടപടികൾക്കായി ഇത് ഉപയോഗിച്ചാൽ കുട്ടികളിൽ ഭയം, അവഹേളനം, അകലം, അക്രമ ബോധം എന്നിവ വളർന്നേക്കാം. ചിലപ്പോൾ അവർ **റിബലായി** മാറാനും, അവരുടെ ആത്മമതിപ്പ് കുറയാനും ഇടയാകും. അതിനാൽ, തെറ്റും ശരിയും കാരണങ്ങളോടുകൂടി വിശദീകരിക്കുക. 'ഇങ്ങനെ ചെയ്യരുത്' എന്ന് മാത്രം പറയുന്നത് ഗുണപരമാവില്ല.

ടിവി കാണലിനും മറ്റു പ്രവർത്തനങ്ങൾക്കും **നിശ്ചിത സമയപരിധികളും നിയമങ്ങളും** സൃഷ്ടിക്കുക അനിവാര്യമാണ്. ഉദാഹരണത്തിന്, അമ്മു പതിനഞ്ച് മിനിറ്റ് മാത്രമേ ടിവി കാണാവൂ, അതും 3D കാർട്ടൂണുകൾ

അല്ലാത്തതായിരിക്കണം. കൂടാതെ, ടിവിയുടെ വലുപ്പത്തിന്റെ അഞ്ച് മടങ്ങ് ദൂരത്ത് ഇരിക്കണം, എങ്കിലേ കണ്ണുകളുടെ ആരോഗ്യത്തെ ബാധിക്കാതെ സുരക്ഷിതമായി ടിവി കാണാൻ കഴിയൂ.

ഇവിടെ ഒരു കാര്യം കൂടി രക്ഷിതാക്കളെ ഓർമ്മിപ്പിക്കാൻ ആഗ്രഹിക്കുന്നു. ടിവി, മൊബൈൽ എന്നിവയിൽ **കുട്ടികൾ കാണുന്ന ഉള്ളടക്കം** അവരുടെ പ്രായത്തിന് അനുയോജ്യമായതാകണമെന്ന് ഉറപ്പാക്കേണ്ടത് രക്ഷിതാക്കളുടെ ഉത്തരവാദിത്തമാണ്. ഈ ഉദ്ദേശത്തോടെ **ചൈൽഡ് ലോക്ക്** എന്ന സംവിധാനം ലഭ്യമാണ്, എന്നാൽ അതിന്റെ ഉപയോഗം പലർക്കും അറിയില്ലെന്ന് കാണുന്നു. അതിനാൽ, ഇത് എങ്ങനെയാണ് പ്രവൃത്തിക്കുന്നത് എന്നത് രക്ഷിതാക്കൾ നിർബന്ധമായും പഠിക്കണം. കുട്ടികൾക്ക് അവരുടെ പ്രായത്തിന് അനുയോജ്യമായ ഉള്ളടക്കങ്ങൾ മാത്രം കാണാൻ രക്ഷിതാക്കൾ കൃത്യമായ നിയന്ത്രണം ഏർപ്പെടുത്തേണ്ടതാണ്.

ത്രീഡി ഗെയിമുകളും ത്രീഡി കാർട്ടൂണുകളും ഒഴിവാക്കുന്നത് കുട്ടികളുടെ മാനസിക ആരോഗ്യത്തിനും സാമൂഹിക വികസനത്തിനും ഉത്തമമാണ്. ഇത്തരം കൃത്രിമ ദൃശ്യാനുഭവങ്ങൾ അവർക്കിടയിൽ വെർച്ചൽ ഓട്ടിസം എന്ന അവസ്ഥ വർദ്ധിപ്പിക്കുന്ന പ്രധാന കാരണങ്ങളിലൊന്നാണ്. കൂടാതെ, യഥാർത്ഥ ജീവിതവും റീൽ ലോകവും തമ്മിൽ വേർതിരിച്ചറിയാൻ അവർക്കു കഴിയാതെ വരും, ഇത് ഏറെ അപകടകരമാണ്. ഇന്ന് ജനിച്ച വീഴുന്ന കുട്ടി മുതൽ മൊബൈൽ ഫോൺ ഉപയോഗിക്കുന്നത് മൂലം 'വെർച്ചൽ ഓട്ടിസം' ഏറെ വർദ്ധിച്ചിരിക്കുന്നു എന്ന് പഠനങ്ങൾ തെളിയിക്കുന്നു.

കുട്ടികളുടെ സുരക്ഷയെ മുൻനിർത്തി, ആവശ്യമായ എല്ലാ സന്ദർഭങ്ങളിലും രക്ഷിതാക്കൾ യാതൊരു വിട്ടുവീഴ്ചയുമില്ലാതെ മുന്നോട്ടുപോകേണ്ടതാണ്.

ഈ അടുത്ത കാലത്ത്, ഒരു സ്കൂളിൽ നടന്ന സംഭവം മനസ്സിൽ അസ്വസ്ഥതയുണ്ടാക്കുന്നതാണ്. പത്താം ക്ലാസിൽ പഠിക്കുന്ന മിടുക്കനായ ഒരു കുട്ടി, മൊബൈൽ ഗെയിമിന് അടിമപ്പെട്ട്, ഒരു ദിവസം തന്റെ മുറിയിൽ ജീവനൊടുക്കിയത് അത്യന്തം ദുഖകരമാണ്. അച്ഛനും അമ്മയും കുഞ്ഞിനെ ഗെയിമുകളിൽ നിന്ന് പിന്തിരിപ്പിക്കാൻ ശ്രമിച്ചെങ്കിലും അതിൽ വിജയിച്ചില്ല.

ഇത്തരം ദുഃഖകരമായ അവസ്ഥകൾ വരുന്നതിന് ചെറുപ്രായത്തിൽ **തന്നെ സ്ക്രീൻ ഉപയോഗം കൂടിയതും എല്ലാ കാര്യങ്ങളും സാധിച്ചു കൊടുക്കുന്നതും** ഒരു പ്രധാന കാരണം ആണ്. കുട്ടികളുടെ ആഗ്രഹങ്ങളെല്ലാം **അത്യാവശ്യം എന്നും ആവശ്യമെന്നും ആർഭാടം എന്നും** തരംതിരിച്ചുകൊണ്ട് അത്യാവശ്യങ്ങൾ മാത്രം നിറവേറ്റുക. അത് അവർക്ക് മനസ്സിലാക്കി കൊടുക്കുകയും ചെയ്യുക രക്ഷിതാവിന്റെ കടമയാണ്. അങ്ങനെ ചെയ്യാതെ ആഗ്രഹങ്ങളെല്ലാം സാധിച്ചു കൊണ്ട് തന്നെ മുന്നോട്ടു പോകുകയാണ് ഓരോ രക്ഷിതാവും സാധാരണ ചെയ്യുക. അവരുടെ ആഗ്രഹങ്ങളോട് "ഇല്ല" എന്നും "വേണ്ട" എന്നും പറഞ്ഞ് വളർത്തുന്ന ശീലം ഇല്ലാത്തപ്പോൾ, വലിയ പ്രായത്തിൽ അവരെ നിയന്ത്രിക്കാൻ കഴിയാതെ പോകുന്നു.

വാസ്തവത്തിൽ, **കുട്ടികൾ മുതിർന്നവരെ അനുകരിക്കുന്നു എന്ന് മനസ്സിലാക്കുക.** അവരുടെ ഏറ്റവും വലിയ പഠനമാർഗം കേൾവിയോ വായനയോ അല്ല, മറിച്ച് അവരുടെ ചുറ്റുപാടിൽ നടക്കുന്നതൊക്കെയാണ്. വലിയവർ കാണിച്ച മാതൃകയെ അവർ സ്വാഭാവികമായി പിന്തുടരുന്നു.

അതിനാലാണ് നമ്മുടെ കുട്ടികൾക്ക് നല്ലതും ശാസ്ത്രീയവുമായ ശീലങ്ങൾ ഉണ്ടാകണമെങ്കിൽ, ആദ്യം മുതിർന്നവരായ നാം അത് പാലിക്കേണ്ടത് അനിവാര്യമായിത്തീരുന്നത്.

കുറച്ചുനാൾ മുമ്പ്, മുത്തമകന്റെ എയർഫോഴ്സ്റ്റേഷനിൽ കുറച്ച് ദിവസങ്ങൾ ചെലവഴിക്കാനുള്ള അവസരം ലഭിച്ചു. അവിടെ വൈകുന്നേരങ്ങളിൽ നടക്കാൻ പോകുമ്പോൾ കണ്ട ഒരു കാഴ്ച ഇപ്പോഴും മനസ്സിൽ തെളിഞ്ഞു നിൽക്കുന്നു. 30 കിലോമീറ്റർ സ്പീഡിന് താഴെ മാത്രമേ വാഹനങ്ങൾ ഓടിക്കാവൂ എന്ന നിയമവും, ജംഗ്ഷനുകളിൽ വാഹനങ്ങൾ നിർത്തിയ ശേഷം നോക്കിയിട്ട് മാത്രമേ മുന്നോട്ട് പോകാവൂ എന്ന ചട്ടവുമുണ്ട്. അവിടെ ആരും പറയാതെ തന്നെ, കുട്ടികൾ പോലും, സൈക്കിളിൽ പോകുമ്പോൾ ആ നിയമം പൂർണമായി പാലിക്കുന്നതും, ഒരു സഹജമായ ശീലമായി അത് മാറുന്നതും കണ്ടു.

ഈ നിയമങ്ങളും ചിട്ടകളും എല്ലാ സാഹചര്യത്തിലും സ്ഥിരമായി പാലിക്കുന്നത് അത്യാവശ്യമാണ്. നാം ക്ഷീണിച്ചാലും, തിരക്കിലായാലും, അതിൽ വിട്ടുവീഴ്ച ചെയ്യരുത്. ഇന്നത്തെ തലമുറയിൽ വലിയൊരു പ്രശ്നമായി കാണുന്നത്, കുട്ടികളുടെ ഇഷ്ടം മാത്രമനുസരിച്ച് കാര്യങ്ങൾ തീരുമാനിക്കുന്ന രീതിയാണ്.

കുടുംബത്തിൽ സമതുലിതമായ ബന്ധം സൃഷ്ടിക്കാൻ, ചിരികളും കളികളും വായനയും യാത്രകളും കൂടി പോകണം. കുടുംബം സന്തോഷമുള്ള ഒരിടം ആകുമ്പോൾ, കുട്ടികൾക്കുണ്ടാകുന്ന മനസ്സിന്റെ അടിത്തറ മെച്ചപ്പെടും.

ഏതൊരാൾക്കും **പ്രശംസ ഏറെ സന്തോഷം നൽകുന്നതാണ്.** അതുകൊണ്ട് കുട്ടികളുടെ നല്ല പ്രവൃത്തികളിൽ 'നീ ചെയ്തത് നല്ലതാണ്' എന്നോ 'നന്നായി

ചെയ്തിരിക്കുന്നു' എന്നോ പറഞ്ഞ് പ്രവൃത്തിയെ തന്നെ ചൂണ്ടിക്കാണിക്കുക. ഇത് കുട്ടികളുടെ പരിശ്രമങ്ങൾക്ക് കൂടുതൽ പ്രോത്സാഹനമായി മാറും. മാത്രമല്ല, ഏത് കാര്യം ചെയ്തപ്പോഴാണ് നല്ലത് പറഞ്ഞത് എന്ന് മനസ്സിലാകുന്നതുകൊണ്ട് ആ പ്രവൃത്തി ആവർത്തിക്കാൻ അത് ഉപകരിക്കും.

കുട്ടികൾ **ചെറിയ വഴക്കുകൾക്കും അഭിപ്രായ വ്യത്യാസങ്ങൾക്കും സ്വയം പരിഹാരം കാണാൻ ശ്രമിക്കുന്ന** പ്രായം കൂടിയാണിത്. അവരെ സ്വയം സംവിധാനങ്ങൾ കണ്ടെത്താൻ പ്രാപ്തരാക്കുക. ഇത് അവരിൽ വിശ്വാസവും ആത്മമതിപ്പും വളർത്തും, അവർ ഭാവിയെ നേരിടാൻ ഭയമില്ലാത്തവരായി വളരുകയും ചെയ്യും.

"തെറ്റുകൾ തിരുത്താൻ പാടില്ലേ?" എന്നൊരു സംശയം ഉയരാം. തീർച്ചയായും തെറ്റുകൾ തിരുത്തണം. എന്നാൽ, "ഈ തെറ്റ് എന്തുകൊണ്ട് ചെയ്തു?" എന്ന് ചോദിച്ച് കുറ്റം ചുമത്തുന്നതിനു പകരം, "ഇത് **ഇങ്ങനെ ചെയ്താൽ നല്ലതാണ്, ഇത് പരിഗണിക്കാമായിരുന്നില്ലേ?**" എന്ന രീതിയിൽ സ്നേഹപൂർവ്വമായ ഉപദേശം നൽകണം. കൂടാതെ, അതിന്റെ ശരിയായ രീതിയും കാണിച്ചു കൊടുത്താൽ, കുട്ടികൾ ആ രീതികൾ സ്വയം ഉൾക്കൊള്ളും.

"ഉദാഹരണത്തിന്, ഭിത്തിയിൽ വരക്കാത്തതായിട്ടുള്ള ഏതെങ്കിലും കുട്ടി ഉണ്ടോ? 'ഭിത്തിയിൽ വരയ്ക്കരുത്' എന്ന് പറഞ്ഞാൽ, അത് മനസ്സിലാക്കാനുള്ള കഴിവ് കുട്ടിക്ക് ഇല്ലായിരിക്കാം എന്ന കാര്യം തിരിച്ചറിയണം. പകരം പേപ്പറുകൾ കൊടുത്തുകൊണ്ട് 'ഇതിൽ വരയ്ക്കുക' എന്ന് പറയാം. അല്ലെങ്കിൽ തൂക്കി ഇടാൻ പറ്റിയ ഒരു റൈറ്റിംഗ് ബോർഡ് വാങ്ങിക്കൊടുത്ത് അതിൽ വരയ്ക്കാൻ നിർദേശിക്കാം.

വരക്കാൻ അനുയോജ്യമായ സൗകര്യം ഉണ്ടാക്കി കൊടുത്താൽ ഭിത്തിയിൽ വരയ്ക്കുന്ന ശീലം കുട്ടി മറക്കും.

എന്നാൽ, ഇതു **ഒറ്റ ദിവസത്തിൽ മാറുമെന്നു പ്രതീക്ഷിക്കരുത്.** രക്ഷിതാക്കൾ ആ സൗകര്യങ്ങളിൽ വരച്ചു കാണിക്കുന്നതിലൂടെ, കുട്ടികൾ അത് പതുക്കെ ആചരണത്തിൽ കൊണ്ടുവരും. അതുവരെ ക്ഷമ കാണിക്കണം. എന്നാൽ, 'ഉടൻതന്നെ മാറ്റണം' എന്ന വാശി രക്ഷിതാക്കൾ പിടിച്ചാൽ, അത് കുട്ടികളെ വികാരപരമായും മാനസികമായും ബാധിക്കാനിടയുണ്ട്."

മുൻപറഞ്ഞ ഉദാഹരണത്തിൽ, എന്തിനാണ് പേപ്പർ, ബോർഡ് തുടങ്ങിയവ വാങ്ങിത്തന്നത് എന്ന മനസ്സിലാക്കുകയാണ്. മറ്റൊരു കാര്യം അവരോട് സംസാരിക്കുമ്പോൾ അവരുടെ ലെവലിലേക്ക് ഒപ്പം നിന്നുകൊണ്ടാവണം പറയുക. നമ്മൾ ഉയരത്തിൽ നിന്നുകൊണ്ട് അവരോട് സംസാരിക്കുമ്പോൾ അവരുടെ ഒപ്പമാണ് നിങ്ങളെന്ന് അവർക്ക് തോന്നുകയില്ല. ഇത് പലതവണ പറഞ്ഞതാണ് എന്നറിയാം എങ്കിലും അതിന്റെ പ്രാധാന്യം മൂലം ആവർത്തിക്കുന്നു.

മറിച്ച്, അത് ഭീതിയുണ്ടാക്കുകയും, അവരുടെ സ്വഭാവ രൂപീകരണത്തിന് മോശം സ്വാധീനവും ചെലുത്താൻ സാധ്യതയുണ്ട്. അവർ നിലത്ത് ഇരിക്കുകയാണെങ്കിൽ, നമ്മളും അവരോടൊപ്പം നിലത്ത് ഇരുന്നുകൊണ്ട് സംസാരിക്കേണ്ടതുണ്ട്. 'ഈ പേപ്പറിൽ മോൾ വരയ്ക്കുക' എന്നത് സൗമ്യമായ ശൈലിയിൽ പറഞ്ഞാൽ, അവരുടെ സ്വീകാര്യത കൂടുതൽ ആയിരിക്കും. ഇത്തരം തിരുത്തലുകൾ നടത്തുമ്പോൾ പ്രയോഗിക്കുന്ന ശൈലി വളരെ കരുതലോടെയായിരിക്കണം"

ഇനിയും ഒരു രീതി എന്നു പറയുന്നത് **മുൻകൂറായി കാര്യങ്ങൾ വ്യക്തമായി പറഞ്ഞു കൊടുക്കുകയാണ്.** എല്ലാ ചിട്ടകളും അവർക്ക് മനസ്സിലാകുന്ന വിധത്തിൽ, അവരുടെ ഭാഷയിൽ, അവരുടെ ഒപ്പം ഇരുന്നുകൊണ്ട് വിശദീകരിക്കുക. അവർ അത് തെറ്റായി ചെയ്യാൻ തയ്യാറെടുക്കുമ്പോൾ, അച്ഛനോ അമ്മയോ സ്നേഹപൂർവ്വം ചേർത്ത് പിടിച്ചു കൊണ്ട് 'ഇത് ഇങ്ങനെ ചെയ്യാനല്ലേ പറഞ്ഞത്' എന്ന് ഓർമ്മപ്പെടുത്തുക. അതിന്റെ ശരിയായ രീതി എന്താണെന്ന് സ്നേഹത്തോടെ വ്യക്തമാക്കി തിരുത്താം.

നമ്മൾ വയ്ക്കുന്ന ഓരോ ചിട്ടയും നമ്മളും പാലിക്കേണ്ടതാണ്, ഇത് അതേ രീതിയിൽ സ്ഥിരമായി പാലിക്കപ്പെടുകയും വേണം. സ്ഥിരതയോടെ ഒരു കാര്യം പറഞ്ഞ് പാലിപ്പിക്കുമ്പോഴാണ് കുട്ടികളുടെ സ്വഭാവരൂപീകരണം കാര്യക്ഷമമമാവുക. ഓരോ മാനസിക അവസ്ഥയ്ക്കനുസരിച്ച് വ്യത്യസ്തമായ രീതിയിൽ ഒരേ കാര്യം പറയുന്നത് അവരെ ആശയകുഴപ്പത്തിലാക്കും. അതിനാൽ, അവരോട് സംസാരിക്കുന്നതിൽ സ്ഥിരത പാലിക്കണമെന്നത് അനിവാര്യമാണ്.

അമ്മു ചിത്രം വരച്ച ശേഷം, എല്ലാ കളറുകളും പേപ്പറുകളും കൃത്യമായി അവയുടെ സ്ഥാനത്ത് വയ്ക്കുന്നു. പഠിച്ചതിന് ശേഷം ബുക്കുകളും അടുക്കി വയ്ക്കാറുണ്ട്. ഇതെല്ലാം അമ്മു ഒരു ദിവസം കൊണ്ട് നേടിയെടുത്ത ശീലമല്ല. നേരത്തെ സൂചിപ്പിച്ചതുപോലെ, ഞാനും രവിയേട്ടനും അമ്മയും ഒരുമിച്ചു ക്ഷമയോടെ പല ദിവസങ്ങളിലായി അമ്മുവിനോട് പറഞ്ഞും കാണിച്ചും പകർന്നതിന്റെ ഫലമാണിത്. ആ കുറച്ചുദിവസത്തെ പരിശ്രമത്തിന്റെ ഗുണഫലമാണ് ഇപ്പോൾ ഞങ്ങൾ അനുഭവിക്കുന്നത്.

ഈ രീതിയിലുള്ള സ്വഭാവരൂപീകരണം കുട്ടികളിൽ ഉണ്ടാക്കാൻ **നമ്മുടെ മുഴുവൻ മനസ്സും ഉൾപ്പെടുത്തി, ബോധപൂർവ്വമായി ശ്രമിക്കേണ്ടതാണ്.** ഇത് ഒരു കർത്തവ്യമാണെന്ന് കരുതി, നമ്മുടെ മനസ്സിനെ നിയന്ത്രിക്കാൻ ശ്രമിക്കുകയും,സ്ഥിരത പാലിക്കുകയും വേണം. അല്പം നേരം ധ്യാനം നടത്തുന്നതും ചെറിയ രീതിയിലുള്ള വ്യായാമങ്ങളും പ്രകൃതിയോട് ഇണങ്ങി നടത്തുന്ന നടപ്പും ഈ ശ്രമങ്ങളിൽ ഏറെ സഹായകരമാകും.

അമ്മു ഇവിടെ ഒറ്റയ്ക്ക് ആണെങ്കിലും ഉണ്ണികുട്ടനും അവളും കൂടി ചെറിയ വഴക്കുകൾ പതിവായിട്ടുണ്ട്. എന്നാൽ ഒരേ രക്ഷിതാക്കളുടെ മക്കൾ തമ്മിൽ ചെറിയ വഴക്കുകൾ ഉണ്ടാകുന്നത് സ്വാഭാവികമാണ്. സാധാരണയായി കുട്ടികൾ തമ്മിലുള്ള വയസ്സിന്റെ വ്യത്യാസം ചെറിയ ആളെ കൂടുതൽ ശ്രദ്ധിക്കാൻ രക്ഷിതാക്കളെ പ്രേരിപ്പിക്കുന്നു. ഇത് മുതിർന്ന കുട്ടിക്ക് അത്രകണ്ട് ഉൾക്കൊള്ളാൻ പറ്റില്ല. അവരെ തമ്മിൽ താരതമ്യം ചെയ്യുന്നതും ഒരു കാരണമാണ്. ഇതിന് മറ്റൊരു കാരണം ഓരോ കുട്ടിയും വ്യത്യസ്തത പുലർത്തുന്നവർ ആണ് എന്ന് രക്ഷിതാക്കൾ മനസ്സിലാക്കാത്തതാണ് എന്ന് പറയേണ്ടിവരുന്നു.

ഇത് ഒഴിവാക്കാനായി എന്തൊക്കെ ചെയ്യാം? **ഒരു കാരണവശാലും തങ്ങളുടെ കുട്ടികളെ തമ്മിൽ താരതമ്യം ചെയ്യരുത്.** സഹോദരങ്ങൾ തമ്മിൽ സൗഹാർദ്ദ പൂർവ്വം കളികളിൽ ഏർപ്പെടാൻ ചെറിയ പ്രായം മുതൽ ശീലിപ്പിക്കേണ്ടതാണ്.

രണ്ടാമതൊരു കുട്ടി ഉണ്ടാവാൻ തുടങ്ങുമ്പോൾ തന്നെ **മുതിർന്ന കുട്ടിയും കൂടി ചേർന്നാണ് ഇളയ കുട്ടിയെ വളർത്തേണ്ടത്** എന്ന് നമുക്ക് പറഞ്ഞുവെക്കാം. അതുവരെ

രക്ഷിതാക്കൾ ഈ മുതിർന്ന കുട്ടിയോട് കാണിച്ച സ്നേഹവും കരുതലും കുട്ടിയും കാണിക്കാൻ തുടങ്ങും.

മുൻപ് പലപ്രാവശ്യം സൂചിപ്പിച്ച പോലെ തന്നെ **രക്ഷിതാക്കൾ തമ്മിലും മറ്റ് കുടുംബാംഗങ്ങൾ തമ്മിലും തർക്കങ്ങൾ തീർക്കുന്ന വിധം** കുട്ടികൾ കണ്ടു പഠിക്കുന്നുണ്ട്. ഈ രീതി സഹോദരങ്ങൾ തമ്മിലുള്ള വഴക്കുകളിലും പ്രകടമാകും. പല കാര്യങ്ങളിലും രക്ഷിതാക്കൾ മാതൃകാപരമായി പെരുമാറുക എന്നുള്ളത് അത്യാവശ്യമാണ്.

സഹോദരങ്ങൾ തമ്മിലുള്ള മത്സരം, കുട്ടികളുടെ **വൈകാരിക തലത്തിൽ ഒട്ടനവധി പ്രയാസങ്ങൾ** സൃഷ്ടിക്കുന്നു. കുട്ടികളിൽ ദേഷ്യം, അമിതമായ സങ്കടം, അസഹിഷ്ണുത തുടങ്ങിയ പല വികാരങ്ങളിലേക്കും ഇത് നയിക്കുന്നതാണ്. അതോടൊപ്പം വാക്കുകൾ കൊണ്ടും ശാരീരികമായും തമ്മിൽ വേദനിപ്പിക്കാനുള്ള ആവേശം കൂടും. ഇത് ദീർഘകാലത്തേക്ക് പോലും അവർ തമ്മിലുള്ള ബന്ധത്തെ വഷളാക്കുന്നു. രക്ഷിതാക്കൾക്കും ഈ അവസരത്തിൽ അത് ഒരു വലിയ ബാധ്യത തന്നെയാണ്. ഈ തലം വരെ സഹോദരങ്ങൾ തമ്മിലുള്ള മത്സരം എത്തിക്കാതിരിക്കേണ്ടത് രക്ഷിതാവിന്റെ ആവശ്യമാണ്.

സഹോദരങ്ങൾക്കിടയിൽ സഹാനുഭൂതി വളർത്തുക, പരസ്പരം നല്ല കാര്യം ചെയ്യുമ്പോൾ അഭിനന്ദിക്കുക, ഏതെങ്കിലും തരത്തിൽ സഹായിച്ചിട്ടുണ്ടെങ്കിൽ നന്ദിയോടെ സംസാരിക്കുക തുടങ്ങിയ ശീലങ്ങൾ ചെറിയ പ്രായം മുതൽ വളർത്തിയെടുക്കേണ്ടതാണ്. അവിടെ രക്ഷിതാക്കൾ തന്നെയാണ് ആദ്യം മാതൃകയായി പ്രവൃത്തിക്കേണ്ടത്.

അതിർവരമ്പുകളും ചിട്ടകളും കൃത്യമായി കുട്ടികളെ പഠിപ്പിക്കുന്നത് ഈ മത്സരം കുറയ്ക്കാൻ സഹായിക്കും.

നിയന്ത്രിക്കാനാവാത്ത വിധം ഈ മത്സരം തുടരുന്നു എങ്കിൽ **പ്രൊഫഷനുകളുടെ സഹായം തേടേണ്ടതാണ്.** അതോടൊപ്പം രക്ഷിതാക്കൾ ഉൾക്കൊള്ളേണ്ട ഒരു പ്രധാന കാര്യം **ഇളയ ഒരു കുട്ടി ഉണ്ടാകുമ്പോൾ മൂത്ത കുട്ടി, കുട്ടി അല്ലാതാകുന്നില്ല** എന്നതാണ്. ഈ കാര്യം ഓർമ്മയിൽ ഉണ്ടെങ്കിൽ രണ്ടുപേരെയും നമുക്ക് ഒന്നിച്ച് നന്നായി വളർത്താവുന്നതാണ്. ഇനി എത്രയൊക്കെ ശ്രമിച്ചാലും അല്പം വഴക്കുകൾ കുട്ടികൾ തമ്മിൽ ഉണ്ടാകും. ചെറിയ തരം വഴക്കുകൾ ആണെങ്കിൽ രക്ഷിതാക്കൾ ഇടപെടാതിരിക്കുന്നതാണ്, അവർ തമ്മിൽ പിണക്കം തീർന്ന കൂട്ടുകൂടാൻ ഏറ്റവും നല്ലത്. എങ്കിലും, ആർക്കും അപകടകരമാംവിധം ഉപദ്രവങ്ങൾ ഉണ്ടാക്കാതെ ശ്രദ്ധിക്കുകയും വേണം.

എറിക് എറിക്സന്റെ മാനസിക സാമൂഹിക വികസന തത്വം പ്രകാരം പൂർവകൗമാര ഘട്ടം എന്നറിയപ്പെടുന്ന ഈ കാലഘട്ടം അവരുടെ **പ്രയത്നശക്തിയും അപര്യാപ്തതയും താരതമ്യം** ചെയ്യുന്നു.

ആറ് മുതൽ പന്ത്രണ്ട് വയസ്സുവരെ നീണ്ടുനിൽക്കുന്ന ഈ ഘട്ടത്തിൽ പഠനത്തിലും മറ്റു പ്രവർത്തനങ്ങളിലും കുട്ടികൾക്ക് കഴിവ് തെളിയിക്കാനുള്ള അവസരമാണ്. കുട്ടികൾ വിജയം നേടാനും, പുതുമകൾ പരീക്ഷിക്കാനും ആഗ്രഹിക്കുന്നു. അദ്ധ്യാപകരുടെയും മാതാപിതാക്കളുടെയും പിന്തുണ ലഭിച്ചാൽ കുട്ടികൾ പ്രയത്നശക്തി പ്രകടിപ്പിക്കുകയും ആത്മവിശ്വാസം നേടുകയും ചെയ്യും. എന്നാൽ അംഗീകാരം കുട്ടികൾക്ക് കിട്ടാത്ത പക്ഷം അവരിൽ അപര്യാപ്തത വളർന്നുവരും.

"കുട്ടികളെ ശിക്ഷിക്കാൻ എളുപ്പമാണ്. പക്ഷേ അച്ചടക്കം എന്ന പ്രക്രിയ ഭംഗിയായി നിറവേറ്റാൻ ഏറെ ക്ഷമയും സ്ഥിരോൽസാഹവും രക്ഷിതാക്കൾക്ക്

ആവശ്യമാണ്. അച്ചടക്കമുള്ളവരായി കുട്ടികളെ വളർത്തിക്കൊണ്ടു വരാൻ നല്ല ധൈര്യം തന്നെ വേണം."

കുട്ടികളെ അച്ചടക്കത്തോടെ വളർത്താൻ അറിയില്ലാത്തവരാണ് അവരെ ശിക്ഷിക്കുന്നത്. ശിക്ഷ ഒരു അച്ചടക്ക ഉപാധി അല്ല.

സംക്ഷിപ്തം

6-12 വയസുള്ള കുട്ടികൾ

സ്ഥിരതയുള്ള സ്നേഹബന്ധം:

കുട്ടികൾക്ക് സുരക്ഷിതത്വവും ആത്മവിശ്വാസവും നൽകാൻ മാതാപിതാക്കളുടെ സ്നേഹവും പിന്തുണയും അനിവാര്യമാണ്. അവരോടുള്ള സ്നേഹവും കരുതലും വാക്കുകൾ, സ്പർശം, സമയദാനം എന്നിവയിലൂടെ പ്രത്യക്ഷപ്പെടുത്തുക.

ശരിയായ അച്ചടക്കം:

❖ ശിക്ഷയല്ല, നയിക്കുക ആണ് അവശ്യം.

❖ തെറ്റുകൾ ചൂണ്ടിക്കാണിക്കുമ്പോൾ കുറ്റബോധം സൃഷ്ടിക്കാതെ, ശരിയായ രീതിയും വഴിയും കാണിച്ചു കൊടുക്കുക.

❖ നല്ലത് ചെയ്യുമ്പോൾ അഭിനന്ദനം നൽകുക, ഇത് അവർക്കുള്ള ഉത്തേജനമായി മാറും.

സ്വാതന്ത്ര്യവും ഉത്തരവാദിത്വവും:

❖ കുട്ടികളെ നിസ്സാരമായി നിയന്ത്രിക്കാതെ, അവർക്കാവശ്യമായ നിയന്ത്രിത സ്വാതന്ത്ര്യം നൽകുക.

❖ ചെറിയ ഉത്തരവാദിത്തങ്ങൾ നൽകി അവരിൽ സ്വയംശേഷി വളർത്തുക (ഉദാ: സ്വന്തം കാര്യങ്ങൾ ചെയ്യൽ, ചെറു വീട്ടുപണികൾ കൈകാര്യം ചെയ്യൽ).

മിതമായ സ്ക്രീൻ ഉപയോഗം:

❖ മൊബൈൽ, ടിവി എന്നിവ കർശന നിയന്ത്രണത്തിലാക്കി, സാമ്പത്തികമായും ബൗദ്ധികമായും വളരുന്ന ഗെയിമുകൾ ഉൾപ്പെടുത്തുക.

❖ കായികവും ബൗദ്ധികവുമായ പ്രവർത്തനങ്ങൾക്കും പ്രാധാന്യം നൽകുക.

കുട്ടിയുടെ മാനസികാരോഗ്യം:

❖ കുട്ടികൾക്ക് അവരുടെ വികാരങ്ങൾ സ്വതന്ത്രമായി പങ്കുവയ്ക്കാൻ അവസരം നൽകുക.

❖ അമ്മയോടോ അച്ഛനോടോ എന്തും തുറന്നു പറയാനുള്ള വിശ്വാസം അവരിൽ വളർത്തുക.

❖ അപകടസാധ്യതകളെക്കുറിച്ച് മനസ്സിലാക്കിക്കൊടുക്കുക, അതേ സമയം അവിശ്വാസബോധം ഇല്ലാതെ ആത്മവിശ്വാസം കെട്ടിപ്പടുക്കുക.

ആരോഗ്യകരമായ ശീലങ്ങൾ:

❖ സമയബന്ധിതമായി ഉറങ്ങുക, കുളിക്കുക, ഭക്ഷണം കഴിക്കുക, ശരീര ശുചിത്വം പാലിക്കുക തുടങ്ങിയ ശീലങ്ങൾ സ്ഥിരമാക്കുക.

❖ ഭക്ഷണം, ഉറക്കം, വ്യായാമം എന്നിവയുടെ പ്രാധാന്യം കുട്ടികൾക്ക് മനസ്സിലാക്കിക്കുക.

സമൂഹത്തിനോട് ചേർന്ന് വളരുക:

❖ കൂട്ടുകാരുമായി ഇടപഴകൽ, സംവേദനക്ഷമത, സഹാനുഭൂതി എന്നിവ വളർത്തുക.

❖ കുടുംബത്തോടുള്ള അടുപ്പവും മൂല്യബോധവും ഉറപ്പുവരുത്തുക.

സർഗ്ഗാത്മകതയ്ക്കും പഠനത്തിനും പ്രോത്സാഹനം:

❖ ചിന്താശക്തിയും സൃഷ്ടിപരമായ കഴിവുകളും വളർത്താൻ വിവിധ ആർട്ട്, ക്രാഫ്റ്റ്, കഥാരചന, വായന എന്നിവയിൽ കുട്ടികളെ ആകർഷിക്കുക.

❖ പഠനം ഒരു ബാധ്യതയല്ല, ഒരു അനുഭവമാണെന്ന് ബോധ്യപ്പെടുത്തുക

കൗശലത്തോടെ തെറ്റുകൾ തിരുത്തൽ:

❖ കുട്ടികൾ അവർ പോലും അറിയാതെ പഠിക്കാൻ സഹായിക്കുക.

❖ നിരന്തരം കുറ്റം ചുമത്തുന്നതിന് പകരം, ശരിയായ രീതിയെ പ്രോത്സാഹിപ്പിക്കുക.

പഠനവും പാഠ്യേതര പ്രവർത്തനങ്ങളും തുല്യമായി:

❖ പഠനത്തിനൊപ്പം കായികമായും സാംസ്കാരികമായും വളരാനുള്ള അവസരങ്ങൾ നൽകുക.

❖ ഓരോ ദിവസവും സ്കൂൾ പഠനത്തിന് പുറമെ ഒരു പുതിയ കുറേ ശീലങ്ങൾ, കളികൾ, സൗഹൃദങ്ങൾ, കുടുംബസംസാരം എന്നിവയ്ക്കായി മാറ്റിവയ്ക്കുക.

കുട്ടികളെ പരിപാലിക്കുന്നതിൽ, മാതാപിതാക്കൾ

"കഴിയുമത്രയും കർശനരാകരുത്, കഴിയുമത്രയും ഇളവുകൾ കൊടുക്കുകയും അരുത്."

ഏതൊക്കെ ശീലം വളർത്തണമെന്നത് അവർക്കു നൽകുന്ന മാനസിക അന്തരീക്ഷം നിർണയിക്കും.

നല്ല മാതൃകകളിലൂടെ അച്ചടക്കം, സ്വാതന്ത്ര്യം, ഉത്തരവാദിത്വം എന്നിവ ബാല്യത്തിലേ അവർക്കു പഠിപ്പിക്കുമ്പോൾ, കുട്ടികൾ ഭാവിയിൽ ആത്മവിശ്വാസം ഉള്ള, ലളിത മാനസരായ, മനോവൈകല്യമില്ലാത്ത നല്ല പൗരന്മാരായി വളരും.

"കുട്ടികൾ അവരുടെ സ്വന്തം സവിശേഷ ഗുണങ്ങൾ കാരണം സ്നേഹിക്കപ്പെടുന്നുവെന്ന് അവർക്ക് അറിയാമെങ്കിൽ, അവർ ആത്മവിശ്വാസവും സുരക്ഷിതത്വവും ഉള്ളവരായിരിക്കാൻ സാധ്യതയുണ്ട്."

6, 7, 8 വയസ്സിൽ പ്രത്യേകിച്ച് ശ്രദ്ധിക്കേണ്ടവ

"നിശബ്ദമായി, ചിട്ടയോടെ

ഒരുങ്ങുന്നു തന്റെ കൂട്ടിനുള്ളിൽ,

പുത്തൻ ചിറകുകളുടെ സൃഷ്ടിയിൽ

അതാ ആ കുഞ്ഞു ലോകം"

പൊതുവായ കാര്യങ്ങൾ മുൻപ് പരാമർശിച്ചിട്ടുണ്ട്. അതിൽ പറയാത്ത ചില കാര്യങ്ങൾ ഈ വയസ്സുകളിൽ പ്രത്യേകിച്ചും ശ്രദ്ധിക്കേണ്ടതായ കാര്യങ്ങളാണ് ഇവിടെ പ്രതിപാദിക്കുന്നത്.

ഈ പ്രായത്തിലെ ഒരു പ്രധാന പ്രത്യേകത അവരുടെ **സ്വതന്ത്രതയിലേക്കുള്ള ആഗ്രഹം** ആണ്. രക്ഷിതാക്കളിൽ നിന്ന് ചെറിയ അകലം പാലിച്ച്, സുഹൃത്തുക്കളുമായി കൂടുതൽ അടുക്കാൻ അവർ തുടങ്ങുന്നു.

മറ്റുള്ളവരുടെ മുൻപിൽ തങ്ങളുടെ പ്രകടനം എങ്ങനെ കാണപ്പെടുന്നു, അതിൽ വിജയിക്കേണ്ടതിന്റെ ഗൗരവം എന്നിവയെക്കുറിച്ചുള്ള ആലോചനകളും വർദ്ധിക്കുന്നു. കൂടാതെ, **കുടുംബത്തിൽ തങ്ങൾക്ക് ഏതു സ്ഥാനം** എന്നു തിരിച്ചറിയുന്നതിനൊപ്പം, ക്ലാസിലെ സുഹൃത്തുക്കളിൽ വ്യക്തിത്വം നിലനിർത്താനുള്ള ശ്രമവും ആരംഭിക്കുന്നു.

ഇന്നത്തെ കാലത്ത് കുട്ടികൾ സുഹൃത്തുക്കളോട് ചേർന്നു പോവാനും സ്നേഹവും അംഗീകാരവും നേടാനുമുള്ള ആഗ്രഹത്തോടെ മുന്നേറുന്നു. അതിനാൽ, രക്ഷിതാക്കളും അദ്ധ്യാപകരും അവർക്ക് കരുത്താർന്ന പിന്തുണ നൽകണം. അവരുടെ **സ്വാതന്ത്ര്യത്തെ ആദരിക്കുകയും, സ്നേഹത്തോടെ മാർഗനിർദേശം നൽകുകയും, കരുതലോടെ കൈപിടിച്ചുനടത്തുകയും** ചെയ്യണം.

അമ്മു, ചിലപ്പോൾ താൻ ഏറ്റവും ഇഷ്ടപ്പെടുന്ന മീനു എന്ന സുഹൃത്തുമായി വഴക്കിട്ട്, മൂടി കെട്ടിയ മുഖവുമായി വീട്ടിൽ എത്തും. അപ്പോൾ അമ്മൂമ്മ അവളെ ചേർത്ത് പിടിച്ച്, ഉമ്മ കൊടുത്ത് കുറച്ചു നേരം ലാളിക്കും. അമ്മുവിന്റെ വിഷമം അല്പം മങ്ങുംവരെ അവർ ഒന്നും ചോദിക്കാതെ ഇരിക്കും.

പിന്നെ അമ്മൂമ്മ സാവധാനം, അമ്മൂട്ടി, 'ഇന്ന് അമ്മൂമ്മയ്ക്ക് ഒരു വിഷമം ഉണ്ടെടാ' എന്നു പറയും. അതുകേട്ട് അമ്മു വേഗം തിരിഞ്ഞ്, 'എന്തുപറ്റി അമ്മൂമ്മേ?' എന്ന് ചിണുങ്ങി ചോദിക്കും. അമ്മൂമ്മ എന്തെങ്കിലും ചെറിയ കാര്യം പറയും, അതിനിടെ അമ്മു തന്റെ സ്കൂളിൽ ഉണ്ടായ വിഷമം തുറന്ന് പറയാൻ തുടങ്ങും. അവിടെ കേട്ടിരിക്കുകയാണ് വേണ്ടത്.

ശേഷം അമ്മുവിനെ ചേർത്ത് പിടിച്ച്, 'അമ്മൂട്ടിക്ക് വിഷമമായോ? വേദനിച്ചോ?' എന്ന് ചോദിച്ച് ആശ്വസിപ്പിക്കും.

ഈ സമയം കുട്ടി നേടുന്ന വിശ്വാസം വളരെ വിലമതിക്കപ്പെട്ടതാണ്—ഏതു തരത്തിലുള്ള വിഷമം ഉണ്ടായാലും അമ്മൂമ്മയോട് പറയാം, അവിടെ ആശ്വാസം കിട്ടും എന്ന ആത്മവിശ്വാസം. അമ്മയോടും അച്ഛനോടും പറയാനും അവർ ആഗ്രഹിക്കും. ഈ സന്ദർഭത്തിൽ **എത്ര ക്ഷീണിച്ചു വന്നാലും ആദ്യം കുട്ടിയെ കേൾക്കുക** എന്നതാണ് രക്ഷിതാക്കളുടെ പ്രഥമ കർമ്മം. പിന്നീട് മാത്രമേ മറ്റു കാര്യങ്ങളിലേക്ക് കടക്കേണ്ടതുള്ളൂ. ഇത്തരത്തിൽ ചെയ്താൽ, നിങ്ങൾ തമ്മിലുള്ള ബന്ധം കൂടുതൽ ദൃഢമാകുകയും ഭാവിയിൽ ഇത് വളരെ ഉപകാരപ്പെടുകയും ചെയ്യും.

ഇതുപോലെ **പരിഗണനയോടെയുള്ളതും സ്നേഹപൂർണ്ണവുമായ** സമീപനം ഉറപ്പാക്കുന്നതിലൂടെ, ബന്ധങ്ങൾ ശക്തിപ്പെടും.

കുട്ടികൾക്ക് സ്വതന്ത്രവും, **സ്വാഭാവികവുമായ അനുയോജ്യ പഠനമേഖല** നൽകേണ്ടത് അത്യാവശ്യമാണ്. അമ്മുവിനെ അടുത്തുള്ള സ്കൂളിൽ തന്നെ ചേർക്കാൻ തീരുമാനിച്ചത് യാത്രയുടെ ബുദ്ധിമുട്ട് ഒഴിവാക്കാനായിരുന്നു. നന്നായി കളിക്കാനും, പാട്ടുകളും കഥകളും കേൾക്കാനും സൗകര്യമുള്ള സ്കൂൾ തിരഞ്ഞെടുക്കാനും ശ്രദ്ധിച്ചു.

എഴുത്തിനായി നിർബന്ധപൂർവ്വം പെൻസിൽ പിടിപ്പിച്ചു കുട്ടികളെ പരിശീലിപ്പിക്കുന്ന സ്കൂളുകളുടെ സമീപനം ശരിയല്ല. ഏഴ് വയസ്സുവരെ കുട്ടികളുടെ ചെറുപേശികൾ പ്രാപ്തി നേടുന്നതേയുള്ളൂ, അതിനു മുമ്പ് അവരെ എഴുത്തിനായി

നിർബന്ധിപ്പിക്കുന്നത് പ്രകൃതിസഹജമല്ല. **ശാരീരികമായും മാനസികമായും കുട്ടികൾക്കു തയ്യാറാക്കിയിട്ടായിരിക്കണം പഠനപ്രക്രിയ** മുന്നോട്ട് പോകേണ്ടത്.

അതേസമയം, ഇത്തരത്തിൽ കുട്ടികളുടെ സ്വാഭാവിക വളർച്ചയ്ക്ക് പ്രാധാന്യം നൽകുന്ന സ്കൂളുകൾ കണ്ടെത്തുക എളുപ്പമല്ല. അതുകൊണ്ടു തന്നെ, **ഏഴ് വയസ്സുവരെ** അവർക്കു കൂടുതൽ സ്വാതന്ത്ര്യം നൽകിക്കൊണ്ട് പഠനത്തെക്കാൾ **സ്വാഭാവിക അനുഭവങ്ങൾക്കും ആനന്ദകരമായ പഠനരീതികൾക്കും മുൻഗണന** നൽകുക മികച്ച പരിഹാരമാണ്.

"സ്കൂളിനെയും സുഹൃത്തുക്കളെയും ഭാവിയെക്കുറിച്ചും കുട്ടികളോട് തുറന്നു മനസ്സോടെ ഇരുന്ന് സംസാരിക്കുന്നതിൽ വലിയ പ്രാധാന്യമുണ്ട്. രവിയേട്ടൻ ഓഫീസ് വിശേഷങ്ങൾ പറയുമ്പോൾ അമ്മുവും ടീച്ചർമാരെക്കുറിച്ചും സുഹൃത്തുക്കളെക്കുറിച്ചും സന്തോഷത്തോടെ സംസാരിക്കും. 'എനിക്കും ശാലിനി മിസ്സിനെ പോലെ ടീച്ചർ ആവണം' എന്ന അമ്മുവിന്റെ കൊഞ്ചിയുള്ള സ്വപ്നങ്ങൾ കേൾക്കുന്നത് സന്തോഷം നൽകും.

ഇത്തരത്തിലുള്ള ആഗ്രഹങ്ങൾ ഓരോ ദിവസവും മാറാൻ സാധ്യതയുണ്ട്. നമ്മളും അവരോടൊപ്പം ഈ വിഷയം കൂടുതൽ ചർച്ച ചെയ്യുമ്പോൾ, അവർ തങ്ങളുടെ കഴിവുകൾ അന്വേഷിച്ച് സ്വയം കണ്ടെത്താനുള്ള ശ്രമം തുടങ്ങും. ഇത് ഭാവിയിൽ താനാരാകണം എന്ന് തീരുമാനിക്കാനും തങ്ങളുടെ കഴിവുകൾ തിരിച്ചറിയാനും വളരെയധികം സഹായിക്കും.

ഈ കാലഘട്ടത്തിൽ കുട്ടികളുടെ **മാനസിക വികാസം ഏറ്റവും വേഗത്തിൽ നടക്കുന്നു.** അവർ അവരുടെ ചിന്തകളെയും വികാരങ്ങളെയും കുറിച്ച് കൂടുതൽ വ്യക്തമായി പ്രകടിപ്പിക്കാൻ കഴിവുള്ളവരാകുന്നു. അതുപോലെ തന്നെ, അവരെക്കാളും കൂടുതൽ മറ്റുള്ളവരെ കുറിച്ച് ചിന്തിക്കുകയും, അവർക്കുവേണ്ടി നിൽക്കാൻ ശ്രമിക്കുകയും ചെയ്യുന്ന ഘട്ടമാണിത്. ഇപ്പോൾ അവരെ കൂടുതൽ സ്നേഹത്തോടെ സമീപിക്കേണ്ട സമയമാണ്. അവരുടെ **ചെറുതും വലുതുമായ എല്ലാ നേട്ടങ്ങളും മനസ്സർപ്പിച്ച് അഭിനന്ദിക്കുക.** അവർ പറയുന്ന ഓരോ ചെറിയ കാര്യങ്ങൾക്കും **ശ്രദ്ധയോടെ ചെവി കൊടുക്കുക.**

ഉദാഹരണത്തിന്, 'അമ്മേ, ഞാൻ വരച്ച പടം കണ്ടോ?' എന്ന് അമ്മു പറഞ്ഞു കൊണ്ട് ഒരു വീടിന്റെ ചിത്രം നീനയെ കാണിക്കാനായി കൊണ്ടുവന്നു—അമ്മ, അച്ഛൻ, അമ്മൂമ്മ, ഉണ്ണിക്കുട്ടൻ എല്ലാരും ചേർന്നൊരു സന്തോഷകരമായ ചിത്രം.

നീന ഓഫീസിൽ മേലധികാരിയുടെ ശകാരമേറ്റു വന്നിരുന്നതിനാൽ മനസ്സു കലങ്ങിപ്പോയിരുന്നതു പോലെ. പക്ഷേ, അമ്മുവിന്റെ ഉത്സാഹം കണ്ടപ്പോൾ അവളെ വിഷമിപ്പിക്കാൻ തോന്നിയില്ല. തന്റെ പ്രശ്നങ്ങളെല്ലാം കുറച്ച് വിട്ടുമാറിയ പോലെ.

'ഹായ്! ഇതെന്ത് സുന്ദരമായ പടം! എന്റെ പൊന്നുമോളുടെ ഐഡിയ കൊള്ളാം!' എന്ന് പറഞ്ഞ് അവളെ ചേർത്ത് പിടിച്ച് ഉമ്മ കൊടുത്തു.

അമ്മുവിന്റെ കണ്ണുകളിൽ തിളക്കം, അവൾക്ക് സന്തോഷം, അമ്മക്കും മനസ്സിൽ ഒരു ഭാരം കുറഞ്ഞു.

സ്നേഹത്തിന്റെ ചെറിയ പ്രകടനങ്ങൾ പോലും വലിയ സ്പാർക്കാവാം!

ഇപ്പോൾ അമ്മു സ്കൂളിലെ വിശേഷങ്ങളും വീട്ടിൽ പറഞ്ഞു തുടങ്ങുന്നു. 'ഇന്ന് സ്കൂളിൽ എബി വിഷ്ണുമായി വഴക്കുണ്ടാക്കി. ടീച്ചർ ഓടി വന്ന് മാറ്റി. അതുകൊണ്ട് ഇടി ഉണ്ടായില്ല,' എന്നുപോലുള്ള കാര്യങ്ങൾ അവർ ചെറിയ വാക്യങ്ങളിലൂടെ വിവരിക്കാൻ പഠിക്കുന്നു. അവരെ **ശ്രദ്ധയോടെ കേട്ടു കൊണ്ടിരുന്നാൽ, അവരുടെ വിശ്വാസവും ആത്മവിശ്വാസവും വളരുകയും ചെയ്യും.** അതോടൊപ്പം തന്നെ സ്കൂളിലെ വിശേഷങ്ങൾ നമുക്ക് കൃത്യമായി ബോധ്യമാവുകയും ചെയ്യും.

വീട്ടിലെ ചെറിയ ഉത്തരവാദിത്തങ്ങൾ ഏൽപ്പിച്ച്, സ്നേഹത്തോടെ ആ കാര്യം ചെയ്യാൻ പ്രേരിപ്പിക്കുന്നത് ഉത്തരവാദിത്വബോധം വളർത്താൻ സഹായിക്കും. ഈ ശീലങ്ങൾ ഈ പ്രായത്തിലേ ആരംഭിക്കുന്നതായിരിക്കും മികച്ചത്.

മുതിർന്നവരെ ബഹുമാനിക്കാനും സഹായം ആവശ്യമായവരെ പിന്തുണക്കാനുമുള്ള മൂല്യങ്ങൾ ഈ പ്രായത്തിൽ തന്നെ മനസ്സിലാക്കി കൊടുക്കണം. പകർന്നുകൊടുക്കുക എന്നാൽ, അത് അവരുടെ മുന്നിൽ മാതൃകയായി കാണിച്ചുകൊടുക്കുക എന്നർത്ഥം. ഷോപ്പിങ്ങിലും പാർക്കിലും മറ്റും അനുഭവിക്കുന്ന സംഭവങ്ങളിലൂടെ അവരെ അനുഭവങ്ങൾ പഠിപ്പിക്കാം. എന്നാൽ, ഇന്നത്തെ സാഹചര്യത്തിൽ അനാവശ്യമായി അപരിചിതരുമായി

അടുത്തിടപഴകാൻ പാടില്ലെന്ന ബോധവത്കരണവും നൽകണം.

ജാനകി ചേച്ചി ഈയിടെ വീട്ടിൽ വന്നപ്പോൾ ഉണ്ടായത് ഒരു മനോഹര ഉദാഹരണമാണ്. അമ്മുവിന് ആദ്യം കണ്ടപ്പോൾ പേടി തോന്നിയെങ്കിലും, ചേച്ചിയുടെ സ്നേഹം നിറഞ്ഞ സമീപനം അമ്മുവിന്റെ മനസ്സിനെ മാറ്റി. പിന്നീട് വെള്ളവും മോരും നൽകാൻ അമ്മു തയ്യാറായത് സഹാനുഭൂതി വളരുന്നതിന്റെ സൂചനയാണ്. ഇങ്ങനെ കുട്ടികൾക്ക് അവരുടെ പരിസരത്തുള്ള ആളുകളെ തിരിച്ചറിയാൻ, അവരുടെ കഥകൾ കേൾക്കാൻ, അവരോട് കരുണയും സ്നേഹവും കാണിക്കാൻ അവസരം നൽകുന്നത് വളരെ നല്ലതാണ്.

കുട്ടികളെ **ചെറുതായെങ്കിലും ലക്ഷ്യങ്ങൾ നിശ്ചയിക്കാനും,** അതിലൂടെയുള്ള വിജയം അനുഭവിക്കാനുള്ള പ്രേരണ നൽകുക അത്യാവശ്യമാണ്. അവർക്കുതന്നെ അവരുടെ ലക്ഷ്യങ്ങൾ രൂപപ്പെടുത്താൻ അവസരം നൽകിയാൽ, അവരിൽ ആത്മവിശ്വാസവും അഭിമാനവും വർദ്ധിക്കും.

അങ്ങനെ അവർ അവരുടെ കഴിവുകളിലും മുന്നേറ്റങ്ങളിലും വിശ്വാസം നേടും. അതിന്റെ ഫലമായി, മറ്റുള്ളവരുടെ അഭിപ്രായങ്ങളോ പ്രശംസകളോ അനാവശ്യമായി ആശ്രയിക്കാതെ, സ്വയം സംതൃപ്തി കണ്ടെത്താനും, സ്വന്തം നേട്ടങ്ങൾ ആസ്വദിക്കാനും അവർക്ക് കഴിയുമെന്ന് ഏറ്റവും വലിയ ഗുണമായിത്തീരും.

അമ്മുവിന്റെ ഓരോ ചിത്രവും ക്രാഫ്റ്റും തയ്യാറാക്കി വരുമ്പോൾ, 'മോൾക്ക് ഇഷ്ടപ്പെട്ടോ?' എന്ന ചോദ്യം ചോദിക്കുന്ന

ശീലം ഉണ്ടാക്കി ഞങ്ങൾ. അവളുടെ പ്രതികരണം കേട്ട്, പിന്നീട് നമ്മുടെ അഭിപ്രായം നൽകുക. അവൾ **സ്വയം തന്റെ പ്രവൃത്തികളിൽ സന്തോഷം കണ്ടെത്തുമ്പോൾ, മറ്റാരുടെയും അംഗീകാരം അവളെ അനാവശ്യമായി ആശ്രയിക്കുന്നത് കുറയ്ക്കും.** അച്ഛനും അമ്മയും, അമ്മൂമ്മയും അഭിനന്ദിച്ചാൽ സന്തോഷം ഉണ്ടാകുമെങ്കിലും, അതില്ലെങ്കിലും അവൾ സംതൃപ്തിയിൽ കഴിയുന്നവളായിരിക്കും.

ശീലങ്ങൾ ഒറ്റ ദിവസം കൊണ്ടു നേടുക അസാധ്യമാണ്. ക്ഷമയോടും സ്നേഹത്തോടും സമാധാനത്തോടും കുട്ടികളോട് തുടരുമ്പോഴാണ് ഈ മാറ്റങ്ങൾ സംഭവിക്കുക.

ക്ഷമ **ഒരു പ്രധാന ഗുണമാണ്,** ഇതു ഇപ്പോൾ തന്നെ കുട്ടികളെ പഠിപ്പിക്കണം. കളിക്കുമ്പോൾ മറ്റുള്ളവരുടെ അവസരങ്ങൾക്കായി കാത്തിരിക്കാനും, വിഷമങ്ങളോ പരാജയങ്ങളോ ഉണ്ടായാൽ ക്ഷമയോടെ കൈകാര്യം ചെയ്യാനുമുള്ള അവബോധം സൃഷ്ടിക്കണം. ക്ഷമ ഇല്ലാത്തതിനാൽ ഉണ്ടാകാവുന്ന ഫലങ്ങളെക്കുറിച്ചും അവരെ ബോധവാന്മാരാക്കുക. അങ്ങനെ വളരുമ്പോൾ അവർ ആത്മവിശ്വാസമുള്ള, സഹിഷ്ണുതയുള്ള വ്യക്തികളായി മാറും.

ക്ഷമ എന്നത് കുട്ടികളിൽ വളർത്തേണ്ട ഏറ്റവും പ്രധാനപ്പെട്ട ഗുണങ്ങളിലൊന്നാണ്.

ഇത് പാഠപുസ്തകങ്ങളിലൂടെ അല്ല, **അവർക്കിടയിലെ പരസ്പര ബന്ധങ്ങൾക്കിടയിലൂടെയാണ്** വളരെ സ്വാഭാവികമായി വളരുന്നത്.

അതിനുള്ള ഏറ്റവും മികച്ച വഴി – **മറ്റു കുട്ടികളോടൊപ്പം കളിക്കാൻ അവസരം നൽകുക.**

ഈ കൂട്ടായ്മകളിൽ, അവർക്കായി എത്തുന്ന തങ്ങളുടെ ഓരോ ഊഴവും വരെ കാത്തിരിക്കേണ്ട അവസരങ്ങൾ, നമ്മൾ ഉപദേശിച്ചില്ലെങ്കിലും, അവരെ ക്ഷമയുള്ളവരായി മാറ്റിത്തുടങ്ങും.

ഇത് ഒരു ക്ലാസ് റൂമിൽ, ക്ലാസ്സ് പഠിപ്പിച്ച് വരുത്താൻ കഴിയാത്ത ശീലമാണ്. പകരം, അത് അവർക്ക് അനുഭവപ്പെടുമ്പോൾ, സ്വന്തം മനസ്സിൽ അകപ്പെട്ടുകൊണ്ട് ഉണ്ടാകുന്നതാണ്.

അത് പോലെ തന്നെ, ഒരു കൂട്ടം കുട്ടികളുമായി കളിക്കുമ്പോൾ അവർക്കുള്ള പല അവസരങ്ങളും...

- തോൽക്കലുകൾ,

- കാത്തിരിപ്പുകൾ,

- പങ്കുവെക്കലുകൾ

ഇവയെല്ലാം കൂടി അവരെ മനസ്സുതുറന്നവരാക്കി, സഹിഷ്ണുതയും കരുണയും നിറച്ച വ്യക്തികളാക്കി മാറ്റുന്നു.

രക്ഷിതാക്കൾക്ക് കുട്ടികളോടുള്ള സമീപനം, കുട്ടികളുടെ സ്വഭാവം നിർണ്ണയിക്കുന്ന ഒരു വലിയ ഘടകമാണ്. ക്ഷമയും സഹിഷ്ണുതയും കൊണ്ട് അവരെ കൈകാര്യം ചെയ്യുന്നത് കുട്ടികൾക്ക് ഏറ്റവും വലിയ പാഠപുസ്തകമായിത്തീരും. **കുട്ടികൾ സംസാരത്തിലും പെരുമാറ്റത്തിലും രക്ഷിതാക്കളെയാണ് ആദ്യം അനുകരിക്കുക.**

ഈ രൂപത്തിൽ, കുട്ടികളുടെ വളർച്ചയ്ക്കും മൂല്യങ്ങളുടെ പകർപ്പിനും ഏറ്റവും അനുയോജ്യമായ സന്ദേശം നൽകുന്നു.

കുട്ടികൾ സ്കൂളിൽ പോകാൻ തുടങ്ങുന്ന സമയം മുതൽ അവരുടെ **സുരക്ഷയ്ക്ക് മുൻഗണന കൊടുക്കേണ്ടതുണ്ട്.** റോഡ് നിയമങ്ങൾ, സൈക്കിൾ ചവിട്ടുമ്പോൾ പാലിക്കേണ്ട ശീലങ്ങൾ, പുറത്ത് കളിക്കുമ്പോൾ സുരക്ഷിതമായ രീതികൾ എന്നിവ സങ്കല്പമായി പറയുന്നതിന് പകരം, പ്രായോഗികമായി അവർക്ക് മനസ്സിലാക്കിക്കൊടുക്കുക അത്യാവശ്യമാണ്.

റോഡ് ക്രോസ് ചെയ്യുമ്പോൾ "സൈഡ് നോക്കിയേ കടക്കാവൂ" എന്ന് മാത്രം പറയാതെ അവരെ കൈപിടിച്ച് നടത്തി പരിശീലിപ്പിക്കുക. പുറത്ത് കളിക്കുമ്പോൾ "അത് അപകടമാണെന്ന്" പറയുന്നതിന് പകരം, "എന്താണ് അപകടം? അത് എങ്ങനെ ഒഴിവാക്കാം"എന്ന് ചർച്ച ചെയ്യുക.

ആദ്യം രക്ഷിതാക്കൾ ഒപ്പം നിന്ന്, ഓരോ പാഠവും വിശദീകരിക്കണം. "ഇങ്ങനെ ചെയ്യണം" എന്നതിലുപരി, "ഇതെങ്ങനെ കൂടുതൽ സുരക്ഷിതമാക്കാം?" എന്ന ചോദ്യത്തിന് കുട്ടികൾക്ക് ചിന്തിക്കാനുള്ള അവസരം നൽകണം. അവർക്ക് വ്യക്തമായ കാരണങ്ങൾ മനസ്സിലായാൽ അതൊരു ബോധപൂർവ്വമായ ശീലമായി മാറും.

അമ്മുവിന് സൈക്കിൾ ചവിട്ടാൻ ഏറെ ഇഷ്ടമാണ്. ആദ്യം, രവിയേട്ടൻ അമ്മുവിനൊപ്പം സൈക്കിൾ ചവിട്ടി, **സുരക്ഷാനിയമങ്ങളും വാഹനങ്ങൾ കാണുമ്പോൾ എങ്ങനെ പാത വിട്ടുനിൽക്കണമെന്നും** വിശദീകരിച്ചു. സൈക്കിൾ ഇടവഴിയിൽ എങ്ങനെ നിയന്ത്രിക്കണം, ഹാൻഡിൽ മുറുകെ പിടിക്കാതെ സുതാര്യമായി കൈകാര്യം ചെയ്യണം,

ആവശ്യമാകുമ്പോൾ ബ്രേക്ക് ഉപയോഗിക്കണം എന്നിവയെയാക്കെ പ്രായോഗികമായി പഠിപ്പിച്ചു.

പിന്നീട്, അമ്മുമ്മ ഗേറ്റിൽ നിന്ന് നോക്കി നിൽക്കുമ്പോൾ, അമ്മു സ്വന്തമായി സൈക്കിൾ ചവിട്ടി. ആദ്യം ഒന്നു പേടി തോന്നിയെങ്കിലും, ഒന്നു രണ്ടു ദിവസത്തിനു ശേഷം, ആത്മവിശ്വാസത്തോടെ സൈക്കിൾ മുന്നോട്ട് കൊണ്ടു പോയപ്പോൾ, അവൾക്ക് സ്വാതന്ത്ര്യത്തിന്റെ ഒരു പുതിയ അനുഭവം ലഭിക്കുകയായിരുന്നു.

വെള്ളത്തിൽ കളിക്കുമ്പോൾ ശ്രദ്ധിക്കേണ്ട കാര്യങ്ങളും പഠിപ്പിക്കണം. നീന്തൽ അഭ്യസിക്കാൻ പ്രോത്സാഹിപ്പിക്കുകയും, അതിന്റെ വൈവിധ്യങ്ങൾ മനസ്സിലാക്കാനും അവസരം കൊടുക്കുക നല്ലതാണ്. എങ്കിലും, സുരക്ഷാമാർഗങ്ങൾ കർശനമായി പാലിക്കേണ്ടതാണ്.

മുതിർന്നവരുടെ നിരീക്ഷണം കൂടാതെ ആഴത്തിലുള്ള വെള്ളത്തിൽ കളിക്കരുത്, ഒറ്റയ്ക്ക് വെള്ളത്തിലിറങ്ങരുത്, പ്രത്യേകിച്ച് കടലോ വലിയ തടാകങ്ങളോ ആകുമ്പോൾ. വെള്ളം ഭയപ്പെടേണ്ടത് അല്ലെങ്കിലും, കുട്ടികൾ ഈ സുരക്ഷകളെല്ലാം പാലിക്കേണ്ടത് നിർബന്ധം.

ഒരിക്കൽ ഒരു വിനോദയാത്രയിൽ ഒരു അമ്മ തന്റെ പന്ത്രണ്ട് വയസ്സുകാരനായ മകനെ ആഴമില്ലാത്ത അരുവിയിൽ പോലും ഇറക്കാതിരുന്നതിന്റെ ഉദാഹരണം എടുക്കുമ്പോൾ, അമിത സംരക്ഷണം അവരെ ജീവിതത്തിലെ അനുഭവങ്ങളിൽ നിന്നും വിട്ടുനിർത്തുകയാണ്. അതുകൊണ്ട്, സുരക്ഷിതമായ രീതിയിൽ അവർക്ക് അനുഭവങ്ങൾ കൊടുക്കുക പ്രാധാന്യമുള്ളതാണ്. ഇപ്പോൾ ഞായറാഴ്ചകളിൽ രവിയേട്ടനും

അമ്മുവും ഒരുമിച്ച് നീന്തൽ പരിശീലിക്കുന്നത് അമ്മുവിൽ വെള്ളത്തിനോടുള്ള ആത്മവിശ്വാസം വർദ്ധിപ്പിക്കുകയും കഴിവുകൾ നേടുകയും ചെയ്യുന്നു.

കുട്ടികൾക്ക് മുകളിൽ കയറാനുള്ള താല്പര്യ വളരെയധികം ആണ്. സ്കൂളിലെ കളിക്കോപ്പുകൾ, മരങ്ങൾ, ജനൽ പടികൾ എന്നിവയിൽ കയറുന്നത് അവരുടെ ഉത്സാഹത്തിന്റെയും അന്വേഷണ മനോഭാവത്തിന്റെയും ഭാഗമാണ്. എന്നാൽ ഇത് ചിലപ്പോൾ അപകടകരമായ സാഹചര്യങ്ങൾ ഉണ്ടാക്കാം. അതിനാൽ **ബോധവൽക്കരണത്തിലൂടെ ഇത് നിയന്ത്രിക്കേണ്ടതാണ്. ശിക്ഷയിലൂടെ ആവരുത്.**

മരത്തിൽ കയറാൻ സാധിക്കുന്ന കുട്ടികൾക്ക് കുട്ടികൾക്ക് ആത്മവിശ്വാസം ഏറെ ഉണ്ടെന്നു വേണം പറയാൻ. അവരെ കയറാൻ അനുവദിക്കണം. ആദ്യകാലങ്ങളിൽ അത് രക്ഷിതാക്കളുടെ മേൽനോട്ടത്തിൽ തന്നെ ആകണം. **എവിടെ കയറാം, എവിടെ കയറരുത്, എങ്ങനെ അപകടം ഒഴിവാക്കി കയറാം** തുടങ്ങിയ തിരിച്ചറിവുകൾ ഉണ്ടാക്കാൻ സഹായിക്കുക. അപകട സാധ്യതയുള്ള സ്ഥലങ്ങൾ, ബലഹീനമായ വസ്തുക്കൾ തുടങ്ങിയവ നിരീക്ഷിക്കാനുള്ള ശീലം ഉണ്ടാക്കുക. അവർ സൃഷ്ടിച്ച പ്രതിസന്ധികൾക്ക് സഹായം തേടേണ്ടതെങ്ങനെ എന്നതിനെ പറ്റിയും അവരെ പഠിപ്പിക്കണം.

ഇതോടൊപ്പം, കുട്ടികൾക്ക് **ശരീരത്തിന്റെ സ്വകാര്യഭാഗങ്ങളെക്കുറിച്ചും** അവിടെ ആരുടെയും സ്പർശം ഉണ്ടാകരുതെന്നും, അത്തരമൊരു അവസ്ഥ വന്നാൽ എങ്ങനെ രക്ഷപെടണമെന്ന്, അത് ഉടൻ രക്ഷിതാക്കളെയോ

അദ്ധ്യാപകരെയോ അറിയിക്കേണ്ടതിന്റെ ആവശ്യകതയെ കുറിച്ച് ബോധവൽക്കരണം നൽകുക.

കുട്ടികൾക്ക് **നേരിടേണ്ടി വരുന്ന ശല്യപ്പെടുത്തലുകൾ,** ആരിൽ നിന്നും ഉണ്ടായാലും, ചെറുത്തുനിൽക്കാനും ഉറച്ച സ്വരത്തിൽ "ഇത് ശരിയല്ല" എന്ന് പ്രതികരിക്കാനും പഠിപ്പിക്കേണ്ടതാണ്. ഇതിനായി അവരുടെ ഭയത്തെയും ആശങ്കകളെയും കേൾക്കുകയും പരിഹാരം കണ്ടെത്തുകയും വേണം. ഇതോടൊപ്പം, ശല്യം ഉണ്ടാകുന്ന സാഹചര്യങ്ങളിൽ നിന്നും അകന്നു പോകാനോ വിശ്വസ്തരായ മുതിർന്നവരെ വിവരമറിയിക്കാനോ പഠിപ്പിക്കണം. കൂടാതെ, ദയയും കരുണയും പോലുള്ള മൂല്യങ്ങൾ ശീലിപ്പിക്കുന്നത് കുട്ടികളിൽ സാമൂഹ്യബോധവും സമാനഭൂതിയും വളർത്തും. "നീ ഒരിക്കലും മറ്റൊരാളെ ശല്യപ്പെടുത്തരുത്, പക്ഷേ നിന്നെ ആരും ശല്യപ്പെടുത്താതെയും നോക്കണം" എന്നൊരു മനോഭാവം അവരിൽ ചെറുപ്പം മുതലേ വളർത്തിയെടുക്കുക.

ഒരിക്കൽ കൂടി ശക്തമായി ഓർമിപ്പിക്കുകയാണ്, കുട്ടികൾക്ക് ഏതെങ്കിലും തരത്തിൽ നേരിട്ടിട്ടുള്ള ഇത്തരം **ശല്യങ്ങളെക്കുറിച്ച് സൂചനകൾ നൽകുമ്പോൾ അത് കേട്ടില്ലെന്നു നടിക്കുകയോ, നാണക്കേട് എന്ന് തോന്നി അവരോടു മിണ്ടാതിരിക്കാൻ പറയുകയോ അരുത്.** ഇന്നത്തെ കാലത്ത് ആൺകുട്ടികൾ പോലും ഇത്തരത്തിലുള്ള ശല്യങ്ങളിൽ നിന്നും മുക്തരല്ല എന്ന് കൂടി മനസ്സിലാക്കുക. രക്ഷിതാവ് എന്നുള്ള നിലയിൽ ഇത്തരം സാഹചര്യങ്ങളിൽ നാം എടുക്കുന്ന ഓരോ നടപടിയും കുഞ്ഞിന്റെ മനസ്സിനെ ഏറെ സ്വാധീനിക്കുന്നതാണ്. ശരിയായ വിധത്തിൽ ആകുന്നതല്ലേ നല്ലത്?

വീട്ടിലും സ്കൂളിലും അപകടകരമായ ഉപകരണങ്ങൾ, മരുന്നുകൾ, കീടനാശിനികൾ, അഗ്നിശമന ഉപകരണങ്ങൾ തുടങ്ങിയവ കുട്ടികൾക്ക് എത്താത്ത വിധം മാറ്റിവയ്ക്കണം. ഇത് അവരുടെ സുരക്ഷ ഉറപ്പാക്കാൻ സഹായിക്കുന്ന അടിസ്ഥാനപരമായ ഒരു നടപടിയാണ്.

രക്ഷിതാക്കളുടെ ഈ കരുതലുകൾ കൊണ്ട് കുട്ടികൾക്ക് ആത്മവിശ്വാസത്തോടെ ലോകത്തെ നേരിടാനും, പരീക്ഷണങ്ങൾക്ക് ഭയപ്പെടാതെ കഴിയാനും കഴിയുന്നു. ഭാവിയെപ്പറ്റിയുള്ള ഈ തയ്യാറെടുപ്പ്, അവരിൽ ആരോഗ്യകരമായ വളർച്ചയ്ക്കും സ്വാതന്ത്ര്യത്തിനും ഉതകും.

ഈ സമഗ്രമായ ശൈലിയിൽ, കുട്ടികൾക്ക് ശരിയായ ശീലങ്ങൾ പകർന്നു നൽകുകയും, അവരെ സ്വയം സംരക്ഷിക്കാൻ പ്രാപ്തരാക്കുകയും ചെയ്യാം.

ഒരു മണിക്കൂർ നീണ്ടു നിൽക്കുന്ന ശാരീരിക അധ്വാനം എങ്കിലും കുട്ടികൾക്ക് അനിവാര്യമാണ്. ഈ പ്രായത്തിൽ എട്ട് മുതൽ പത്ത് മണിക്കൂർ വരെ ഉറങ്ങുന്നത് അത്യാവശ്യമാണ്. പകലുറക്കം കൂടിച്ചേർന്നാൽ അത് കൂടുതൽ ഫലപ്രദമാകും. ഉറങ്ങുന്നതിന് മുമ്പ് ചെറിയ കളികൾ, ഉദാഹരണത്തിന് "പില്ലോ ഫൈറ്റുകൾ" പോലുള്ള മൃദു കളികൾ കളിക്കാവുന്നതാണ്. മാതാപിതാക്കളുമായി ചെലവഴിക്കുന്ന ഈ സമയങ്ങളിൽ കുട്ടികളും രക്ഷിതാക്കളും തമ്മിലുള്ള നല്ല ഓർമ്മകൾ മനസ്സിൽ സൂക്ഷിക്കുകയും അങ്ങനെ ആത്മബന്ധം വർദ്ധിക്കുകയും ചെയ്യുന്നു.

ഉറങ്ങാൻ പോകുന്നതിന് മുമ്പ് കഥകൾ പറയുന്നതും, **സ്നേഹത്തോടെ തലോടി ഉമ്മ കൊടുക്കുന്നതും**

ശാന്തമായ മനോഭാവം വളർത്താൻ സഹായിക്കും. ഈ സമയം, മികച്ച സ്വഭാവ രൂപീകരണത്തിന് അനുകൂലമായ നിർദ്ദേശങ്ങൾ, ഉദാഹരണത്തിന്, 'എന്റെ കുട്ടി മറ്റുള്ളവരോട് വളരെ സ്നേഹത്തോടെ പെരുമാറുന്നു." "എന്റെ കുട്ടി വളരെ ശാന്തയാണ്. " എന്ന പോലുള്ള കാര്യങ്ങൾ പറയാം. ഓരോ മാസവും പുതിയ രണ്ടു കാര്യം ഇവർക്ക് ബോധ്യപ്പെടുത്താൻ ശ്രമിക്കുക. ഇത് ഉപബോധ മനസ്സിൽ ദൃഢമാകുകയും അവരുടെ സ്വഭാവത്തിൽ നല്ല മാറ്റങ്ങൾ ഉണ്ടാക്കുകയും ചെയ്യും.

അക്ഷരങ്ങൾ കൂട്ടി വായിക്കാൻ പ്രാപ്തമാകുന്നത് തുടങ്ങി പുസ്തകങ്ങൾ പതുക്കെ വായിക്കുന്ന ശീലത്തിലേക്ക് നയിക്കണം. അതിന് ദിവസവും രക്ഷിതാവിനൊപ്പം ഇരുന്ന് രണ്ടു പേജ് എങ്കിലും വായിക്കും എന്ന് ഉറപ്പിക്കുക. സാവകാശം നിങ്ങൾ പോലും അറിയാതെ വായന ശീലമാക്കുന്നത് കണ്ട് ആസ്വദിക്കാം. രക്ഷിതാവിനും ഒരു നല്ല വായനക്കാരനാവാം.

അമിതമായ മൊബൈൽ ഗെയിമുകൾ ഒഴിവാക്കുക, നല്ല ഭക്ഷണരീതികളും ശാരീരിക വ്യായാമങ്ങളും കുട്ടിക്കാലം മുതലേ ശീലമാക്കുന്നതിലൂടെ ദീർഘകാല ആരോഗ്യത്തിനും നല്ല ശീലങ്ങൾക്കും വഴി വയ്ക്കാം. ശാരീരിക ചലനങ്ങൾ പ്രോത്സാഹിപ്പിക്കുന്ന കളികൾ ഉപയോഗിക്കുക; അത് ആരോഗ്യം ഉറപ്പാക്കും.

കുടുംബം ഒരുമിച്ച് ഭക്ഷണം കഴിക്കുമ്പോൾ രക്ഷിതാക്കൾ മാതൃകാപരമായ ഭക്ഷണ രീതികളും അനുയോജ്യമായ ജീവിത രീതികളും പാലിക്കുന്നതും അതിപ്രധാനമാണ്. കാരണം, കുട്ടികൾ കേൾക്കുന്നതിനേക്കാൾ ഉപരി കാണുന്നതാണ് അവർ ജീവിതത്തിൽ തുടർന്ന്

കൊണ്ടുപോകുന്നത്. ഈ ശീലങ്ങൾ കുട്ടികളുടെ ഭാവി ആരോഗ്യവും സുരക്ഷയും സന്തോഷവും ഉറപ്പാക്കാൻ വളരെയധികം സഹായകരമാകും.

കൗമാരത്തിൽ എത്തിയ ഒരു കുട്ടിയുടെ മറുപടി, ഈയിടയ്ക്ക് സമൂഹമാധ്യമങ്ങളിൽ കാണാനിടയായി. സുഹൃത്തുക്കൾ മദ്യത്തിനും പുകവലിക്കും നിർബന്ധിക്കുമ്പോൾ "എങ്ങനെ നീ മാറി നിൽക്കുന്നു?" എന്ന ചോദ്യത്തിന് അവന്റെ മറുപടി ഇങ്ങനെയായിരുന്നു "എന്റെ അമ്മ വിഷമിക്കും. എന്റെ അമ്മ വിഷമിക്കുന്നത് ഒന്നും ഞാൻ ചെയ്യില്ല." അവൻ ഇത് പറയാൻ സാധിച്ചത് അവന്റെ ഏഴ് വയസ്സിനുള്ളിൽ ആ കുട്ടിക്ക് അവന്റെ രക്ഷിതാക്കൾ കൊടുത്ത സ്നേഹവും ഉറപ്പും കരുതലും എല്ലാം ശരിയായ രീതിയിൽ ആയതുകൊണ്ടാണ്. അത്രയും പ്രാധാന്യമാണ് ഈ ഏഴ് വയസ്സുവരെയുള്ള കുട്ടികളുടെ ജീവിതം. ഈ വയസ്സിനുള്ളിൽ ചുറ്റുമുള്ള അടുത്തുനിന്ന് കിട്ടിയതെല്ലാം ആണ് അവന്റെ ഭാവിയെ തന്നെ നിർണയിക്കുന്നത്. ഇത്ര ഉറപ്പോടെ പറയാൻ സാധിക്കുന്ന രീതിയിൽ രക്ഷിതാക്കളും കുട്ടികളും തമ്മിലുള്ള ബന്ധം ആഴത്തിലുള്ളതായിരിക്കട്ടെ.

സംക്ഷിപ്തം - 6-8 വയസുള്ള കുട്ടികൾ

1. സുരക്ഷിതത്വത്തിന് മുൻഗണന

❖ ശാരീരിക സുരക്ഷ:

വീടിനകത്തും പുറത്തും ഭീതിയില്ലാത്ത, സുരക്ഷിതമായ അന്തരീക്ഷം ഒരുക്കുക.

ശരിയായ റോഡ് നിയമങ്ങളും യാത്രാ സുരക്ഷയും പഠിപ്പിക്കുക.

ആഭ്യന്തര അപകടങ്ങൾ ഒഴിവാക്കാൻ ഗ്യാസ്, വൈദ്യുതി, അമിതമായ ഉയരങ്ങൾ എന്നിവയെക്കുറിച്ച് അവബോധം നൽകുക.

❖ **സ്വകാര്യഭാഗങ്ങളുടെ സുരക്ഷ:**

ബോഡി സേഫ്റ്റി എന്ന ആശയം ലളിതമായി അവരിലേക്ക് എത്തിക്കുക.

"കുളിപ്പിക്കുമ്പോൾ അച്ഛൻ, അമ്മ, അമ്മൂമ്മ മാത്രമേ തൊടാൻ പാടുള്ളൂ" എന്നത് വ്യക്തമായി പഠിപ്പിക്കുക.

അനുമതി കൂടാതെ ആരും തൊടരുത്, എന്തെങ്കിലും സംശയം തോന്നിയാൽ അച്ഛനെയോ അമ്മയെയോ അറിയിക്കണം എന്ന Good Touch - Bad Touch ആശയം മനസ്സിലാക്കിക്കുക.

❖ **ഓൺലൈൻ സുരക്ഷ:**

മൊബൈൽ, ടാബ്, കമ്പ്യൂട്ടർ ഉപയോഗം കർശന നിയന്ത്രണത്തിലാക്കുക.

അജ്ഞാതരുമായി സംവദിക്കരുത്, സ്വകാര്യ വിവരങ്ങൾ പങ്കുവയ്ക്കരുത് എന്ന അവബോധം നൽകുക.

മൂല്യബോധമുള്ള കണ്ടന്റുകൾ മാത്രം ആസ്വദിക്കാൻ മാതൃകയാവുക.

2. ശരിയായ കളികൾ ഉറപ്പാക്കുക

കുട്ടികൾ ഒരു ദിവസം കുറഞ്ഞത് ഒരു മണിക്കൂർ എങ്കിലും ശാരീരികമായി കളിക്കണം.

സൈക്കിൾ, റണ്ണിങ്, ഫുട്ബോൾ, ബാസ്ക്കറ്റ്ബോൾ, ചാട്ടം, ഓട്ടം തുടങ്ങിയ ഫിസിക്കൽ ആക്ടിവിറ്റികൾ നിർബന്ധമാക്കുക.

ഇത് ശാരീരിക ആരോഗ്യം, ശക്തി, സഹനശേഷി, ശ്വാസകോശാരോഗ്യം, മാനസിക ഉല്ലാസം എന്നിവയ്ക്കെല്ലാം സഹായകമാണ്.

"ഒരു കുട്ടിയെ വളർത്തുന്നത് ഒരു ചെടി വളർത്തുന്നതുപോലെയാണ. പതിയെ ആവശ്യത്തിനുമാത്രം വെള്ളം, നല്ല മണ്ണ്, വളം, സൂര്യപ്രകാശം എന്നിവ നൽകിയാൽ അവ കായ്ക്കും.

അതുപോലെ തന്നെ ശാന്തത, സമ്മർദ്ദമില്ലാത്ത അച്ചടക്കം, പരിമിതിയുള്ള സ്വാതന്ത്ര്യം, അനുജീവനം ഉള്ള ജീവിതരീതി കുട്ടികളെ മികച്ച വ്യക്തികളാക്കും."

കൗമാരത്തിലേക്ക് എത്തിനോക്കുന്ന ബാല്യം (9, 10, 11 വയസ്)

"നാളത്തെ സ്വപ്നങ്ങൾക്ക് മിഴിവേകാൻ

ഒരുങ്ങുന്നു ചിട്ടയോടെ

മനം കലുഷിതമായി,

എങ്കിലും, ആത്മവിശ്വാസത്തോടെ"

ഈ പ്രായത്തിൽ കുട്ടികളിൽ ഏറ്റവും **ശ്രദ്ധേയമായ പ്രത്യേകത അവരുടെ ശാരീരിക വളർച്ചയാണ്.** എന്നാൽ, ശാരീരിക വളർച്ചയെക്കാൾ അവരുടെ **മാനസികവും വൈകാരികവുമായ മാറ്റങ്ങൾ** പലപ്പോഴും ശ്രദ്ധിക്കപ്പെടാതെയും മനസ്സിലാക്കാതെയും പോകുന്നു. വളർച്ചയ്ക്കൊപ്പം ഉൽപാദിപ്പിക്കുന്ന ഹോർമോണുകൾ കുട്ടികളുടെ ചിന്തകളെയും പ്രവൃത്തികളെയും വിവിധ തരത്തിൽ സ്വാധീനിക്കുന്നു.

അവർക്ക് പലപ്പോഴും കാരണം അറിയാത്ത സങ്കടം, വിഷമം, അശാന്തി തുടങ്ങിയ വികാരങ്ങൾ ഉണ്ടാവാം. ഇതെന്തിന്

സംഭവിക്കുന്നുവെന്ന് അവർക്കുതന്നെ ബോധമുണ്ടാവാത്ത സാഹചര്യമാണ് ഉണ്ടാകുന്നത്. ഈ മാറ്റങ്ങൾ രക്ഷിതാക്കൾ സസൂക്ഷ്മമമായി നിരീക്ഷിച്ചാൽ മാത്രമേ തിരിച്ചറിയാനാകൂ.

ശാരീരിക വളർച്ചയ്ക്കൊപ്പം, ഈ ഹോർമോണുകൾ അടുത്ത ഘട്ടത്തിൽ ലൈംഗിക ഹോർമോണുകളായി പ്രവൃത്തിക്കാൻ തുടങ്ങുന്നതാണ്. എന്നാൽ ഇപ്പോൾ, ഇതിന്റെ ഫലമായി, അവരുടെ **വികാരങ്ങളിലും പെരുമാറ്റത്തിലും കൂടുതൽ സമ്മർദ്ദം** ഉണ്ടാകുവാൻ സാധ്യതയുണ്ട്. ഇത് അവരുടെ മാനസിക നിലയെ പ്രചോദിപ്പിക്കുകയും തങ്ങളുടെ സ്വഭാവത്തിൽ ചിട്ടയില്ലാത്ത മാറ്റങ്ങൾ ഉണ്ടാക്കുകയും ചെയ്യുന്നു. ചില ദിവസങ്ങളിൽ വിവേകപൂർവ്വം ചിന്തിക്കുകയും, ചില ദിവസങ്ങളിൽ പ്രകോപനപരമായ പെരുമാറ്റം കാണിക്കുകയും ചെയ്യും.

ചില കുട്ടികൾ ഈ ഘട്ടത്തിൽ പ്രായപൂർത്തി ആകാറുണ്ട്. അതിനാൽ അവരുടെ ശാരീരികവും മാനസികവുമായ മാറ്റങ്ങളെ കുറിച്ച് അവർക്ക് ബോധവൽക്കരണം നൽകണം.

രക്ഷിതാക്കൾ **കൂടുതൽ കരുതലോടെ** വേണം ഈ സമയം അവരെ സമീപിക്കേണ്ടത്. അവർക്ക് സ്വാഭാവികമായ വികാരങ്ങൾ വരുന്ന ഘട്ടം ആണെന്ന് അവരെ അറിയിക്കണം. ഈ ബോധവൽക്കരണം അവരെ ഈ ശാരീരിക-മാനസിക മാറ്റങ്ങളിലൂടെ ആത്മവിശ്വാസത്തോടെ കടന്ന് പോകാൻ സഹായകമാകും.

തനിക്ക് ദേഷ്യം, സങ്കടം, അസൂയ, സ്നേഹം, സഹാനുഭൂതി, തുടങ്ങി **സാധാരണ വരുന്ന വികാരങ്ങളെ തിരിച്ചറിയാനും അവ ശരിയായ രീതിയിൽ പ്രകടിപ്പിക്കാനും** ഉള്ള പ്രാവീണ്യം കുട്ടികളിൽ ഉണ്ടാകേണ്ടതാണ്. അതിന് കഥകളിലൂടെയോ ഓരോ സാഹചര്യങ്ങൾ പറഞ്ഞുകൊണ്ട് അവിടെ കുഞ്ഞിന്

തോന്നുന്നത് എന്താണ് എന്ന് പറയിപ്പിക്കുകയും അതിന്റെ ശരിയായ വശം നമ്മൾ ധരിപ്പിക്കുകയും ചെയ്യുന്നത് വികാരങ്ങളെയൊക്കെ മനസ്സിലാക്കാൻ സഹായിക്കുന്നു.

കുട്ടിത്തവും കടന്ന് കൗമാരത്തിലേക്ക് പോകുന്നതിന് ഇടയിലുള്ളതാണ് ഈ സമയം. ഇവിടെ അവർ **ശക്തമായ സൗഹൃദങ്ങളിലേക്കും സമപ്രായക്കാരുമായുള്ള സങ്കീർണ ബന്ധങ്ങളിലേക്ക് പോകുന്നു.** വൈകാരികമായ അടുപ്പം സുഹൃത്തുക്കളുമായും പ്രത്യേകിച്ച് ഒരേ ലിംഗത്തിലുള്ള വരുമായി ഉണ്ടാക്കേണ്ടത് വളരെ പ്രധാനപ്പെട്ട ഒന്നായി മാറുന്നു.

കുട്ടികളോട് മനസ്സുതുറന്ന്, മുൻവിധിയില്ലാതെ സംസാരിക്കുന്നത് ഈ അവസരത്തിൽ അത്യാവശ്യമാണ്. 'ഇന്ന് സ്കൂളിൽ എന്ത് സംഭവിച്ചു' എന്ന രീതിയിൽ **പ്രതിദിന ചോദ്യങ്ങൾ ഒഴിവാക്കണം.** ഈ ചോദ്യങ്ങൾക്ക് 'താൻ എന്ത് കുറ്റം ചെയ്തിരിക്കുന്നു' എന്ന അന്വേഷണമായി തോന്നാം. പകരം, **നമ്മുടെ വിശേഷങ്ങൾ പങ്കുവച്ച്,** ഒരു സൗഹൃദത്തിന്റെ അന്തരീക്ഷം സൃഷ്ടിച്ചാൽ, അവർ സ്വയം അവരുടെ പ്രശ്നങ്ങളും അനുഭവങ്ങളും നമ്മോടു പങ്കുവയ്ക്കാൻ തുടങ്ങും.

ഈ പ്രായത്തിൽ ചെറിയ തെറ്റുകൾ സംഭവിക്കാനും, ചെറിയ രീതിയിലെങ്കിലും കള്ളം പറയാനും പല കാര്യങ്ങളും ചിലപ്പോൾ ഒളിച്ചു വയ്ക്കാനും തയ്യാറാകുന്നു. അതിനെ രക്ഷിതാക്കൾ കണ്ടുപിടിക്കാനും സാധ്യതയുണ്ട്. ആ സമയം സത്യത്തിൽ നമ്മുടെ കുഞ്ഞുങ്ങൾക്ക് കുറ്റബോധം ഉണ്ടാകും. അതുകൊണ്ട് അപ്പോൾ തന്നെ ശാസിക്കാനോ വഴക്കുപറയാനോ ശ്രമിക്കരുത്.

പകരം, സമാധാനത്തോടെ അവരെ ചേർത്തു പിടിച്ച്, 'എന്റെ കുട്ടിയെ ഒരുപാട് ഇഷ്ടമാണ്' എന്ന് സ്നേഹത്തോടെ പറഞ്ഞ് ആശ്വസിപ്പിക്കുക. അവർ **ശാന്തമായ ശേഷം,**

കാര്യത്തെക്കുറിച്ച് വിശദമായി സംസാരിച്ച് ശരിയായ ദിശയിൽ അവർക്ക് നിർദ്ദേശം നൽകണം. പെട്ടെന്ന് പ്രതികരിക്കുന്നതിന്റെ ഭാവി ഫലങ്ങൾ നന്നായിരിക്കണമെന്നില്ല.

കുട്ടികളോടുള്ള നമ്മുടെ ഓരോ വാക്കും പ്രവൃത്തിയും അവരിൽ നമ്മോടുള്ള വിശ്വാസം വളർത്തുന്ന വിധത്തിലായിരിക്കണം. **അവരുടെ വികാരങ്ങളെ അംഗീകരിക്കുകയും മാനിക്കുകയും** ചെയ്യുന്നതിൽ വലിയ പ്രാധാന്യം നൽകണം. 'കുട്ടികളല്ലേ, എന്ത് വികാരം' എന്ന ചിന്ത തെറ്റാണ്. കുട്ടികൾ അവരുടെ വികാരങ്ങളെ മനസ്സിലാക്കി അത് പ്രകടിപ്പിക്കാൻ തുടങ്ങുന്ന ഘട്ടത്തിൽ,

രക്ഷിതാക്കൾ തങ്ങളോടൊപ്പം ഉണ്ട് എന്ന ബോധം നൽകുന്നത് വളരെ ആശ്വാസകരമാണ്.

സഹോദരങ്ങൾ തമ്മിലുള്ള സ്നേഹം ഉറപ്പിക്കുവാൻ രക്ഷിതാക്കളുടെ ഭാഗത്തുനിന്നും നല്ലൊരു ശ്രമം തന്നെ വേണം. ഓരോ കുട്ടിയും ഓരോ വ്യത്യസ്ത വ്യക്തിയാണെന്നും അവരെ തമ്മിൽ താരതമ്യം ചെയ്യുന്നത് ബാലിശമാണെന്ന് രക്ഷിതാക്കൾ മനസ്സിലാക്കണം.

"അവനെ കണ്ടു പഠിക്ക്", "അവളെ കണ്ടു പഠിക്ക്" എന്ന സ്ഥിരം വാചകം ഒഴിവാക്കുന്നതാണ് നല്ലത്. ചില സന്ദർഭങ്ങളിൽ നാം ഒരാൾക്ക് കൂടുതൽ കരുതൽ നൽകേണ്ട അവസ്ഥ ഉണ്ടാകാം. ഈ സമയം മറ്റ് കുട്ടിയുടെയും കൂടി സഹായം തേടുകയും എന്തുകൊണ്ടാണ് ഇങ്ങനെ വേണ്ടി വരുന്നതെന്ന് ബോധ്യപ്പെടുത്തുകയും ചെയ്താൽ രണ്ടുപേരും തമ്മിൽ സന്തോഷമായി മുന്നോട്ടു പോകുന്നതാണ്.

കറുപ്പ് നിറം പറഞ്ഞ് ആക്ഷേപിക്കുക, സൗന്ദര്യം പറഞ്ഞു കളിയാക്കുക തുടങ്ങിയവ ഒഴിവാക്കുക. ഇത് രക്ഷിതാക്കൾ ചെയ്യുമോ എന്ന് നിങ്ങൾക്ക് സംശയം തോന്നാം.

സ്കൂളിലെ ഒരു കുട്ടിയുടെ അനുഭവം പറയാം. പന്ത്രണ്ടാം ക്ലാസ്സിൽ പഠിക്കുന്ന അവനെ അദ്ധ്യാപകർ എന്റെ മുമ്പിൽ എത്തിച്ചപ്പോൾ അവനിൽ നിന്നും മനസ്സിലാക്കിയതാണ് അവന്റെ വേദന. അമ്മയും സഹോദരിയും വെളുത്തതും അച്ഛനും അവനും കറുത്തതും ആയിരുന്നു. അച്ഛൻ ഉൾപ്പെടെ അവർ മൂന്നു പേരും അവനെ ഈ കറുപ്പും പറഞ്ഞ് കളിയാക്കുമായിരുന്നു. ഈ പ്രായം എത്തിയപ്പോൾ അതിനെയൊക്കെ എതിർത്തത് നിഷേധം കാണിച്ചുകൊണ്ടായിരുന്നു. ഈ പ്രായത്തിൽ, അവന് തന്നെ തോന്നിത്തുടങ്ങുന്ന ചില കാര്യങ്ങൾ, മാതാപിതാക്കൾ കൂടി പറഞ്ഞു ഊട്ടിയുറപ്പിച്ചാലോ? അതായിരുന്നു ഇവിടെ സംഭവിച്ചത്.

വികാരങ്ങൾ അംഗീകരിക്കപ്പെടുമ്പോഴാണ് കുട്ടികൾ രക്ഷിതാക്കളോട് കൂടുതൽ അടുക്കുന്നത്. ഈ അടുപ്പം, അവരുടെ എല്ലാ കാര്യങ്ങളും തുറന്ന് പറയാനുള്ള ആത്മവിശ്വാസം നൽകും. എന്നാൽ, ഇവരോട് സൗഹൃദബന്ധം കൈകാര്യം ചെയ്യുമ്പോൾ, 'അമ്മ/അച്ഛൻ എന്നത് അവരുടെ സുഹൃത്താകുക' എന്നതിലേക്കല്ല, പകരം **മാതൃകാപരമായ വ്യക്തിത്വം സൃഷ്ടിക്കാൻ** ഉദ്ദേശിച്ചിരിക്കണം. ഒരു മാതൃകയായി കാണാൻ പറ്റുന്ന പെരുമാറ്റം രക്ഷിതാക്കൾ കാണിക്കുമ്പോഴാണ് കുട്ടികൾ അതിനെ പിന്തുടരാൻ പ്രേരിതമാവുക.

സമപ്രായക്കാരുമായുള്ള ബന്ധം വളരെ ശക്തമാകുകയും അവരുടെ സ്വാധീനം കൂടുതലാവുകയും ചെയ്യുന്ന ഒരു കാലം. അതിനാൽ, ഇത്തരം ബന്ധങ്ങളുമായി ബന്ധപ്പെട്ട ആശങ്കകൾ കൈകാര്യം ചെയ്യുന്നതിന് രക്ഷിതാക്കൾ ശാന്തവും കരുതലോടും കൂടിയ സൗഹൃദ സംഭാഷണങ്ങളിലൂടെ ഇടപെടണം. ഇത് അവരുടെ വൈകാരിക

ചിന്തകളും അനുഭവങ്ങളും നമ്മോടു തുറന്ന് പങ്കിടാൻ പ്രാപ്തരാക്കും.

മാതാപിതാക്കളായ നമ്മൾ കുട്ടികളുടെ സഹയാത്രികർ ആകുമ്പോൾ, അവരുടെ മാനസികമായ വളർച്ചക്കും വ്യക്തിത്വ വികാസത്തിനും മികച്ച അടിത്തറ നൽകാനാവും.

കുട്ടികൾ **സ്വതന്ത്രമായി സ്വന്തം ശരീരവും ശരീരഭാഗങ്ങളും മനസ്സിലാക്കാൻ ശ്രമിക്കുന്നൊരു പ്രായത്തിൽ** എത്തിയിരിക്കുന്നു. പ്രായപൂർത്തിയിലേക്ക് പ്രവേശിക്കുന്ന ഈ നിർണായക ഘട്ടത്തിൽ, അവർക്ക് ശരീരത്തിൽ ഉണ്ടാകുന്ന മാറ്റങ്ങളെക്കുറിച്ച് സംശയങ്ങൾ ഉളവാകുന്നു.

ഇത് ഒരു സ്വാഭാവിക ഘട്ടമാണെന്നും, എല്ലാ കുട്ടികൾക്കും— ആൺകുട്ടികൾക്കും പെൺകുട്ടികൾക്കും—**വ്യത്യസ്ത രീതിയിലുള്ള ശാരീരികവും മാനസികവും മാറ്റങ്ങൾ അനുഭവപ്പെടുമെന്ന്** മനസ്സിലാക്കിക്കൊടുക്കുക അത്യാവശ്യമാണ്. ഈ പ്രായത്തിൽ ശരിയായ അറിവുകൾ നൽകുന്നത്, അവർക്ക് അവരുടെ ശരീരത്തിൽ നടക്കുന്ന മാറ്റങ്ങളെ എളുപ്പത്തിൽ സ്വീകരിക്കാൻ സഹായിക്കും.

രക്ഷിതാക്കൾക്ക് വലിയ ഉത്തരവാദിത്വം ഈ ഘട്ടത്തിൽ വരുന്നു. ഇവരുടെ പ്രായപൂർത്തിയാകലിനോടനുബന്ധിച്ച് അവരിൽ ഉണ്ടാകുന്ന മാറ്റങ്ങൾ എന്തുകൊണ്ടാണ് സംഭവിക്കുന്നതെന്ന് **ശാസ്ത്രീയവും സ്നേഹപൂർവ്വുമായി വിശദീകരിക്കണം.** തുറന്ന മനസ്സോടെ, നിർവ്യാജമായി ആശയങ്ങൾ കൈമാറുന്നതിലൂടെ മാത്രമേ അവരിൽ തെറ്റായ ധാരണകൾ ഉണ്ടാകാതെ പോകാൻ കഴിയൂ.

ഇതിനുള്ള അറിവ് നൽകുന്നത് നിങ്ങളുടെ സുഖകരമായ സംഭാഷണത്തിലൂടെ ആയിരിക്കണം. ഏതെങ്കിലും

നിമിഷത്തിൽ അവരിൽനിന്നുതന്നെ ആ ചോദ്യം വരുമ്പോൾ, അത് അവഗണിക്കാതെ, അവരുടെ പ്രായത്തിന് അനുയോജ്യമായ ഭാഷയിൽ ബോധവത്കരണം നൽകുക.

ഇന്നത്തെ ഇൻറർനെറ്റ് കാലഘട്ടത്തിൽ, ശരിയല്ലാത്ത വിവരങ്ങളും പക്വതയെത്താത്ത പ്രായത്തിൽ ലഭിക്കുന്നത് വളരെ കൂടുതലാണ്. വളരെയധികം അനാവശ്യ വിവരങ്ങൾ എത്തിക്കഴിഞ്ഞാൽ അത് കുട്ടികളുടെ മനസ്സിന് പ്രയാസം വരുത്താനും തെറ്റായ ധാരണകൾക്ക് വഴി വയ്ക്കാനും സാധ്യതയുണ്ട്. അതിനാൽ തന്നെ നിർബന്ധമായും **വീടുകളിലും സ്കൂളിലും പ്രായത്തിനനുസരിച്ചുള്ള ശാരീരിക വിദ്യാഭ്യാസവും ബോധവത്കരണവും** നൽകേണ്ടത് കുട്ടികളുടെ ഭാവി സന്തുലിതമായ വളർച്ചയ്ക്ക് നിർണ്ണായകമാണ്.

ഈ അടുത്ത ദിവസം ഒരു ആറാം ക്ലാസിൽ പഠിക്കുന്ന ആൺകുട്ടി ലൈംഗികപരമായ വീഡിയോകൾ കണ്ടശേഷം അത് തന്നെക്കാൾ ചെറിയ കുട്ടികളിൽ സ്കൂളിൽ വെച്ച് പ്രയോഗിച്ചു നോക്കിയതായി അറിയാൻ കഴിഞ്ഞു. ഇത്തരം സാഹചര്യങ്ങൾ ഒഴിവാക്കാൻ ശരിയായ വിദ്യാഭ്യാസവും ശരിയായ അറിവുകളും നൽകുക - അതും അവരുടെ തലത്തിൽ നിന്നുകൊണ്ട് മാത്രം.

കുട്ടികൾ ഈ പ്രായത്തിൽ കൂടുതൽ സ്വാതന്ത്ര്യത്തിനായി ശ്രമിക്കുകയും പ്രാപ്തരാകുകയും ചെയ്യുന്നു. ഈ പ്രായത്തിൽ കുട്ടികൾ കുടുംബത്തിൽ നിന്ന് അല്പം കൂടുതൽ സ്വാതന്ത്ര്യം

പ്രതീക്ഷിക്കുകയും അതിനനുസരിച്ച് അവരുടെ പ്രവർത്തനശൈലി മാറ്റുകയും ചെയ്യുന്നു.

അവർക്ക് ഇനി മറ്റുള്ളവരുടെ കാഴ്ചപ്പാടുകളും അഭിപ്രായങ്ങളും കുറച്ചു കൂടി മനസ്സിലാക്കാൻ കഴിയും. അതിനാൽ, **രക്ഷിതാക്കൾ ഏർപ്പെടുത്തുന്ന ചിട്ടകൾ,**

ചട്ടങ്ങൾ, നിയമങ്ങൾ എന്നിവ എന്തുകൊണ്ട് **നിർബന്ധമാണെന്ന്** വിശദീകരിക്കുന്നതിൽ കൂടുതൽ സമയമെടുക്കുക നല്ലതാണ്.

ഇപ്പോൾ അവരുടെ മസ്തിഷ്കത്തിലെ യുക്തിപരമായ ന്യൂറോണുകൾ സജീവമായി പ്രവൃത്തിച്ച് തുടങ്ങുന്ന ഘട്ടമാണിത്. അതിനാൽ, "ഇങ്ങനെ ചെയ്യണം" എന്ന് മാത്രമല്ല, "ഇത് എങ്ങനെ നിങ്ങളുടെ സുരക്ഷയ്ക്കും വിജയത്തിനും സഹായകരമാണ്" എന്ന് വിശദീകരിച്ചാൽ, അവർക്ക് അത് അനുകൂലമായി സ്വീകരിക്കാൻ സഹായിക്കും. അതായത്, ആ **ചട്ടങ്ങളുടെ പ്രസക്തി വ്യക്തമാക്കുമ്പോൾ അവർ അത് അനുസരിക്കാനുള്ള സാധ്യത കൂടുതലാണ്.**

കൂടാതെ, **ശ്രദ്ധ കേന്ദ്രീകരിക്കാനുള്ള കഴിവ് ഈ പ്രായത്തിൽ മെച്ചപ്പെടുന്നുണ്ട്.** ഇത് പഠനത്തിനും മറ്റു നിർദ്ദേശിത പ്രവർത്തനങ്ങൾക്കും പ്രയോജനപ്പെടുത്തുക. ശ്രദ്ധ പരിപോഷിപ്പിക്കുന്ന വ്യായാമങ്ങൾ —ഉദാഹരണത്തിന്, ദൃശ്യങ്ങളിൽ നിന്ന് ശ്രദ്ധ മാറാതെ തന്നെ ഒരു ചെറിയ ജോലി പൂർത്തിയാക്കുക, ലളിതമായ ധ്യാനം, എന്നിവ ശീലമാക്കാൻ ശ്രമിക്കാം.

മൊബൈൽ ഫോൺ, ടിവി സ്ക്രീൻ തുടങ്ങിയവയിൽ അധികം സമയം ചെലവഴിക്കുന്നത് അവരുടെ ശ്രദ്ധയും ഏകാഗ്രതയും താളം തെറ്റിക്കും. അതിനാൽ, **സ്ക്രീൻ ടൈമിന് നിശ്ചിത പരിധി ഏർപ്പെടുത്തുകയും** അവർക്ക് അത് എന്തുകൊണ്ട് ആരോഗ്യകരമാണെന്ന് വിശദീകരിക്കുകയും ചെയ്യുക. അധികമായുള്ള സ്ക്രീനിന്റെ ഉപയോഗം, ഭാവിയിൽ ഉണ്ടാകാൻ സാധ്യതയുള്ള ശാരീരിക മാനസിക പ്രശ്നങ്ങളെ കുറിച്ച് മനസ്സിലാക്കാൻ അനുവദിക്കുന്നത്, ഇത്തരത്തിലുള്ള നിയന്ത്രണങ്ങൾക്ക് അവർ സ്വയം പിന്തുണ നൽകാൻ പ്രേരിപ്പിക്കും.

ഈ പ്രായത്തില്‍ **സുരക്ഷിതമായ സ്വാതന്ത്ര്യവും ഉത്തരവാദിത്വബോധവും ചേര്‍ന്ന സമീപനം** അവരില്‍ ആത്മവിശ്വാസം വര്‍ദ്ധിപ്പിക്കുകയും അവരെ ശ്രദ്ധയോടെ ജീവിതം മുന്നോട്ടു കൊണ്ടുപോകാന്‍ പ്രാപ്തരാക്കുകയും ചെയ്യും.

കൗമാരത്തിലേക്ക് കടക്കുമ്പോള്‍ കുട്ടികള്‍ **അക്കാദമിക് തലത്തില്‍ കൂടുതല്‍ വെല്ലുവിളികളെ നേരിടുന്നു.** ഇവര്‍ക്ക് അസൈന്‍മെന്റുകള്‍, ഹോംവര്‍ക്കുകള്‍ തുടങ്ങിയ കാര്യങ്ങളില്‍ രക്ഷിതാക്കളില്‍ നിന്ന് സഹായം തേടാനാകും, എന്നാല്‍ കുട്ടികള്‍ സ്വയം പ്രവൃത്തിക്കുക പ്രധാനം.

രക്ഷിതാക്കളുടെ മേല്‍നോട്ടത്തിലും പിന്തുണയിലും മാത്രം പഠന പ്രവര്‍ത്തനങ്ങള്‍ കുട്ടി ചെയ്യുന്നത് ആത്മവിശ്വാസത്തെ ബാധിച്ചേക്കാം **സ്വയം ചെയ്ത പഠിക്കുകയും തിരുത്തുകയും** ചെയ്താലേ ഭാവിയില്‍ ഗവേഷണ ബുദ്ധിയും സ്വതന്ത്ര പഠനവും കുട്ടിക്ക് മുന്നോട്ടു കൊണ്ടുപോകാന്‍ സാധിക്കൂ.

രക്ഷിതാക്കള്‍ സ്കൂളുമായി സുതാര്യമായ ബന്ധം സ്ഥാപിക്കുക അത്യാവശ്യമാണ്. അദ്ധ്യാപകരോടും മറ്റു **സ്റ്റാഫിനോടും കുട്ടിയുടെ പെരുമാറ്റം, പാഠ്യേതര പ്രവര്‍ത്തനങ്ങളിലുള്ള പങ്കാളിത്തം** എന്നിവയെക്കുറിച്ച് ഇടക്കിടെ വിവരങ്ങള്‍ തേടുക. ഇത് കുട്ടിയെ കൂടുതല്‍ മനസ്സിലാക്കാനും അവരുടെ ശക്തികള്‍ മെച്ചപ്പെടുത്താനുള്ള മേഖലകള്‍ തിരിച്ചറിയാനുമുള്ള വഴി തെളിക്കും.

അക്കാദമിക വളര്‍ച്ചയ്ക്കു കൂടുതല്‍ ഊന്നല്‍ നല്‍കേണ്ടുന്ന ഈ സമയത്ത്, **കുട്ടികളെ വായനയുടെയും പഠനത്തിന്റെയും നല്ല ശീലങ്ങള്‍ വളര്‍ത്തിയെടുക്കാന്‍** സഹായിക്കുന്നത് അനിവാര്യമാണ്. എന്നാല്‍, ഇവര്‍ക്ക്

അതിന്റെ മുഴുവൻ പിന്തുണ ഉടൻ കിട്ടണമെന്നില്ല. അതിനാൽ, പഠനത്തിന് നിശ്ചിത സമയക്രമം പ്രാവർത്തികമാക്കുകയും ആ സമയത്ത് പഠനത്തിന് മാത്രമേ മുഴുവൻ ശ്രദ്ധ ചെലവഴിക്കാവൂ എന്ന് ഉറപ്പാക്കുകയും ചെയ്യുക.സ്കൂൾ വിഷയങ്ങൾ മനസ്സിലാക്കാൻ രസകരമായ പഠന രീതികൾ ഉപയോഗിക്കുക. ചർച്ചകൾ, പരീക്ഷണങ്ങൾ, ദൃശ്യാവിഷ്കാരങ്ങൾ തുടങ്ങിയ നിരവധി രീതികൾ ഉപയോഗിച്ച് പഠനം രസകരമാക്കാം.

പഠനം ഒരു ശീലമാക്കാനുള്ള ഈ ശ്രമം ആദ്യം വെല്ലുവിളിയായി തോന്നിയേക്കാം, പക്ഷേ ഇത് സ്ഥിരമായി പാലിച്ചാൽ അവരുടെ അക്കാദമിക് വളർച്ചയുടെ ഭാഗമായി മാറും. എല്ലാ കുട്ടികൾക്കും പഠനത്തിൽ താൽപ്പര്യമുണ്ടാകണമെന്നില്ല. അതുകൊണ്ട്, **പഠനത്തെ ശരിയായ ശീലമാക്കുന്നതാണ് മികച്ച** വഴി. ആദ്യകാലങ്ങളിൽ സൃഷ്ടിക്കുന്ന ഈ ശീലം, അവരുടെ ഭാവി പഠനപാതയിൽ ഉറച്ച അടിസ്ഥാനമായിരിക്കും.

പഠന സമയത്ത് ശ്രദ്ധ തിരിഞ്ഞുപോകാൻ സാധ്യതയുള്ള എല്ലാ സാഹചര്യങ്ങളും ഒഴിവാക്കി, പഠനത്തിനായി അനുയോജ്യമായ സൗകര്യം ഒരുക്കേണ്ടത് അനിവാര്യമാണ്. ഇത് വളരെ പ്രാധാന്യമർഹിക്കുന്ന കാര്യമാണ്, കാരണം ഇതിലൂടെ കുട്ടികളുടെ മനസ്സ് പഠനത്തിനായി സ്വയം തയ്യാറാകുന്നു.

അമ്മുവിന് ഇത് മനസ്സിലാകാൻ സഹായിക്കുന്ന വിധത്തിൽ, നേരത്തെ തന്നെ ഒരു ചെറിയ മേശയും കസേരയും നല്ലൊരു ഷെൽഫും വാങ്ങി വെച്ചിരുന്നു. കൂടാതെ, ആ ടേബിളിൽ ചെറിയൊരു ലാമ്പും ഒരുക്കിയിട്ടുണ്ട്. അവിടെയിരുന്ന് ബുക്ക് എടുക്കുമ്പോൾ, 'ഇപ്പോൾ പഠിക്കാൻ സമയമായി' എന്ന ബോധ്യം അമ്മുവിനും അവളുടെ ബുദ്ധിക്കും ഉണ്ടാകുന്നു.

കുട്ടികൾ ശ്രദ്ധയോടെ പഠിക്കണമെന്നുണ്ടെങ്കിൽ അതിനായി ഒരു സ്ഥലം ഒരുക്കിയിരിക്കണം. എല്ലാവർക്കും ഒരു മുറിയും ഒരു മേശയും ഒന്നും കൊടുക്കാൻ പറ്റിയില്ലെങ്കിലും ഒരു മുറിയുടെ ഒരു മൂലയെങ്കിലും അതിനായി ഒരുക്കേണ്ടതാണ്.

ഈ സമയം **ലൈബ്രറികളിൽ നിന്നും നല്ല പുസ്തകങ്ങൾ വായിക്കാൻ അവരെ പ്രേരിപ്പിക്കേണ്ടതാണ്.** അതിനായി തുടക്കത്തിൽ ലൈബ്രറി സന്ദർശനം നടത്തുകയും അവയെക്കുറിച്ച് അവർ മനസ്സിലാക്കുമ്പോൾ സ്വാഭാവികമായ ഒരു ഇഷ്ടം ഉണ്ടാക്കിയെടുക്കാൻ സാധിക്കുന്നതാണ്.

രണ്ടാഴ്ച കൂടുമ്പോൾ ഒരിക്കൽ രവിയേട്ടനും അമ്മുവും കൂടി പബ്ലിക് ലൈബ്രറിയിൽ

പോകാറുണ്ട്. കുട്ടികളുടെ ബുക്കിന്റെ ഭാഗത്ത് പോകുമ്പോൾ ചിത്രങ്ങളുള്ള പുസ്തകങ്ങൾ അമ്മുവിനെ ഏറെ ആകർഷിക്കാറുണ്ട്. അത് തന്നെയാണ് ഈ ലൈബ്രറി യാത്രയുടെ ലക്ഷ്യവും.

ആദ്യം രസകരമായ കഥകൾ ശ്രദ്ധയോടെ വായിച്ചു കൊടുക്കാം. പിന്നീട്, അവർക്ക് കഴിയും വിധത്തിൽ ആ കഥയെക്കുറിച്ച് പറയാൻ പ്രേരിപ്പിക്കുക. അങ്ങനെ വരുമ്പോൾ അവരുടെ ഭാഷാ പാടവം കൂട്ടാനും സ്വന്തമായി തനിക്ക് എന്തെങ്കിലുമൊക്കെ ചെയ്യാൻ ആകും എന്ന് വിശ്വാസം ഊട്ടിയുറപ്പിച്ചു കൊണ്ട് ആത്മവിശ്വാസം വളർത്താനും സഹായകമാകും.

അഡ്രിനാലിൻ, കോർട്ടിസോൾ പോലുള്ള **സ്ട്രെസ് ഹോർമോണുകളുടെ ഉൽപ്പാദനം** ഈ പ്രായത്തിൽ കൂടാൻ തുടങ്ങുന്നു, കൂടാതെ അത് കുട്ടികളെ മാനസികമായും വൈകാരികമായും സ്വാധീനിക്കുന്നു.

പഠനവും സമൂഹവും ഉണ്ടാക്കുന്ന സമ്മർദ്ദവും അവരുടെ വികാരങ്ങളെ ബാധിക്കുന്നു. 'പഠനത്തിൽ മുൻപിലായിരിക്കണം' എന്ന ചിന്തയും, പിന്നിലായാൽ 'താൻ ഒന്നിനും കൊള്ളില്ല' എന്ന തോന്നലും വരുന്നത് അവരുടെ എല്ലാ പ്രവർത്തനങ്ങളിലും പ്രകടമാകുന്നു.

ഒക്സിറ്റോസിൻ എന്ന ഹോർമോണിന്റെ ഉൽപ്പാദനം **ആത്മബന്ധവും വിശ്വാസവും വർദ്ധിപ്പിക്കുന്നതിന്റെ** അടിസ്ഥാനം ആകുന്നു. സ്നേഹപൂർവമായ ചേർത്തുപിടിക്കലും ഉമ്മവയ്ക്കലും ഇവർക്ക് വലിയ ആശ്വാസം നൽകും. ഈ പ്രായത്തിൽ അവർ അച്ഛനമ്മമാരുടെ സാമീപ്യം ഏറെ ആഗ്രഹിക്കുന്നവരാണ്.

സാധാരണ വീട്ടിൽ ഈ സമയത്ത് പഠനത്തിന് പിന്നിലുള്ള "യുദ്ധ"മാണ് നടക്കാറ്. എന്നാൽ, അതിന് പകരം, **സ്നേഹത്തോടെയുള്ള മനസ്സിലാക്കൽ,** കുട്ടികളിൽ സ്വാഭാവികമായി കൂടുതൽ സംവേദനശീലങ്ങളും താല്പര്യവും സൃഷ്ടിക്കും. അങ്ങനെ ബാക്കി കാര്യങ്ങൾ കൂടുതൽ സുഗമമായി മുന്നോട്ട് നീങ്ങും."

സെക്സ് ഹോർമോണുകളായ, ഈസ്ട്രജനും ടെസ്റ്റോസ്റ്റുറോണും ഈ പ്രായത്തിൽ ഉൽപാദിപ്പിക്കപ്പെടുന്നു. എന്നാൽ, ഇത് കാമമല്ല ഉണർത്തുന്നത്, പകരം **കുട്ടികളുടെ വികാരബോധവും മാനസിക സ്ഥിതികളും കൂടുതൽ സങ്കീർണ്ണമാക്കുകയും അസ്ഥിരതകൾക്ക് ഇടയാക്കുകയും ചെയ്യുന്നു.** രക്ഷിതാക്കൾക്ക് ഇത് സംബന്ധിച്ച അവബോധം ഇല്ലെങ്കിൽ, തെറ്റിദ്ധാരണകൾക്കും അനാവശ്യ സമ്മർദ്ദങ്ങൾക്കും വഴിയൊരുക്കാൻ സാധ്യതയുണ്ട്.

അമ്മു ചിലപ്പോൾ വളരെ വിഷമിച്ചിരിക്കുന്നതായി കാണാം. എന്താണെന്ന് ചോദിച്ചാൽ അവൾക്കുതന്നെ കാരണം

വ്യക്തമാക്കാൻ കഴിയില്ല. ഇത് കുട്ടികൾക്ക് സ്വാഭാവികമായ ഒരു അവസ്ഥയാണ്. ചിലപ്പോൾ പെട്ടെന്ന് ദേഷ്യപ്പെടുന്നതും ദൃശ്യമായിരിക്കും. ഇത്തരം സമയങ്ങളിൽ സ്നേഹപൂർവ്വമായ ചേർത്ത് പിടിക്കലും കെട്ടിപ്പിടിച്ച് ഒരു ഉമ്മ കൊടുക്കലും അവരെ ശാന്തരാക്കാൻ വളരെ സഹായകമാണ്.

ഈ സമയം ഒരു കാര്യം ശ്രദ്ധയിൽ പെടുത്താൻ ആഗ്രഹിക്കുന്നു. രക്ഷിതാക്കൾ അതിൽ

പ്രത്യേകിച്ച് അമ്മ തന്നെ, **തന്റെ കുട്ടിയിൽ വരുന്ന ഓരോ ചെറിയ മാറ്റങ്ങളും തിരിച്ചറിയാൻ പഠിച്ചാൽ**, വലിയ പ്രശ്നങ്ങളിലേക്ക് നീണ്ട പോകാതെ തിരുത്തലുകൾക്ക് സാധ്യത ഉണ്ടാകുന്നു.

ഇവിടെ, "എന്ത് സംഭവിച്ചു?" എന്ന ചോദ്യങ്ങൾ ചോദിക്കാതെ, ഇവർ വളരുന്നതിന്റെ ഭാഗമായി ഉണ്ടാകുന്ന **സ്വാഭാവിക മാറ്റങ്ങളാണ് എന്നു പറഞ്ഞു അവരെ ആശ്വസിപ്പിക്കാം.** അമ്മയ്ക്കും ഇങ്ങനെയായിരുന്നു എന്നും അച്ഛനും ഇങ്ങനെയെല്ലാം തോന്നിയിട്ടുണ്ട് എന്നും പറയുന്നത് അവരുടെ വിഷമം കുറയ്ക്കാനും അതിനെ നേരിടാനും സഹായിക്കുന്നു. ഇത്തരത്തിൽ സ്നേഹവും സഹനവും നൽകുമ്പോൾ, അവരുടെ വികാരങ്ങളെ കൈകാര്യം ചെയ്യാനും ശാന്തത നിലനിർത്താനും കൂടുതൽ സഹായകരമാകും.

ഈ പ്രായത്തിൽ കുട്ടികൾ വികാരങ്ങളെ തിരിച്ചറിയാനും അതെന്തുകൊണ്ടാണ് ഉണ്ടാകുന്നതെന്ന് മനസ്സിലാക്കാനും പഠിക്കാൻ തുടങ്ങുന്നു. അവർക്ക് **വികാരങ്ങളെ നേരിടാനും ശരിയായ രീതിയിൽ അത് പ്രകടിപ്പിക്കാനും പരിശീലനം നൽകുന്നതിന്** ഇത് ഉചിതമായ സമയമാണ്. അതുകൊണ്ടുതന്നെ, അവരുടെ വികാരങ്ങളെ അംഗീകരിക്കുകയും അവയെ പോസിറ്റീവ് രീതിയിൽ എങ്ങനെ

കൈകാര്യം ചെയ്യണമെന്ന് അവബോധം നൽകുകയും ചെയ്യണം.

ഞാനും അമ്മുവും ഇപ്പോൾ ചിലപ്പോൾ ഒറ്റക്ക് കൂടാറുണ്ട്. അതിനുള്ള കാരണം എന്താണന്നല്ലേ? ഞാൻ സങ്കടം, ദേഷ്യം, സ്നേഹം, ഇഷ്ടക്കേട് തുടങ്ങിയ വിവിധ വികാരങ്ങൾ അവരുടെ മുന്നിൽ പ്രകടിപ്പിക്കാറുണ്ട്. ഇതിലൂടെ, ഇത്തരം വികാരങ്ങളെ കൈകാര്യം ചെയ്യുന്നതിന്റെ രീതികൾ അമ്മുവിന് മനസ്സിലാക്കാനാവും. സങ്കടം വരുമ്പോൾ അതിനെ എങ്ങനെ നേരിടാം, ദേഷ്യത്തിന് മറുപടി കൊടുക്കുന്ന രീതി, എങ്ങനെ ശാന്തമാക്കാം തുടങ്ങിയ കാര്യങ്ങൾ കുഞ്ഞുങ്ങൾക്ക് മനസ്സിലാക്കിക്കൊടുക്കുന്നത് അവരിൽ സ്വയം നിയന്ത്രണവും ബോധ്യവും വളർത്തും.

ഓർക്കുക, മാതൃകാപരമായ പ്രകടനങ്ങൾ രക്ഷിതാക്കൾ കാണിക്കുന്നത് കുട്ടികൾക്ക് ഏറ്റവും നല്ല പാഠം ആയിരിക്കും. അത്രമേൽ നല്ലൊരു പാഠം മറ്റെവിടുന്നും കിട്ടില്ല.

ഈ **വ്യത്യസ്ത വികാരങ്ങളെ,** അത് ഏത് **തന്നെയായാലും, ചോദ്യം ചെയ്യാതെ ഉൾക്കൊള്ളുന്ന മനോഭാവം** മാതാപിതാക്കൾ സ്വീകരിക്കുമ്പോൾ, കുട്ടികൾക്ക് അവരുടെ വികാരങ്ങളെ പരസ്യമായി തുറന്നു പറയാനുള്ള ആത്മവിശ്വാസം വളരാൻ അവസരം ലഭിക്കും. ഇത് അവരുമായി കൂടുതൽ അടുപ്പം വളർത്താനും അവരെ മാനസികമായും വൈകാരികമായും മെച്ചപ്പെടുത്താനും സഹായിക്കും.

വികാരങ്ങളെ എങ്ങനെ കൈകാര്യം ചെയ്യണം എന്നതിൽ മാതൃകാപരമായ സമീപനം സ്വീകരിക്കുന്നതാണ് ഏറ്റവും മികച്ച മാർഗം. മാതാപിതാക്കൾ കാണിക്കുന്ന വികാരങ്ങൾ കുട്ടികൾക്ക് പര്യവേക്ഷണം ചെയ്യാൻ ഒരു പാഠമാകും.

ഉദാഹരണത്തിന്, നമുക്ക് ദേഷ്യം വരുമ്പോൾ ശബ്ദം ഉയർത്തുകയോ അക്രമപരമായ പെരുമാറ്റം കാണിക്കുകയോ ചെയ്താൽ, കുട്ടികൾക്ക് അത് ദേഷ്യം പ്രകടിപ്പിക്കുന്ന ശരിയായ മാർഗം എന്നു തോന്നാം. കുട്ടികളിൽ നിന്നും മറിച്ച് ഒരു പ്രകടനം അസാധ്യമാകും.

ഇന്ന്, മാധ്യമങ്ങളിലൂടെ കാണുന്ന പല അക്രമവാസനകളും, തെറ്റായ മാതൃകകളും കുട്ടികളുടെ മനസ്സിൽ ശരിയെന്ന തെറ്റായ ധാരണ സൃഷ്ടിക്കുന്നു. അതിനാൽ, **വീട്ടിൽ തന്നെ വികാരങ്ങൾ കൃത്യമായ നിയന്ത്രണത്തിലാക്കി, ശാന്തമായ രീതിയിൽ കൈകാര്യം ചെയ്യുന്ന ശീലങ്ങൾ കാണിച്ചുകൊടുക്കുന്നത്** അവരെ സുന്ദരമായ സാമൂഹിക വ്യവഹാരത്തിലേക്ക് നയിക്കും.

ഇന്ന് സിനിമകളിൽ അക്രമവാസനകൾ വളരെ കൂടുതൽ പ്രകടമാകുന്നു. ചില സിനിമകൾ വലിയ കൈയ്യടി ലഭിക്കുന്നതും നായകൻ ഉഗ്രതയോടെ, ക്രൂരതയോടെ പെരുമാറുന്നത് കാണിക്കുമ്പോഴാണ്. കൊലപാതകങ്ങളും കത്തിക്കുത്തുകളും വിശദമായി പ്രദർശിപ്പിക്കുന്ന സിനിമകൾ, കുട്ടികൾ കണ്ടാൽ, ഇത് അതിനേക്കാൾ വലിയ ഒരു പ്രശ്നം സൃഷ്ടിക്കാം. പുകവലി, മദ്യപാനം തുടങ്ങിയവയെക്കുറിച്ച് മുന്നറിയിപ്പുകൾ നൽകുന്നുവെങ്കിലും അക്രമദൃശ്യങ്ങൾക്ക് യാതൊരു സൂചനകളും നൽകുന്നില്ല.

തെറ്റും ശരിയും തിരിച്ചറിയാൻ ആകാത്ത ഈ പ്രായത്തിൽ അവർ കണ്ടുകൊണ്ടിരിക്കുന്നത് അക്രമം നിറഞ്ഞ സിനിമകൾ തന്നെ ആണെങ്കിൽ അവരുടെ മനസ്സിൽ മറ്റെന്തു വരാനാണ്! അതുകൊണ്ട് ഈ ഘട്ടത്തിൽ സിനിമകൾ കാണിക്കുമ്പോൾ, അത് കുട്ടികൾക്ക് കാണാവുന്നതാണെങ്കിൽ മാത്രം കാണിക്കുക. എത്രകണ്ട് സാധ്യമാകും എന്ന് എനിക്ക് അറിയില്ല, എങ്കിലും ശ്രമിക്കുക. അത്തരം സിനിമകൾ

കാണുമ്പോൾ സിനിമയിൽ അവർ പറഞ്ഞില്ലെങ്കിലും, രക്ഷിതാക്കൾ ആയ നാം കുട്ടികൾക്ക് അതേക്കുറിച്ച് ഒരു അവബോധം നൽകാവുന്നതാണ്.

ഈ ഭൂമിയിൽ നല്ല കാര്യങ്ങളും മോശം കാര്യങ്ങളും ഉണ്ടെന്നും അതിൽനിന്നും ഏത് സ്വീകരിക്കും എന്നത് ഓരോ വ്യക്തിയുടെയും തീരുമാനമാണെന്ന് ഓരോ രക്ഷിതാവ് മനസ്സിലാക്കണം. ഇതിനുള്ള കഴിവ് എവിടെ നിന്ന് ലഭിക്കുന്നു? ഈ വിധത്തിലുള്ള തീരുമാനങ്ങളിലേക്ക് എത്തുന്നത് ചെറുപ്പത്തിൽ, അതായത് കൃത്യമായി പറഞ്ഞാൽ **ഏഴെട്ടുവയസ്സിനു മുൻപ് വരെ കുട്ടിയുടെ രക്ഷിതാക്കളിൽ നിന്നും മറ്റു ചുറ്റുപാടുകളിൽ നിന്നും കിട്ടിയ അറിവുകൾക്ക് അനുസൃതമായിരിക്കും.** അതുകൊണ്ടുതന്നെയാണ് ശരിയായ അറിവുകൾ ശരിയായ രീതിയിൽ ഈ ചെറിയ പ്രായത്തിൽ തന്നെ കുട്ടികൾക്ക് നൽകുക എന്നത് രക്ഷിതാവിന്റെ കടമയാണ് എന്ന് പറയുന്നത്. ഈ സമയം നാം കൊടുക്കുന്ന ശ്രദ്ധ അവരുടെ ഭാവിയെ തന്നെ സുരക്ഷിതമാക്കുന്നു.

ഇത് ഭംഗിയായി ചിലപ്പോൾ നിറവേറ്റാൻ സാധ്യമല്ലെങ്കിലും പറ്റുന്ന വിധത്തിൽ കണ്ടുചെയ്യാൻ രക്ഷിതാക്കൾ ശ്രമിക്കുക. കൂടാതെ, അവർക്കൊപ്പമിരിക്കുമ്പോൾ അവരുമായി ഈ അപകടകരമായ ആശയങ്ങളെ കുറിച്ച് സംസാരിക്കുകയും തിരുത്തുകയും അവബോധം നൽകുകയും ചെയ്യുക. ഉദാഹരണത്തിന്, 'ഈ കഥാപാത്രം തെറ്റായ ഒരു തീരുമാനമെടുത്തതാണ്. അത് സ്വന്തം ജീവിതത്തെയും മറ്റുള്ളവരുടെയും പ്രശ്നമാക്കി' എന്ന രീതിയിൽ ചർച്ച ചെയ്യുന്നത് അവരുടെ വികാരബോധത്തെ മെച്ചപ്പെടുത്താനും, അനുയോജ്യമായ പെരുമാറ്റശീലങ്ങൾ കൈവരിക്കാനും സഹായിക്കും.

ഈ ഘട്ടം **കുട്ടികൾ മറ്റുള്ളവരെ വിശ്വസിക്കാൻ തുടങ്ങുന്ന പ്രായമാണ്.** അവർ ഇപ്പോൾ രക്ഷിതാക്കളുടെ സ്നേഹവും ചേർത്തുപിടിക്കലും ആഗ്രഹിക്കുന്നു, എന്നാൽ പ്രകടിപ്പിക്കുന്നത് മറ്റൊരു തരത്തിൽ ആയിരിക്കും. കൂടാതെ അടുത്ത സുഹൃത്തുക്കളോടും വളരെയധികം അടുപ്പം പ്രകടിപ്പിക്കാനും തുടങ്ങും. ഈ മാനസികാവസ്ഥ സൃഷ്ടിക്കുന്ന അടുപ്പം വളരെ കരുതലോടെ കൈകാര്യം ചെയ്യണം. സ്നേഹവും മാനസിക പിന്തുണയും അവരെ വളരെയധികം ശാന്തരാക്കുകയും ആത്മവിശ്വാസം നൽകുകയും ചെയ്യും.

ഈ പ്രായത്തിൽ, **സ്പർശത്തിന്റെ ശക്തി വലിയ പ്രാധാന്യമുള്ളതാണ്.** രാവിലെയും രാത്രി കിടക്കാൻ പോകും മുമ്പ് കുട്ടികൾക്ക് ഒരു ഉമ്മ കൊടുക്കുക, ചേർത്ത് പിടിക്കുക— ഇവയെല്ലാം അവരിൽ സുരക്ഷിതത്വബോധം വളർത്തുന്നു. നേരത്തെ സൂചിപ്പിച്ചതുപോലെ, കുട്ടികളിൽ നാം ആഗ്രഹിക്കുന്ന സ്വഭാവസവിശേഷതകൾ പറഞ്ഞ് കേൾപ്പിക്കേണ്ട മികച്ച സമയം, ഉറക്കത്തിലേക്ക് പോകുന്ന നിമിഷങ്ങളാണ്. സൗകര്യമുള്ളിടത്തൊക്കെയും സ്നേഹം പ്രകടിപ്പിക്കാൻ മടിക്കാതെ മുന്നോട്ട് പോകണം. ഇതുവഴി, അവർ മുതിർന്നു വരുമ്പോൾ രക്ഷിതാക്കളോട് കൂടുതൽ അടുപ്പമുള്ള ബന്ധം നിലനിർത്തും.

മറ്റുള്ളവരോടുള്ള സഹാനുഭൂതി, സ്നേഹം, സഹിഷ്ണുത തുടങ്ങിയവ കൈവരിക്കാൻ ഇവർ ശ്രമിച്ചു തുടങ്ങുന്ന കാലമാണിത്. അതിനാൽ, ശരിയായ മാർഗ്ഗനിർദേശവും നിർബന്ധിത മുറകൾ ഇല്ലാതെ നല്ല മാതൃകയും നൽകുന്ന രീതി സ്വീകരിക്കുക അനിവാര്യമാണ്.

കുട്ടികൾക്കൊപ്പമുള്ള കളികൾ, വളരെയധികം നല്ല ശീലങ്ങൾ പഠിപ്പിക്കുന്നു. കളിക്കുമ്പോൾ മറ്റു കുട്ടികൾക്ക് അവസരം കൊടുക്കാനും, സ്വന്തം ഊഴത്തിനു വേണ്ടി

കാത്തിരിക്കാനും എങ്ങനെ മുന്നോട്ട് പോകണമെന്ന് അവരെ പഠിപ്പിക്കുക. ഇത്തരം അനുഭവങ്ങൾ സ്വാഭാവികമായും അവർക്ക് നല്ല സ്വഭാവസവിശേഷതകൾ രൂപപ്പെടുത്താൻ സഹായകരമാകും.

ഈ പ്രായത്തിൽ കുട്ടികളുടെ വാശി കൂടാൻ സാധ്യത കൂടുതലാണ്, പ്രത്യേകിച്ച് അവർക്ക് ഇഷ്ടമുള്ള കാര്യങ്ങൾ സാദ്ധ്യമാകാതിരിക്കുമ്പോൾ. രക്ഷിതാക്കൾ മനസ്സിലാക്കേണ്ട ഏറ്റവും പ്രധാനപ്പെട്ട കാര്യം സ്നേഹം, എല്ലാം നൽകുന്നതിലൂടെയല്ല പ്രകടിപ്പിക്കേണ്ടത്. സ്നേഹത്തോടെ, എന്നാൽ നിർദ്ദിഷ്ടമായ പരിധികളോടു കൂടിയ പിന്തുണയാണ് നൽകേണ്ടത്.

"കുട്ടികൾക്ക്, അവർ ആവശ്യപ്പെടുന്നതല്ല, പകരം അവർക്ക് അർഹതയുള്ളതാണ് നൽകേണ്ടത്."

രക്ഷിതാക്കൾക്ക് തങ്ങളുടെ സാമ്പത്തിക ശേഷിയെ കുറിച്ചും അവ അതിനനുസരിച്ച് നടത്തേണ്ട ചെലവുകളെക്കുറിച്ചും ബോധമുണ്ടാകണം. കുട്ടികളുടെ **ഓരോ അഭ്യർത്ഥനയ്ക്കും ഉടൻ നൽകാതെ, അതിനെ ചിട്ടയോടെ കൈകാര്യം ചെയ്യുന്നത് നല്ലതാണ്**. ഒരു പത്ത് അഭ്യർത്ഥനകളിൽ രണ്ടെണ്ണം ഉടൻ നൽകി സ്നേഹം പ്രകടിപ്പിക്കാം. അടുത്ത നാല് കാര്യങ്ങൾ കുറച്ച് സമയത്തിനുശേഷം കൊടുക്കാമെന്ന് നിശ്ചയിക്കാം. ബാക്കിയുള്ള നാല് കാര്യങ്ങൾ നൽകാൻ തയ്യാറല്ലെന്നുള്ള ഉറച്ച തീരുമാനവും അവർക്കും ബോധ്യപ്പെടണം.

ഇവിടെ അത്യാവശ്യം, ആവശ്യം, ആർഭാടം എന്ന മൂന്ന് തരംതിരിവുകളെ കുട്ടികൾക്ക് മനസ്സിലാക്കുകയും അത്യാവശ്യങ്ങളും വല്ലപ്പോഴും മാത്രം ആവശ്യങ്ങളും

നിറവേറ്റുകയും ചെയ്യാം. ഈ കാലഘട്ടത്തിൽ **ആർഭാടം തീരെ ഒഴിവാക്കുന്നതാണ് നല്ലത്.**

"ഇല്ല" എന്നും "വേണ്ട" എന്നും കേട്ട് വളരുക, ഒരു വലിയ ജീവിത പാഠമാണ്. ജീവിതത്തിൽ എപ്പോഴും എല്ലാം ലഭിക്കുമെന്ന ധാരണ ശരിയല്ല. കുട്ടികൾ ഈ ബോധ്യം ഈ പ്രായത്തിൽ കിട്ടുകയാണെങ്കിൽ, കൗമാരപ്രായത്തിൽ അവർ അതിനനുസൃതമായ സ്വയം നിയന്ത്രണവും ചിന്തശക്തിയും പ്രകടിപ്പിക്കും.

കുട്ടികളോട് സ്നേഹം പ്രകടിപ്പിക്കാൻ '**എല്ലാത്തിലും നല്ലത് നൽകണം' എന്ന ശീലം ഒഴിവാക്കുക.** വേണ്ട പരിധികൾ സ്ഥാപിച്ചിട്ടും സ്നേഹത്തോടെയും മനസ്സ് തുറന്നും കുട്ടികളെ കൈകാര്യം ചെയ്യുമ്പോൾ അവർ കൂടുതൽ തിരിച്ചറിയുകയും ആത്മമൂല്യവും നല്ല മനോനിലയും ഉള്ളവരാകും.

ഉദാഹരണത്തിന്, എന്റെ സഹോദരൻ, ഒരു പെട്ടി ചോക്ലേറ്റ് കൊണ്ടുവന്നു. ഈ പെട്ടി മുഴുവനും അമ്മുവിന് ഒരുമിച്ച് കൊടുത്താൽ പലതരം പ്രശ്നങ്ങൾ ഉണ്ടാകാം—അമിതമായി കഴിക്കുക, ആകർഷണം ഏറുക, അച്ചടക്കം നഷ്ടപ്പെടുക എന്നിവ. അതിനാൽ, ബോക്സ് ഞാൻ എടുത്തു, ആ സമയത്ത് ഒരു ചോക്ലേറ്റ് കൊടുത്തു. തുടർന്ന്, "ഇത് പല ദിവസങ്ങൾക്കുള്ളതാണ്, അതിനാൽ ദിവസത്തിൽ ഒരു ചോക്ലേറ്റ് മാത്രമേ കഴിക്കാവൂ" എന്ന് കർശനമായി നിർദ്ദേശം നൽകി. ഒരു സമയം അല്ലെങ്കിൽ ഒരു ദിവസം ഒന്നിലധികം ചോക്ലേറ്റുകൾ കഴിച്ചാൽ ഉണ്ടാകുന്ന പ്രയാസങ്ങളെക്കുറിച്ച് ആധികാരികമായി പറഞ്ഞു കൊടുക്കുകയും ആവാം.

ഞങ്ങൾ എല്ലാവരും സഹകരിച്ച് ദിവസം ഒരാൾ മാത്രം ചോക്ലേറ്റ് കൊടുക്കാൻ തീരുമാനിച്ചു. അല്ലാത്തപക്ഷം ഓരോരുത്തരോടും ചോദിച്ചാൽ കിട്ടുന്ന സാഹചര്യം ഉണ്ടാവുന്നു.

ഇന്നത് ചോക്ലേറ്റിന്റെ കാര്യത്തിൽ ആണെങ്കിൽ ഭാവിയിൽ അത് ചിലപ്പോൾ പണം നൽകുന്ന കാര്യത്തിലുമായി മാറാൻ സാധ്യതയുണ്ട് അല്ലെങ്കിൽ മറ്റു പലതും. അതുകൊണ്ട് രക്ഷിതാക്കൾ പരസ്പരം അറിഞ്ഞുവേണം കുട്ടികൾക്ക് ഭൗതികമായ സാധനങ്ങൾ നൽകുവാൻ. അമ്മുവിന് ചോക്ലേറ്റ് വേണമെങ്കിൽ, എന്നോട് മാത്രം ചോദിക്കുക എന്ന നിബന്ധനയുമുണ്ടാക്കി. ഈ രീതിയിൽ അന്നത്തെ ആഗ്രഹം നിറവേറ്റുന്നതോടെ കൂടെ ഒരു അച്ചടക്കം വരുത്തി, ഓരോ ദിവസവും ഒരു ചോക്ലേറ്റ് നൽകാനായി.

അവർ **കൂടുതൽ ചോദിച്ചാലും, എത്ര വാശിപിടിച്ചാലും അത്തരം അനാവശ്യ ആഗ്രഹങ്ങൾ സാധിച്ചു കൊടുക്കുന്നില്ല.** ഇത്തരത്തിലുള്ള ശാഠ്യങ്ങൾ ഒരിക്കലും സാധിച്ചു കൊടുക്കരുത്. കാരണം, ഒരു സമയത്ത് ഇളവ് കൊടുക്കുന്ന സാഹചര്യത്തിൽ, കുട്ടികൾക്ക് അത് ഒരു ശീലമാകാനും അവർക്ക് സ്വയം നിയന്ത്രണം നഷ്ടപ്പെടാനും സാധ്യതയുണ്ട്. സ്നേഹവും ചിട്ടയും ചേർത്ത് കൈകാര്യം ചെയ്യുക കുട്ടിയുടെ വളർച്ചയ്ക്കും ഭാവി ഉത്തരവാദിത്വബോധത്തിനും കൂടുതൽ സഹായകരമാകും.

ഈയിടെ ഒരു ചിത്രം ഭിത്തിയിൽ തൂക്കാൻ രവിയേട്ടൻ ഒരുങ്ങുമ്പോൾ അമ്മുവും ചേർന്നു. ഞാൻ നോക്കിനിൽക്കുമ്പോൾ, അമ്മു നിസ്സാരമായി ചുറ്റിക എടുത്തു, ഭയമില്ലാതെ അതു കൈകാര്യം ചെയ്തതിൽ എനിക്ക് ആകാംഷയും ചെറിയ ഭയവും തോന്നി. പക്ഷേ, അവൾ അതിനെ വളരെ സൂക്ഷ്മതയോടെ ചെയ്തു. എന്തു പറഞ്ഞാലും, ഈ പ്രായത്തിൽ കുട്ടികൾക്ക് ശ്രദ്ധയും സമർപ്പണവും കൊണ്ട് പുതിയ കാര്യങ്ങൾ കൈകാര്യം ചെയ്യാൻ പ്രാപ്തമാകുന്നുവെന്ന് ഇതിൽ നിന്നു മനസ്സിലാകുന്നു.

എങ്കിലും **അപകടകരമായ പ്രവർത്തനങ്ങൾ എന്താണ്, അതിൽ എത്രമാത്രം കരുതൽ വേണമെന്ന്** ബോധവൽക്കരണം നൽകണം. അവളുടെ ധൈര്യവും വിജ്ഞാനവികാസവും വളരാൻ സംരക്ഷണത്തോടൊപ്പം പ്രോത്സാഹനവും നൽകേണ്ടത് രക്ഷിതാക്കളുടെ ഉത്തരവാദിത്വമാണ്.

ഉണ്ണിക്കുട്ടനും അമ്മ - മീനേച്ചിയും വന്നപ്പോൾ അമ്മൂസിനും വാശി. അവൾക്ക് നാരങ്ങാവെള്ളം എടുത്തുകൊടുക്കണം. നമ്മുടെ ഒരു കൈ സഹായം കൊണ്ട് ഗ്ലാസ്സിലേക്ക് അത് ഒഴിക്കാൻ എന്തൊരു ഉത്സാഹമായിരുന്നു. നന്നായി ചെയ്തതിന്റെ സന്തോഷം അതിലേറെ. സത്യത്തിൽ ഇതൊക്കെ കണ്ടിരിക്കാൻ എന്ത് രസമാണ്. അവരോടൊപ്പം നമ്മളും മാനസികമായി സന്തോഷത്തോടെ അവരുടെ കൂടെ ജീവിക്കണം. നമ്മുടെ പേടിപ്പിക്കുന്ന ഇടപെടലുകൾ അല്ല അവർക്ക് ആവശ്യം പകരം ഞാനുണ്ട് കൂടെ എന്ന ബോധ്യമാണ്. ഈ ബോധ്യം അവരുടെ ആത്മവിശ്വാസത്തെ വളരെയധികം ഉയർത്താൻ സഹായിക്കുകയും അഭിമാനം തോന്നുകയും ചെയ്യും.

എറിക് എറിക്സന്റെ മാനസിക സാമൂഹിക വികസന തത്വം പ്രകാരം കുട്ടികളിൽ ആറു വയസ്സനും പന്ത്രണ്ട് വയസ്സിനും ഇടയിലുള്ള പ്രായത്തിൽ ഉണ്ടാകുന്നത് **പ്രയത്നശേഷിയും അപര്യാപ്തതയും തമ്മിലുള്ള സംഘർഷമാണ്.**

ഈ പ്രായത്തിന്റെ പ്രത്യേകത **അവർ പുതിയ നൈപുണികൾ പഠിച്ചെടുക്കുന്നു.** മറ്റുള്ളവരുമായി സഹകരിക്കാനും ഒരു ടീമായി പ്രവൃത്തിക്കാനും പഠിക്കുന്നു. ഉത്തരവാദിത്വബോധവും അവർക്കു സ്വയം അവരിൽ ഉള്ള വിശ്വാസവും വർദ്ധിക്കുന്നു. പക്ഷേ ഈ കാര്യങ്ങൾ എല്ലാം

ശരിയായ രീതിയിൽ നടക്കുവാൻ രക്ഷിതാക്കളുടെ ശരിയായ ഇടപെടലുകൾ ആവശ്യമാണ്.

ഈ കാലത്ത് താഴെപ്പറയുന്ന വെല്ലുവിളികളും സംഘർഷങ്ങളും നേരിടുന്നതാണ്. കുട്ടികൾക്ക് അവരത്ര **പോരാ എന്നും, അവരിൽ എന്തൊക്കെയോ കുറവുകൾ ഉണ്ട് എന്നും ചിന്തകൾ ഓടിയെത്തുന്നു.** തോൽവികളെ ഭയക്കുന്ന ഒരു അവസ്ഥയും ഉണ്ടാകുന്നു. മറ്റുള്ളവരുമായി സഹകരിക്കുന്നതും അവർക്ക് ഏറെ ബുദ്ധിമുട്ടുളവാക്കുന്നു.

ഈ കാര്യങ്ങളൊക്കെ മാറ്റിയെടുത്ത് അവരെ മുന്നോട്ടു നയിക്കുവാൻ ആദ്യം തന്നെ ഒരു പോസിറ്റീവ് ആയ ഫീഡ്ബാക്ക് കൊടുക്കുക എന്നുള്ളതാണ്. ചെയ്യുന്ന ഓരോ നല്ല കാര്യങ്ങളും നാം ശ്രദ്ധിക്കുകയും അവർ ആ കാര്യം നിർവഹിക്കാൻ എടുത്ത ശ്രമത്തിന് പ്രാധാന്യം കൊടുത്തുകൊണ്ട് പ്രശംസിക്കേണ്ടതാണ്. അവർക്ക് വേണ്ട സൗകര്യങ്ങൾ, സാഹചര്യങ്ങൾ എല്ലാം ഒരുക്കി കൊടുക്കുകയും, ഒരു പ്രവൃത്തിയിൽ അതിന്റെ ഫലത്തേക്കാൾ ഉപരി, ആ പ്രവൃത്തി ഭംഗിയായി ചെയ്യുന്നതിൽ ശ്രദ്ധിക്കാൻ, അതിൽ സന്തോഷിക്കാൻ, അത് ഭംഗിയായി ചെയ്യുന്നതുവരെ ശ്രമിക്കാൻ കുട്ടികളെ പ്രേരിപ്പിച്ചാൽ മേൽപ്പറഞ്ഞ ബുദ്ധിമുട്ടുകളിൽ നിന്നും അവർ ഉയർന്നു വരുന്നതായിരിക്കും.

പുതിയ കഴിവുകളോ വെല്ലുവിളികളോ നേരിടുമ്പോൾ കുട്ടികൾക്ക് അപര്യാപ്തതയോ അനുതാപമോ തോന്നാം. പരാജയപ്പെടുന്നതോ പിശകുകൾ ചെയ്യുന്നതോ ഭയന്ന് പുതിയ കാര്യങ്ങൾ ശ്രമിക്കുന്നതിൽ നിന്ന് അവർ പിന്മാറാം. സഹകരണവും സംഘപ്രവർത്തനവും കുട്ടികൾക്ക് ബുദ്ധിമുട്ടാകാം, ഇത് സഹപാഠികളുമായി സംഘർഷത്തിലേക്ക് നയിക്കും. ഈ സാഹചര്യത്തിൽ കുട്ടികളെ പിന്തുണയ്ക്കുന്നതിന് എന്തൊക്കെ ചെയ്യാം എന്ന് നോക്കാം. കുട്ടികൾക്ക് പുതിയ കഴിവുകൾ വികസിപ്പിക്കാൻ പറ്റിയ

അവസരങ്ങൾ നൽകുക. സഹകരണവും സംഘപ്രവർത്തനവും മാതൃകയാക്കുക.

സംക്ഷിപ്തം 9-12 വയസുള്ള കുട്ടികൾ

1. ശരീരബോധവും ആരോഗ്യശീലങ്ങളും ഉറപ്പാക്കുക

ശരീരത്തെക്കുറിച്ചുള്ള ബോധം:

- ❖ ഈ പ്രായം മുതൽ സ്വന്തം ശരീരവും മാറ്റങ്ങളും മനസ്സിലാക്കാൻ കുട്ടികൾ തുടങ്ങുന്നു.

- ❖ ശരീരത്തിന്റെ ഓരോ ഭാഗത്തിനും കൃത്യമായ പേരുകൾ ഉപയോഗിച്ചു പറയുക.

- ❖ അറിവില്ലായ്മയെ ഒഴിവാക്കുക, കുട്ടികളോട് തുറന്ന മനസ്സോടെ സംവദിക്കുക. വൈകിയേറുന്ന ശാരീരിക മാറ്റങ്ങളെക്കുറിച്ച് അവബോധം നൽകുക:

- ❖ ഈ പ്രായത്തിൽ ഹോർമോണൽ മാറ്റങ്ങൾ ആരംഭിക്കാം, അതിനാൽ തനിക്കുണ്ടാകുന്ന മാറ്റങ്ങൾ ശരിയാണെന്നും അതിനാവശ്യമായ ശാരീരിക ശുചിത്വം പാലിക്കണമെന്നും അവർക്കു മനസ്സിലാകണം.

- ❖ തങ്ങളുടെ സ്വകാര്യതയെ കരുതിയിരിക്കാൻ കുട്ടികളെ പഠിപ്പിക്കുക.

- ❖ *"ശരീരത്തെ സ്നേഹിക്കുക, അതിനെ ആദരിക്കുക"* എന്ന മനോഭാവം വളർത്തുക.

- ❖ ശാരീരിക വിദ്യാഭ്യാസം ഉറപ്പാക്കുക:

- ❖ കുട്ടികൾ പ്രതിദിനം കുറഞ്ഞത് ഒരു മണിക്കൂർ വ്യായാമമോ കായിക പ്രാവീണ്യങ്ങളോ നേടണം.

- ❖ സ്കൂളുകളിലും വീടുകളിലും ശാരീരിക വിദ്യാഭ്യാസത്തിന് പ്രാധാന്യം നൽകണം.

❖ മിതമായ ഡിജിറ്റൽ ഡിറ്റോക്സ് പിന്തുടരാൻ സഹായിക്കുക (ഉദാ: രാവിലെ പുറത്ത് ഒരു മണിക്കൂർ കളിക്കാൻ ഇടനൽകുക).

പണത്തിന്റെ മൂല്യം മനസ്സിലാക്കുക:

❖ എല്ലാം ലഭിക്കുമെന്ന തോന്നലിൽ നിന്നു നിശ്ചിത പരിധിയുള്ള ആഗ്രഹങ്ങളിൽ ജീവിക്കാൻ പഠിപ്പിക്കുക.

❖ *"ആവശ്യങ്ങൾക്കും ആഗ്രഹങ്ങൾക്കും ഇടയിലൊരു വ്യത്യാസം ഉണ്ട്"* എന്നത് കുട്ടികൾക്ക് മനസ്സിലാക്കണം.

സ്ക്രീൻ ടൈമും അക്കാദമിക് വളർച്ചയും

❖ സ്ക്രീൻ ടൈമിന് പരിധി ഏർപ്പെടുത്തുക: ഓരോ ദിവസവും സ്ക്രീൻ ഉപയോഗത്തിനായി (മൊബൈൽ, ടിവി, ടാബ്) നിശ്ചിത സമയം മാത്രം അനുവദിക്കുക.

❖ മൂല്യബോധമുള്ള കണ്ടന്റുകൾ മാത്രം അനുവദിക്കുക (വിദ്യാഭ്യാസപരമായ ആപ്പുകൾ, ഡോക്യുമെന്ററികൾ, വായനാ ഗെയിമുകൾ).

❖ അമിതമായ ഗെയിമുകളും ത്രീഡി ആനിമേഷനും നിയന്ത്രിക്കുക, അത് കുട്ടികളുടെ ശ്രദ്ധയെ തകർക്കും.

അക്കാദമിക് വളർച്ചക്കും ആത്മവിശ്വാസത്തിനും പ്രാധാന്യം നൽകുക:

❖ കുട്ടികളെ വിദ്യാഭ്യാസത്തോടൊപ്പം സമഗ്രമായി വളരാൻ പ്രോത്സാഹിപ്പിക്കുക.

❖ സ്കൂൾ വിഷയങ്ങൾ മനസ്സിലാക്കാൻ രസകരമായ പഠന രീതികൾ ഉപയോഗിക്കുക (ചർച്ചകൾ, പരീക്ഷണങ്ങൾ, ദൃശ്യാവിഷ്കാരങ്ങൾ).

❖ *"വിജയം ഒരു ഉത്സവം, തോൽവി ഒരു പാഠം"* എന്ന മനോഭാവം വളർത്തുക.

വായന ശീലമാക്കുക:

❖ ലൈബ്രറി സന്ദർശനം സ്ഥിരമാക്കുക.

❖ *"ഒരു നല്ല വായനക്കാരൻ നല്ല ചിന്തകനാകുന്നു"* എന്ന സന്ദേശം നൽകുക.

വൈകാരിക ബുദ്ധി വികസിപ്പിക്കുക:

❖ "സ്വന്തം വികാരങ്ങൾ മനസ്സിലാക്കാനും നിയന്ത്രിക്കാനും" അവരെ പഠിപ്പിക്കുക.

❖ മറ്റുള്ളവരോട് നല്ല ബന്ധങ്ങൾ നിലനിർത്താനുള്ള കഴിവ് വികസിപ്പിക്കുക.

❖ "പ്രതിസന്ധികളെ തന്ത്രപരമായി കൈകാര്യം ചെയ്യാൻ" അവരെ ശീലിപ്പിക്കുക.

സൗഹൃദവും വിശ്വാസവും ശക്തിപ്പെടുത്തുക

❖ ഈ പ്രായം മുതൽ കുട്ടികൾ വളരെയധികം സൗഹൃദങ്ങൾ രൂപീകരിക്കാൻ തുടങ്ങും.

❖ *"നല്ല സുഹൃത്തുക്കളെ തിരഞ്ഞെടുക്കാൻ"* അവരെ പഠിപ്പിക്കുക.

❖ *"മറ്റുള്ളവരെ സഹായിക്കാൻ, കരുണ കാണിക്കാൻ"* പ്രോത്സാഹിപ്പിക്കുക.

❖ മറ്റുള്ളവരെ വിശ്വസിക്കാൻ തുടങ്ങുന്ന പ്രായമാണിത്, അതിനാൽ അവർക്ക് നിങ്ങളോട് തുറന്നു സംസാരിക്കാനുള്ള ഒരു അന്തരീക്ഷം നൽകണം.

❖ അച്ഛനമ്മമാരുടെ പിന്തുണ സുതാര്യമാക്കണം, കുട്ടികൾക്കു അവരുടെ അനുഭവങ്ങൾ പങ്കുവയ്ക്കാൻ സ്വാതന്ത്ര്യം നൽകുക.

- ❖ കുടുംബത്തോടൊപ്പം ദിനംപ്രതി 15-30 മിനിറ്റ് കൃത്യമായി സംസാരിക്കാൻ സമയം മാറ്റിവയ്ക്കുക.

- ❖ നല്ലതും മോശവും തിരിച്ചറിയാനുള്ള കഴിവ് കുട്ടികളിൽ വളർത്തുക.

- ❖ "ഒരു തീരുമാനം എടുക്കുമ്പോൾ അതിന്റെ ഫലങ്ങൾ എന്താകുമെന്ന് ചിന്തിക്കാൻ" അവരെ പഠിപ്പിക്കുക.

"കുട്ടികൾക്ക് ഒരുപാട് അറിവ് നൽകാനാണ് നമ്മൾ ശ്രമിക്കുന്നത്. പക്ഷേ, അവർക്കു അത് എങ്ങനെ ഉപയോഗിക്കണമെന്ന് പഠിപ്പിക്കുകയാണ് ഏറ്റവും വലിയ കടമ."

അദ്ധ്യായം പന്ത്രണ്ട്

ചിറകുകൾക്ക് വർണ്ണങ്ങൾ വാരി വിതറുന്ന കൗമാരപ്രായം (12-18 വയസ്സ്)

"പ്യൂപ്പയ്ക്കുള്ളിൽ പോരാട്ടം തുടങ്ങി

ഉള്ളിൽ പിടഞ്ഞു വർണ്ണചിറകുകൾ

അനന്തസ്വപ്നം ചിറകുവിടർത്തി

ആകാശം ചുംബിച്ചുയർന്നു വർണ്ണശലഭം"

എന്റെ 31 വർഷത്തെ ഔദ്യോഗിക ജീവിതത്തിൽ ഞാൻ ഏറ്റവും കൂടുതൽ ഇടപെട്ടത് 12 വയസ്സിനും 18 വയസ്സിനും ഇടയിലുള്ള കുട്ടികളുമായിട്ടായിരുന്നു. ഏകദേശം 2015 നു ശേഷം കണ്ട കുട്ടികളിൽ സ്വഭാവത്തിൽ ഒരുപാട് പ്രത്യേകതകൾ ഉണ്ടായിരുന്നു. അച്ഛനെയും അമ്മയെയും ഭരിക്കുക, അവരെ അനുസരിക്കാതിരിക്കുക, സ്വന്തം ഇഷ്ടങ്ങൾ മാത്രം സാധിക്കുക, അച്ഛനെയും അമ്മയെയും വെറും **"പണം നൽകുന്ന യന്ത്രങ്ങൾ"** ആയി മാത്രം കാണുന്നതുപോലെ

അങ്ങനെ പറഞ്ഞാൽ തീരാത്ത അത്ര വിഷമതകൾ രക്ഷിതാക്കൾ അനുഭവിക്കുന്നത് കണ്ടിട്ടുണ്ട്.

ഞാനിന്നും ഓർക്കുന്നു സ്കൂളിൽ മൊബൈൽ കൊണ്ടുവരാൻ പാടില്ലാത്ത കാലത്ത്, സ്കൂളിൽ നിന്നും ഒരു കുട്ടിയുടെ മൊബൈൽ പിടിച്ചു. അത് തിരികെ കൊടുക്കണമെങ്കിൽ പി ടി എ നിശ്ചയിച്ച ഫൈൻ അടയ്ക്കണം എന്ന് പറഞ്ഞപ്പോൾ രക്ഷിതാവിന്റെ മറുപടി ഇങ്ങനെയായിരുന്നു.

"സാറേ, എല്ലാ കുട്ടികളുടെയും കയ്യിൽ ഇരുപത്തയ്യായിരം രൂപയുടെ എങ്കിലും ഫോണുണ്ട്. അപ്പോൾ ഞാൻ എന്റെ മകന് പതിനയ്യായിരം രൂപയുടെ എങ്കിലും ഫോൺ വാങ്ങി കൊടുക്കണ്ടേ. എനിക്കിനി അതിനു ഫൈൻ തരാൻ നിവൃത്തിയില്ല." ആ അച്ഛൻ പറഞ്ഞു.

ഈ രക്ഷിതാവ് ആകട്ടെ ഒരു തുണി കടയിൽ സെയിൽസ്മാനായി നിൽക്കുന്ന ജോലിയാണ്. രക്ഷിതാക്കളുടെ ഒരു പൊതു മനോഭാവമാണ്—**"തങ്ങൾ അനുഭവിച്ച ബുദ്ധിമുട്ടുകൾ മക്കൾക്ക് ഉണ്ടാകാൻ പാടില്ല."** **ഇതുകൊണ്ടാണ് മക്കൾ ആവശ്യപ്പെടുന്നതെല്ലാം കൊടുത്തു കൊണ്ടിരിക്കുന്നത്.** ഇതാണ് സ്നേഹ പ്രകടനം എന്ന് കരുതുന്നു. കുഞ്ഞായിരിക്കുമ്പോൾ എല്ലാ ആവശ്യങ്ങളും നിറവേറ്റി, പ്രശ്നങ്ങളൊന്നും അറിയിക്കാതെ വളർത്തിയാൽ, അവർ കൗമാരപ്രായത്തിൽ ആവശ്യമുള്ളതും ഇല്ലാത്തതും എല്ലാം ലഭിക്കണമെന്ന് ആവശ്യപ്പെടുന്ന അവസ്ഥയിലേക്ക് മാറും.

അമ്മയും അച്ഛനും ആവശ്യങ്ങൾ സാധിച്ചുകൊടുക്കാത്തപക്ഷം, കൗമാരക്കാർ വീട്ടിൽ വലിയ പ്രശ്നങ്ങൾ ഉണ്ടാക്കുകയും ചെയ്യും. ഇത് അവരുടെ

പഠനത്തിന്റെ താളം തെറ്റിക്കുകയും, ദുശ്ശീലങ്ങളിലേക്ക് വഴുതി പോകാനുള്ള സാധ്യത വർദ്ധിപ്പിക്കുകയും ചെയ്യും.

എല്ലാ കാര്യങ്ങളിലും രക്ഷിതാക്കൾ **പരിധികൾ നിശ്ചയിക്കുകയും സ്നേഹത്തോടും സ്ഥിരതയോടും കൂടിയ പരിപാലന ശൈലി സ്വീകരിക്കുകയും** ചെയ്യുന്നത് മക്കളുടെ ഭാവിക്ക് ഏറെ ഗുണകരമായിരിക്കും.

ഇനി മറ്റൊരു പ്രധാനമായ കാര്യം ശ്രദ്ധയിൽപ്പെട്ടത് **സ്നേഹം തേടി പോവുന്ന മക്കളാണ്**. അച്ഛനും അമ്മയും തമ്മിലുള്ള വൈകാരിക അകലം കുട്ടികൾക്ക് പ്രശ്നമാകാറുണ്ട്. ചിലപ്പോൾ രക്ഷിതാക്കൾക്ക് കുട്ടികളോടൊപ്പം സമയം ചെലവഴിക്കാൻ കഴിയാത്തതുകൊണ്ട്, അല്ലെങ്കിൽ വീട്ടിൽ ശാന്തമല്ലാത്ത അന്തരീക്ഷം നിത്യവുമായതുകൊണ്ട്, ആൺകുട്ടികളും പെൺകുട്ടികളും പുറത്തു നിന്നും സ്നേഹം തേടുകയും അടുത്ത ബന്ധങ്ങൾ ആരംഭിക്കുകയും ചെയ്യുന്ന അവസ്ഥയുണ്ട്.

ഈ അടുപ്പങ്ങൾ പലപ്പോഴും സാധാരണ കാണുന്ന പ്രണയ ബന്ധം അല്ല. വീടുകളിൽ നേരിടുന്ന ബുദ്ധിമുട്ടുകളിൽ നിന്ന് ഒരു ആശ്വാസം നേടാനാണ് അവർ ശ്രമിക്കുന്നത്. മനസ്സിനുള്ള ശാന്തിയും അടുപ്പം കണ്ടെത്താനായുള്ള ഒരു ശ്രമം മാത്രമാണ് ഇത്. ഈ കുട്ടികളുമായി നേരിട്ട് തുറന്ന മനസ്സോടെ സംസാരിച്ചപ്പോൾ, അവരുടെ അനുഭവങ്ങൾ വ്യക്തമായി മനസ്സിലായി.

ഇവിടെ ഒരു പ്രധാന ചോദ്യമുയരുന്നു —അറിവും ബോധവൽക്കരണവും കുട്ടികൾക്കോ, അതോ രക്ഷിതാക്കൾക്കോ ആദ്യം നൽകേണ്ടത്?

മക്കളെ മനസ്സ് തുറന്ന് കേൾക്കുക, അവരെ അതിനനുസരിച്ചു കൈകാര്യം ചെയ്യുക, കൂടാതെ ഇവരുടെ

മാനസിക അവസ്ഥകളെ മനസ്സിലാക്കാനും കൈകാര്യം ചെയ്യാനും കഴിയുന്ന **മാതൃകാപരമായ രക്ഷിതാക്കളായി** മാറാൻ രക്ഷിതാക്കൾക്ക് കഴിയണം. കുട്ടികളെ സ്നേഹത്തോടെ കൈകാര്യം ചെയ്യാനും നന്മയുള്ള മാതൃകയായി മുന്നോട്ട് നയിക്കാനും മാർഗ്ഗനിർദ്ദേശം നൽകുന്ന ഒരു സംസ്കാരം വികസിപ്പിക്കുകയാണ് ഏറ്റവും പ്രാധാന്യമുള്ളത്. ഈ വിഷയത്തിൽ നിലപാട് സ്വീകരിക്കാനായി നിരവധി ഉദാഹരണങ്ങളും ചിന്തകളും എനിക്ക് പങ്കുവയ്ക്കാനുണ്ട്, കാരണം **മക്കളുടെ മനസ്സ് വളരുന്നിടത്ത് ആദ്യം വളർച്ച ഉണ്ടാകേണ്ടത് രക്ഷിതാക്കളുടെ മനസ്സും ചിന്താപദ്ധതിയുമാണ്.**

മയക്കുമരുന്നിലേക്ക് വഴുതി പോയ കുട്ടികളെ കണ്ട അനുഭവങ്ങൾ വളരെ ദു:ഖകരമാണ്. ഒരു അവസരത്തിൽ, ഒരു കുട്ടിയെ കുറിച്ച് സംശയം തോന്നിയപ്പോൾ, ആ കുട്ടിയുടെ അമ്മയെ രഹസ്യമായി സ്കൂളിൽ വിളിച്ചു വരുത്തിയ അനുഭവം എന്റെ മനസ്സിൽ ഇന്നും ഒരു വേദനയുണ്ടാക്കുന്നു. "എനിക്ക് നിങ്ങളുടെ മകനെ സംശയമുണ്ട്. തെളിവ് കാട്ടാൻ എനിക്ക് കഴിയില്ല, പക്ഷേ നിങ്ങളുടെ മകനെ തിരികെ നേടണമെങ്കിൽ, അവൻ ഇല്ലാത്ത സമയത്ത് അവന്റെ മുറി പരിശോധിക്കണം," എന്ന് ഞാൻ പറഞ്ഞു.

അവർക്കും വലിയ പേടിയായിരുന്നു. അവരുടെ ഭർത്താവ് ഉപേക്ഷിച്ച്, വീട്ടിൽ, അവർ എല്ലാം തനിച്ച് ഏറ്റെടുത്ത്, ആ മകനെ പഠിപ്പിക്കാൻ കഷ്ടപ്പെടുന്ന ഒരു മാതാവായിരുന്നു. എന്തായാലും, ആ അമ്മ എന്റെ വാക്കുകൾ കേട്ട്, നിർദേശിച്ചതുപോലെ പ്രവൃത്തിച്ചു. അവരുടെ മകൻ മയക്കുമരുന്ന് ഉപയോഗിക്കുന്നുണ്ടെന്നത് തിരിച്ചറിഞ്ഞ അവർ, ഉടൻ തന്നെ എന്നെ അറിയിച്ചു. കൂടാതെ, അവർ അവന് ചികിത്സ നൽകി, മറ്റാരും അറിയാതെ തന്നെ ദുശ്ശീലം

മാറ്റിയെടുക്കാൻ സാധിച്ചു. പഠിക്കാൻ മിടുക്കനായിരുന്ന അവൻ നന്നായി പരീക്ഷകൾ എഴുതി പാസാക്കുകയും ചെയ്തു. ഇത് മറ്റാരും അറിയാതെയാണ് നിറവേറ്റാൻ ആയത് എന്ന് ചാരിതാർത്ഥ്യവും ഉണ്ട്.

ഇങ്ങനെ പറയാൻ ഒട്ടനവധി ഉദാഹരണങ്ങളുണ്ട്. ഇനിയും ഈ അദ്ധ്യായം മുന്നോട്ടു പോകുന്നത് നിർദ്ദേശങ്ങൾ തന്നുകൊണ്ട് മാത്രമാണ്. ഓരോ കാര്യത്തിനും കൃത്യമായ ഉദാഹരണങ്ങൾ എന്നും വാർത്തകളിൽ കാണാറുണ്ട്. അല്ലെങ്കിൽ നമ്മുടെ ചുറ്റുപാടുകളിൽ കാണാറുണ്ട്. ശരിയായ സമീപനം സ്വീകരിച്ചാൽ ഓരോ കുഞ്ഞിനെയും അവരുടെ ഏറ്റവും ഉന്നതിയിൽ വളർത്തിക്കൊണ്ടുവരാനാകും എന്നും എനിക്ക് ഉറപ്പുണ്ട്.

കൗമാരപ്രായം എടുത്ത് ചാട്ടത്തിന്റേതാണ്. കോവിഡ് കാലത്തെ സ്വന്തം ജീവൻ പോലും നോക്കാതെ മറ്റുള്ളവരെ സഹായിക്കാൻ ഇറങ്ങിത്തരിച്ച് അപകടത്തിൽ പെട്ട കുട്ടിയെയും ഞാൻ കണ്ടിട്ടുണ്ട് സ്കൂളിൽ. മോശം കാര്യങ്ങൾ മാത്രമല്ല കുട്ടികൾ ചെയ്യുന്നത്, നല്ല കാര്യങ്ങൾക്കും അവരുടെ മനസ്സ് വഴങ്ങും. എന്നാൽ അപകടം തിരിച്ചറിയാനുള്ള കാര്യശേഷി അവർക്ക് ഇല്ല എന്നുള്ളത് നാം ഓർക്കണം. ഏതുകാര്യവും ചെയ്യുന്നതിനെ തടയുകയല്ല പകരം അതിലെ അപകടങ്ങളെ മനസ്സിലാക്കിക്കുകയും സുരക്ഷിതമായി കാര്യങ്ങൾ ചെയ്യാൻ പ്രേരിപ്പിക്കുകയും ആണ് നാം ചെയ്യേണ്ടത്.

ഒരു കുഞ്ഞിൽ നിന്നും പ്രായപൂർത്തിയായ ഒരാളിലേക്കുള്ള മാറ്റത്തിന്റെ ആദ്യപടിയാണ് ഈ കൗമാരകാലം. ഒരു കുട്ടി ഒരുപാട് സങ്കീർണതകൾ അനുഭവിക്കുന്ന കാലം കൂടിയാണിത്.

ഈ കാലഘട്ടത്തെ ഏറ്റവും പ്രധാന പ്രശ്നങ്ങളെകുറിച്ചൊന്നു നോക്കാം.

❖ കൗമാരക്കാരായ ഇവർക്ക് സ്വന്തമായി അഭിപ്രായങ്ങളും അതിൽ ഉറച്ചുനിൽക്കാനുള്ള മനസ്സുമാണുള്ളത്.

❖ വികാരങ്ങളുടെ മേൽ യാതൊരു നിയന്ത്രണവും അവർക്ക് സാധ്യമാകുന്നില്ല

❖ സുഹൃത്തുക്കളുമായി മാത്രം സമയം ചെലവഴിക്കാൻ അവർ ആഗ്രഹിക്കുന്നു.

❖ ഇതുവരെയും കളിക്കാതിരുന്ന കുട്ടികൾ ഭൂരിഭാഗവും മടിയന്മാരായി മാറുന്നു. എന്നാൽ

❖ കളിച്ചുകൊണ്ടിരുന്നവർ ആവേശത്തോടുകൂടി കളിയിലേക്ക് ഇറങ്ങുകയും ചെയ്യും.

❖ പ്രായപൂർത്തിയാകുന്നതും ശരീരമാറ്റങ്ങളും കൈകാര്യം ചെയ്യുക എന്നതും ഇവർക്ക് ബുദ്ധിമുട്ടേറുന്ന കാര്യമാണ്

മേൽപ്പറഞ്ഞത് സാധാരണയായി ഏത് കാലഘട്ടത്തിലുമുള്ള കൗമാരക്കാരും അനുഭവിച്ചേക്കാവുന്നതാണ്. എന്നാൽ, ഈ കാലഘട്ടത്തിലെ കൗമാരക്കാരുടെ ഒരു വലിയ പ്രത്യേകത, **ഭൂരിഭാഗം കൗമാരക്കാരും ലക്ഷ്യമില്ലാതെ മുന്നോട്ടു പോകുന്നതായി** കാണപ്പെടുന്നു എന്നതാണ്.

അമ്മുവിന് ഇപ്പോൾ പന്ത്രണ്ട് വയസ്സ് തികയുന്നു, കൂടാതെ ആദ്യത്തെ ആർത്തവം വന്നതോടെ അവൾ പ്രായപൂർത്തിയായി. പാവം, ആ സമയത്ത് ചെറിയ വയറുവേദന ഉണ്ടായിരുന്നുവെങ്കിലും, കഴിഞ്ഞ വർഷം തന്നെ ഇതിനേക്കുറിച്ച് ആവശ്യമായ ബോധവൽക്കരണം നൽകിയതിനാൽ അമ്മു ഭയപ്പെടാതെ, സമാധാനത്തോടെ ഇരുന്നു.

"തന്റെ അമ്മ ഇതൊന്നും തന്നോട് പറഞ്ഞില്ലല്ലോ. അന്ന് താൻ അനുഭവിച്ച വിഷമവും പേടിയും ഭീകരമായിരുന്നു. എനിക്ക് അസുഖം വന്നു എന്ന് വിചാരിച്ച് കരയുകയായിരുന്നു." നീന ഓർത്തു. അതുകൊണ്ടുതന്നെ കാര്യങ്ങൾ നേരത്തെ തന്നെ അമ്മുവിന് വ്യക്തമാക്കി കൊടുത്തിരുന്നു.

ഈ പ്രായത്തിൽ **വൈകാരികമായ മാറ്റങ്ങൾ** വളരെ സാധാരണമാണ്, അതിനാൽ അവൾക്ക് പിന്തുണ നൽകുന്നതു പ്രധാനമാണ്. എന്നാൽ, ഈ സഹായം സ്നേഹത്തോടും കരുതലോടും കൂടിയതാകണം, അതിനൊപ്പം അധികം കൊഞ്ചിക്കാതെയും നോക്കണം.

മറ്റെല്ലാ കുഞ്ഞുങ്ങളെപ്പോലെയും അമ്മുവിനും സ്വതന്ത്രമായ രീതിയിൽ വളരാനും, സ്വയം പ്രശ്നങ്ങൾ നേരിടാനുമുള്ള ആത്മവിശ്വാസം വികസിപ്പിക്കാനുമാണ് ഈ ഘട്ടം ഏറ്റവും അനുകൂലമായത്. സ്നേഹം പ്രകടിപ്പിക്കുകയും അവരെ മനസ്സിലാക്കുകയും, എന്നാൽ ചിട്ടയും സ്ഥിരതയുമുള്ള സമീപനം ഇവരുടെ വ്യക്തിത്വവികാസത്തിന് വളരെയധികം സഹായകരമാകും.

നേരത്തെ സൂചിപ്പിച്ചിരുന്ന പോലെ തന്നെ ശാരീരിക മാറ്റത്തിന്റെ വിശദവിവരണങ്ങൾ ഒന്നും ഞാൻ ഈ അവസരത്തിൽ പറയുന്നില്ല. കാരണം, അതിനെ കുറിച്ച് എല്ലാവർക്കും ഒരു ധാരണയുള്ളതാണ്. **ശാരീരിക മാറ്റത്തെ കുറിച്ചുള്ള അറിവുകൾ നേരത്തെ തന്നെ പെൺകുട്ടികൾക്ക് മാത്രമല്ല ആൺകുട്ടികൾക്കും നൽകിയിരിക്കണം.**

കൗമാരക്കാരെ ശ്രദ്ധിച്ചാൽ, ശാരീരിക വളർച്ചയ്ക്കൊപ്പം **മനോഭാവത്തിലും അഭിപ്രായങ്ങളിലും വ്യക്തമായ മാറ്റങ്ങൾ** ഉണ്ടാകുന്നതു കാണാം. ഈ പ്രായത്തിൽ അവരുടെ

വ്യക്തിത്വം രൂപപ്പെടുന്നതിനാൽ, അവർക്ക് ഉള്ളിലെ ചിന്തകളും വികാരങ്ങളും കൂടുതൽ തുറന്നു പ്രകടിപ്പിക്കാൻ തുടങ്ങിയിരിക്കും.

അമ്മുവിനെയും എനിക്ക് ശ്രദ്ധിക്കാനായതാണ്. ശാരീരിക മാറ്റങ്ങളെക്കുറിച്ച് നേരത്തെ തന്നെ

ബോധവൽക്കരണം നൽകിയതിനാൽ, അമ്മു ഈ മാറ്റങ്ങളെ ഭയമില്ലാതെ, സമാധാനത്തോടെ ഉൾക്കൊള്ളാൻ തുടങ്ങി. ചിലപ്പോഴോ, അവൾ തനിച്ച് ഇരിക്കാനും സമയം ചെലവഴിക്കാനും ആഗ്രഹിക്കാറുള്ളതായി കാണാറുണ്ട്. അത്തരം അവസരങ്ങളിൽ, തനിച്ചു ഇരിക്കാൻ അവൾക്ക് അനുവാദം നൽകുന്നത് വളരെ പ്രാധാന്യമുള്ളതാണ്. അവളുടെ **സ്വന്തം ഒരു ഇടം ഉണ്ടെന്ന്** അവൾക്ക് ബോധ്യപ്പെടുമ്പോൾ, അവൾക്കു സുരക്ഷിതമായി തോന്നുകയും ആത്മവിശ്വാസം വളരുകയും ചെയ്യും. കൗമാരത്തിലെ കുട്ടികളെ മനസ്സിലാക്കി, അവർക്ക് ആവശ്യമായ വ്യക്തിത്വവും സ്വാതന്ത്ര്യവും നൽകുന്ന സമീപനം വളരെ പ്രധാനമാണ്, അത് അവരുടെ വികാസത്തിൽ നല്ല പ്രഭാവം ചെലുത്തും. താനാരാണ് എന്ന ചിന്തകൾ ഉണ്ടാകുന്നു സ്വയം തന്നിലേക്ക് നോക്കാൻ ശ്രമിക്കുന്നതിന്റെ ഭാഗമാണ് ഈ ഒറ്റയ്ക്ക് ഇരിക്കുന്നത്. ഒന്നും മനസ്സിലാകാത്ത ഒരു ആശയ കുഴപ്പത്തിലാണ് അവർ ഇപ്പോൾ.

കൗമാരത്തിൽ കുട്ടികളിൽ **രക്ഷിതാക്കളുമായുള്ള സംഭാഷണം കുറയുകയും, കൂടുതൽ കാര്യങ്ങളിൽ സ്വതന്ത്രമായ തിരഞ്ഞെടുപ്പ് ആഗ്രഹിക്കുകയും** ചെയ്യുന്നത് സാധാരണമാണ്. ഇതു പലപ്പോഴും വാശിപിടിക്കുന്ന പെരുമാറ്റമായിട്ടാണ് നമ്മൾ കാണുന്നത്. കൗമാരം ഒരു അനിശ്ചിതത്വം നിറഞ്ഞ കാലഘട്ടമാണെന്ന് മനസ്സിലാക്കുന്നതും, അത് ശരിയായ രീതിയിൽ കൈകാര്യം ചെയ്യുന്നതും രക്ഷിതാക്കളുടെ ഉത്തരവാദിത്വമാണ്.

കുട്ടികളുടെ ചില സ്വാതന്ത്ര്യങ്ങൾ എങ്കിലും വിട്ടുകൊടുത്തത് കൊണ്ട് നമുക്കിത് പ്രാവർത്തികമാക്കാം. ഉദാഹരണത്തിന് വസ്ത്രധാരണം, സൗഹൃദങ്ങൾ, തുടങ്ങിയവ അവരുടെ ഇഷ്ടത്തിന് വിടാം. എന്നാൽ എല്ലാ കാര്യങ്ങളുടെയും **നന്മയും തിന്മയും അല്ലെങ്കിൽ നല്ലതും മോശവും ചർച്ചചെയ്യുകയും** അതുവഴി അവരെ ബോധവൽക്കരിക്കേണ്ടതും രക്ഷിതാവ് തന്നെയാണ്. അങ്ങനെ അവരുടെ ഇഷ്ടത്തിലേക്ക് നാം നോക്കുമ്പോൾ ഇഷ്ടമുള്ളത് ചെയ്തോളൂ എന്ന് പറയുന്നതിന് പകരം രണ്ടോ മൂന്നോ ഇഷ്ടങ്ങൾ കാണിച്ചുകൊടുത്തു കൊണ്ട് ഏതെങ്കിലും ഒന്ന് തെരഞ്ഞെടുക്കാൻ ആവശ്യപ്പെടാം. അതുവഴി നമ്മുടെ ഒരു നിയന്ത്രണവും ഉണ്ടാകും അതോടൊപ്പം അവർക്ക് സ്വാതന്ത്ര്യവും ലഭിക്കുന്നു.

ഹോർമോണുകളുടെ പ്രവർത്തനം, ശാരീരിക വളർച്ച, കൂടാതെ **രക്ഷിതാക്കളുടെ അനിശ്ചിത പെരുമാറ്റം കൗമാരക്കാരിൽ വലിയ ആശയക്കുഴപ്പം സൃഷ്ടിക്കും.** ചില സമയങ്ങളിൽ അവരെ കുട്ടികളായി കാണുകയും, മറ്റ് ചില അവസരങ്ങളിൽ മുതിർന്നവരായി പെരുമാറാൻ പറയുകയും ചെയ്യുമ്പോൾ, "താൻ എവിടെയാണ് നിലകൊള്ളുന്നത്?" എന്ന സംശയം അവരെ അലട്ടും. അതിനാൽ, രക്ഷിതാക്കൾക്ക് തുടർച്ചയായ ഒരു സമീപനവും വ്യക്തമായ ഇടപെടലും അനിവാര്യമാണ്.

നേരത്തേ തന്നെ പല ക്ലാസുകളിലൂടെയും ഈ കാര്യങ്ങൾ മനസ്സിലാക്കിയതിനാൽ, അമ്മുവിന്റെ കാര്യത്തിൽ ഞങ്ങൾക്ക് ശാന്തമായും പിന്തുണയോടെയും മുന്നോട്ട് പോകാനായി. വൈകാരിക പിന്തുണയും സ്നേഹപൂർണ്ണമായ സമീപനവും കൗമാരപ്രായക്കാരുമായി ശക്തമായ ബന്ധം

നിലനിർത്തുന്നതിനും അവരുടെ ആത്മവിശ്വാസം വർധിപ്പിക്കുന്നതിനും മികച്ചത് തന്നെ.

ഇപ്പോൾ **എല്ലാക്കാര്യത്തിനും ഇഷ്ടങ്ങളും അനിഷ്ടങ്ങളും തുടങ്ങിയിട്ടുണ്ട്.** "ഈ ഡ്രസ്സ് വേണ്ട", "ഞാൻ അത് ഇട്ടോട്ടെ", "എനിക്ക് ഈ ഭക്ഷണം വേണ്ട", "ഇപ്പോൾ എനിക്ക് കഴിക്കാൻ മൂടില്ല" അങ്ങനെ ഒരു നീണ്ട നിര തന്നെ ചിലപ്പോൾ ഉണ്ടാകും. അവിടെയും ചിലപ്പോൾ അവളുടെ ഇഷ്ടത്തിന് വീടും. അവർക്ക് ഒരു അംഗീകാരമാണത്. അങ്ങനെ ചെയ്യുമ്പോൾ മാതാപിതാക്കളോട് അടുപ്പം നിലനിർത്തിക്കൊണ്ട് തന്നെ പോകും.

ഇവർക്ക് **സ്വന്തമായ അഭിപ്രായം പ്രകടിപ്പിക്കാൻ അനുമതിയുണ്ടെന്ന് ബോധിപ്പിക്കുന്ന അംഗീകാരമാണ്** ഇത്. ഇഷ്ടങ്ങൾ അംഗീകരിക്കുമ്പോൾ, അമ്മയോടും അച്ഛനോടും അടുപ്പം കൂടുതൽ വളരും. കൂടാതെ, ഇത് അവരുടെ വ്യക്തിത്വ വികാസത്തിലും സ്വയം വിശ്വാസം മെച്ചപ്പെടുത്തുന്നതിലും സഹായകരമാകും. ഇവിടെ സ്നേഹത്തോടും ശാന്തതയോടും കൂടിയ സമീപനമാണ് സ്വീകരിക്കേണ്ടത്. തന്നെ മനസ്സിലാക്കുന്ന രക്ഷിതാക്കളാണ് തന്നെ നയിക്കുന്നത് എന്ന ബോധം വളരുന്നു. എന്നാൽ **എല്ലാം സാധിച്ചു കൊടുക്കുക എന്നതല്ല** അർത്ഥമെന്നും മനസ്സിലാക്കുക.

ഇന്നത്തെ കൗമാരക്കാരെ നയിക്കുന്നത് ഇപ്പോഴത്തെ മാറിയ സാഹചര്യങ്ങൾ കാരണം വളരെ പ്രയാസകരമായി മാറിയിട്ടുണ്ട്. മാധ്യമങ്ങൾ, സാമൂഹിക മാധ്യമങ്ങൾ, പുതിയ ജീവിതശൈലികൾ എന്നിവ കൗമാരക്കാർ നേരിടുന്ന വെല്ലുവിളികളെ കൂടുതൽ സങ്കീർണ്ണമാക്കുന്നു. മുൻകാലത്തേത്തെ രക്ഷിതാക്കൾ അനുഭവിച്ച

അവസ്ഥകളെക്കാൾ വ്യത്യസ്തമായ വെല്ലുവിളികളാണ് ഇന്നത്തെ കൗമാരക്കാർ നേരിടുന്നത്.

അതിനാൽ, കൗമാര പ്രായത്തിലുള്ള കുട്ടികളെ നയിക്കുന്നതിനായി, രക്ഷിതാക്കൾക്ക് താഴെ പറയുന്ന അറിവുകളും ബോധവൽക്കരണവും ആവശ്യമാണ്:

വൈകാരിക മാറ്റങ്ങൾ: ഈ പ്രായത്തിൽ ഹോർമോൺ പ്രവർത്തനങ്ങൾ മൂലമുള്ള വികാരങ്ങൾ വർദ്ധിക്കുകയും അവരെ തീവ്രമായ വികാരങ്ങളിലേക്ക് നയിക്കുകയും ചെയ്യും. ആ വികാരങ്ങളെ കൈകാര്യം ചെയ്യാൻ അവരെ സ്നേഹത്തോടെ സഹായിക്കുക.

സ്വാതന്ത്ര്യത്തെ അംഗീകരിക്കുക: കുട്ടികൾ കൂടുതൽ സ്വാതന്ത്ര്യം ആഗ്രഹിക്കുന്ന കാലമാണിത്. അവരുടെ അഭിപ്രായങ്ങൾ കേൾക്കുക, എന്നാൽ അച്ചടക്കത്തിനും പരിധികൾക്കും ഉള്ള പ്രാധാന്യം അവർക്കു മനസ്സിലാക്കിക്കൊടുക്കുക.

മാധ്യമ സ്വാധീനം: ഇന്ന് സോഷ്യൽ മീഡിയ, സിനിമകൾ, ഇൻ്റർനെറ്റ് എന്നിവ അവരുടെ ചിന്തകളും സമീപനങ്ങളും വളരെയധികം സ്വാധീനിക്കുന്നു. ഇത്തരം ചുറ്റുപാടുകൾ വലിയ സ്വാധീനമുണ്ടാക്കുന്നതുകൊണ്ട്, അവരുടെ ഓൺലൈൻ ആക്റ്റിവിറ്റികൾക്കും ഇടപെടലുകൾക്കും ശാന്തമായ നിയന്ത്രണം വേണം.

തെറ്റുകൾ ശരിയാക്കാൻ പ്രേരിപ്പിക്കുക: കൗമാരത്തിൽ തെറ്റുകൾ സംഭവിക്കുന്നത് സാധാരണമാണ്. ശാസനയല്ല, മറിച്ച് പിന്തുണയും ആശങ്കകളും പങ്കുവെച്ച് അതിനുള്ള ശരിയായ മാർഗ്ഗം കാണിക്കേണ്ടതാണ്.

തുറന്ന സംവാദങ്ങൾ: തുറന്നതും അനൗപചാരികവുമായ സംവാദങ്ങൾ വളർത്താൻ ശ്രമിക്കുക. അവർ എന്തെങ്കിലും

സംശയങ്ങൾ വരുമ്പോൾ വിശ്വസിച്ച് രക്ഷിതാക്കളോട് തുറന്ന് സംസാരിക്കാൻ കഴിയേണ്ടതാണ്.

മേൽപ്പറഞ്ഞ വയ്ക്കും അപ്പുറം പ്രത്യേകമായ ചില സ്വഭാവസവിശേഷതകൾ കൗമാരക്കാർക്ക് ഉണ്ട്. അവയെ നമുക്ക് **കൗമാരക്കാരുടെ സത്യങ്ങൾ** എന്ന് വിശേഷിപ്പിക്കാം. ഇവയെക്കുറിച്ച് ബോധവാന്മാരാകുകയും അവരുടെ വിശ്വാസം നേടുന്ന രീതിയിൽ അവരോട് പെരുമാറുകയും ചെയ്താൽ, ആയാസരഹിതമായി തന്നെ നമ്മുടെ കൗമാരക്കാരെ അവരുടെ ഉയരങ്ങളിൽ എത്തിക്കാൻ രക്ഷിതാക്കൾക്ക് സാധിക്കും.

ആദ്യമായി അവർ, **കൃത്യമായി മുതിർന്നവർ വിചാരിക്കുന്ന അതേ രീതിയിൽ പെരുമാറും എന്ന് കരുതണ്ട.** കുട്ടിക്കളിയായിട്ട് എന്തെങ്കിലും ചെയ്താൽ "നീയെന്താ കുട്ടിയെ പോലെ പെരുമാറുന്നത്?" എന്നാവും ചോദ്യം. അതുപോലെ, ഏതെങ്കിലും പൊട്ടത്തരം കാണിച്ചാൽ "നീ മുതിർന്നില്ലേ? ഇത് ശരിയായി ചെയ്യാൻ അറിയില്ലേ?" എന്നും ചോദിക്കും.

ഇവിടെയാണ് രക്ഷിതാക്കൾ പലപ്പോഴും തെറ്റുന്നത്. ഒരു സമയത്ത് അമ്മ എന്നെ കുഞ്ഞായി കാണും, അടുത്ത നിമിഷം മുതിർന്നവനായി പ്രതീക്ഷിക്കും. ഇതിലൂടെ കുട്ടികളുടെ മനസ്സിൽ വലിയ ആശയക്കുഴപ്പം രൂപപ്പെടാം—"പ്രശ്നം എനിക്കാണോ, അതോ രക്ഷിതാക്കൾക്കാണോ?" എന്ന ചിന്ത പോലും വരാനിടയാകും.

ഈ പ്രായത്തിൽ കുട്ടികൾ **അനാവശ്യമായ ചിന്തകൾ അനുഭവിക്കുന്ന** ഘട്ടത്തിലാണ്. ശാരീരികവും മാനസികവുമായ വളർച്ചയുടെ ഭാഗമായി, ഹോർമോണുകളുടെ സ്വാധീനത്തിൽ, അവർക്ക് തന്നെ ആരാണെന്നും എങ്ങോട്ട് പോവുന്നു എന്നും മനസ്സിലാക്കാൻ ബുദ്ധിമുട്ടാകും. ഈ

അവസരത്തിൽ അവരോടൊപ്പം നിന്നില്ലെങ്കിൽ അവർ നമ്മളെ ഒഴിവാക്കി മുന്നേറും. അത് ശരിയായ ദിശയിൽ ആവണമെന്നില്ല.

കൗമാരപ്രായക്കാർ നേരിടുന്ന **ആശയക്കുഴപ്പത്തെ കൂടുതൽ ഭീകരമാക്കുന്നത് രക്ഷിതാക്കളുടെ പ്രതികരണമാണ്.** ഓരോ കുട്ടിയുടെയും പെരുമാറ്റം, ഒരേ സാഹചര്യത്തിലും ഒരേ പോലെ ആയിരിക്കണമെന്നില്ല, ഒരു പരിമിതിയിൽ നിന്ന് കുട്ടിയെ വിലയിരുത്തുന്നത് തെറ്റായ സമീപനമാണ്. മുതിർന്നവർക്കുപോലും തങ്ങളുടെ വികാരങ്ങൾ നിയന്ത്രിക്കാൻ കഴിയാത്ത സമയം ഉണ്ടെന്ന കാര്യത്തിൽ മുതിർന്നവർ തന്നെ പലപ്പോഴും കണ്ണടയ്ക്കും.

രക്ഷിതാക്കൾ പലപ്പോഴും **"എന്റെ കുട്ടിയെ ഞാൻ നന്നായി അറിയാം"** എന്ന കാഴ്ചപ്പാടോടെ സമീപിക്കും. **കൗമാരക്കാർ മാറിക്കൊണ്ടിരിയ്ക്കുന്നുവെന്ന്** തിരിച്ചറിയാതിരിയ്ക്കുമ്പോഴാണ് പ്രശ്നങ്ങൾ ആരംഭിക്കുന്നത്. ഇവരുടെ വികാരങ്ങളും മനോഭാവവും ഒരു ഘട്ടമെന്ന നിലയിൽ ഉൾക്കൊണ്ടാൽ കൗമാരക്കാർക്കൊപ്പം നല്ലൊരു ബന്ധം സ്ഥാപിക്കാനും അവരുടെ പ്രശ്നങ്ങളെ മികച്ച രീതിയിൽ നേരിടാനുമാകും.

കുട്ടിയുടെ വികാരങ്ങളും പ്രവൃത്തികളും മനസ്സിലാക്കാൻ ശ്രമിക്കുക. അവയെ അംഗീകരിക്കുകയും സംവദിക്കുകയും ചെയ്യുക. **വിപരീത പ്രതീക്ഷകൾ വെക്കുന്നത് ഒഴിവാക്കുക,** അതായത് ഒരു നിമിഷം കുഞ്ഞായും അടുത്ത നിമിഷം മുതിർന്നവനായും കാണരുത്. കൗമാരപ്രായം ഒരു ഘട്ടമാണെന്നും, അത് മാറ്റങ്ങളുടെയും പഠനത്തിന്റെയും കാലമാണെന്നും മനസ്സിലാക്കുക.

ഇങ്ങനെ അടുത്തു നില്ക്കുമ്പോഴാണ് കൗമാരത്തിന്റെ വെല്ലുവിളികളെ കരുതലോടെ നേരിടാൻ രക്ഷിതാക്കളെ സഹായിക്കുക.

അടുത്തതായി കൗമാരക്കാർക്ക് പരിധികളില്ല എന്നുള്ളതാണ്. അവരുടെ വികാരങ്ങളെ നിയന്ത്രിക്കാനും വിവേകത്തോടുകൂടി പെരുമാറാനും അറിയാത്ത കാലമാണ്. ഏത് കാര്യത്തിൽ നിന്നും ആനന്ദം കിട്ടിത്തുടങ്ങിയാൽ അത് ഒരു മുതിർന്നയാൾക്ക് കിട്ടുന്ന ആനന്ദത്തേക്കാൾ ഇരിട്ടിയിൽ അധികം വർദ്ധനവോടുകൂടിയായിരിക്കും ഇവർ അനുഭവിക്കുക.

ഉദാഹരണത്തിന് പതിനഞ്ച് വയസ്സിൽ ബൈക്ക് ഓടിക്കുക, മൊബൈലിൽ നിന്നും കിട്ടുന്ന ആനന്ദം, ഏതെങ്കിലും കാര്യത്തിലുള്ള ദേഷ്യം, പേടി എല്ലാം ഒരു മുപ്പതു വയസ്സുകാരൻ അനുഭവിക്കുന്നതിനേക്കാൾ ഇരട്ടിയായി തന്നെ പതിനഞ്ച് വയസ്സുള്ള ഈ കുട്ടികൾക്ക് ഉന്മാദത്തോടെ അനുഭവപ്പെടും. അതുകൊണ്ട്, ഈ പ്രായത്തിലെ കുട്ടികൾക്ക് പരിധികൾ നിശ്ചയിക്കുന്നതും, അവയെ പാലിപ്പിക്കുന്നതും രക്ഷിതാക്കളുടെ പ്രധാന ചുമതലയാണ്.

കർശനമായ നിലപാടുകളിലൂടെ, സ്നേഹത്തോടെ ഈ പരിധികൾ നിശ്ചയിക്കാനും അവ അവരെക്കൊണ്ട് പാലിക്കാനും ശ്രദ്ധിക്കേണ്ടതാണ്. ഇവിടെ കാര്യകാരണസഹിതം അവരെ ബോധ്യപ്പെടുത്തി ആകണം ഈ പരിധികൾ നിശ്ചയിക്കാൻ. ഇവിടെ ചില പരിധികൾ കർശനമായും പാലിക്കപ്പെടേണ്ടവയാണ് എന്ന ബോധ്യം നമ്മുടെ കൗമാരക്കാരിൽ ഉണ്ടാക്കിയെടുക്കേണ്ടതാണ്. ഏത് സാഹചര്യത്തിലും അവ അനുസരിച്ചേ മതിയാകൂ.

സുരക്ഷിതത്വം മുൻഗണനയിൽ വരുന്ന എല്ലാ സാഹചര്യങ്ങളിലും പരിധികൾ കൃത്യമായി പാലിക്കേണ്ടതാണ്. ഇതിനൊരു വിട്ടുവീഴ്ചയും ഉണ്ടാകാൻ പാടില്ല. രക്ഷാകർത്താവ് നിർദ്ദേശിക്കുന്ന പരിധികളും നിയന്ത്രണങ്ങളും നമ്മൾ വണ്ടിയോടിക്കുമ്പോൾ ഉപയോഗിക്കുന്ന ഹെൽമെറ്റിനും സീറ്റ് ബെൽറ്റിനും സമാനമാണ്.

മറ്റാരും കാണാത്തപ്പോഴും നിയമമനുസരിച്ച് സത്യസന്ധമായും ജീവിക്കുക എന്ന മൂല്യം കുട്ടികളിൽ രക്ഷിതാക്കളുടെ പ്രവൃത്തികളിൽ നിന്ന് തന്നെ ആകണം പഠിക്കേണ്ടത്. സാഹചര്യങ്ങൾക്ക് അനുസരിച്ച് കള്ളം പറയുകയും കള്ളങ്ങൾ കാണിക്കുകയും ചെയ്യുന്ന രക്ഷിതാവിന് തന്റെ കുട്ടി അതിലും ഭീകര കള്ളങ്ങൾ കാണിക്കുകയും കള്ളങ്ങൾ പറയുകയും

ചെയ്യുമെന്ന് മനസ്സിലാക്കണം.

അതുപോലെ **പരിധികൾ പാലിക്കുമ്പോഴാണ് നമ്മൾ സുരക്ഷിതരാകുന്നത്.** അതിനാൽ, പരിധികളിൽ വിട്ടുവീഴ്ച ഉണ്ടാവരുത് എന്ന ബോധം കുട്ടികൾക്ക് ചെറുപ്പത്തിൽ തന്നെ കൊടുക്കണം. ഇത് അവരുടെ വളർച്ചയ്ക്കും സുരക്ഷിതമായ ജീവിതത്തിനും അടിത്തറയായി മാറും.

ഒരു വണ്ടിക്ക് വേഗത കൂട്ടണമെങ്കിൽ ആക്സിലറേറ്റർ മാത്രം ഉണ്ടായാൽ പോരാ നല്ലൊരു ബ്രേക് സിസ്റ്റവും കൂടി വേണം. ബ്രേക്ക് ഇല്ലാത്ത ഒരു വണ്ടിയും സുരക്ഷിതമായി ഓടിക്കാൻ സാധിക്കില്ല. പരിധികളുടെ പ്രാധാന്യം ഇതുപോലെ ബോധ്യപ്പെടുത്താവുന്നതാണ്.

അമ്മുവിനോട് ഞങ്ങൾ ഈ പ്രായത്തിൽ ഹോർമോൺ ഉൽപാദനവും അതിന്റെ ശരീരത്തിലുണ്ടാക്കുന്ന ശാരീരിക,

വികാരപരമായ മാറ്റങ്ങളും തുറന്ന മനസ്സോടെ വിശദീകരിച്ചിട്ടുണ്ടു. **വൈകാരികമായി വിഷമിക്കുന്ന സമയങ്ങളിൽ അവളെ ചേർത്ത് പിടിക്കുന്നതും ആശ്വാസം നൽകുന്നതും** ആവശ്യമായ സാന്ത്വനവും താങ്ങും നൽകുന്നു. അതിന് ശേഷം, അവൾക്ക് ബോധ്യപ്പെടുന്ന കാര്യങ്ങളിൽ അവൾ കൂടുതൽ മനസ്സിലാക്കി അനുസരിക്കുന്നു.

ആൺകുട്ടികളുടെ കാര്യത്തിലും ഇത്തരത്തിലുള്ള ഹോർമോൺഉൽപാദനവും ശരീരത്തിൽ ഉണ്ടാകുന്ന ശാരീരികവും വൈകാരികവുമായ മാറ്റങ്ങളെ കുറിച്ചും, ഈ അവസരത്തിൽ തോന്നാവുന്ന ലൈംഗികപരമായ കാര്യങ്ങളെ കുറിച്ചും രക്ഷിതാവ് ഒരു സാമാന്യ അറിവെങ്കിലും നൽകേണ്ടതാണ്. ഇന്ന് പെൺകുട്ടകൾക്ക് ചിലപ്പോഴെങ്കിലും ലൈംഗിക വിദ്യാഭ്യാസം ലഭിക്കുന്നുണ്ട് അപൂർണ്ണമായിട്ടെങ്കിലും. എന്നാൽ ആൺകുട്ടികളുടെ കാര്യത്തിൽ ശ്രദ്ധ കുറവാണ്. അത് പരിഹരിക്കേണ്ടത് രക്ഷിതാക്കളും. ഇൻറ്നെറ്റുകൾ വഴി ലഭിക്കുന്ന എല്ലാത്തരം അറിവുകളിലേക്കും അതുവഴി തെറ്റുകളിലേക്കും വഴുതിവീഴുന്നതിൽ നിന്നും നമ്മുടെ കുഞ്ഞുങ്ങളെ രക്ഷിക്കാനാവും. **ഇന്ന് പെൺകുട്ടികൾ മാത്രമല്ല ലൈംഗിക ചൂഷണത്തിന് ഇരയാവുന്നത് എന്നും കൂടി** ഓർമിപ്പിക്കുന്നു.

അമ്മുവിന്റെ കൂട്ടുകാർ ബേക്കറികളിലേക്കോ, സിനിമ തീയറ്ററിലേയ്ക്കാ, മറ്റു പ്രവർത്തനങ്ങൾക്കായോ വിളിക്കുമ്പോൾ **വീട്ടിൽ നിശ്ചയിച്ചിരിക്കുന്ന പരിധി അവൾക്ക് ഒരു ആശ്വാസമാണ്.** "എന്റെ വീട്ടിൽ സമ്മതിക്കില്ല" എന്ന ഒറ്റവാചകത്തിൽ അവൾക്ക് ആകർഷണങ്ങളിൽ നിന്നും സമ്മർദ്ദങ്ങളിൽ നിന്നും, മാറി നിൽക്കാൻ കഴിയുന്നു. എന്നാൽ, അവൾക്ക് ഇതിനെക്കുറിച്ച്

വൈകാരിക വിഷമം ഉണ്ടാകുന്നില്ല, കാരണം കൂടെയുണ്ടെന്നു തിരിച്ചറിയുന്ന അമ്മയും അച്ഛനുമുണ്ട്.

ഞായറാഴ്ചകളിൽ നമ്മൾ കുടുംബമായി ചെലവഴിക്കുന്ന സമയങ്ങൾ അമ്മുവിന്റെ മനസ്സ് കൂടുതൽ ശാന്തമാക്കാൻ സഹായിക്കുന്നു. രവിയേട്ടൻ വരെ, ആ സമയം ഫോൺ വന്നാൽ അത് അത്യാവശ്യമായതല്ലെങ്കിൽ, **"ഞാൻ ഇപ്പോൾ കുടുംബത്തോടൊപ്പം ആണ്. ഞാൻ പിന്നീട് വിളിക്കും"** എന്ന് മറുപടി നൽകുന്നു. ഈ സ്വഭാവം അമ്മുവിൽ അച്ഛനും അമ്മയും എപ്പോഴും കൂടെയുണ്ടെന്നൊരു ആത്മവിശ്വാസം വളർത്തുന്നു. ഇത് ആനന്ദകരവും സമാധാനപരവുമായ ഒരു കുടുംബാന്തരീക്ഷം സൃഷ്ടിക്കുന്നു.

ഇത്തരം ആത്മബന്ധങ്ങൾ വളർത്തുന്നതിന്റെ ഗുണം, അവർ പ്രായപൂർത്തിയാകുമ്പോൾ മാതാപിതാക്കളോട് ഉത്തമ ബഹുമാനത്തോടെയും ആദരവോടെയും പെരുമാറും. മതിപ്പ് നിറഞ്ഞ ബന്ധം തീർച്ചയായും ഒരു സന്തുലിത കുടുംബത്തിന്റെ അടിത്തറയായിരിക്കും.

ഈ ഘട്ടത്തിലാണ്, അമ്മുവിനെ ചെറുപ്പത്തിൽ മാതൃകാപരമായ രീതിയിൽ വളർത്തിയതിന്റെ ഗുണം ഞാനും രവിയേട്ടനും അമ്മയും അനുഭവിച്ചറിയുന്നത്. കൂട്ടുകാർക്കൊപ്പം അവർ വിളിക്കുന്നിടത്തൊക്കെ പോകാൻ അവൾ വിചാരിച്ചാൽ, ഞങ്ങൾക്ക് ഉണ്ടാകുമായിരുന്ന ആശങ്കയും അസ്വസ്ഥതയും വളരെ കുറച്ചു.

അമ്മുവിന് വ്യക്തമായ പരിധികളും ചിട്ടകളും നിശ്ചയിച്ച് നൽകിയത്, അവളെ മുഴുവൻ സ്വാതന്ത്ര്യത്തോടും, എന്നാൽ നിയന്ത്രണങ്ങളോടും കൂടിയ ഒരാളാക്കി വളർത്താൻ സഹായിച്ചു. നീന ആശ്വാസത്തോടെ ഓർത്തു—"പേരന്റിംഗ്

ക്ലാസുകൾ അറ്റൻഡ് ചെയ്തതിന്റെ ഫലം ഇപ്പോഴാണ് തിരിച്ചറിയുന്നത്." നീന പിന്നെ രവിയേട്ടനോട് പറഞ്ഞു.

കുടുംബ മൂല്യങ്ങളെ ഉയർത്തിപ്പിടിക്കുകയും, അവയുടെ പരിധികളിൽ വിട്ടുവീഴ്ചയില്ലാതിരിക്കുകയും ചെയ്തതിന്റെ ഗുണവും വളരെ വ്യക്തമാണ്. ഈ മൂല്യങ്ങൾ അമ്മുവിനെ തെറ്റായ സ്വാധീനങ്ങളിൽ നിന്ന് സ്വയം സംരക്ഷിക്കാൻ പ്രേരിപ്പിച്ചു. അവളുടെ സുഹൃത്തുക്കൾക്കിടയിൽ അവളെ പരിപൂർണ്ണ ആത്മവിശ്വാസത്തോടുകൂടി നിലനിർത്താനും, കുടുംബബന്ധങ്ങൾ ഒരു താങ്ങായി കൊണ്ടുപോകാനും ഇത് സഹായകമായി. ഇങ്ങനെയെല്ലാം കാര്യങ്ങൾ സുഗമമായി പോകുന്നുണ്ടെങ്കിലും കുട്ടികൾ പറയുന്നതും ചെയ്യുന്നതും കണ്ണടച്ച് വിശ്വസിക്കാൻ രക്ഷിതാക്കൾ തയ്യാറാകരുത് എന്ന സൂചനയും നൽകുകയാണ്.

ഈ അടുത്തകാലത്ത് ഞാൻ ഇടപെടേണ്ടി വന്ന ഒരു കാര്യം പറയാം. നല്ല കുടുംബാന്തരീക്ഷത്തിൽ, അത്യാവശ്യം സ്വാതന്ത്ര്യവും സ്നേഹവും കരുതലും എല്ലാം നൽകുന്ന വീട്. രക്ഷിതാക്കൾ രണ്ടുപേരും ജോലിക്കാർ. അമ്മയുടെ മൊബൈൽ ഫോൺ അൽപനേരം മാത്രം ഉപയോഗിക്കുന്ന പെൺകുട്ടി. ഇവിടെ അവളുടെ പെരുമാറ്റത്തിൽ യാതൊരു സംശയവും രക്ഷിതാക്കൾക്ക് തോന്നിയിരുന്നില്ല. എന്നാൽ ഒരു അവധി ദിവസം ക്ഷേത്രത്തിൽ പോകുന്നു എന്ന് പറഞ്ഞ് പോയത് അവൾ സ്നേഹിക്കുന്ന ആൺകുട്ടിയുമായി ബീച്ചിലേക്ക് ആയിരുന്നു. ഇവിടെ അമിതമായി വിശ്വസിച്ചു ഒറ്റയ്ക്ക് ക്ഷേത്രത്തിൽ വിട്ട രക്ഷിതാക്കളെ അല്ലേ കുറ്റം പറയേണ്ടത്? ഇതിനുള്ള മറുപടി നിങ്ങളിൽ നിന്ന് തന്നെ വരട്ടെ. ഇവിടെ ആ അച്ഛനും അമ്മയ്ക്കും പറ്റിയ ഒരു അബദ്ധം ഞാൻ സൂചിപ്പിക്കാം. ഇൻസ്റ്റാഗ്രാമിൽ ആയിരുന്നു ആ കുട്ടി ആ

പയ്യനുമായി ആശയം കൈമാറിയിരുന്നത്. അതിനെക്കുറിച്ചുള്ള ധാരണ രക്ഷിതാക്കൾക്ക് ഇല്ലായിരുന്നു.

മൊബൈൽ ഫോണുകൾ നൽകുമ്പോൾ സ്വകാര്യത വേണ്ട എന്നുള്ളത് നമ്മുടെ

അച്ചടക്കത്തിന്റെ ചിട്ടകളിൽ ഒന്നാക്കി മാറ്റണം. ഈ പ്രായത്തിൽ അച്ഛനും അമ്മയ്ക്കും അറിയാതെ വരുന്ന സൗഹൃദങ്ങളും കുട്ടികളുടെ ജീവിതത്തിലെ സാഹചര്യങ്ങളും കാര്യങ്ങളും ഉണ്ടാവുന്നത് നല്ലതല്ല എന്ന് സാവകാശം നമ്മുടെ മക്കളെ ബോധ്യപ്പെടുത്തേണ്ടതാണ്.

അതെ, പരിധികളുടെ കാര്യത്തിൽ ചില കാര്യങ്ങൾക്ക് അവസരത്തിനും സാഹചര്യത്തിനും അനുസരിച്ച് വിട്ടുവീഴ്ച നടത്താം. ഉദാഹരണത്തിന്, കുട്ടികൾ തിരഞ്ഞെടുക്കുന്ന വസ്ത്രങ്ങൾ അവരുടെ ഇഷ്ടാനുസരണം ആയി വിടുന്നത് നല്ലതാണ്. അവരുടെ സ്വന്തമായൊരു ഇടം സ്വന്തമാക്കുന്നതിനും അത് ആസ്വദിക്കുന്നതിനും സമയം അനുവദിക്കാം.

ഇങ്ങനെ അനുവദിക്കുമ്പോഴും, **സ്വാതന്ത്ര്യവും ഉത്തരവാദിത്വവുമൊന്നിച്ച് നൽകുക** – അവർക്ക് സ്വന്തമായ തീരുമാനങ്ങൾ എടുക്കാൻ അവസരം നൽകുമ്പോൾ, അതിന്റെ ശരിയായ ദിശ ഉറപ്പാക്കാൻ നമ്മളും കരുതണം. സ്വയം ചിന്തിക്കാനുള്ള അവസരങ്ങൾ ലഭിക്കുമ്പോൾ, അവരുടെ വ്യക്തിത്വവും ആത്മവിശ്വാസവും വളരാനിടയാകും. ശിക്ഷയോ നിയന്ത്രണമോ പ്രധാനമല്ല, മാറ്റങ്ങളെ മനസ്സിലാക്കാനും അവയെ കൈകാര്യം ചെയ്യാനും സഹായിക്കുക എന്നതാണ് നിർണായകം.

കൗമാരപ്രായത്തിലെ തിരമാലകൾ നിയന്ത്രിക്കാൻ ശ്രമിക്കാതെ, അവയെ മനസ്സിലാക്കി, അതിനൊപ്പം നീങ്ങുക തന്നെയാണ് ഏറ്റവും നല്ല വഴി.

മറ്റൊരു പ്രാധാന്യമുള്ള വിഷയം കുട്ടികൾ സുഹൃത്തുക്കളുമായി ചെലവഴിക്കുന്ന സമയം ആണ്. കുട്ടികളെ സുഹൃത്തുക്കളോടൊപ്പം വിടാം, എന്നാൽ **എല്ലാ സുഹൃത്തുക്കളുടെയും രക്ഷിതാക്കൾ പരസ്പരം പരിചയമുള്ളവരായിരിക്കണം**. കൂടാതെ, ആശയവിനിമയം നടത്തുകയും വേണം. ഈ പ്രായത്തിൽ ഇത് ഒരു അത്യാവശ്യ സുരക്ഷാ മാർഗമാണ്. ഈ രീതിയിൽ കുട്ടികളുടെ സുരക്ഷ ഉറപ്പാക്കുന്നതോടൊപ്പം, അവർക്കും സുഹൃത്തുക്കളുമായി സമയം ചെലവഴിക്കാൻ അവസരം ലഭിക്കും. ഇത് മാനസിക ഉന്നമനത്തിനും സ്വതന്ത്ര ചിന്താ വികസനത്തിനും സഹായകരമാണ്.

എല്ലായിപ്പോഴും അമ്മുവിനെ കൂട്ടുകാരിൽ നിന്ന് മാറ്റി നിർത്താറില്ല. കഴിഞ്ഞ ദിവസമവളുടെ ഇഷ്ടസുഹൃത്ത് സോനയുടെ പിറന്നാളായിരുന്നു. എല്ലാവർക്കും ഒപ്പം അമ്മുവിനെയും സോനയുടെ വീട്ടിലേക്ക് വിട്ടു. അതിനുമുമ്പ് സോനയുടെ അമ്മയോട് സംസാരിക്കുകയും, അവിടെ അച്ഛനും അമ്മയും ഉണ്ടാകും എന്ന് ഉറപ്പുവരുത്തുകയും ചെയ്തു.

ഞങ്ങൾ, അമ്മുവിന്റെ സുഹൃത്തുക്കളുടെ അമ്മമാരുമൊത്ത് ഒരു വാട്സാപ്പ് ഗ്രൂപ്പ് ഉണ്ടാക്കിയിട്ടുണ്ട്. അതിനാൽ എല്ലാ സുഹൃത്തുക്കളുടെ അമ്മമാരുമായി ബന്ധവും നിലനിർത്തിയിട്ടുണ്ട്. ഇത് കുട്ടികളുടെ സംരക്ഷണത്തിനും ആശ്വാസകരമായ കുടുംബബന്ധങ്ങൾ നിലനിർത്തുന്നതിനും ഏറെ സഹായകരമാണ്.

കുട്ടികൾ സുഹൃത്തുക്കളെ തിരഞ്ഞെടുക്കുന്നതിൽ ജാതിമതവർഗ്ഗ ഭേദമന്യേ പൂർണ്ണമായ സ്വാതന്ത്ര്യം നൽകണം. വ്യക്തിത്വവികാസത്തിനും, അവരിൽ സ്വയം തീരുമാനമെടുക്കാനുള്ള ആത്മവിശ്വാസം വളർത്തുന്നതിനും ഇത് പ്രയോജനകരമാണ്. എന്നാൽ, ഒരുമിച്ച് തീരുമാനിച്ച

പരിധികളുടെ ചട്ടങ്ങൾക്കുള്ളിൽ നിന്നുകൊണ്ട് സുഹൃത്തുക്കളോട് കൂടാനും സമയം ചെലവഴിക്കാനും അനുവദിക്കുക. അവ പരിധികൾ ലംഘിക്കാൻ പാടില്ല എന്നത് കർശനമായി ഉറപ്പാക്കേണ്ടതുണ്ട്.

അപൂർവ്വ സാഹചര്യങ്ങളിൽ ഓരോ വിഷയവും തിരിച്ചറിയുകയും അവയ്ക്കനുസരിച്ച് ഒത്തുതീർപ്പുകൾ നടത്തുകയും ചെയ്യാം, എന്നാൽ അത് രക്ഷിതാവിന്റെ നിയന്ത്രണത്തിനുള്ളതും ബാലൻസ് ആയതുമായിരിക്കണം. ഉദാഹരണത്തിന്, 14 വയസ്സുള്ള ഒരു കുട്ടി ബൈക്ക് ഓടിക്കാൻ ആവശ്യപ്പെട്ടാൽ, അത് അനുവദിക്കരുത്. **രാജ്യത്തിന്റെ നിയമങ്ങൾ എല്ലാവരും പാലിക്കേണ്ടതാണ്** എന്ന് കുട്ടിയെ ബോധിപ്പിക്കുക. ഇതിലൂടെ നിയമങ്ങൾക്കും പരിധികൾക്കും വേണ്ട ബഹുമാനവും സംരക്ഷണ ബോധവും വളർത്താം.

അതേസമയം, ഒരു ദിവസം സുഹൃത്തുക്കളോടൊപ്പം പോയി വൈകി വന്നാൽ, അതിന് തുടർന്നും ഒരിക്കലും ഒഴിവില്ലാതെ കർശനമായ ശിക്ഷ നൽകരുത്. കരുതലോടെ കാര്യം വിശദീകരിച്ച്, സീമകളുടെ പ്രാധാന്യം മനസ്സിലാക്കി നൽകുന്ന ഒരു തുറന്ന സംവാദത്തിന് സാധ്യത നൽകുക. **പരിധികളിൽ നിന്നും അവർക്കു ലഭിക്കുന്ന സ്വാതന്ത്ര്യത്തിന് കാരണം അറിയിച്ചാൽ,** അവർക്ക് അത് ബോധപൂർവം പാലിക്കാൻ പ്രേരണയാകും. ശാന്തവും പിന്തുണയോടുമുള്ള സമീപനം കുട്ടികൾക്ക് രക്ഷിതാക്കളോടുള്ള അടുപ്പവും വിശ്വാസവും ശക്തിപ്പെടുത്തും.

ഏതു കാര്യത്തിനും കുട്ടികൾ ഇറങ്ങുമ്പോൾ, **രക്ഷിതാക്കൾ പ്രതീക്ഷിക്കുന്നതെന്താണെന്ന് വ്യക്തമായി പറഞ്ഞ് ബോധ്യപ്പെടുത്തണം.** അതിനൊപ്പം ആ പ്രതീക്ഷകളുടെ കാരണം എന്ത് എന്ന് വിശദീകരിച്ചാൽ,

ഉത്തരവാദിത്വ ബോധത്തോടുകൂടി കുട്ടികൾ വളരാൻ സഹായിക്കും.

കൂടാതെ, **എന്ത് സാഹചര്യത്തിലാണ് വിട്ടുവീഴ്ച അനുവദനീയമെന്ന് കുട്ടികൾക്ക് ഒരിക്കലും മനസ്സിലാക്കാൻ പാടില്ല**. അവർ അതിനെ മുതലാക്കാനുള്ള സാധ്യത ഉണ്ടാകും, അല്ലെങ്കിൽ നമ്മുടെ ചട്ടങ്ങൾ അപകടകരമായതായി തോന്നും. ഓരോ നിയമവും ചിട്ടയും, അവയെ ലംഘിച്ചാൽ ഉണ്ടാകുന്ന ഫലങ്ങളും, അവരെ മുൻകൂറായി ബോധിപ്പിക്കണം. അതിന്റെ പരിണതഫലം അവർ അനുഭവിക്കുകയും വേണം, വ്യക്തമായ ബോധ്യത്തോടെ കൂടി തന്നെ.

സംശയം തീർക്കേണ്ട മറ്റൊരു ഒരു പ്രധാന കാര്യം: കുട്ടികളെ ലംഘനങ്ങൾക്ക് മറുപടി നൽകുന്നതായി **ശിക്ഷാനടപടികൾ കൊടുക്കേണ്ടതില്ല. ദേഹോപദ്രവമോ കർശന ശാസനയോ അരുത്**, പകരം, അവരെ ഇഷ്ടപ്പെട്ട കാര്യങ്ങൾ അനുവദിക്കുന്നത് വൈകിക്കുക. ഓരോ ആഗ്രഹവും ഉടൻ നിറവേറ്റേണ്ടതില്ല. ഉദാഹരണത്തിന്, ഇത്ര മണിക്കൂർ പഠിച്ച ശേഷം ഒരു സിനിമ കാണാനോ ഗെയിം കളിക്കാനോ അനുവദിക്കാം എന്ന തരത്തിൽ ഒരു തന്ത്രം നിശ്ചയിക്കാം. നിയമങ്ങളും

ചിട്ടകളും എല്ലാരും ഒന്നിച്ചിരുന്ന് ഉണ്ടാക്കിയതാണല്ലോ.

വാശി പിടിക്കുമ്പോഴും ഈ പ്രതീക്ഷകളിൽ വിട്ടുവീഴ്ച ചെയ്യരുത്. കുറച്ചുനാൾ ശ്രമിച്ചിട്ടും രക്ഷിതാക്കൾക്ക് "വാശിയാൽ ഒട്ടുമാറ്റം വരില്ല" എന്ന് കുട്ടികൾ മനസ്സിലാക്കുമ്പോൾ, അവർ തനിയെ അതിനെ സ്വീകരിക്കും. പക്ഷേ ഇതെല്ലാം നിറവേറ്റാൻ രക്ഷിതാക്കൾക്ക് ഏറ്റവും ആവശ്യം ക്ഷമ ആണ്. ക്ഷമ മാത്രം പോരാ, കുട്ടികളുടെ

പെരുമാറുമ്പോൾ എപ്പോഴും **മാതാപിതാക്കൾക്ക് സ്നേഹമുണ്ടെന്ന് ബോധ്യം** വരുത്തുന്ന രീതിയിൽ പ്രകടനങ്ങൾ ഉണ്ടാവുകയും വേണം. പണ്ട് നമ്മുടെ അച്ഛനും അമ്മയും സ്നേഹം പ്രകടിപ്പിക്കാനുള്ളതാണെന്ന് കരുതാതെ ഒളിച്ചുവയ്ക്കുന്നതാണ് നാം കണ്ടിരിക്കുന്നത്.

ഇന്നാണെങ്കിൽ സ്നേഹത്തിന്റെ പേരിൽ അവർക്ക് ഇഷ്ടമുള്ള സാധനങ്ങൾ വാങ്ങിച്ചു കൊടുക്കുക എന്ന ചിന്തയാണ് രക്ഷിതാക്കൾക്ക്. സ്നേഹപ്രകടനം നടത്തുമ്പോൾ ഈ പ്രായത്തിൽ അവർ ചിലപ്പോൾ നിഷേധിച്ചേക്കാം. പക്ഷേ മനസ്സിലാക്കേണ്ടത് അവരെ അങ്ങനെ **നിഷേധിക്കുന്നുവെങ്കിലും ഉള്ളിന്റെ ഉള്ളിൽ അവർക്ക് അത് ആവശ്യമുണ്ട് എന്ന് രക്ഷിതാക്കൾ അറിയണം.** വിരോധം പ്രകടിപ്പിക്കുക ഈ പ്രായത്തിന്റെ ഒരു പ്രത്യേകതയാണല്ലോ. നമ്മുടെ പ്രതീക്ഷകളെക്കുറിച്ച് ഉറപ്പിച്ച രീതിയിൽ ചർച്ച ചെയ്യുകയും അവയിൽ നിന്നും പിൻവലിഞ്ഞാൽ, നൽകിയ സ്വാതന്ത്ര്യം ഇല്ലാതാകും എന്നും ഓർമ്മിപ്പിക്കുക.

ഈ രീതിയിൽ രക്ഷാകർത്യത്വം സ്ഥിരതയോടെ കൈകാര്യം ചെയ്യുമ്പോൾ നിയമത്തോടുള്ള ബഹുമാനവും മൂല്യബോധം ഉള്ള ശരിയായ ജീവിതക്രമത്തിനായുള്ള അന്വേഷണവും നടക്കുന്നു.

കൗമാരക്കാർ ഹോർമോണുകളുടെ ശക്തമായ സ്വാധീനത്തിലാണെന്ന് മനസ്സിലാക്കേണ്ട സമയമാണിത്. **വികാരങ്ങളും നിർവഹണങ്ങളും വളരെ തീവ്രവും എന്നാൽ കാരണം കൂടാതെയുമാണ്** ഇവർക്ക് പലപ്പോഴും അനുഭവപ്പെടുന്നത്. ബുദ്ധി ഈ ഹോർമോണുകൾ "ഹൈജാക്ക്" ചെയ്തിരിക്കുന്ന അവസ്ഥ ആണെന്ന് തന്നെ പറയാം. വികാരങ്ങളെ നിയന്ത്രിക്കാൻ അവർക്കറിയില്ല എന്നും

അതിനായി ശ്രമിച്ചിട്ടും സാധിക്കില്ല എന്ന അവസ്ഥ ആണ് കാണുന്നത്.

മൊബൈൽ ഫോണുകളുടെ ഉപയോഗം, പ്രത്യേകിച്ച് ലൈംഗികതയുമായി ബന്ധപ്പെട്ട വിവരങ്ങൾ എളുപ്പത്തിൽ ലഭ്യമാകുന്ന സാഹചര്യങ്ങളിൽ, 95% കുട്ടികളിലും അതിനോടുള്ള ആകർഷണം ഉണ്ടാകാനുള്ള സാധ്യത കൂടുതലാണ്. ഇതിനടിമപ്പെടുന്നവരും, ഓൺലൈൻ വേട്ടക്കാരുടെ ഇരകളായി മാറുന്നവരും ധാരാളമാണ്.

ഇത് കുട്ടികളുടെ മനപ്പൂർവമായ തെറ്റല്ല. മറ്റു സാഹചര്യങ്ങളാൽ പ്രേരിതമായ ഒരു ഇരകളായ അവസ്ഥ ആണിത്. രക്ഷിതാക്കൾ ഇത് മനസ്സിലാക്കി അവരെ കുറ്റപ്പെടുത്താതെ, **മുൻകൂട്ടി ബോധവത്കരണം കൊണ്ടുവരുകയും അവരെ സ്നേഹത്തോടും ബുദ്ധിയോടും കൂടി കൈകാര്യം ചെയ്യുകയും** വേണം. അത്തരം അബദ്ധങ്ങളിൽ അവർ മനപ്പൂർവമായി ചാടുന്നവരല്ല; അവർക്ക് കഴിയുന്നത്ര ചിന്തിക്കാനുള്ള ശേഷിയില്ലായ്മ അവരെ ഇരകളാക്കുകയാണ്.

ഇതിനാൽ, അവരുടെ വികാരാവസ്ഥയും ശാരീരികമാറ്റങ്ങളും മനസ്സിലാക്കി, അവരെ ചെറുത്തില്ലെങ്കിൽ **എന്തു അപകടങ്ങൾ ഉണ്ടാവാനിടയുണ്ട്** എന്ന് അവരെ ശാന്തമായി ബോധ്യപ്പെടുത്തുക. എതിർലിംഗത്തോട് തോന്നുന്ന ഇഷ്ടങ്ങളെല്ലാം സ്വാഭാവികമാണെന്നും അത് ശാശ്വതം ആകണമെന്നില്ല എന്നും ബോധ്യപ്പെടുത്തണം.

ഇത്തരം സാഹചര്യങ്ങളെ മുൻകൂട്ടി കണ്ടുകൊണ്ട് വളരെ ക്ഷമയോടുകൂടി രക്ഷിതാക്കളുടെ നിയന്ത്രണത്തിൽ കുട്ടികളുടെ ഈ പരിധികളെ കൊണ്ടുവരേണ്ടതാണ്. അത് ലൈംഗിക കാര്യങ്ങളിൽ പ്രത്യേകിച്ച് പ്രാധാന്യമർഹിക്കുന്നു.

ഉദാഹരണത്തിന്, ഒരു ഡോക്ടർ തന്റെ മകനെ ഒരു സ്വാഭാവിക കൗമാരപ്രവർത്തനത്തിന്റെ ഭാഗമായ രീതിയിൽ കണ്ടപ്പോൾ, അക്രമരൂപത്തിൽ പ്രതികരിച്ചു. തന്റെ മകനെ അടിക്കുകയും, തല, ടവൽ റാക്കിൽ ചെന്ന് ഇടിയ്ക്കുകയും ചെയ്തതിനെ തുടർന്ന് 5-6 സ്റ്റിച്ച് ഇടേണ്ടിവന്ന അവസ്ഥ ഉണ്ടായി. ഇതിൽ കുട്ടിയുടെ പെരുമാറ്റം അപക്വതയുടേതായിരുന്നുവെങ്കിലും, ഇത് കൗമാരപ്രായത്തിൽ സാധാരണമായ ഒരു സ്വാഭാവിക നടപടി ആയിരുന്നു.

ഇവിടെ പ്രശ്നം കുട്ടിയുടെ പ്രവൃത്തിയിലല്ല, രക്ഷിതാവ് അത് കൈകാര്യം ചെയ്ത രീതിയിലാണ്. ശാരീരിക അക്രമം ഒരിക്കലും ഒരു പരിഹാരം ആവുകയില്ല. ഇത് കുട്ടികളുടെ മാനസികാവസ്ഥയെ തകരാറിലാക്കുകയും, കൂടുതൽ ആശയക്കുഴപ്പമുണ്ടാക്കുകയും ചെയ്യും.

എത്രയധികം കൗമാരപ്രായക്കാരുടെ മനസ്സ്, വികാരങ്ങൾ, ഹോർമോണൽ മാറ്റങ്ങൾ എന്നിവയെക്കുറിച്ച് രക്ഷിതാക്കൾ ബോധവാന്മാരായാലും, അവയെ പ്രതീക്ഷയോടെ കൈകാര്യം ചെയ്യുകയും സ്നേഹപൂർവ്വം നല്ല പാഠങ്ങൾ നൽകുകയും ചെയ്താൽ മാത്രം, ശരിയായ മാർഗ്ഗത്തിൽ കുട്ടികളെ കൊണ്ടുപോകാൻ സാധിക്കും.

അവർ അനുഭവിക്കുന്ന വികാരങ്ങളും ചിന്തകളും സജീവമായ കൗമാരത്തിന്റെ ഭാഗമാണെന്ന് തിരിച്ചറിഞ്ഞു, അവരോട് തുറന്നു സംസാരിക്കുകയും അവയെ കൈകാര്യം ചെയ്യാനുള്ള പോസിറ്റീവ് മാർഗ്ഗങ്ങൾ കാണിച്ചു കൊടുക്കുകയും വേണം. കുറ്റബോധം ഉണ്ടാക്കാതെ അവരെ ഉത്തരവാദിത്തബോധത്തോടെ വളർത്തുക തന്നെയാണ് നല്ല മാതൃകാപരമായ രക്ഷാകർത്താവിന്റെ ലക്ഷ്യം.

ലൈംഗിക വിദ്യാഭ്യാസം ശരിയായ സമയം നൽകുന്നതിന്റെ പ്രാധാന്യം ഇവിടെ ബോധ്യമാകുന്നു. സാധാരണഗതിയിൽ ശാരീരികം മാത്രം വിശദീകരിക്കുന്നിടത്ത് അതിലും കൂടുതൽ, മാനസികമായും വൈകാരികവുമായി ഉണ്ടാകാവുന്ന വ്യതിയാനങ്ങളെ കുറിച്ചും കൂടി കുട്ടികൾ മനസ്സിലാക്കേണ്ടതുണ്ട്.

പ്രായപൂർത്തിയാകുന്നതും ഗണ്യമായ ശാരീരിക മാറ്റങ്ങളും ഉണ്ടാകുന്ന ഏറ്റവും പ്രാധാന്യം അർഹിക്കുന്ന കാലഘട്ടമാണിത്. പ്രായപൂർത്തിയിലേക്കു ചുവടുവയ്ക്കുന്ന കുട്ടികളിൽ ഉണ്ടാകുന്ന ശാരീരിക വ്യതിയാനങ്ങൾ നമുക്ക് എല്ലാവർക്കും പരിചിതമാണ്. പെൺകുട്ടികളിൽ ആർത്തവം തുടങ്ങുന്നതിനൊപ്പം, ഇപ്പോൾ 10 വയസ്സിൽ തന്നെ അത് അനുഭവപ്പെടുന്ന സാഹചര്യമുണ്ട്. വളർച്ചയും ശരീരപുഷ്ടിയും നടക്കുന്ന ഈ ഘട്ടത്തിൽ, സ്വകാര്യ ഭാഗങ്ങളിലും കക്ഷങ്ങളിലും രോമവളർച്ച തുടങ്ങിയ മാറ്റങ്ങൾ പതിയെത്തും. **ഈ വ്യതിയാനങ്ങളെക്കുറിച്ച് അവ വരുന്നതിന് മുമ്പ് തന്നെ കുട്ടികളെ ബോധവൽക്കിക്കുന്നത് അത്യാവശ്യമാണ്,** കാരണം ഇത് അവരുടെ മാനസിക ആശങ്കകൾ കുറയ്ക്കും.

ആൺകുട്ടികളിലും കക്ഷങ്ങളിലും സ്വകാര്യ ഭാഗങ്ങളിലും രോമവളർച്ച, ലിംഗവളർച്ച, ശബ്ദത്തിന് മാറ്റം എന്നിവ സംഭവിക്കുന്നു. തങ്ങളുടെ ശരീരത്തിൽ എന്തൊക്കെ മാറ്റങ്ങൾ ഉണ്ടാകാനാണ് പോകുന്നത് എന്നത് മുൻകൂട്ടി അറിയിക്കുകയാണ് ഉചിതം. ഈ പ്രായത്തിൽ, സ്വന്തം സ്വകാര്യഭാഗങ്ങളെക്കുറിച്ചുള്ള ആകാംക്ഷ വർദ്ധിക്കുന്നതും സ്വാഭാവികമാണ്, അതിനാൽ **ഈ വിഷയത്തിൽ ശരിയായ അറിവ് രക്ഷിതാക്കളിൽ നിന്ന് തന്നെ ലഭിക്കേണ്ടതാണ്.**

ഈ മാറ്റം, ഒരു പൂപ്പയിൽ നിന്നും വർണ്ണശലഭത്തിലേക്കുള്ള പ്രയാണം പോലെ സുന്ദരം ആണെന്നും ഇപ്പോൾ

അനുഭവിക്കുന്ന ബുദ്ധിമുട്ടുകൾ താൽക്കാലികം ആണെന്നും അവരെ പറഞ്ഞു മനസ്സിലാക്കാം. ഇത് അദ്ധ്യാപകരോ ഡോക്ടർമാരോ വിശദീകരിക്കുന്നതിനേക്കാളും സ്വന്തം രക്ഷിതാക്കളിൽ നിന്നും അറിയുന്നത്, ഏതെങ്കിലും തരത്തിൽ അവർക്ക് തോന്നുന്ന മാനസികവും വൈകാരികവുമായ ചിന്തകളെ കുറിച്ച് പിന്നീട് തുറന്നു സംസാരത്തിന് സാധ്യത ഉണ്ടാക്കുന്നു എന്നുള്ളതാണ്.

ഈ കാലഘട്ടത്തിൽ ലൈംഗിക ചിന്തകൾ പ്രകടമാകുകയും, സ്വകാര്യഭാഗങ്ങളിൽ സ്പർശിക്കുന്നതിലൂടെ ആനന്ദം കണ്ടെത്താനുള്ള ആഗ്രഹം തോന്നുകയും ചെയ്യാം. ഇത് സ്വാഭാവികമാണെന്ന് അവരെ മനസ്സിലാക്കുന്നതിനൊപ്പം, അതിലേക്ക് ഒരുപാട് ശ്രദ്ധതിരിക്കാതെ, അവരുടെ ഉത്തരവാദിത്വങ്ങൾക്കും ദൈനംദിന കടമകൾക്കും മുൻഗണന നൽകേണ്ടതിന്റെ പ്രാധാന്യവും ബോധ്യമാക്കണം. **ശരിയായ മാർഗനിർദ്ദേശവും മനസ്സിലാവുന്ന രീതിയിലുള്ള സംവാദവുമാണ്,** ഈ പ്രായത്തിലെ കുട്ടികൾക്ക് ഏറ്റവും നല്ല പിന്തുണ.

ഈ വിഷയങ്ങളെ **പ്രതിരോധിക്കാതെ, തുറന്നു സംസാരിച്ചാൽ** മാത്രമേ കുട്ടികൾ രക്ഷിതാക്കളോട് കൂടുതൽ വിശ്വാസത്തോടെ ഈ ഘട്ടം മുന്നോട്ട് കൊണ്ടുപോകാനാവൂ.

കൗമാരകാലം **അമൂർത്തമായ ചിന്തകളുടെ തുടക്കവുമാണ്,** സ്വത്വം തേടിയുള്ള യാത്ര തുടങ്ങുന്നത് ഈ സന്ദർഭത്തിലാണ്.

"ഞാൻ ആരാണ്?", "എന്റെ ജീവിതത്തിന് അർത്ഥമെന്ത്?", "എന്ത് ശരി, എന്ത് തെറ്റ്?" ഇത്തരം ചോദ്യങ്ങൾ ഉള്ളിൽ ഉയരുക സ്വാഭാവികം. ഇതുവരെ കണ്ടതും കേട്ടതും ചോദ്യം ചെയ്യാനും, അതിന്റെ സത്യം മനസ്സിലാക്കാനും കുട്ടികൾ ശ്രമിക്കുന്നു.

ദൈവത്തെ പോലും അവർ ചോദ്യം ചെയ്യാൻ സാധ്യതയുണ്ട്, കാരണം വ്യക്തിപരമായ ദർശനങ്ങളും വിശ്വാസങ്ങളും രൂപപ്പെടുന്ന പ്രക്രിയയാണ് ഇവർക്ക് നടക്കുന്നത്.

ഇവിടെ രക്ഷിതാക്കളുടെ മനോഭാവം, നിർണായക ഘടകം ആകുന്നു. വളരെ തുറന്ന മനസ്സോടെ, മുൻവിധിയില്ലാതെ, അവരുടെ ചോദ്യങ്ങൾ കേൾക്കാനും അവരെ പ്രോത്സാഹിപ്പിക്കാനും ശ്രമിക്കുക.

നിങ്ങൾ **കുട്ടിയുടെ ചിന്തയിൽ ഇടപെടുമ്പോൾ, അവരെ വിലയിരുത്താതെ, അവരുടെ ചോദ്യങ്ങളെ അംഗീകരിക്കുക.** അവരോട് സംവദിക്കുക, അവർക്കു മനസ്സിലാകുംവിധം വിശദീകരണങ്ങൾ നൽകുക. രക്ഷിതാക്കളുമായി ഇത്രയും സംവദിക്കാൻ കഴിയും എന്ന ആത്മവിശ്വാസം കുട്ടികൾക്ക് ലഭിക്കുമ്പോൾ, അവർ രക്ഷിതാക്കളോട് കൂടുതൽ അടുക്കും.

കൗമാരക്കാരുടെ അടുത്ത് സ്വീകരിക്കേണ്ട സമീപനം ഏറെ ശ്രദ്ധാപൂർവ്വം നടത്തേണ്ടതാണ്. തെറ്റായ സമീപനം അവർക്കു രക്ഷിതാക്കളോട് അകലം പുലർത്താൻ കാരണമാകാം. ഉയർന്ന ശബ്ദത്തിൽ പ്രതികരിക്കുക, "ഇത് ചോദിക്കേണ്ട കാര്യമല്ല" എന്ന രീതിയിൽ അവഗണിക്കുക, ശാസിക്കുകയോ അവരിൽ സമ്മർദ്ദം ചെലുത്തുകയോ ചെയ്യുന്നത് അവർ ഇനി മുതൽ ചോദ്യങ്ങൾ രക്ഷിതാക്കളോട് ചോദിക്കാതിരിക്കാനുള്ള സാഹചര്യം സൃഷ്ടിക്കും. **ഒഴിഞ്ഞു മാറുകയായിരിക്കും പിന്നീട് അവർ ചെയ്യുക.**

അതിനു പകരം, അനുയോജ്യമായ സമീപനം സ്വീകരിക്കണം. അവരുടെ ചോദ്യങ്ങൾ ശ്രദ്ധയോടെ കേൾക്കാൻ തയ്യാറാകുക, അവളുടെ ചിന്തകളുടെ ഒഴുക്കിനൊപ്പം പോകാൻ ശ്രമിക്കുക, ശരിയായ മാർഗനിർദ്ദേശം നൽകുക – ഇതെല്ലാം അവരുമായി

ആത്മബന്ധം സൃഷ്ടിക്കാൻ സഹായിക്കും. കുട്ടികളുടെ **ചിന്തകൾ എങ്ങനെ മാറുന്നു എന്നത് മുൻകൂട്ടി മനസ്സിലാക്കിക്കൊണ്ട്, അവർക്ക് ദിശാസൂചകമാകാനും മികച്ച ജീവിതാവബോധം നൽകാനും** രക്ഷിതാക്കൾക്ക് സാധിക്കും.

മുൻപ് സൂചിപ്പിച്ചതുപോലെ സമപ്രായക്കാരുമായുള്ള ബന്ധങ്ങളിൽ താൽപര്യം ഏറ്റവും മൂർദ്ധന്യാവസ്ഥയിൽ ആകുന്ന സമയമാണിത്. ഇവിടെ കരുതലോടെ തന്നെ വേണം രക്ഷിതാക്കൾ കുട്ടികളെ നയിക്കേണ്ടത്. സ്വാഭാവികമായും അവർ എല്ലാ വിവരങ്ങളും നമ്മേ അറിയിക്കാൻ സാധ്യത കുറവാണ്. എന്നിരുന്നാലും, അവർ പങ്കെടുത്തുകൊണ്ടിരിക്കുന്ന ഈ കൂട്ടായ്മയെക്കുറിച്ച് അറിയേണ്ടത് രക്ഷിതാക്കളുടെ കടമയാണ്. അതിനായി ശക്തമായ നിരീക്ഷണരീതികൾ പ്രയോഗിക്കേണ്ടതില്ല, പകരം അവരെ മനസ്സിലാക്കാനും ബന്ധം നിലനിർത്താനുമുള്ള ചെറിയ ചില സൂത്രങ്ങൾ പിന്തുടരാവുന്നതാണ്.

രക്ഷിതാക്കൾക്ക് പ്രയോഗിക്കാവുന്ന ചില വഴികൾ: പത്രത്തിൽ വന്ന കുട്ടികളെ സംബന്ധിച്ച വാർത്തകൾ വായിച്ച് അവരോടു ചർച്ചചെയ്യുക. ആ വാർത്തയെക്കുറിച്ചുള്ള സ്വന്തം അഭിപ്രായം ആദ്യം അവരുമായി പങ്കുവയ്ക്കുക. അവരെ അവരുടെ പ്രതികരണം അറിയിക്കാൻ പ്രേരിപ്പിക്കുക. അവർ പ്രതികരിക്കുമ്പോൾ ഇടയ്ക്ക് തടസ്സപ്പെടുത്താതിരിക്കുക, ശാന്തമായി കേൾക്കുക. ഈ സ്വഭാവം വളരെ പ്രാധാന്യമർഹിക്കുന്നു. അവരുടെ അഭിപ്രായം മനസ്സോടെ കേട്ടതിന് ശേഷം, ചർച്ചചെയ്യാൻ ആവശ്യമെങ്കിൽ അതിന്റെ പോരായ്മകളെ ചൂണ്ടിക്കാട്ടുക. അവരുടെ ചിന്തകളെ

അംഗീകരിക്കുകയും, നല്ലതിനെ പ്രശംസിക്കുകയും ചെയ്യുക.

ഈ രീതിയിൽ, രക്ഷിതാക്കളുടെ **സ്നേഹപൂർവ്വമായ ഇടപെടലുകൾ കൊണ്ട് കുട്ടികൾക്ക് തെറ്റായ ഇടപെടലുകളിൽ** നിന്നും സ്വാഭാവികമായി പിന്തിരിയാൻ സഹായിക്കും.

സ്നേഹമുള്ള ബന്ധം, അതാണ് ഏറ്റവും മികച്ച സംരക്ഷണം. എന്നാൽ രക്ഷിതാക്കൾ എല്ലാ കാര്യങ്ങളും കുട്ടികൾക്ക് വേണ്ടി ചെയ്തുകൊടുക്കുകയല്ല ഈ സ്നേഹമുള്ള പെരുമാറ്റം കൊണ്ട് ഉദ്ദേശിക്കുന്നത് എന്ന് വീണ്ടും ഓർമിപ്പിക്കുന്നു. രക്ഷിതാക്കളുടെ സ്നേഹപൂർവ്വമായ പെരുമാറ്റം,അവരിൽ ആത്മവിശ്വാസവും സുരക്ഷിതത്വവും ഉണ്ടാക്കുന്നു. അതേ സമയം, അവർക്കു സ്വതന്ത്രമായും, മറച്ചുവെയ്ക്കാതെയും, സ്വന്തം അഭിപ്രായങ്ങൾ പങ്കുവയ്ക്കാനാകുന്നു.

കുട്ടികളുടെ ലോകത്തേക്ക് കടന്നുചെല്ലാൻ ശക്തമായ നിയന്ത്രണങ്ങൾക്കു പകരം, **ഒരു ഊഷ്മളമായ ബന്ധം വളർത്തുകയാണെങ്കിൽ,** അവർ കൂട്ടുകാരോടൊപ്പം തെറ്റുകളിലേക്ക് വഴുതാതെ, വളർച്ചയുടെ ശരിയായ ദിശയിൽ മുന്നേറാനാകും.

സാധാരണയായി കൗമാരക്കരോട് രക്ഷിതാക്കൾ എന്തെങ്കിലും അഭിപ്രായം ചോദിച്ചാൽ, രക്ഷിതാക്കളുടെ പ്രതീക്ഷയ്ക്കനുസരിച്ചായിരിക്കും മറുപടി നൽകുക. പിന്നെ അതിൽ നിന്ന് പതിയെ ഒഴിവാകാനും നോക്കും. ചിലർ തങ്ങൾ ചെയ്തതു ന്യായീകരിക്കാനും ശ്രമിക്കും. ഇവരെ നേരിടാൻ രണ്ട് വ്യത്യസ്ത സമീപനങ്ങൾ എടുത്താൽ കൂടുതൽ ഫലപ്രദമായിരിക്കും.

ആദ്യത്തെ വിഭാഗം – **തെറ്റായി ഒന്നും ചെയ്യാത്തവരും, നല്ല നിലപാടുകളുള്ളവരുമായ കുട്ടികൾ.** ഇവരെ

പ്രശംസിക്കുകയും, അവരുടെ സമീപനം അംഗീകരിക്കുകയും ചെയ്യണം. അവരുടെ നീക്കങ്ങൾ ശരിയായ വഴിയിലാണ് എന്ന് ബോധ്യപ്പെടുത്തണം.

രണ്ടാമത്തെ വിഭാഗം – **തങ്ങളുടെ തെറ്റായ നടപടി ന്യായീകരിക്കാൻ ശ്രമിക്കുന്നവരും, നിയമങ്ങൾ ലംഘിക്കാൻ സാധ്യതയുള്ളവരും**. ഇവരോട് പരുഷമായ ശിക്ഷനടപടികൾ സ്വീകരിക്കാതെ, വിനയപൂർവ്വം കാരണം വിശദീകരിക്കുക. അത്തരം പ്രവൃത്തികൾ ദീർഘകാലത്തിൽ എന്ത് പ്രശ്നങ്ങൾ ഉണ്ടാക്കുമെന്ന് ചർച്ച ചെയ്യുക. വൈകാരികമായി ശാസിക്കുകയോ കുറ്റബോധം ഉണ്ടാക്കുകയോ ചെയ്യാതെ, പകരം, ഭാവിയെ സംബന്ധിച്ച ബോധവത്കരണം നൽകുക. ബോധവത്ക്കരണം, ഉപദേശരൂപത്തിലാവരുത് എന്നും ഓർമിപ്പിക്കുന്നു

കൗമാരക്കാരുടെ വളർച്ചയ്ക്ക് **ആവശ്യമായ നിയമങ്ങളും ചിട്ടകളും മാത്രം പോരാ, അത് കർശനമായി പാലിക്കാനും സാധിക്കണം.**

കുട്ടികൾക്ക് ഈ നിയമങ്ങൾ കൃത്യമായി പാലിക്കാൻ ചിലപ്പോൾ ബുദ്ധിമുട്ടായേക്കാം. എന്നിരുന്നാലും, അവർ ശ്രമിക്കുന്നുണ്ടെങ്കിൽ, അവരെ അഭിനന്ദിക്കണം. **പ്രശംസ വിജയത്തിനല്ല, ശ്രമത്തിനായിരിക്കണം.** അവർ ശ്രമിച്ചിട്ടും നടന്നില്ലെങ്കിൽ പോലും, അവരിലുണ്ടായിരുന്ന മനസ്സും

ശ്രമവുമാണ് അംഗീകരിക്കേണ്ടത്.

ഇതോടൊപ്പം ഓർക്കേണ്ട മറ്റൊരു പ്രധാന കാര്യം, **ഒരിക്കൽ നിശ്ചയിച്ച നിയമങ്ങളിൽ വിട്ടുവീഴ്ച വരുത്തരുത്** എന്നതാണ്. എത്രത്തോളം അവർ കെഞ്ചിയാലും, നിർബന്ധിച്ചാലും, ഒരിക്കൽ വിട്ടുകൊടുത്താൽ പിന്നെ നിയമാനുസൃതമായി കൊണ്ടു പോകാൻ കഴിയില്ല.

നാം മാതാപിതാക്കളായി സ്വീകരിക്കുന്ന നിലപാടുകൾ **സ്ഥിരതയോടെയും ആത്മാർത്ഥതയോടെയും** മുന്നോട്ട് കൊണ്ടുപോയാൽ, കുട്ടികൾക്ക് അതിനെ അംഗീകരിക്കാനും മാനിക്കാനും കഴിയുമെന്ന് ഉറപ്പാണ്.

കൗമാരക്കാരുടെ തലച്ചോർ ഇനിയും വളർച്ചയുടെ ഘട്ടത്തിലാണ് എന്ന് പ്രത്യേകിച്ച് മനസ്സിലാക്കേണ്ട ഒരു കാലമാണിത്. ഒരു കാലത്ത് പതിവായിരുന്ന പല കാര്യങ്ങളും ഈ പ്രായത്തിൽ അവർക്കു താൽപര്യമില്ലാതെ തീർന്നേക്കാം. എന്തെങ്കിലും കഴിവുകൾ അവർക്കു തുടർച്ചയായി ചിട്ടയായി ലഭിച്ചില്ലെങ്കിൽ, പിന്നീട് അതിൽ മികവ് കാണിക്കാനും അതിൽ സന്തോഷം കണ്ടെത്താനും ബുദ്ധിമുട്ടാവും.

ഉദാഹരണത്തിന്, കുട്ടിക്കാലത്ത് പാടിയിരുന്നവൻ, കൗമാരത്തിലേക്ക് കടക്കുമ്പോൾ പാടാനിറങ്ങുന്നില്ലെങ്കിൽ, പിന്നീടത് വീണ്ടും കൈകാര്യം ചെയ്യാൻ ബുദ്ധിമുട്ടാനിടയാകും. അതേപോലെ, ബാല്യകാലത്ത് നൃത്തം ചെയ്തിരുന്ന കുട്ടി, കൗമാരത്തിൽ അത് ഉപേക്ഷിച്ചാൽ, വീണ്ടും ആവർത്തിക്കാൻ ഉത്സാഹമോ ആത്മവിശ്വാസമോ ഉണ്ടാവാതിരിക്കാം. ഇതിനിടയിൽ പുതിയ കാര്യങ്ങൾ അവർക്കു താൽപര്യമാകാനും തുടങ്ങാം, അവയ് ശരിയായവയാണോ എന്നത് രക്ഷിതാക്കൾ നിരീക്ഷിക്കേണ്ടതാണ്.

ഈ കാലയളവിൽ, കുട്ടികളുടെ കഴിവുകളുമായി ബന്ധപ്പെട്ട് രക്ഷിതാക്കൾ ശ്രദ്ധിക്കേണ്ട പ്രധാനപ്പെട്ട കാര്യം നോക്കാം.

കൗമാരക്കാരുടെ **താലന്തുകളെയും കഴിവുകളെയും വളർത്താൻ ആവശ്യമായ സഹായം നൽകുക.** അവർക്ക് പ്രിയമായ സവിശേഷതകളെ മുന്നോട്ടു കൊണ്ടുപോകാൻ നല്ല അവസരങ്ങൾ ഒരുക്കുക.

ഈ പ്രായത്തിൽ പഠനം മാത്രം ശ്രദ്ധിക്കുക എന്ന് ചിന്ത മാതാപിതാക്കളിൽ ഉണ്ടാകാറുണ്ട്. **രക്ഷിതാക്കൾ കൊടുക്കുന്ന ഉൽക്കണ്ഠയും ആകാംക്ഷയും കുട്ടികളെയും ബാധിക്കാറുണ്ട്.** അതുവഴി പഠനത്തിൽ അവർ പിന്നോട്ട് പോകുന്നതും കാണാം. പാഠ്യേതര പ്രവർത്തനങ്ങളും പഠനത്തോടൊപ്പം കൊണ്ടു പോകുന്നത് അവരുടെ പഠനശേഷി മെച്ചപ്പെടുത്താൻ സഹായിക്കുകയാണ് ചെയ്യുന്നത്.

കലാ-കായികപ്രവർത്തനങ്ങൾ കുട്ടികളുടെ മാനസിക ഉല്ലാസത്തിനും പാഠഭാഗങ്ങളിലേക്കുള്ള ശ്രദ്ധക്കുമായി സഹായകമാണ്. രക്ഷിതാക്കൾ പഠനത്തെക്കുറിച്ച് അനാവശ്യ ഉൽക്കണ്ഠ മാറ്റിയാൽ, കുട്ടികൾക്ക് പഠനവും താൽപര്യമുള്ള മറ്റു മേഖലകളും ഒരുമിച്ച് മുന്നോട്ട് കൊണ്ടുപോകാൻ കഴിയും. അതിനാൽ, പഠനം മാത്രമല്ല, അവരുടെ ആഗ്രഹങ്ങളുടെയും കഴിവുകളുടെയും സംരക്ഷണവും രക്ഷിതാവിന്റെ കടമയാണ്. ഇവിടെ ഒരു പ്രധാന കാര്യം എന്തെന്നാൽ **സവിശേഷമായ കുട്ടികളുടെ ഇഷ്ടങ്ങളെയും താലന്തുകളെയും പ്രോത്സാഹിപ്പിക്കുന്നത് അവരുടെ വിജയത്തിലേക്ക് നയിക്കുന്നതാണ്.**

ഇവിടെ സാധാരണയായി കണ്ടു വരുന്ന ഒരു കാര്യം, കുട്ടികൾ പത്താം ക്ലാസിൽ എത്തി എന്നാവുമ്പോഴേക്കും തന്നെ, അതുവരെ അവർ പരിശീലിച്ചിരുന്ന ഡാൻസ്, പാട്ട്, ഫുട്ബോൾ, ക്രിക്കറ്റ് തുടങ്ങിയ പ്രവൃത്തികൾ നിർത്തുന്നതായാണ്. എന്നാൽ, ഇവ തുടർന്നു പോകുന്നത്, അവരുടെ പഠനത്തിന് എത്രമേൽ നന്നായി സ്വാധീനിക്കുന്നു, എന്ന് രക്ഷിതാക്കൾ മനസ്സിലാക്കുന്നില്ല. പലതരം ബുദ്ധികൾ ഉള്ളതിൽ പഠനത്തോടൊപ്പം കൊണ്ടുപോകാവുന്ന ഇത്തരം ബുദ്ധികളെയും വളർത്തുന്നത്, അവരുടെ പഠനത്തിന്റെ വേഗത പോലും കൂട്ടുന്നതാണ് എന്ന് തിരിച്ചറിയുക

വിവേകപൂർവമായ തീരുമാനങ്ങൾ എടുക്കാനുള്ള ശേഷി കൗമാരക്കാരിൽ ഇനിയും പൂർണമായി വികസിച്ചിട്ടില്ല എന്നത്, രക്ഷിതാക്കൾ മനസ്സിലാക്കേണ്ട ഏറ്റവും പ്രധാനപ്പെട്ട വസ്തുതയാണ്. ഇത് കുട്ടികളെയും ബോധ്യപ്പെടുത്താവുന്നതാണ്, കാരണം അവർ കൈകൊള്ളുന്ന പല തീരുമാനങ്ങളിലും വൈകാരികതക്ക് പ്രാധാന്യമേറും. അത് ശരിയായി കൊള്ളണമെന്നില്ല.

ഇവിടെ ഓർക്കേണ്ട മറ്റൊരു കാര്യം വൈകാരിക തലത്തിൽ വളരെയധികം മുന്നിലായിരിക്കുന്ന ഇവർ വിവേകപൂർവ്വം പെരുമാറാൻ ഒരല്പം പിറകിലായിരിക്കും. അവർ ഒരു കാര്യം ആവശ്യപ്പെടുമ്പോൾ അപ്പോൾ തന്നെ ലഭിക്കണമെന്ന് ചിന്തിക്കുന്നു. ആ സമയം അത് നൽകാൻ ആകുന്നതല്ലെങ്കിൽ **എതിർക്കുന്നതിനു പകരം "ആലോചിക്കാം, രണ്ടു ദിവസം കഴിഞ്ഞു മറുപടി തരാം.** നീയും ആലോചിക്കൂ, ഇതിന്റെ ഭവിഷ്യത്തുകളെ കുറിച്ച്. നമുക്ക് രണ്ടുദിവസം കഴിഞ്ഞ് നിന്റെ അഭിപ്രായം അറിഞ്ഞശേഷം തീരുമാനിക്കാം. പിന്നീട് വരുമ്പോൾ അതിനെക്കുറിച്ച് ചിന്തിച്ച് അഭിപ്രായം തന്നെ മാറ്റിയിട്ടുണ്ടാകും കുട്ടികൾ. വിവേകവും വികാരവും ഒപ്പം അല്ലാത്ത വളർച്ചയുടെ ഒരു അവസ്ഥയാണ് ഇത്.

കൗമാരക്കാരുടെ തലച്ചോറിന്റെ മുൻഭാഗം (prefrontal cortex) മുഴുവൻ വളർച്ച പ്രാപിക്കാനുള്ള സമയം ഏകദേശം ഇരുപത്തിയഞ്ച് വയസ്സുവരെ എടുക്കും. പക്ഷേ, വികാരങ്ങളെ നിയന്ത്രിക്കുന്ന ഭാഗം (limbic system) വളരെ നേരത്തേ വളർച്ച നേടുന്നവയാണ്. ഇത് മൂലമാണ് അവർക്ക് വിവേകപൂർവമായ തീരുമാനമെടുക്കാൻ കഴിയാതെ, വൈകാരികത മുൻപന്തിയിൽ നിൽക്കുന്നത്. രക്ഷിതാക്കൾ ഇത് ഉൾക്കൊണ്ട് കൗമാരക്കാരുമായി ഇടപഴകുന്നത് കാര്യങ്ങൾ സുഗമമാക്കും. വിവേകപൂർവം തീരുമാനം ഉടനടിയെടുക്കാൻ കഴിയില്ല

എന്നേയുള്ളൂ. മുൻപ് സൂചിപ്പിച്ചത് പോലെ **സമയമെടുത്ത് ഒരു തീരുമാനത്തിലെത്തുമ്പോൾ അവരുടെ ചിന്താശേഷിയും കൂടി** പ്രവൃത്തിച്ച് ശരിയായ തീരുമാനത്തിലെത്താൻ സാധിക്കുന്നു

ആദ്യ പാദ പരീക്ഷാഫലവുമായി അമ്മു ഇന്ന് വന്നപ്പോൾ അവൾ അല്പം അസ്വസ്ഥത

പ്രകടിപ്പിക്കുന്നത് കണ്ടു. അമ്മു പതിവായി നല്ല മാർക്ക് നേടുന്ന കുട്ടിയാണ്, പക്ഷേ ഈ പാദ പരീക്ഷയിൽ പ്രകടനം അത്ര നന്നായില്ല. മോശം ഗ്രേഡ് കിട്ടിയപ്പോൾ അമ്മു മുഖം കടുപ്പിച്ചു വീട്ടിലേക്ക് കയറി. ഇത് തന്നോട് ഒന്നും ഇതിനെക്കുറിച്ച് ചോദിക്കരുത് എന്നുള്ള ഒരു അടവ് തന്നെയാണ്.

വീട്ടിലെത്തിയപ്പോൾ അമ്മ ചോദിച്ചു: "എന്താ അമ്മു? എന്താ വല്ല പ്രശ്നം ഉണ്ടോ?"

അമ്മു (ദേഷ്യത്തോടെയും നിരാശയോടെയും): "ഒന്നുമില്ല, എന്നെ വെറുതെ വിട്!"

ഇവിടെ, അച്ഛൻ ഇതിനോട് പ്രതികരിച്ചില്ല, ശാന്തമായി കാത്തിരുന്നു. കുറച്ചു നേരം കഴിഞ്ഞ് അദ്ദേഹം അമ്മുവിനോട് പറഞ്ഞു:

അച്ഛൻ, കാര്യം എന്തായിരിക്കും എന്ന് ഊഹിച്ചു കൊണ്ട്: "നമ്മുടെ പ്രതീക്ഷക്കൊത്ത മാർക്ക് കിട്ടാത്തതിന് എന്താണ് കാരണങ്ങൾ എന്ന് മനസ്സിലാവുന്നോ?" ഇവിടെ ശ്രദ്ധിക്കുക, അച്ഛൻ ചോദിച്ചത് മാർക്ക് എത്രയാണ് എന്നല്ല. അവളുടെ മനസ്സിൽ ഉണ്ടായ ബുദ്ധിമുട്ടിലേക്ക് തന്നെയാണ് ചോദ്യം ചെന്നത്. അത്രകണ്ട് മക്കളെ അറിയണം രക്ഷിതാക്കൾ.

അമ്മുവിന് ഒരല്പം ആശ്വാസമായി. അവൾ ആവേശത്തോടെയോ ആകാംക്ഷയോടെയോ മറുപടി പറഞ്ഞു.

"എനിക്ക് പഠിക്കാൻ സമയം തന്നെ ഇല്ലായിരുന്നു. ക്ലാസ് അസൈൻമെന്റുകൾ കൂടുതലായിരുന്നു, പിന്നെ ഞാൻ അല്പം മടിച്ചുപോയി!"

ഇവിടെ, അച്ഛനും അമ്മയും ആവേശത്തോടെയോ ദേഷ്യത്തോടെയോ പ്രതികരിച്ചില്ല. അവർ ശാന്തമായി അവളുടെ വാക്കുകൾ കേട്ടു.

അമ്മ അപ്പോൾ സ്നേഹത്തോടെ പറഞ്ഞു: "അതേ, നമ്മുക്ക് കുറച്ചുകൂടി ടൈം മാനേജ്മെൻറ് പാലിക്കാം, മെച്ചപ്പെടുത്താം. അടുത്ത പരീക്ഷ വരുമ്പോൾ നേരത്തെ ഒരുക്കങ്ങൾ തുടങ്ങാം, അല്ലേ?"

അച്ഛൻ: "കുറച്ചുകൂടി ശ്രദ്ധിച്ചാൽ പരീക്ഷക്ക് തയ്യാറാകാൻ നല്ലൊരു തന്ത്രം രൂപീകരിക്കാൻ കഴിയുമല്ലോ. കൂടാതെ, ഏതെങ്കിലും വിഷയത്തിൽ സഹായം ആവശ്യമാണോ?"

ഇവിടെ, അച്ഛനും അമ്മയും കുട്ടിയുടെ **വികാരപ്രവാഹത്തിൽ ഒതുങ്ങാതെ, പ്രശ്നത്തെ ചെറുതായി കാണുകയോ ശിക്ഷിക്കുകയോ ചെയ്യാതെ, ഒരു പരിഹാരമാർഗം കണ്ടെത്തുന്ന രീതിയിൽ സമീപിച്ചു.**

അമ്മു ദേഷ്യത്തിലോ നിരാശയിലോ കൂടുതൽ ഇടുങ്ങിപ്പോകാതെ, നല്ലതുപോലും ചിന്തിക്കാൻ തുടങ്ങി. ഈ സമീപനം അവളെ വൈകാരികമായി സ്ഥിരതയുള്ളവളാക്കാനും, നിർഭാഗ്യത്തെ അതിജീവിക്കാൻ സഹായിക്കാനും, ഭാവിയിൽ ഉത്തരവാദിത്വബോധം വളർത്താനും സഹായിക്കും.

അതുകൊണ്ട് രക്ഷിതാക്കൾ ശ്രദ്ധിക്കേണ്ടത്, കൗമാരക്കാർ ആവേശത്തോടെയോ ദേഷ്യത്തോടെയോ പ്രതികരിക്കുമ്പോൾ, ആ വികാരപ്രവാഹത്തിൽ ഇടപെടാതെ, ശാന്തമായി

സമീപിക്കണം. വ്യത്യാസം വരുത്തുക വൈകാരികമായ പ്രതികരണത്തിലൂടെ അല്ല, **കൃത്യമായ കാരണങ്ങൾ വിശദീകരിക്കപ്പെടുന്ന രീതിയിൽ മാത്രം.**

അവരുടെ തീരുമാനങ്ങൾ കൊണ്ട് ഉണ്ടാകാവുന്ന ഭവിഷ്യത്തുകളെ കുറിച്ച് കൂടി വ്യക്തമാക്കുക. സഹാനുഭൂതി മാത്രമല്ല, ക്രിയാത്മകമായ ആലോചനയും കുട്ടികളിൽ വളർത്തുക. അങ്ങനെ അവർ ശരിയായ തീരുമാനങ്ങൾ എടുക്കാനും വെല്ലുവിളികളെ മറികടക്കാനും കഴിവ് നേടുന്നു. ഇന്ന് കുട്ടികളിൽ കാണാൻ കഴിയാതെ പോകുന്നതും ഇങ്ങനെ ശരിയായ തീരുമാനം എടുക്കാനുള്ള കഴിവിന്റെ കുറവാണ്.

ആശയവിനിമയം ഈ പ്രായത്തിൽ ഏറ്റവും പ്രാധാന്യമർഹിക്കുന്നതാണെങ്കിലും, അതിന് ചോദ്യങ്ങൾ ചോദിക്കുന്നതിലുമപ്പുറമുള്ള ഒരു സൗഹൃദപരമായ സമീപനം ആവശ്യമാണ്. കൗമാരക്കാർ കൂടുതൽ മുതിർന്നവരെ അനുകരിക്കാറാണ് പതിവ്, അതിനാൽ **അവരെ നമ്മോടൊപ്പം ഉൾപ്പെടുത്തുക എന്നത് അത്യാവശ്യമാണ്.**

മറ്റൊന്ന്, **വീട്ടിലെ വിവിധ കാര്യങ്ങളിൽ അവരെ പങ്കെടുപ്പിക്കുക.** ദിവസവും വീട്ടിൽ ചെയ്യേണ്ടുന്ന ചില ഉത്തരവാദിത്തങ്ങൾ എങ്കിലും അവരെ ഏൽപ്പിക്കുക. അതോടൊപ്പം, **ഒരു തീരുമാനമെടുക്കുന്നതിന് മുൻപ് അവരുടെ അഭിപ്രായം ആരായുക,** പ്രത്യേകിച്ച് ഇലക്ട്രോണിക് ഉപകരണങ്ങളോ ഇലക്ട്രിക്കൽ ഉപകരണങ്ങളോ വാങ്ങുമ്പോൾ, മൊബൈൽ ഫോൺ പോലെയുള്ള കാര്യങ്ങളിൽ എല്ലാം വളരെ പ്രയോജനകരമാകും. ഇത് അവരിൽ ആത്മാഭിമാനം വർദ്ധിപ്പിക്കുകയും തങ്ങളുടെ വാക്കുകൾ മാതാപിതാക്കൾക്ക് പ്രാധാന്യമുള്ളതാണെന്ന് അവർക്കു തോന്നിക്കുകയും ചെയ്യും. അവർക്കു നൽകിയ ഈ

അംഗീകാരം അവർ തിരികെ നമ്മുടെ ദിശാ നിർദ്ദേശങ്ങൾ മാന്യമായി സ്വീകരിക്കാൻ പ്രേരിപ്പിക്കും.

ജീവിതത്തിൽ നേരിടുന്ന അനുഭവങ്ങളും അന്നത്തെ വിശേഷങ്ങളും അവരോട് തുറന്നുപറയുക. ഈ ഓർമ്മക്കുറിപ്പുകളിലൂടെ അവരോട് ആശയവിനിമയം ശക്തിപ്പെടുത്താനും, അവരുടെ ചിന്താഗതിയെ സ്വാധീനിക്കാനും കഴിയും. രക്ഷിതാക്കൾ തുറന്ന മനസ്സോടെ സംസാരിക്കുമ്പോൾ, സ്വാഭാവികമായും കൗമാരക്കാർക്കും സംസാരിക്കാൻ ധൈര്യം ഉണ്ടാവും.

അവർ സംസാരിക്കാൻ തുടങ്ങുമ്പോൾ, ഏറ്റവും ശ്രദ്ധിക്കേണ്ടത് അവരെ **നാം വൈകാരികമായി ഇടയ്ക്ക് കയറി തടസ്സപ്പെടുത്താതിരിക്കുക** എന്നതാണ്. എന്ത് പറഞ്ഞാലും, തുറന്ന മനസ്സോടെ കേൾക്കുക, പിന്നീട് നിങ്ങൾക്ക് പറയാനുള്ളത് പറയാം. അതിനോട് അവർ യോജിക്കുന്നില്ല, മനസ്സിലാക്കുന്നില്ല എങ്കിൽ, അത് ചർച്ചയായി ഏറ്റെടുക്കുക. കാരണം ഇതിലൂടെ അവരുടെ തീരുമാനങ്ങളുടെയും പ്രവർത്തനങ്ങളുടെയും ആശയങ്ങളെ കുറിച്ച് അവർക്കു ബോധ്യമാകാൻ സാധിക്കും,.

ഇത്തരം ഓർമ്മിപ്പിക്കലുകളും സംവാദങ്ങളും തുടർന്നാൽ, കുട്ടികൾക്ക് രക്ഷിതാക്കൾ എല്ലായിപ്പോഴും തങ്ങളോടൊപ്പം ഉണ്ടെന്ന വിശ്വാസം നൽകാൻ കഴിയും. ഇത് അവരെ ഭാവിയിൽ

ഏത് വെല്ലുവിളികളെയും സുരക്ഷിതമായി നേരിടാനുള്ള ശക്തിയോടെ മുന്നോട്ടുപോകാൻ സഹായിക്കും. തങ്ങളുടെ രക്ഷിതാവിന് നിഷ്ഠയോടെയും സ്നേഹത്തോടെയും തങ്ങളെ പിന്തുണയ്ക്കുന്നുണ്ടെന്ന് അവർ മനസ്സിലാക്കുമ്പോൾ, അത് അവർക്കൊരു വലിയ ആശ്വാസമാണ്.

അക്കാദമിക സമ്മർദം ഏറെ ഉള്ള ഒരു കാലഘട്ടമാണ് കൗമാരം. സാധാരണ ഗതിയിൽ കുട്ടികളെ തമ്മിൽ താരതമ്യം ചെയ്യുന്ന ശീലം വളരെയധികം വർദ്ധിക്കുന്ന ഒരു കാലഘട്ടം ആണ്. ഇത് അദ്ധ്യാപകരിലും രക്ഷിതാക്കളിലും സമൂഹത്തിലും എല്ലാം കാണുന്നു. ഇതൊരിക്കലും ചെയ്തുകൂടാത്തതാണ്. മറ്റുള്ളവരെ തടയാനാവില്ല എങ്കിലും രക്ഷിതാക്കൾ എങ്കിലും ഇത് ഒഴിവാക്കുക. അതോടൊപ്പം **കുട്ടികളെയും ബോധ്യപ്പെടുത്തുക നിങ്ങൾ മുമ്പുണ്ടായിരുന്ന നിങ്ങളോട് തന്നെയാണ് താരതമ്യം ചെയ്യേണ്ടതെന്ന്.**

മറ്റുള്ളവരുമായി താരതമപ്പെടുത്തുമ്പോൾ അപകർഷതാബോധം അവരിൽ ഉണ്ടാവുകയും അത് അവരെ മാനസികമായി തളർത്തുകയും ചെയ്യും. അതല്ലെങ്കിൽ തന്നെ ഈ പ്രായം അപകർഷതാ ബോധത്തിന്റെതാണ്. അതിനെ ഒന്നുകൂടി വർദ്ധിപ്പിക്കുന്ന ഒരു സംസാരവും രക്ഷിതാക്കളിൽ നിന്നും വേണ്ട.

ഇവിടെ പലപ്പോഴും അറിയാതെ രക്ഷിതാക്കൾ സ്വന്തം കുട്ടികളെ പരസ്പരം താരതമ്യം ചെയ്യുന്നത് കണ്ടിട്ടുണ്ട്. ഇത് കുട്ടികൾ തമ്മിലുള്ള വൈരാഗ്യത്തിന് ഇടവരുത്തും. **ഓരോ കുട്ടിയും ഓരോ പവിഴ മുത്ത് ആണെന്ന് ഓർക്കുക.**

ഓരോ കുട്ടിയെയും **അവരുടെ മുൻകാല പഠനവുമായി മാത്രം താരതമ്യം ചെയ്താൽ മതിയാകും.** "നീ മുൻവർഷത്തേക്കാൾ, അല്ലെങ്കിൽ മുൻപ് കഴിഞ്ഞ് ടേം പരീക്ഷയേകാൾ വളരെയധികം മെച്ചപ്പെട്ടിരിക്കുന്നു" എന്ന രീതിയിലുള്ള അഭിപ്രായങ്ങൾ കൂടുതൽ ഗുണകരമാണ്.

അതുപോലെതന്നെ അവരുടെ **പ്രത്യേകമായ കഴിവുകൾ** ഏതൊക്കെയാണെന്ന് തിരിച്ചറിയുകയും അവരുടെ **വീഴ്ചകളെ മനസ്സിലാക്കുകയും** ചെയ്യുന്നത് ഏറെ

ഗുണകരമാണ്. അതിന് പരിഹാരം കണ്ടെത്താൻ സഹായിക്കുക. അവർക്ക് ചില പഠന വിഷയങ്ങളിൽ മാത്രമല്ല, ജീവിതത്തിനുതകുന്ന മറ്റു പല മേഖലകളിലും കഴിവുണ്ടാകാം. വീഴ്ചകൾക്ക് പരിഹാരം തേടേണ്ടിവരുന്നെങ്കിൽ, അതിന് ആവശ്യമായ മാർഗനിർദ്ദേശങ്ങൾ നൽകുക.

കൗമാരക്കാർക്ക് **വേണ്ടത് വിമർശനമല്ല, പകരം അവരെ മനസ്സിലാകുന്നു എന്നും വേണ്ട പിന്തുണ നൽകും** എന്ന് ഉറപ്പാണ്. അവർക്ക് അവരുടെ സാധ്യതകൾ പ്രയോജനപ്പെടുത്താൻ വഴിതെളിച്ചു കൊടുക്കുമ്പോൾ, അവർ അവശതയിലല്ല, ആത്മവിശ്വാസത്തോടെ മുന്നേറും.

ഓരോ കുട്ടിക്കും പ്രത്യേകമായ കഴിവുകൾ ഉണ്ടായിരിക്കും. എന്നാൽ അതേക്കുറിച്ച് കുട്ടികളിൽ അവബോധം ഉണ്ടാക്കാൻ രക്ഷിതാക്കൾ ശ്രദ്ധിക്കേണ്ടതാണ്. അവർക്ക് താല്പര്യവും കഴിവും ഇല്ലാത്ത വിഷയങ്ങളിൽ നിർബന്ധ ബുദ്ധിയോട് കൂടി രക്ഷാകർത്താവ് പ്രയോഗിക്കുന്നത് മാനസിക സമ്മർദ്ദത്തിന് കാരണമാകും.

ഈ സാഹചര്യത്തിൽ **പലതരത്തിലുള്ള സവിശേഷ ബുദ്ധികളെ പരിചയപ്പെടുത്തുന്നത്** അവരുടെ കഴിവ് കൂടുതൽ ഏതിനാണ് എന്നും, ഏതിനാണ് താല്പര്യം എന്നും ബോധ്യപ്പെടാൻ സഹായിക്കും. പാട്ടുപാടുക, വാദ്യോപകരണങ്ങൾ വായിക്കുക, ചിത്രം വരയ്ക്കുക, ആയോധനമുറകളിലെ താല്പര്യം, കായികവിനോദങ്ങളിലെ താൽപര്യം, കഥകളും കവിതകളും എഴുതുക, അങ്ങനെ നിരവധി കഴിവുകളെ പരിചയപ്പെടുത്തുകയും അവയിൽ ഏതിനാണ് തന്റെ കുട്ടിക്ക് താല്പര്യമുള്ളത് എന്ന് മനസ്സിലാക്കുകയും ചെയ്യേണ്ടത് രക്ഷിതാവാണ്. അതിനുവേണ്ട സഹായം, അത് ഒരു പ്രൊഫഷണലിൽ നിന്നാണെങ്കിൽ അവിടെ നിന്നും ലഭ്യമാക്കേണ്ടതാണ്. കുട്ടിയെ അവന്റെ

കഴിവിനനുസരിച്ചും താല്പര്യത്തിനനുസരിച്ച് നയിക്കുകയാണെങ്കിൽ തീർച്ചയായും അവർ അതിൽ ഉയരങ്ങളിൽ എത്തുന്നതാണ്.

മറ്റുള്ളവരുമായി താരതമ്യം ചെയ്ത സ്വന്തം കുട്ടിയെ മറ്റുള്ളവരുടെ മുമ്പിൽ ഇകഴ്ത്തി പറയുന്നതും വല്ലാതെ വിഷമിപ്പിക്കുന്നതാണ്. എല്ലാവരുടെയും മുന്നിൽ വച്ച് പലപ്പോഴും കേട്ടിട്ടുണ്ട് "ഇവൻ മൂത്തവനെ പോലെയല്ല അല്പം ഉഴപ്പൻ ആണ്". "അല്ലെങ്കിൽ ആ മൂത്തവൻ ഒരു പാവമാണ്, എന്നാൽ ഇവന് അല്പം ചൂടനാണ്." ഇങ്ങനെ നീളുന്നു രക്ഷിതാക്കളുടെ സംസാരങ്ങൾ. ഇത് അവരുടെ മനസ്സിൽ തങ്ങൾ ഇങ്ങനെ തന്നെയാണ് എന്ന് ഊട്ടി ഉറപ്പിക്കുകയാണ്. പിന്നെ അവരുടെ സ്വഭാവം മാറ്റണം എന്ന് പറഞ്ഞാൽ അവരുടെ ഉപബോധ മനസ്സ് മനസ്സിലാക്കില്ല.

മറ്റുള്ളവരെക്കുറിച്ച് പറഞ്ഞ് കുട്ടികളെ ചെറുതാക്കാതെ, **അവരിൽ ഉദ്ദേശിക്കുന്ന ഗുണങ്ങൾ സൗമ്യമായി തുറന്നു പറയുക. അവരുടെ നല്ല സ്വഭാവം അവർക്കു തന്നെ ബോധ്യപ്പെടുത്തുക**, നന്നായാൽ പ്രശംസിക്കുക. മറ്റുള്ളവരെ കുറിച്ച് പറയാതിരിക്കുക, പകരം കുട്ടിയുടെ സ്വന്തം വളർച്ചയെക്കുറിച്ചായിരിക്കണം ശ്രദ്ധ.

നമ്മുടെ ഉപബോധമനസ്സ് എന്ത് കേൾക്കുന്നുവോ എന്ത് മനസ്സിലാക്കുന്നുവോ അത് മാത്രമാണ് നമുക്ക് ചെയ്യാൻ സാധിക്കുക. അതുകൊണ്ട് തന്നെ നല്ല വാക്കുകൾ പറഞ്ഞ് നമുക്ക് കുട്ടികളിൽ ആഗ്രഹിക്കുന്ന ഏത് സ്വഭാവവും രൂപപ്പെടുത്തി എടുക്കാവുന്നതാണ്. അതിന് അവരോട് ആവർത്തിച്ച് പറഞ്ഞു കൊണ്ടിരിക്കണം.

പ്രത്യേകം രാവിലെ ഉണരുമ്പോഴും ഉറങ്ങാൻ കിടക്കുമ്പോഴും. കുട്ടികൾക്കും ഈ അഫർമേഷൻസ് അല്ലെങ്കിൽ സ്ഥിരീകരണ

വാചകങ്ങൾ പറയാൻ പരിശീലിപ്പിക്കാം. "ഞാൻ ആത്മവിശ്വാസം നിറഞ്ഞവനാണ്", "ഞാൻ മനസ്സുവെച്ച് പഠിക്കും", "ഞാൻ എന്റെ ലക്ഷ്യങ്ങൾ കൈവരിക്കും" എന്നിങ്ങനെയുള്ള വാക്കുകൾ അവരോട് ആവർത്തിക്കാൻ പറയുക. ഇത് നെഗറ്റീവ് വിചാരങ്ങളെ തള്ളിക്കളഞ്ഞ് പോസിറ്റീവ് വിചാരങ്ങളെ ഉൾക്കൊള്ളിക്കുവാൻ സഹായിക്കും.

നമുക്ക് കുട്ടികളുടെ കഴിവുകൾ അംഗീകരിക്കാം, സമ്മർദ്ദം ഒഴിവാക്കാം. അങ്ങനെ ഒരു സുരക്ഷിതവും സ്നേഹഭരിതവുമായ പരിസ്ഥിതി നൽകാം. ശരിയായ പ്രചോദനം, സ്ഥിരതയുള്ള പഠനശീലം, പോസിറ്റീവ് ചിന്തകൾ – ഇവ കുട്ടികളുടെ ഭാവിയെ വിജയകരമാക്കാനുള്ള പ്രധാന

ഘടകങ്ങളാണ്.

വിദ്യാഭ്യാസത്തിന് തെരഞ്ഞെടുക്കേണ്ട വിഷയങ്ങളെക്കുറിച്ചുള്ള ചർച്ചകളും അതുവഴി അവരുടെ താൽപര്യങ്ങളും ബോധ്യപ്പെട്ടുകൊണ്ട് അവർക്ക് അതിന് സൗകര്യമുള്ള വിഷയങ്ങളും കോളേജുകളും അറിയാനുള്ള അവസരം സൃഷ്ടിക്കുകയാണ്. **നമ്മുടെ നടക്കാത്ത പോയ സ്വപ്നങ്ങളും സമൂഹത്തിന്റെ മുന്നിൽ പ്രൗഢി കാണിക്കാൻ ഉള്ളതും ഒന്നുമല്ല,** കുട്ടികളുടെ താല്പര്യം, അവരുടെ കഴിവ്, ഇതിനൊക്കെ അനുസരിച്ചിട്ടുള്ള വിഷയങ്ങൾ ആവണം അവർ ഭാവിയിൽ പഠിക്കാൻ എടുക്കേണ്ടത്.

ഇവിടെ രക്ഷിതാക്കൾ മനസ്സിലാക്കേണ്ടുന്ന വ്യക്തമായ ഒരു കാര്യമുണ്ട്. **ഏത് കഴിവും അതിനെ നല്ല നൈപുണിയായി മാറ്റിയാൽ ഇന്ന് നമ്മുടെ ഈ ലോകത്ത് ഒരുപാട് തൊഴിൽ സാധ്യതകളും സ്വന്തം സംരംഭങ്ങളും** നടത്തി ജീവിക്കാനുള്ള സാഹചര്യങ്ങളും മുൻപത്തേക്കാളും ഏറെയാണ്. അതുകൊണ്ടുതന്നെ സ്ഥിരം ശൈലിയായ ഡോക്ടർ,

എൻജിനീയർ തുടങ്ങിയ തൊഴിലുകൾ മാത്രമല്ല എന്ന് ഓർക്കുക.

മോഡേൺ ടെക്നോളജികൾ ഉപയോഗിച്ച് കുട്ടികൾ ചെയ്യുന്ന മൊബൈൽ എഡിറ്റിംഗിൽ പോലും വലിയ സാധ്യതകളുണ്ട്. പക്ഷേ, മൊബൈലിൽ സമയം ചിലവഴിക്കുന്നത് മാത്രം കഴിവിന്റെ അടയാളമെന്ന് കരുതരുത്. കൃത്യമായി അവരുടെ കഴിവ് മനസ്സിലാക്കി മാത്രം തീരുമാനങ്ങൾ എടുക്കുക.

കുട്ടികൾക്ക് **ശരിയായ കരിയർ തിരഞ്ഞെടുക്കാനും,** അതിലൂടെ സന്തോഷത്തോടെ ജീവിതം നയിക്കാനുമുള്ള അവസരങ്ങൾ സൃഷ്ടിക്കുക. കരിയർ തെരഞ്ഞെടുക്കുന്നതിൽ സൈക്കോമെട്രിക് ടെസ്റ്റുകൾ ശാസ്ത്രീയമായി പരീക്ഷിച്ചു വിജയിച്ചവയാണ്. അതിലൂടെ കുട്ടികൾ ഏത് കരിയറിൽ മിടുക്കരാകും എന്ന് അറിയാൻ കഴിയുന്നു.

ലഹരിവസ്തുക്കളുടെ ദുരുപയോഗത്തെയും സമപ്രായക്കാരുടെ സമ്മർദ്ദത്തെയും അഭിസംബോധന ചെയ്യുക എന്നത് ഇന്ന് പ്രാധാന്യമർഹിക്കുന്ന ഒന്നാണ്. സമൂഹത്തിൽ അപകടകരമായ ഇത്തരം സാമഗ്രികൾ ഉണ്ട് എന്നുള്ളതും ചതിയിലൂടെ ആയിരിക്കും പലപ്പോഴും അത് നിങ്ങളിൽ എത്തുക എന്നതും അവരെ അറിയിക്കേണ്ടതാണ്. അതിന്റെ അപകടത്തെക്കുറിച്ച് മനസ്സിലാക്കുന്നതിനോടൊപ്പം, അതിൽനിന്നും നൈമിഷികമായെങ്കിലും കിട്ടുന്ന ഒരു സുഖത്തെക്കുറിച്ച് പറയാതെ ഇരിക്കുകയും വേണം. ചില കുട്ടികൾ എങ്കിലും എക്സൈസ് ഡിപ്പാർട്ട്മെൻറ് എടുത്ത ക്ലാസുകൾ കേട്ടിട്ട്, ആ നൈമിഷികമായി കിട്ടുന്ന സുഖത്തിന്റെ പിറകെ പോയ അനുഭവം കുട്ടികളിൽ ഉണ്ടായിട്ടുണ്ട്.

കൗമാരക്കാർ ഏറ്റവും ഇഷ്ടപ്പെടുന്നത് സമപ്രായക്കാരോടൊപ്പം സമയം ചെലവഴിക്കുക എന്നതാണ്. ഇത്തരം കൂട്ടുകൾ കുട്ടികളുടെ സ്വഭാവത്തിൽ വൻ വ്യതിയാനങ്ങൾക്ക് കാരണമാകാം. നമ്മുടെ കുട്ടി, കൂട്ടുകൂട്ടുന്ന സമപ്രായക്കാരുടെ സ്വഭാവം അവരിൽ എന്ത് തരത്തിലുള്ള

സ്വാധീനങ്ങൾ ഉളവാക്കുന്നതാണെന്ന് തിരിച്ചറിയാൻ കഴിയും.

കൗമാരക്കാർ സ്വതന്ത്രമായി ചിന്തിക്കാൻ ആരംഭിച്ചെന്ന് കരുതിയതുകൊണ്ട്, അവരെ അശ്രദ്ധമായി വിട്ടുകളയാൻ പാടില്ല. **അവർക്കുള്ള സ്വാതന്ത്ര്യം ഉറപ്പുവരുത്തുമ്പോഴും, അത് നിയന്ത്രിതമായിരിക്കണം.** നമ്മുടെ ഉപദേശങ്ങളും ചിട്ടകളും നിയമങ്ങളും അവർക്കു തീർച്ചയായും ആവശ്യമാണ്, എങ്കിലും അവർ അത് പ്രകടിപ്പിക്കാതിരിക്കാൻ സാധ്യതയുണ്ട്. ആവശ്യമെങ്കിലും, അതിനെത്തുടരാൻ കുട്ടികൾ എപ്പോഴും താത്പര്യപ്പെടണമെന്നില്ല. അവർക്കു മുന്നിൽ നാം നിർബന്ധപൂർവ്വം ഉപദേശങ്ങൾ ചൊരിയരുത്, പകരം അവരുമായി തുറന്ന സമവായം നടത്തുക.

യുവാക്കളുടെ ഈ വികാസപദ്ധതിയിൽ, അവർക്ക് നല്ലൊരു വഴികാട്ടി ആവുകയും, അവരുടെ മനസ്സിനെ മികച്ച രീതിയിൽ സ്വാധീനിക്കുകയും ചെയ്യുക – ഇതാണ് ഒരു രക്ഷിതാവിന്റെ ഏറ്റവും പ്രധാന ഉത്തരവാദിത്തം.

സൗഹൃദത്തിന്റെ കൂട്ടായ്മയിൽ നിലനിന്നു പോകാൻ ചിലപ്പോൾ ലഹരി വസ്തുക്കളുടെ ഉപയോഗത്തിന് സാധ്യതയുണ്ട്. കുട്ടികൾ കൗമാരത്തിൽ ആരംഭിക്കുന്ന ഏത് ദുഷ്ശീലവും മാറ്റിയെടുക്കുന്നത് വളരെ ബുദ്ധിമുട്ടാണ് എന്ന് ഓർക്കുക. ഗവേഷണ പഠനങ്ങൾ തെളിയിച്ചപോലെ, **70% ദുഷ്ശീലങ്ങളും കൗമാരപ്രായത്തിലാണ് ആരംഭിക്കുന്നത്.**

അതിനാൽ, ഈ സാഹചര്യം ഒഴിവാക്കുക എന്നത് അത്യാവശ്യമാണ്.

സമപ്രായക്കാരുടെ പ്രേരണ എങ്ങനെ ഒഴിവാക്കാം എന്ന ചോദ്യം എപ്പോഴും മുമ്പിൽ നിൽക്കുന്നു. നമ്മുടെ കുട്ടികളെ ലഹരി ഉപയോഗത്തിൽ നിന്നും പിന്തിരിപ്പിക്കാൻ, കൗമാരക്കാർക്ക് 'എനിക്കിത് വേണ്ട' എന്ന് പറയാൻ ധൈര്യം നൽകുക. ഒരു മോശം പ്രവണത എതിർത്ത് പറയുമ്പോൾ, അത് എങ്ങനെ അവരെ സ്വാധീനിക്കുമെന്ന് വിശദീകരിക്കുക.

"സുഹൃത്തുക്കളോട് എതിർത്ത് പറയാൻ എനിക്ക് ധൈര്യം ഇല്ല" എന്ന ഭയത്തെ മറികടക്കാൻ, അവരെ മനസ്സോടുകൂടി പ്രാപ്തരാക്കുക. "എന്റെ മാതാപിതാക്കൾ ഈ കാര്യത്തിൽ എന്റെ കൂടെയുണ്ട്" എന്ന ആത്മവിശ്വാസം നൽകുക.

കൗമാരക്കാർക്കും ലഹരിവസ്തുക്കളുമായുള്ള അപകടസാധ്യത കുറയ്ക്കാനായി രക്ഷിതാക്കൾ എടുക്കേണ്ടുന്ന മുൻകരുതലുകൾ നോക്കാം.

കുട്ടികളുടെ കൂട്ടുകാരെ പരിചയപ്പെടുക, പക്ഷേ അവരെ നിരീക്ഷിക്കുന്ന രീതിയിലാക്കരുത്. അവരുടെ ചില സമയങ്ങൾ തുറന്ന മനസ്സോടെ അവർക്കൊപ്പം ചെലവഴിക്കുക, അങ്ങനെ അവരുടെ ചിന്തകളും പ്രാധാന്യവും മനസ്സിലാക്കാൻ കഴിയുന്നു. രക്ഷിതാക്കൾ ഇവിടെ ഒരു സുഹൃത്തിനെ പോലെ പെരുമാറുക. സുഹൃത്തായി മാറുക അല്ല വേണ്ടത്. സൗഹാർദ്ദപരമായി അവരോട് സംസാരിക്കുമ്പോൾ അവരുടെ മനസ്സിലെ വിഷമങ്ങൾ അവർ നേരിടുന്ന പ്രശ്നങ്ങൾ അവർ നിങ്ങളോട് സംവദിക്കുന്നതാണ്.

ഓരോ സാഹചര്യങ്ങൾ ഒരുക്കി, തന്റെ കുട്ടിയുടെ സുഹൃത്തുക്കളെ തങ്ങളുടെ വീട്ടിലേക്ക്

ക്ഷണിക്കുകയും അവരോടൊപ്പം സമയം ചെലവഴിക്കുകയും ചെയ്യുന്നത്, ഈ കൂട്ടായ്മയെ മനസ്സിലാക്കാൻ ഉപകരിക്കുന്നതാണ്. ആ കൂട്ടായ്മയിലെ എല്ലാ രക്ഷിതാക്കളും ഇങ്ങനെ ചെയ്താൽ തങ്ങളുടെ കുട്ടികളെ നന്നായി മനസ്സിലാക്കാവുന്നതാണ്.

കൂടാതെ, മിതമായ നിയന്ത്രണം കൊണ്ടുവരുന്നതിലൂടെ അവർക്കു മനസ്സിലാകേണ്ടതുണ്ട് – സ്വാതന്ത്ര്യത്തോടൊപ്പം ഉത്തരവാദിത്തവും അത്യാവശ്യമാണ്. ലഹരിവസ്തുക്കളുടെ അപകടങ്ങൾ അവരോട് തുറന്നുപറയണം, എന്നാൽ അത് അവരെ ആകർഷിക്കുന്ന രീതിയിലാകരുത്.

"ഒരു തവണ പരീക്ഷിച്ചു നോക്കിയാലോ?" എന്ന കാഴ്ചപ്പാട് എത്ര അപകടകരമാണെന്ന് അവർക്കു ബോധ്യമാക്കുക. തങ്ങളുടെ ആരോഗ്യത്തിനും ഭാവിയിലേക്കുള്ള സാധ്യതകൾക്കും ഇത് എത്രത്തോളം ബാധകമാണെന്ന് അവർക്കു വ്യക്തമായ തിരിച്ചറിവ് ഉണ്ടാകാൻ പ്രേരിപ്പിക്കണം.

ഇതെങ്ങനെ സംരക്ഷിക്കാം എന്ന് ചിന്തിക്കുമ്പോൾ, താഴെ പറയുന്ന കാരണങ്ങൾ ചൂണ്ടിക്കാട്ടാം:

- ❖ ഇതെന്റെ ആരോഗ്യത്തിന് ഹാനികരമാണ്.

- ❖ ഇതെന്റെ ജീവന് തന്നെ ഭീഷണിയാണ്, അതുവഴി മറ്റുള്ളവരുടെയും.

- ❖ ഞാൻ ഇത് ഉപയോഗിക്കാതെ ജീവിക്കാൻ തീരുമാനിച്ചിരിക്കുന്നു.

- ❖ പിടിക്കപ്പെട്ടാൽ ഞാൻ വീട്ടിൽ നിന്നും പുറത്താകും.

- ❖ ഏറ്റവും സങ്കടം, എന്റെ രക്ഷിതാക്കൾ വിഷമിക്കും, വേദനിക്കും എന്നുള്ളതാണ്

ഈ കാരണങ്ങൾ പറഞ്ഞുകൊണ്ട്, കുട്ടികൾ ലഹരി വസ്തുക്കൾ ഉപയോഗിക്കാൻ സമ്മതിക്കാതെ നിന്നാൽ, അവർക്ക് ഉണ്ടാകുന്ന ഭീതി ആ കൂട്ടായ്മയിൽ നിന്ന് ഒഴിവാക്കപ്പെടുമെന്നാണ്. എന്നാൽ ബോധ്യപ്പെടുത്തേണ്ടത് ഇത്തരം സാഹചര്യങ്ങൾ ഒഴിവാക്കുകയും നല്ല സുഹൃത്തുക്കളെ വേറെ നേടാമെന്നും മനസ്സിലാക്കുക.

"**നമ്മെ നശിപ്പിക്കാൻ ഇടയാകുന്ന ഒരു സൗഹൃദവും യഥാർത്ഥ സൗഹൃദമല്ല**" എന്ന ബോധം കുട്ടികളിൽ സൃഷ്ടിക്കുക. തെറ്റായ രീതിയിൽ സ്വാധീനിക്കുന്ന കൂട്ടുകാരിൽ നിന്ന് മാറിനിൽക്കാനുള്ള ധൈര്യം നൽകുക. കൗമാരക്കാർക്ക് അനുയോജ്യമായ, തങ്ങളെ ഉന്നതിലേക്ക് നയിക്കുന്ന നല്ല സൗഹൃത്തുക്കളെ കണ്ടെത്താൻ പ്രോത്സാഹിപ്പിക്കുക.

ഇതിനെല്ലാം രക്ഷിതാക്കൾക്ക് നയിക്കാൻ സാധിക്കുക കൗമാരക്കാരോടുള്ള തുറന്ന് സംഭാഷണത്തിലൂടെയാണ്. ലഹരിവസ്തുക്കളുടെ ദൂഷ്യവശങ്ങളെക്കുറിച്ച് വ്യക്തമായി ബോധ്യമാക്കണം. പഠനത്തിൽ മുന്നേറാൻ, **വ്യക്തിത്വം മെച്ചപ്പെടുത്തിക്കൊണ്ട്, സ്വന്തം സ്വപ്നങ്ങൾ സാക്ഷാത്കരിക്കാൻ പ്രേരിപ്പിക്കുക.** അവരുടെ ലക്ഷ്യങ്ങളിലേക്കുള്ള ബോധമുണ്ടാക്കി എടുക്കുകയാണ് വേണ്ടത്. ഇത് ഭയപ്പെടുത്തിക്കൊണ്ടല്ല, തികച്ചും പ്രായോഗികമായി, അവരുമായി ഹൃദയം തുറന്നു സംസാരിച്ചായിരിക്കണം.

കുട്ടികൾക്ക് ജീവിതത്തിൽ എവിടെ 'ഇല്ല' പറയണമെന്ന് പഠിപ്പിക്കുകയെന്നത്, രക്ഷിതാക്കളുടെ പ്രധാനപ്പെട്ട ഉത്തരവാദിത്വങ്ങളിൽ ഒന്നാണ്. **കൗമാരക്കാർക്കു വേണ്ടത് ശിക്ഷയല്ല, ബോധവൽക്കരണമാണ്.** അവരെ ഭയപ്പെടുത്തി നിയന്ത്രിക്കാൻ പാകമായതല്ല, അവർക്കു മനസ്സിലാക്കാനും, ബുദ്ധിപൂർവ്വം തീരുമാനങ്ങൾ എടുക്കാനും അവസരവും

സാവകാശവും നൽകുക. ഒരു മാമ്പഴം സ്വാഭാവികമായി പഴുത്ത് കിട്ടുന്നതിന്റെ സ്വാദ് ഒന്ന് വേറെ തന്നെയല്ലേ?

ഉന്നത വിദ്യാഭ്യാസത്തിനും കരിയർ തിരഞ്ഞെടുപ്പുകൾക്കുമുള്ള തയ്യാറെടുപ്പ് നടത്താൻ രക്ഷിതാക്കളുടെ പങ്ക് വളരെയാണ്. നാം കരുതുന്നതുപോലെ അവർ 'മുതിരുന്നില്ലെ', അവർക്ക് ഇതിന്റെ ആവശ്യമുണ്ടോ? അവർ സ്വയം തിരഞ്ഞെടുക്കില്ലേ? എന്നെല്ലാം തോന്നും. പക്ഷേ നമ്മുടെ ഇഷ്ടങ്ങൾ അടിച്ചേൽപ്പിക്കാതെ, അവരുടെ ഇഷ്ടങ്ങളിലൂടെ, വേണ്ട വിദ്യാഭ്യാസവും കരിയറും തെരഞ്ഞെടുക്കാൻ നാം നല്ല പിന്തുണ നൽകേണ്ടതുണ്ട്.

ഭാവിയെ കുറിച്ചുള്ള ആശങ്ക രക്ഷിതാക്കളോടൊപ്പം തന്നെ കുട്ടികൾക്കും ഉണ്ട്. എന്നാൽ ഇന്നത്തെ തലമുറയിലെ **ഭൂരിഭാഗം കുട്ടികളും "ഭാവിയെക്കുറിച്ച് എന്ത് ആലോചിക്കണം?" എന്ന ഭീതിയിലാണ്.** മാതാപിതാക്കൾ ഇത് മനസ്സിലാക്കുകയും ഒരു കരിയറിനെ കുറിച്ച് ആലോചിക്കേണ്ടതിന്റെ ആവശ്യകത ബോധ്യപ്പെടുത്തുകയും വേണം. അവരുടെ ആശങ്കയെ ധൈര്യമായി നേരിടാനുള്ള പ്രചോദനം നൽകണം.

ഭാവിയിൽ ആരാവണമെന്ന് തീരുമാനിക്കേണ്ട ഈ ഘട്ടത്തിൽ, രക്ഷിതാവിന്റെ സഹായവും സഹകരണവും നിർണായകമാണ്. അക്കാദമിക കാര്യങ്ങൾ മുന്നോട്ടുകൊണ്ടുപോകുന്നതിൽ കുട്ടികൾ നേരിടുന്ന ബുദ്ധിമുട്ടുകൾ അറിയാനും മനസ്സിലാക്കാനും സംശയങ്ങൾ ചോദിക്കാനുമാണ് രക്ഷിതാക്കൾ ശ്രമിക്കേണ്ടത്.

കുട്ടികളെ പിന്തുണച്ചുകൊണ്ട് അവർക്ക് ആവശ്യമായ നിർദ്ദേശങ്ങൾ നൽകുക, അതിനായി, സ്വന്തമായി പ്രാപ്തരാകുകയോ, അല്ലെങ്കിൽ പ്രൊഫഷണലുകളുടെ

സഹായം തേടുകയും ചെയ്യണം. ഈ കാലഘട്ടത്തിൽ **നമ്മുടെ മിതമായ അറിവുകൾ കരിയർ തെരഞ്ഞെടുപ്പിനായി മതിയാകില്ല**. കൂടാതെ, നമ്മുടേതായ ഇഷ്ടങ്ങൾ അവരുടെ മേൽ ചുമത്തരുത്. നമ്മുടെ നടക്കാത്ത സ്വപ്നങ്ങൾ അവരിലൂടെ സാക്ഷാത്കരിക്കാൻ ശ്രമിക്കാതിരിക്കുക.

ഒരു വസ്ത്രം തെരഞ്ഞെടുക്കുന്നതിലോ ഒരു ചെരുപ്പോ, ഷൂസോ, അങ്ങനെ ഏത് സാധനവും ഓൺലൈനായാലും കടയിൽ പോയിട്ടായാലും തെരഞ്ഞെടുക്കുമ്പോൾ എത്രയേറെ സമയം ചെലവഴിച്ചാണ് നാം ഓരോന്നും അവസാനം വാങ്ങുക. എങ്കിലും നമ്മുടെ ജീവിതകാലം അത്രയും കൊണ്ട് നടക്കേണ്ട നമ്മുടെ തൊഴിലിനെ സംബന്ധിച്ച് എത്ര സമയം ചെലവഴിക്കുന്നു എന്ന് ഓരോ രക്ഷിതാവും കുട്ടികളും ഓർത്തു നോക്കൂ.

പുതിയ കരിയറികളെ കുറിച്ചും പണ്ടുള്ളവ ആണെങ്കിൽ പോലും അവയുടെ ഭാവിയെ കുറിച്ചും എല്ലാം അറിവുണ്ടാവുകയും തനിക്ക് അതിന് പറ്റുന്ന കഴിവുകളുണ്ടോ എന്ന് മനസ്സിലാക്കുകയും ചെയ്താൽ മാത്രം ഇഷ്ടപ്പെട്ട കരിയർ തെരഞ്ഞെടുക്കാൻ ആകൂ. അതുപോലെ തന്നെയാണ് കോഴ്സുകളെ കുറിച്ചുള്ള അറിവും കോളേജുകളെ കുറിച്ചുള്ള അറിവും പ്രാധാന്യമർഹിക്കുന്നു. എല്ലാ കോളേജുകളും ഒരുപോലെയല്ല എന്നും ഒരേ കോഴ്സ് പല കോളേജുകളിലും വ്യത്യസ്തമാവുന്നത് അവിടുത്തെ പ്ലേസ്മെന്റ്സെല്ലിന്റെ ഗുണം കൊണ്ടാണെന്നും മനസ്സിലാക്കേണ്ടതുണ്ട്. പ്രൊഫഷണലുകളുടെ സഹായം തേടണം എങ്കിൽ അതും ഇവിടെ എങ്ങനെ ലഭിക്കും എന്നും അറിവുണ്ടാകണം. ഇത്തരത്തിലുള്ള കരിയറുമായിബന്ധപ്പെട്ട കാര്യങ്ങൾക്ക് തീർച്ചയായും രക്ഷിതാവിന്റെ ഉത്തരവാദിത്വം വളരെയാണെന്ന് പറയേണ്ടതില്ലല്ലോ.

"ഒരു കുട്ടിയെ നിങ്ങളുടെ അറിവിലും പഠനത്തിലും ആയി മാത്രം ഒതുക്കരുത്. കാരണം അവർ മറ്റൊരു കാലത്താണ് ജനിച്ചത്" - രബീന്ദ്രനാഥ് ടാഗോർ

കുട്ടികൾക്ക് **വൈവിധ്യമാർന്ന തൊഴിലിടങ്ങളെക്കുറിച്ചും ബിസിനസ് ആശയങ്ങളെ കുറിച്ചും** ചർച്ചകൾ നടത്തി, അവരിൽ വേണ്ട അറിവും അടുത്തറിയാനുള്ള അവസരങ്ങളും സൃഷ്ടിക്കുക. ഈ പ്രായത്തിൽ നല്ലൊരു കാഴ്ചപ്പാട് നൽകുന്നത്, അവർക്ക് ആത്മവിശ്വാസവും ആത്മാഭിമാനവും നൽകുന്നു, ഭാവിയെക്കുറിച്ച് ശരിയായ തീരുമാനം രൂപപ്പെടുത്താൻ സഹായിക്കുന്നു.

കുട്ടികളുടെ കഴിവുകൾ നിർണയിക്കുന്ന ശാസ്ത്രീയ സൈക്കോമെട്രിക് ടെസ്റ്റുകൾ ലഭ്യമാണ്. ഇതിലൂടെ, അവർ ഏത് തൊഴിൽ മേഖലയിൽ ശോഭിക്കും എന്ന് കൃത്യമായി മനസ്സിലാക്കാം. ഒരു ശാസ്ത്രീയ സമീപനം ഉപയോഗിച്ച്, അവർക്ക് ഏറ്റവും അനുയോജ്യമായ കാരിയറിനെ എടുക്കാൻ സഹായിക്കുക, അത് രക്ഷിതാക്കളുടെ നിർണായക പങ്കായിരിക്കും.

അവരുടെ ഐഡന്റിറ്റി ക്രൈസിസ് ഏറ്റവും പാരമ്യതയിൽ നിൽക്കുന്ന ഈ സന്ദർഭം അവരിൽ **ആത്മാഭിമാനം ഉയർത്തുകയും സ്വയം കൂടുതൽ അറിയാനുള്ള പിന്തുണ നൽകുകയും** ആണ് രക്ഷിതാവിന്റെ കർത്തവ്യം. ആശയകുഴപ്പത്തിന്റെ കൊടുമുടിയിൽ നിൽക്കുന്ന ഈ കാലഘട്ടത്തിൽ, അവർക്ക് ഏറ്റവും അധികം പ്രോത്സാഹനം നൽകേണ്ടത് അവരുടെ ആത്മാഭിമാനം ഉയർത്തുന്ന ചേരുവകൾ തന്നെയാണ്. അവരിലുള്ള കഴിവുകളെ പുറത്തെടുക്കുകയും പ്രശംസിക്കുകയും ചെയ്യുക വഴി അവരെ സഹായിക്കുവാൻ നമുക്കാവും. കുട്ടികൾ ആരാണെന്നുള്ള

തിരിച്ചറിവ് വളർത്താനും, മുതിർന്നവരുടെ ശ്രദ്ധയും പിന്തുണയും അത്യാവശ്യമാണ്.

ശാരീരിക മാറ്റങ്ങൾ ഒട്ടനവധിയാണ് ഈ കാലഘട്ടത്തിൽ. കുട്ടികളുടെ മുഖത്തു മുഖക്കുരുക്കൾ, ശരീരത്തിന്റെ വേഗതയിൽ ഉള്ള വളർച്ച, തുടങ്ങിയ വ്യതിയാനങ്ങൾ സംഭവിക്കുന്നു. ചിലപ്പോൾ ഇവർ ചെറുകുട്ടികളായി പെരുമാറുമ്പോൾ, മറ്റെപ്പോഴെങ്കിലും മുതിർന്നവരായെന്നുമെന്നാണ് ധരിപ്പിക്കുന്നത്.

സമപ്രായക്കാരുടെ ഇടപെടലുകൾ, സോഷ്യൽ മീഡിയയിൽ പോസിറ്റീവായി നില്ക്കാൻ ഉള്ള ശ്രമങ്ങൾ, തന്നെ കൊണ്ട് ഒന്നും കൊള്ളില്ലെന്ന തോന്നലുകൾ, ഈ പ്രായത്തിൽ കുട്ടികളിൽ ഉള്ള പ്രധാന ആശയകുഴപ്പങ്ങൾ. ഇവയെല്ലാം മൂലം, അവരുടെ മാനസിക ആരോഗ്യം ദോഷപ്പെടുകയും, അക്കാദമിക മുന്നേറ്റം ഇല്ലാതെ പോകുകയും ചെയ്യുന്നു.

ഇവർ നേരിടുന്ന പ്രശ്നങ്ങൾ നിരവധിയാണ്. പല റോളുകൾ പരീക്ഷിക്കാൻ തയ്യാറുള്ള ഇവർ, **സൗഹൃദ വലയത്തിൽ നിലനിൽക്കാൻ എന്തും ചെയ്യാൻ തയ്യാറാകുന്നു.** എന്നാൽ, വീട്ടിലെ മൂല്യങ്ങളെ ഉപേക്ഷിക്കാൻ ആവാത്തത് കൊണ്ടുള്ള മാനസിക പ്രശ്നങ്ങളും ഉണ്ടാകുന്നു. സോഷ്യൽ മീഡിയയുടെ അതിപ്രസരത്തിലൂടെ, ചുറ്റുമുള്ളവരുമായി താരതമ്യം ചെയ്യുന്നത്, **താൻ മാത്രം സന്തോഷത്തിൽ അല്ലെന്ന തോന്നൽ മൂലം ഏറെ അസ്വസ്ഥതകൾ ഉണ്ടാകുന്നു.**

താൻ എങ്ങനെ കാണപ്പെടുന്നു എന്ന ചിന്ത, തങ്ങളുടെ നിറം തുടങ്ങിയ വിഷയങ്ങൾ കൗമാരക്കാരെ ആഴത്തിൽ ബാധിക്കാറുണ്ട്. ഇതിനെ ചൊല്ലിയുള്ള അഭിപ്രായങ്ങളും വർത്തമാനങ്ങളും ഉണ്ടാകാതിരിക്കാനായാൽ അത്രയ്ക്കും നല്ലതാണ്.

ഒരു കുട്ടിയുമായി സംസാരിച്ച അനുഭവത്തിൽ ഇതിന്റെ ഗൗരവം മനസ്സിലാക്കാൻ കഴിഞ്ഞു. അവന്റെ കുടുംബത്തിലെ ആളുകൾ അവന്റെ നിറം കാരണം സ്ഥിരമായി പരിഹസിക്കാറുണ്ടായിരുന്നു. കുഞ്ഞിരിക്കുമ്പോൾ അതിനെ അവൻ അത്ര ചിന്തിച്ചിരുന്നില്ലെങ്കിലും, കൗമാരപ്രായത്തിലേക്ക് എത്തിയപ്പോൾ ഇത് അദ്ദേഹത്തിന് തീർച്ചയായും ദുഖവും അസ്വസ്ഥതയും ഉണ്ടാക്കിത്തുടങ്ങി.

പഠനത്തിൽ മികവുകാണിച്ചിരുന്ന ആ കുട്ടി, തന്റെ രൂപത്തെ ചൊല്ലിയുള്ള കുറവുകളും പരിഹാസങ്ങളും മൂലം വലിയ മാനസിക സമ്മർദം അനുഭവിച്ചു. എന്നാൽ, അവനുമായി ആഴത്തിൽ സംസാരിക്കുകയും അവന്റെ ആത്മവിശ്വാസം തിരിച്ചുപിടിക്കാനുള്ള മാർഗങ്ങൾ അന്വേഷിക്കുകയും ചെയ്തപ്പോൾ, അവനെ അതിൽ നിന്ന് മാറ്റിയെടുക്കാൻ കഴിഞ്ഞു.

ഇങ്ങനെ പ്രതികൂലതകളിൽ നിന്ന് മുക്തനാകാൻ കഴിഞ്ഞപ്പോൾ, അവന്റെ ശ്രദ്ധ പഠനത്തിലേക്ക് തിരിയുകയും പരീക്ഷകളിൽ മികച്ച വിജയം നേടാനാകുകയും ചെയ്തു. ഈ അനുഭവം കാണിച്ചുതന്നത്, കൗമാരപ്രായക്കാർ നേരിടുന്ന **ആത്മബോധസംബന്ധിയായ പ്രശ്നങ്ങളെ ചെറുതായി കാണാതെ, അവരുടെ മാനസികാരോഗ്യത്തിനും സ്വഭാവവികാസത്തിനും പ്രാധാന്യം നൽകേണ്ടത് അത്യാവശ്യമാണ്** എന്നതാണ്.

കുട്ടികൾ നേരിടുന്ന ഏത് തരം മാനസിക പ്ര**ശ്നങ്ങളിലും പരിഹാരം ഉണ്ടാക്കാൻ രക്ഷിതാവിനായില്ലെങ്കിൽ അതിന്** വിദഗ്ദ്ധരുടെ സേവനം തേടാൻ മടിക്കേണ്ട. ശരീരത്തിൽ ഒരു അസുഖം വരുമ്പോൾ ഡോക്ടറുടെ അടുത്ത് പോകുന്നതു പോലെ മാത്രമേ ഒരു മാനസിക അസ്വസ്ഥത വരുമ്പോൾ മാനസികരോഗ വിദഗ്ധനെ കാണുന്നതും എന്ന് മനസ്സിലാക്കുക.

അവരുടെ ശരീരത്തിലെ ഹോർമോണുകളുടെ വ്യതിയാനങ്ങൾ കാരണം, ഈ പ്രായത്തിൽ

ഉണ്ടാകുന്ന മാറ്റങ്ങൾ സാധാരണമാണ് എന്നും താൽക്കാലികമാണെന്നും ബോധ്യപ്പെടുത്തുക. അവരെ മനസ്സിലാക്കി, അവരുടെ ആശങ്കകൾ നിറവേറ്റി, വിശ്വസ്തമായ ഒരു ബന്ധം രൂപപ്പെടുത്തുകയും ചെയ്യുക.

ഈ അവസ്ഥയിൽ നിന്നും കുട്ടികൾക്ക് മാറണമെങ്കിൽ **രക്ഷിതാക്കളുടെ നിരുപാധിക സ്നേഹവും പ്രോത്സാഹനവും പിന്തുണയും അത്യാവശ്യമായിരിക്കുന്നു.**

അതുപോലെ തന്നെ നല്ല സൗഹൃദങ്ങൾ അതായത് ഒരേ പോലത്തെ ചിന്താഗതികളും മൂല്യങ്ങളും മുറുകെ പിടിക്കുന്ന സൗഹൃദങ്ങൾ കൗമാരക്കാരിൽ ആത്മഭിമാനം ഉണർത്തുന്നതാണ്.

സാമൂഹിക ഇടപെടലുകളും സാംസ്കാരിക മാനദണ്ഡങ്ങളും മൂല്യങ്ങളും പ്രതീക്ഷകളും ഇവർ അടുത്ത് അറിയേണ്ടിയിരിക്കുന്നു. സാമൂഹ്യ സാംസ്കാരിക ഇടപെടലുകളും ഇവരുടെ ഐഡൻറിറ്റിയെ സ്വാധീനിക്കുന്നതാണ്.

ഇവിടെ **സാമൂഹിക കാര്യങ്ങളിൽ,** ഉദാഹരണത്തിന് തൊട്ടടുത്ത വീട്ടിലെ വിവാഹം, മരണം പോലുള്ള **ചടങ്ങുകളിൽ കുട്ടികളെ പങ്കെടുപ്പിക്കുക,** ഏതെങ്കിലും ഒരു സാമൂഹിക സേവനം നടത്തിക്കുക. ഉദാഹരണം: ഒരു അന്നദാനത്തിന് സഹായിക്കുക, ഒരു വൃദ്ധസദനംസന്ദർശിച്ച് അവരോടൊപ്പം സമയം ചെലവഴിക്കുക, അനാഥാലയം, മാനസിക വെല്ലുവിളി നേരിടുന്നവരെ പാർപ്പിക്കുന്നിടങ്ങൾ, അങ്ങനെ സമൂഹത്തിലെ നിരവധിയായ വേദന അനുഭവിക്കുന്നവരെ കാണുവാനും അവരെ സേവിക്കുവാനും ഉള്ള അവസരം സൃഷ്ടിക്കുന്നത് വഴി,

അവരെ, **സ്വന്തം ജീവിതത്തിന്റെ മൂല്യങ്ങളെ തിരിച്ചറിയാൻ സഹായിക്കുന്നു.** ജീവിതത്തിലെ പല ദുരിതങ്ങളെ കുറിച്ചും ഉള്ള അറിവ് ലഭ്യമാകുകയും ചെയ്യും.

ഈ അവസരത്തിൽ നല്ല സാമൂഹിക ബോധമുള്ള ഒരു കുട്ടിയെ ഓർമ്മ വരുന്നു. എല്ലാ കുട്ടികളും സ്കൂളിൽ നിന്ന് വിനോദയാത്രയ്ക്ക് പോയപ്പോൾ, അവനും അവന്റെ രക്ഷിതാവിൽ നിന്നും വിനോദയാത്രയ്ക്കുള്ള പണം വാങ്ങി. തിരികെ വന്നപ്പോഴാണ് മനസ്സിലാക്കുന്നത്, ആ പണം കൊണ്ട് അവൻ വീടിന് തൊട്ടടുത്തുള്ള അനാഥാലയത്തിലെ എല്ലാ കുട്ടികളെയും കൊണ്ട്, അടുത്തുള്ള ഒരു സ്ഥലം സന്ദർശിക്കാൻ ഉപയോഗിക്കുകയായിരുന്നു. കണക്കിൽ അല്പം പുറകിൽ ആയിരുന്നു ഈ കുട്ടി, ഇന്ന് നല്ലൊരു ഫോട്ടോഗ്രാഫറായി സന്തോഷമായി ജീവിതം മുന്നോട്ടു കൊണ്ടുപോകുന്നു.

മുൻകാല അനുഭവങ്ങൾ അവരുടെ വിജയങ്ങളും പരാജയങ്ങളും എല്ലാം അവരുടെ സ്വയം ബോധത്തെ സ്വാധീനിക്കുന്നു. ഇവിടെ രക്ഷിതാക്കൾ ശ്രദ്ധിക്കേണ്ട കാര്യങ്ങൾ ഉണ്ട്.

'**കൗമാരക്കാർക്ക് രക്ഷിതാക്കളെ ആവശ്യമില്ല എന്നു പ്രകടിപ്പിച്ചാൽ പോലും, സത്യത്തിൽ അവർ നമ്മുടെ സാമീപ്യവും നിർദ്ദേശങ്ങളും സഹകരണവും പ്രതീക്ഷിക്കുന്നു.**'

കുട്ടികൾക്ക് **സ്വകാര്യതയും ഒറ്റയ്ക്കിരിക്കാൻ ഉള്ള സമയവും ആവശ്യമുണ്ട്.** അവർ സുഹൃത്തുക്കളോടൊപ്പം സമയം ചെലവഴിക്കാൻ ഇഷ്ടപ്പെടുന്നു. ചിലപ്പോൾ രക്ഷിതാക്കൾക്ക് ഇഷ്ടമില്ലാത്ത കാര്യങ്ങൾ ചെയ്യാൻ അവർ മിടുക്കുണ്ടാകുന്നു. രക്ഷിതാക്കളിൽ നിന്നും ഒരുപാട് കാര്യങ്ങൾ മറച്ചു പിടിക്കാൻ മിടുക്കരാണ്. ഇതെല്ലാം രക്ഷിതാക്കളോട്

പറയണം എന്ന് ആഗ്രഹമുണ്ടെങ്കിലും അത് സാധിക്കാതെ പോകുന്നതുകൊണ്ട് തന്നെ അവരുടെ മനസ്സ് പ്രക്ഷുബ്ധമാണ്. എങ്കിലും, ഇവിടെ അവർക്ക് മാർഗനിർദ്ദേശം ആവശ്യമാണ്.

എല്ലാ ജോലി തിരക്കുകളും ഒഴിവാക്കി, ഒരു കുടുംബമായി അത്താഴത്തിന് ഇരിക്കുക. ഈ സമയത്ത്, ഓരോരോ വിശേഷങ്ങളും തമ്മിൽ പങ്കിടുക. കുടുംബാംഗങ്ങൾക്ക് എല്ലാം ഇഷ്ടമുള്ളതും അല്ലാത്തതുമായ ഏത് വിഷയവും ആർക്കും സംസാരിക്കാം. എവിടെയെങ്കിലും വീഴ്ച പറ്റിയെങ്കിൽ, കുട്ടികൾക്ക് ആശങ്കയില്ലാതെ നമ്മോട് അഭിപ്രായം പറയാൻ കഴിയണം. ഇവിടെ സംസാരത്തിനിടയിൽ ശാസനയോ ചോദ്യമോ പാടില്ല. അവർ പതിയെ അവരുടെ വിശേഷങ്ങൾ പങ്കുവയ്ക്കും. അങ്ങനെയെന്നും **ക്വാളിറ്റി ടൈം** കുടുംബത്തിൽ ചെലവഴിക്കുക.

ഒരു സുഹൃത്തിനോട് എന്നപോലെ നമ്മുടെ അന്നത്തെ വിശേഷങ്ങൾ അവരോടു പറഞ്ഞുതുടങ്ങുക. ഇവിടെ നമ്മുടെ കുറവുകളും വീഴ്ചകളും പങ്കിടാൻ മനസ്സ് കാണിക്കുക. അതിനവരോട് പരിഹാരം വരെ തേടാം. വിശേഷങ്ങൾ പങ്കുവെച്ചപ്പോൾ, നമുക്കിഷ്ടപ്പെടാത്തതും കാണും. അവരെ ആശങ്കയില്ലാതെ കേൾക്കുക, ഒപ്പം അവസാനം നിർദ്ദേശങ്ങൾ നൽകുക.

കൗമാരക്കാരോട് ഇടപെടണം എങ്കിൽ കൂടുതൽ ക്ഷമയും കരുതലും ആവശ്യമാണ്. ഒരു സുഹൃത്തിനെ പോലെയാണെങ്കിൽ, അവരുടെ വിശ്വാസവും വിശ്വസ്തതയും നേടാം. **ഒരു സുഹൃത്തായി മാറുകയല്ല പകരം സൗഹാർദ്ദത്തോടെ പെരുമാറുക എന്നതാണ്.**

സൗഹൃദപരമായ സംഭാഷണങ്ങൾ നടത്തുമ്പോൾ, അവർ മനസ്സുതുറന്ന് സംസാരിക്കാൻ കൂടുതൽ തയാറാകുകയും

അവരുടെ ആശങ്കകളും ആഗ്രഹങ്ങളും സ്വതന്ത്രമായി പങ്കുവെയ്ക്കുകയും ചെയ്യും. അവരോട് നിർബന്ധപൂർവ്വം സംസാരിക്കാൻ ആവശ്യപ്പെടാതെ, സംഭാഷണത്തിനുള്ള ഒരു സ്വാഭാവിക സാഹചര്യം സൃഷ്ടിക്കുക എന്നതാണ് ഏറ്റവും മികച്ച മാർഗം.

കൗമാരക്കാരോട് സംസാരിക്കുമ്പോൾ ശ്രദ്ധിക്കേണ്ട കാര്യങ്ങൾ, തുറന്നു സംസാരിക്കാൻ ഇരിക്കുമ്പോൾ **അവരെ പറയാൻ അനുവദിക്കുക. ഇടയിൽ കയറി സംസാരിക്കാതിരിക്കുക, ശാസനകളോ കുറ്റപ്പെടുത്തലുകളും പാടില്ല.** നമ്മളിൽ വിശ്വാസം ഉണ്ടായാൽ മാത്രമാണ് ഇങ്ങനെ ഒരു സംസാരം ഉണ്ടാവുക. അതുകൊണ്ടുതന്നെ ഏറ്റവും പ്രധാനം അവരുടെ വിശ്വാസം നേടുന്ന പെരുമാറ്റം മാതാപിതാക്കളിൽ നിന്നും ഉണ്ടാവുക എന്നതാണ്. സംസാരത്തിൽ ലഹരി, ലൈംഗികത, ഇവയുടെ പ്രശ്നങ്ങളും ഭവിഷ്യത്തുകളും, തുറന്നു പറയാവുന്ന രീതിയിലാവണം സംഭാഷണം. ഈ രീതി വളർത്തിയാൽ നമ്മുടെ കുട്ടികൾ ഒരിക്കലും വഴിതെറ്റി പോകാനിടയില്ല.

ഈ കാലഘട്ടത്തിൽ നാം ആത്മാർത്ഥതയും വിശ്വാസവും നിറഞ്ഞ ബന്ധം വളർത്തുമ്പോൾ, അവർക്ക് നമ്മോടുള്ള ആത്മവിശ്വാസം ഉയരും. കൗമാരക്കാർക്ക് അവരുടെ സ്വാതന്ത്ര്യം പ്രധാനം ആയിരിക്കുമ്പോഴും, അവർക്കു നമ്മുടെ സമീപ്യവും നിർദ്ദേശങ്ങളും സഹകരണവും

പ്രതീക്ഷിക്കുന്നുണ്ട്. അത് അവർ പ്രകടിപ്പിക്കാത്തതുകൊണ്ട് മാത്രം നാം പിൻമാറരുത്.

ആരോഗ്യ സംരക്ഷണം കൗമാരക്കാരുടെ ഇടയിൽ, ഒരു പഴഞ്ചൊല്ല് പറയുന്നതുപോലെ "ഒന്നില്ലെങ്കിൽ ആശാന്റെ

നെഞ്ചത്ത് അല്ലെങ്കിൽ കളരിക്ക് പുറത്ത്" എന്നുള്ള രീതിയിലാണ് എന്ന് രക്ഷിതാക്കൾ അറിയണം.

കൗമാരക്കാർക്ക് **അരമണിക്കൂർ എങ്കിലും ശാരീരിക വ്യായാമം ആവശ്യമാണ്.** രക്ഷിതാക്കൾ മാതൃകയായി കൊണ്ട് രാവിലെ നടത്തം പോലെയുള്ള അവസരങ്ങളിൽ അവരെ കൂടെ കൂട്ടുക. ഇതിലൂടെ അവർക്കു ശാരീരിക ആരോഗ്യത്തോടൊപ്പം മാനസിക ഉല്ലാസവും ലഭിക്കും. കൂടാതെ, രക്ഷിതാക്കളോടുള്ള ബന്ധം കൂടുതൽ ഗാഢമാകാനും അവർക്കു ആത്മാഭിമാനം വർദ്ധിക്കാനും ഇത് സഹായിക്കും.

കൗമാരക്കാർക്കൊപ്പം ശ്രദ്ധിക്കേണ്ട മറ്റൊരു പ്രധാന കാര്യം അവരുടെ **ഭക്ഷണരീതിയാണ്.** പോഷകാഹാരം അവശ്യമാണെന്നും അത് അവർ സ്ഥിരമായി കഴിക്കണമെന്നുമുള്ള ഉറപ്പ് രക്ഷിതാക്കൾക്കുണ്ടാകണം. ചിലപ്പോൾ അവർ അതിന് താല്പര്യം കാണിക്കാതിരിയ്ക്കാം, പക്ഷേ ആഹാരത്തിന്റെ പ്രാധാന്യം അവർക്കു ബോധ്യപ്പെടുത്തുകയും, അവർക്ക് ഇഷ്ടമുള്ള രീതിയിൽ വിഭവങ്ങൾ തയ്യാറാക്കി അവരെ ആകർഷിക്കുകയും വേണം. അവർ സന്തോഷത്തോടെ കഴിക്കുന്നുണ്ടെന്നത് ഉറപ്പുവരുത്തേണ്ടതും എന്നാൽ അവരുടെ സ്വാതന്ത്ര്യത്തെ ഹനിക്കാതെ അത് ചെയ്യേണ്ടതുമാണ്.

പെൺകുട്ടികൾ ശരീരവളർച്ചയ്ക്കനുസരിച്ച് ഭക്ഷണത്തിൽ നിയന്ത്രണം വരുത്താൻ ശ്രമിക്കാറുണ്ട്, ചിലപ്പോൾ **അകന്ന ഒരു ഇമേജ് നിലനിർത്താനുള്ള ശ്രമത്തിലാണ്.** അത് തീർച്ചയായും ഒഴിവാക്കേണ്ടതുണ്ട്, കാരണം ആരോഗ്യപ്രശ്നങ്ങൾ ഉൾപ്പെടെ ഭാവിയിൽ സാരമായ ദോഷങ്ങൾ ഉണ്ടാകാം. അതേസമയം, അമിതഭക്ഷണ ശീലം പ്രോത്സാഹിപ്പിക്കരുത്, കാരണം അത് അമിതഭാരം,

ഹോർമോൺ അസന്തുലിതാവസ്ഥ എന്നിവയ്ക്കും കാരണമാവാം.

പ്രത്യേകിച്ച് പെൺകുട്ടികൾക്ക് പിസിഒഡി (PCOD) പോലുള്ള ആരോഗ്യപ്രശ്നങ്ങൾ അനുഭവപ്പെടാൻ സാധ്യതയുള്ളതിനാൽ, നിലവിലുള്ള ഭക്ഷണശീലങ്ങൾ മനസ്സിലാക്കിയും, അവയ്ക്ക് ആരോഗ്യകരമായ മാറ്റങ്ങൾ കൊണ്ടുവരികയും വേണം. ശരിയായ മാർഗനിർദ്ദേശം നൽകിക്കൊണ്ട് ആരോഗ്യകരമായ ഭക്ഷണശീലം ശീലിപ്പിക്കുന്നതിൽ രക്ഷിതാക്കൾക്ക് നിർണായക പങ്കുണ്ട്.

സാഹസികതയെ പ്രണയിക്കുന്ന കാലമാണിത്. അതുകൊണ്ടുതന്നെ ബൈക്കുകളും സ്കൂട്ടറുകളും കാറും എല്ലാം ഓടിക്കാനുള്ള അവരുടെ ആവേശം വലുതായിരിക്കും. ഇവിടെ നിയമങ്ങളെക്കുറിച്ച് ബോധ്യപ്പെടുത്താൻ ആ നിയമങ്ങൾ ഒരു രാജ്യത്തിന്റെ പൗരൻ നിലയിൽ അനുസരിക്കാൻ നമ്മൾ ഓരോരുത്തരും ബാധ്യസ്ഥരാണ് എന്ന് മനസ്സിലാക്കുക. എങ്കിലും പരിധികൾക്കുള്ളിൽ നിന്നുകൊണ്ട് അവരുടെ സാഹസികമനോഭാവത്തിന് തൃപ്തിപ്പെടുത്താനായി ചെറിയ രീതിയിൽ വണ്ടി ഒന്ന് മാറ്റിവയ്ക്കാൻ പറയാം. റോഡിലേക്ക് എടുക്കാനുള്ള അനുവാദം കൊടുക്കരുത്. ലൈസൻസ് എടുത്തതിനുശേഷം മാത്രം റോഡിലേക്ക് അനുവദിക്കാവൂ. സാഹസികമനോഭാവത്തിന് തൃപ്തിപ്പെടുത്തുവാൻ ട്രെക്കിംഗ് പോലുള്ള സഹസിക യാത്രകൾക്കും, തീം പാർക്കുകളിലേയ്ക്ക് പോകുന്നതും ഉപകാരപ്പെടും.

അച്ചടക്കത്തിന്റെ കാര്യം വളരെ പ്രധാനപ്പെട്ടതാണ്. അച്ചടക്കം പാലിക്കപ്പെടണമെങ്കിൽ എന്താണ് അതിന്റെ ആവശ്യം എന്ന് ബോധ്യപ്പെടുത്തണം ആദ്യം. അടുത്തതായി നല്ല

ക്ഷമയോടുകൂടി ആവണം ഈ കാര്യങ്ങൾ കൈകാര്യം ചെയ്യുക. അച്ചടക്കം നടപ്പിലാക്കേണ്ടുന്ന രീതികളും ഉണ്ട്. മുൻകൂറായി

നിയമങ്ങളും അത് തെറ്റിക്കുമ്പോൾ ഉണ്ടാകുന്ന ഭവിഷ്യത്തുകളും അവരെ പറഞ്ഞ് ബോധ്യപ്പെടുത്താവുന്നതാണ്. ഇതെല്ലാം പക്ഷേ നമ്മൾ അവരുടെ ഒരു ആറു വയസ്സ് മുതൽ പ്രാവർത്തികമാക്കി തുടങ്ങിയിരിക്കുന്നത് ആണ്.

എല്ലാത്തിനും ഒരു നിയമം പാലിക്കാൻ തുടങ്ങിയാൽ അത് മാറ്റമില്ലാതെ കൊണ്ടു പോകേണ്ടതാണ്. രക്ഷിതാക്കൾ എത്ര തന്നെ അവശരാണ് എങ്കിലും. അല്ലാത്തപക്ഷം രക്ഷിതാക്കളുടെ അവശതയിൽ ഈ കൗമാരക്കാർ മുതലെടുക്കാൻ സാധ്യതയുണ്ട്. ഈ അച്ചടക്കം, ശിക്ഷാനടപടികളിൽ നിന്നും വിഭിന്നമാണ്. ശിക്ഷാനടപടികൾ അവർക്ക് ഒരു വേദന നൽകുന്നു എന്നല്ലാതെ ഒരിക്കലും ഒരു തിരുത്തലിന് സാധ്യത കുറവാണ്. ഒരുപാട് ശക്തമായി ഈ നിയമങ്ങളൊക്കെ പാലിച്ചാൽ കുട്ടികൾ "റിബൽ ആവില്ലേ?" എന്നും ചോദിക്കുന്നുണ്ടാവാം. തീർച്ചയായും റിബൽ ആകും ഒരു നിയമം അടിച്ചേൽപ്പിച്ചാൽ. അത് നടപ്പിലാക്കാതെ വന്നാൽ അതിനു ശിക്ഷ നടപടികൾ കൊടുത്താൽ.

പകരം, മുമ്പ് പറഞ്ഞ പോലെ **എല്ലാവരുമായി ചർച്ച ചെയ്തു നിയമങ്ങളെക്കുറിച്ച് ബോധ്യം വരുത്തി, അതിൽ വീഴ്ച വരുത്തിയാൽ ഉണ്ടാകാവുന്ന ഭവിഷ്യത്തുകളെ കുറിച്ചും മനസ്സിലാക്കി കാര്യകാരണസഹിതം വ്യക്തമാക്കിയാൽ കൗമാരക്കാർ ഏറെ ഇഷ്ടപ്പെടുന്ന ഒന്ന് തന്നെയായി മാറും ഈ നിയമങ്ങൾ.** കാരണം പലപ്പോഴും ഈ നിയമങ്ങൾ അവരെ അവരുടെ സമപ്രായക്കാരുടെ സമ്മർദ്ദത്തിൽ നിന്നും രക്ഷിക്കുന്നതാണ്. പുറമേ അവർ നമ്മുടെ ഈ നിയമങ്ങളെയും നമ്മുടെ അധികാരത്തെയും

ചോദ്യം ചെയ്യുമായിരിക്കും പക്ഷേ ഉള്ളിന്റെ ഉള്ളിൽ അവർ അത് വളരെയധികം ഇഷ്ടപ്പെടുന്നുണ്ട്.

മറ്റൊരു കാര്യം ഇതോടൊപ്പം ചേർക്കാനുള്ളത്, **നിയമങ്ങൾ കുടുംബത്തിലെ എല്ലാവർക്കും ഉള്ളതാണ്.** കുട്ടികൾക്ക് മാത്രമല്ല, മുതിർന്നവരും അത് പാലിക്കേണ്ടതാണ്.

കുട്ടികളുടെ മുറിയിൽ ടെലിവിഷൻ പോലുള്ള ഉപകരണങ്ങൾ ഉണ്ടായിരിക്കരുത്. ടി.വി കാണാനുള്ള സമയവും വ്യക്തമായി നിശ്ചയിച്ചിരിക്കണം. എത്ര വാശി എടുത്താലും അതിന് വഴങ്ങാൻ പാടില്ല. കാരണം, വീട്ടിൽ ഒരു നിശ്ചിത ഘടനയുണ്ടെങ്കിൽ, അത് തുടർച്ചയായി

പിന്തുടർന്നാൽ കുട്ടികൾക്ക് ആശയക്കുഴപ്പമില്ലാതെ ചിട്ടയായി ജീവിക്കാൻ കഴിയും.

മൊബൈൽ കാഴ്ചയ്ക്കും കർശന നിയന്ത്രണം അനിവാര്യമാണ്. ഈ കാലഘട്ടത്തിൽ മൊബൈൽ ഫോണുകൾ ഒഴിവാക്കുന്നത് ബുദ്ധിമുട്ടാണ്, എങ്കിലും പരമാവധി 60 മിനിറ്റായി നിയന്ത്രിക്കുക. എല്ലാ സ്ക്രീൻ സമയവും ഉൾപ്പെടെ. അതുപോലെ കിടക്കാൻ നേരം ഒരു കാരണവശാലും ഫോണുകൾ കുട്ടികളുടെ കയ്യിൽ ഉണ്ടാവാൻ പാടില്ല. പഠനസമയം മുതൽ സ്വിച്ച് ഓഫ് ചെയ്ത് രക്ഷിതാക്കളുടെ കൈവശം ഉണ്ടായിരിക്കണം. രക്ഷിതാക്കളും ഇവിടെ മാതൃകയായി പെരുമാറേണ്ടതാണ്. **മൊബൈൽ മാറ്റിവെക്കുന്ന ശീലം എല്ലാവരും പാലിക്കേണ്ടതാണ്. കിടക്കുന്നതിന് ഒരു മണിക്കൂർ മുൻപെങ്കിലും നോട്ടിഫിക്കേഷൻ എല്ലാം ഓഫ് ചെയ്തു മാറ്റി വെക്കണം.**

'കുട്ടികൾക്ക് പറഞ്ഞതെല്ലാം ചെയ്തു കൊടുക്കണം' എന്ന ധാരണ രക്ഷിതാക്കൾ ഒഴിവാക്കേണ്ടതാണ്. **അവർ പട്ടിണി**

കിടന്നാലും, വാശി എടുത്താലും എല്ലാം അനുവദിക്കേണ്ട അവസ്ഥയിൽ പോകരുത്.

ഇവിടെയാണ് സാമ്പത്തിക അച്ചടക്കത്തിന്റെ പ്രാധാന്യം. അതിനായി കുട്ടികളുടെ കയ്യിൽ പണം കൊടുത്ത് കടകളിൽ നിന്നും സാധനങ്ങൾ വാങ്ങിപ്പിക്കുകയും ഓരോന്നിന്റെ വിലയും ചോദിച്ച മനസ്സിലാക്കി, ബാക്കി പണവും അവരിൽ നിന്നും തിരികെ വാങ്ങണം. **കടയിൽ പോകുന്നതിന് ബാക്കി പണം കുട്ടികൾക്ക് നൽകുന്ന ശീലം നല്ലതല്ല.** എന്നാൽ ഇതേ പണം തിരിച്ച് കൊടുത്തുകൊണ്ട് "ഇത് നിന്റെ കുടുക്കയിൽ സൂക്ഷിക്കു" എന്ന് പറഞ്ഞ് കൊടുക്കുന്നത് സമ്പാദിക്കാനുള്ള ശീലം ചെറിയ പ്രായം മുതൽ സ്രഷ്ട്രിക്കുവാൻ സഹായകമാണ്.

ഒരല്പം കൂടി വളർന്നു കഴിയുമ്പോൾ രണ്ടുദിവസത്തേക്കുള്ള വീട്ടിലെ ആവശ്യങ്ങൾക്കായി അവരുടെ കയ്യിൽ പണം നൽകിക്കൊണ്ട് കാര്യങ്ങൾ നടത്താൻ ഏൽപ്പിക്കാം. ഈ ദിവസങ്ങൾക്ക് ആവശ്യമായ ബഡ്ജറ്റ് തയ്യാറാക്കുന്നതിന് നിർദ്ദേശങ്ങൾ നൽകിക്കൊണ്ട് കുട്ടികളെ കൊണ്ട് തന്നെ അത് നടപ്പാക്കാവുന്നതാണ്. ഇതിലൂടെ സാമ്പത്തിക അച്ചടക്കത്തെ കുറിച്ച് നല്ല ധാരണ കുട്ടികളിൽ ഉണ്ടാവുന്നതാണ്. ഇവിടെ **രക്ഷിതാക്കൾ അവരുടെ സാമ്പത്തികത്തെക്കുറിച്ച് കുട്ടികൾക്ക് ബോധ്യം കൊടുക്കേണ്ടത് അനിവാര്യമാണ്.** നമ്മുടെ കയ്യിലുള്ളതിനനുസരിച്ച് ജീവിക്കുവാൻ അവരെ പഠിപ്പിക്കേണ്ടതും അതിലും ഉയരങ്ങളിൽ എത്തണമെങ്കിൽ അതിന് പ്രയത്നിക്കേണ്ടതുണ്ട് എന്നും അവർക്ക് ബോധ്യമാവണം. തനിക്ക് കിട്ടാത്തതെല്ലാം തന്റെ മക്കളാസ്വദിക്കട്ടെ എന്ന് ചിന്തിച്ചു പ്രവൃത്തിച്ചാൽ അവർക്ക് ഒരിക്കലും പ്രവൃത്തിയുടെ മഹത്വം മനസ്സിലാകില്ല. എന്ത് കിട്ടിയാലും തൃപ്തിയും ആകില്ല.

ജീവിതത്തിൽ ഉയർച്ചകളും വീഴ്ചകളും സ്വാഭാവികമാണ്. ഈ ചെറിയ പ്രായം മുതൽ തന്നെ കുട്ടികളെ അതിനെ എങ്ങനെ നേരിടാമെന്ന് പഠിപ്പിക്കുന്നത് അനിവാര്യമാണ്. വിജയങ്ങൾക്കും പരാജയങ്ങൾക്കും തുല്യമായ ഒരു മനോഭാവം കുട്ടികളിൽ വളർത്തണം.

ഇവിടെ ചെറിയ കാര്യങ്ങൾക്കായി വഴക്കിട്ട്, സ്വയം ദുരിതത്തിലാഴ്ന്ന നിരവധി കൗമാരക്കാരുടെ കാഴ്ച മനസ്സിൽ വരുന്നു. ചെറുപ്പത്തിൽ "ഇല്ല" എന്നും "വേണ്ട" എന്നും കേട്ടും അത് സ്വീകരിക്കാൻ ശീലിച്ചും വളർന്നവർക്ക് പരാജയങ്ങളെ ക്ഷമയോടെ നേരിടാനും, ജീവിതത്തിന്റെ വെല്ലുവിളികൾ മറികടക്കാനും കഴിയും.

ഈ അടുത്ത കാലത്ത് എറണാകുളം ഗ്ലോബൽ പബ്ലിക് സ്കൂളിൽ മിഹിർ എന്ന കുട്ടിയുടെ മരണം മറ്റു കുട്ടികൾ അവനെ വല്ലാതെ ശല്യം ചെയ്തതുമൂലം ആണെന്ന് അറിയുന്നു. സമൂഹമാധ്യമങ്ങളിൽ നിന്നും സിനിമകളിൽ നിന്നും ചുറ്റുപാടുകളിൽ നിന്നും വീടുകളിൽ നിന്നും എല്ലാം ധാരാളം അക്രമ വിശേഷങ്ങൾ കിട്ടുന്നുണ്ട്. ഇവയെല്ലാം സ്വാഭാവികമാണെന്ന ചിന്ത കുട്ടികളുടെ മനസ്സിൽ ഉടലെടുക്കാൻ വളരെ എളുപ്പം. ഇവിടെ ഇതെല്ലാം അസ്വാഭാവികമാണെന്ന് ആരും അവരെ ധരിപ്പിക്കുന്നുമില്ല. മെഹറിന്റെ മരണത്തിന് ആ കുട്ടികൾ മാത്രമല്ല, മുതിർന്ന നമ്മൾ ഓരോരുത്തരും ഉത്തരവാദികളാണെന്ന് പറയേണ്ടിയിരിക്കുന്നു. ഇതു ഒരു ഉദാഹരണം മാത്രം. മറ്റ് ഒരുപാട് ഉദാഹരണങ്ങൾ ഈ അടുത്തകാലത്തായി കേൾക്കുന്നു.

ഇതിവിടെ പറയുമ്പോൾ എല്ലാ ദൃശ്യ മാധ്യമങ്ങളും, പുകവലിക്കെതിരെ ആയാലും, മദ്യപാനത്തിനെതിരെ ആയാലും, സ്ത്രീകൾക്ക് നേരെയുള്ള അക്രമത്തിന് എതിരായാലും, സർക്കാരിന്റെ നിയമപ്രകാരമുള്ള

മുന്നറിയിപ്പുകൾ എങ്കിലും നൽകുന്നുണ്ട്. എന്നാൽ ഈ അടുത്തകാലം ഇറങ്ങിയ ഒട്ടനവധി ചിത്രങ്ങളിൽ അക്രമം അതിന്റെ പാരമ്യത്തിൽ ആയിട്ട് കൂടി യാതൊരു മുന്നറിയിപ്പുമില്ലാതെ പോകുന്നു. അതുകൊണ്ട് എന്റെ രക്ഷിതാക്കളായ വായനക്കാരോട് ഒന്നു മാത്രം ഊന്നിപ്പറയാൻ ആഗ്രഹിക്കുന്നു. **ഇത്തരം അക്രമങ്ങൾ കുട്ടികളുടെ ശ്രദ്ധയിൽപ്പെടുമ്പോൾ ഇത് സിനിമയ്ക്ക് വേണ്ടി ഉണ്ടാക്കിയതാണെന്നും, ഇത് ശരിയല്ല, എന്നും കുട്ടി ആയിരിക്കുമ്പോൾ മുതൽ ബോധ്യപ്പെടുത്തി വളർത്തിക്കൊണ്ടുവരേണ്ടതാണ്.**

ഇതിവിടെ പറയുമ്പോൾ സിനിമയിൽ എത്രത്തോളം ലൈംഗികതയും അക്രമവും മോശം ഭാഷയും ഉൾപ്പെടുത്തിയിട്ടുണ്ട് എന്ന് മുന്നറിയിപ്പ് നൽകുന്നുണ്ട്. എന്നിട്ടും കാണാൻ അവസരം കൊടുക്കുകയാണെങ്കിൽ സിനിമയെ മാത്രം കുറ്റം പറയാനാവില്ല. **നാം ഓരോരുത്തരും തീരുമാനിക്കണം ഏത് കാണണം ഏത് കാണണ്ട എന്ന്, ഒരിക്കൽ കൂടി ഓർമിപ്പിക്കുന്നു,** ചിന്താശേഷിയേക്കാൾ മുന്നിൽ വൈകാരിക ബുദ്ധി വളരുന്ന പ്രായത്തിൽ ഏത് ശരി, ഏത് തെറ്റ് എന്ന് പറഞ്ഞ് മനസ്സിലാക്കാൻ സാവകാശം രക്ഷിതാക്കൾ കാണിച്ചിരിക്കണം.

ഇവിടെ ഒരു കാര്യം കൂടി പറയാൻ ആഗ്രഹിക്കുന്നു. നമ്മുടെ കുട്ടികൾ എന്തെല്ലാം ശരിയായി ധരിക്കുന്നു, എന്തെല്ലാം തെറ്റായി ധരിക്കുന്നു, എന്നതെല്ലാം ചെറിയ പ്രായത്തിൽ തന്നെ നാം കൊടുക്കുന്ന ശീലങ്ങളിൽ നിന്നും പൊതു ചർച്ചകളിലൂടെ മനസ്സിലാക്കുന്നതിൽ നിന്നും എല്ലാം ഉയർന്ന വരുന്നവയാണ്. ഇവിടെ രക്ഷിതാവിന്റെ സ്വാധീനം വളരെ വലുത് തന്നെയാണെന്ന് മനസ്സിലാക്കുമല്ലോ.

അങ്ങനെ തുറന്ന് കണ്ണുകളോടെ നിശ്ചയദാർഢ്യത്തോടെ കൂടിയുള്ള ചുവടുവെപ്പുകളോടെ, തന്റെ മക്കളെ ചേർത്തുപിടിച്ച്, കർശനമായ പരിധികളിലൂടെ, നിറഞ്ഞ സ്നേഹം വാരിക്കോരി നൽകിക്കൊണ്ട് തന്നെ നമ്മുടെ കൗമാരക്കാരെ അവരുടെ വിഷമതകളിൽ സഹാനുഭൂതിയോടെ മനസ്സിലാക്കിക്കൊണ്ട് നല്ല പിന്തുണ നൽകിക്കൊണ്ട് അവരെ ഗംഭീരമായി തന്നെ വളർത്തിയെടുക്കാം.

എറിക്ക് എറിക് എന്റെ മാനസിക സാമൂഹിക സിദ്ധാന്ത പ്രകാരം, കൗമാരഘട്ടം **സ്വത്വം vs തിരിച്ചറിയലിന്റെ ആശയക്കുഴപ്പം** സൃഷ്ടിക്കുന്നു.

12 മുതൽ 18 വയസ്സുവരെയുള്ള ഈ ഘട്ടം **ആത്മ പരിശോധനയുടെ കാലഘട്ടമാണ്.** "ഞാൻ ആരാണ്? എന്റെ ലക്ഷ്യങ്ങൾ എന്താണ്?" എന്നതിനെക്കുറിച്ച് ചിന്തിക്കുന്ന ആത്മതിരയലിന്റെ ഘട്ടം കൂടിയാണ് ഇത്. സ്വത്വം കണ്ടെത്തിയാൽ വ്യക്തിത്വം ശക്തിപ്പെടും. എന്നാൽ ലക്ഷ്യങ്ങൾ വ്യക്തമാകാതെ പോയാൽ തിരിച്ചറിയലിന്റെ ആശയക്കുഴപ്പം ഉണ്ടാകുന്നു. ഇത് അവരുടെ ഭാവിയെ, ചിന്താഗതികളെ എല്ലാം സ്വാധീനിക്കുന്നതാണ്.

സംക്ഷിപ്തം 12-18 വയസ്സുള്ള കുട്ടികൾ

12-18 വയസ്സുള്ള പ്രായം ജീവിതത്തിലെ ഏറ്റവും സങ്കീർണ്ണവും നിർണായകവുമായ ഘട്ടമാണ്. ഈ പ്രായത്തിൽ കുട്ടികൾക്ക് ശാരീരികമായും മാനസികമായും വലിയ മാറ്റങ്ങൾ സംഭവിക്കുന്നു. അവർക്കു സ്വതന്ത്രമായ ചിന്തയും വ്യക്തിത്വവും രൂപപ്പെട്ടുവരുകയാണ്. അതിനാൽ, ഈ പ്രായത്തിലുള്ള കുട്ടികളെ വളർത്തുമ്പോൾ, രക്ഷിതാക്കൾക്ക് സ്നേഹത്തോടെയും ക്ഷമയോടെയും അടുക്കേണ്ടതുണ്ട്.

നിരവധി രക്ഷിതാക്കൾ ഈ കാലഘട്ടത്തിൽ കുട്ടികളെ നിയന്ത്രിക്കാൻ ശ്രമിക്കുന്നു, എന്നാൽ നിയന്ത്രണത്തേക്കാൾ, മാർഗനിർദ്ദേശം, വിശ്വാസം, സഹാനുഭൂതി എന്നിവയാണ് കൂടുതൽ ഫലപ്രദം. രക്ഷിതാക്കളുടെ പിന്തുണയും പ്രചോദനവുമാണ് കുട്ടികൾക്ക് ശരിയായ വഴി കണ്ടെത്താൻ സഹായിക്കുന്നതെന്ന് മനസ്സിലാക്കണം.

മുൻഗണന നൽകേണ്ട 10 പ്രധാന കാര്യങ്ങൾ:

വിശ്വാസം, സൗഹൃദം, മാർഗനിർദ്ദേശം:

- ❖ കുട്ടികളെ സ്നേഹത്തോടെ വളർത്തിയാൽ മാത്രമേ അവർക്കും രക്ഷിതാക്കളുടെ അടുക്കൽ എത്താൻ താൽപ്പര്യമുണ്ടാകൂ.

- ❖ അവരുടെ ജീവിതത്തിലേക്ക് കടന്നുകയറാതെ, ഒരു പോലെയുള്ള പിന്തുണ നൽകുക.

- ❖ നിർബന്ധപൂർവമായ നിർദ്ദേശങ്ങൾ നൽകുന്നതിനുപകരം, അവർക്കു മനസ്സിലാവുന്ന രീതിയിൽ ജീവിതപാഠങ്ങൾ പഠിപ്പിക്കുക.

സഹാനുഭൂതി, സഹിഷ്ണുത:

- ❖ ഈ പ്രായത്തിൽ കുട്ടികൾ വികാരപരമായ മാറ്റങ്ങൾക്കാണ് കൂടുതൽ വിധേയമാകുന്നത്.

- ❖ അവർക്കുള്ള പ്രശ്നങ്ങളെ ചെറുതാക്കാതെ, അവയുമായി സഹകരിക്കുക.

- ❖ കർശനമായ വിമർശനം അവർക്കു നൽകരുത്, അതിനു പകരം അവരെ മനസ്സിലാക്കാനും ശരിയായ വഴി കാണിക്കാനും ശ്രമിക്കുക.

ആശയവിനിമയം ശക്തിപ്പെടുത്തുക:

❖ കുട്ടികളുമായി തുറന്ന സംഭാഷണം നടത്തുക.

❖ അവരുടെ ചിന്തകളും സംശയങ്ങളും അറിഞ്ഞ്, അവയ്ക്കു ഉചിതമായ മറുപടി നൽകുക.

❖ അവരുമായി സംസാരിക്കുമ്പോൾ കുറ്റപ്പെടുത്തലിനേക്കാളും ഉൽസാഹം നൽകുന്ന രീതിയിലായിരിക്കുക.

സ്വാതന്ത്ര്യവും ഉത്തരവാദിത്തവും:

❖ കുട്ടികൾക്ക് ചെറിയ കാര്യങ്ങളിൽ തീരുമാനമെടുക്കാനുള്ള അവസരം കൊടുക്കുക.

❖ അവർക്കു ചുമതലകൾ നൽകുക, അതിലൂടെ അവർക്കു ഉത്തരവാദിത്തബോധം വളർത്താൻ സഹായിക്കുക.

❖ അതേസമയം, തങ്ങളുടെ ഉത്തരവാദിത്തങ്ങൾ അവർക്കു മനസ്സിലാവുന്ന തരത്തിൽ മാർഗനിർദ്ദേശം നൽകണം.

ശിക്ഷയല്ല, പ്രചോദനം:

❖ ശിക്ഷ കുട്ടികളെ ഭയപ്പെടുത്താനാണ് കാരണമാകുന്നത്; അതിനാൽ, അതിന്റെ പകരം അവരെ ഉൽസാഹിപ്പിക്കുക.

❖ അവരുടെ താൽപ്പര്യങ്ങൾ കണ്ടെത്തി അതിന് വേണ്ട പിന്തുണ നൽകുക.

❖ അവർക്കു നല്ല ഉദാഹരണങ്ങൾ കാണിച്ച് അതിനെ പിന്തുടരാൻ പ്രചോദിപ്പിക്കുക.

സഹായം തേടാനുള്ള മനോഭാവം:

❖ കുട്ടികൾ പ്രശ്നങ്ങൾ നേരിടുമ്പോൾ അവർക്കു വിശ്വസിക്കാവുന്ന ഒരാളായി രക്ഷിതാക്കൾ മാറണം.

❖ അവരെ നിങ്ങളുടെ മുന്നിൽ തുറന്ന മനസ്സോടെ സംസാരിക്കാൻ പ്രേരിപ്പിക്കുക.

❖ എവിടെയെങ്കിലും സഹായം ആവശ്യമെങ്കിൽ അതിനായി അവരെ ദിശാബോധം നൽകുക.

മാതൃകയായിരിക്കുക:

❖ കുട്ടികൾ രക്ഷിതാക്കളിൽ നിന്നുതന്നെ പെരുമാറ്റ മാതൃകകൾ ഉൾക്കൊള്ളുന്നു.

❖ അവർക്ക് പറയുന്നതിലും, രക്ഷിതാക്കൾ ചെയ്യുന്ന പ്രവൃത്തികളാണ് കൂടുതൽ സ്വാധീനിക്കപ്പെടുന്നത്.

❖ സദാചാര മൂല്യങ്ങൾ, കഠിനാധ്വാനം, തുടങ്ങിയവ മാതൃകയായി കാട്ടുക.

മനോവിദ്യാഭ്യാസം മനസ്സിലാക്കുക:

❖ ഈ പ്രായത്തിൽ മനസ്സിലെ ചിന്തകൾ എങ്ങനെ രൂപപ്പെടുന്നു, അവ എങ്ങനെ പ്രശ്നങ്ങളായി മാറാം തുടങ്ങിയവ മനസ്സിലാക്കുക.

❖ കുട്ടികൾക്ക് സമ്മർദ്ദം ഏൽക്കുമ്പോൾ അതിനെ നന്നായി കൈകാര്യം ചെയ്യാൻ അവരെ പഠിപ്പിക്കുക.

സ്നേഹവും സഹകരണവും തീർച്ച:

❖ ശാസ്ത്രപരമായ പഠനങ്ങൾ തെളിയിക്കുന്നത് സ്നേഹത്തോടെയും സഹകരണത്തോടെയും വളർന്ന കുട്ടികൾ മനോവികസനപരമായി കൂടുതൽ സുസ്ഥിരരാണെന്ന്.

❖ അതിനാൽ, കുട്ടികൾക്കെതിരെ കടുപ്പം കാണിക്കുന്നതിനുപകരം, അവരെ മനസ്സിലാക്കുന്ന രീതിയിലുള്ള സമീപനം ആകണം.

ജീവിതത്തിൽ പങ്കാളികളാക്കുക:

- ❖ കുടുംബത്തോടൊത്ത് ചിലവഴിക്കാൻ അവരെ പ്രേരിപ്പിക്കുക.

- ❖ കുടുംബ തീരുമാനങ്ങളിൽ ചെറിയ പങ്കുവഹിക്കാനുള്ള അവസരം കൊടുക്കുക.

- ❖ സ്വന്തം ജീവിതത്തിൽ അവർക്കു സ്വതന്ത്രമായ ചിന്തയും പങ്കാളിത്തവും ഉണ്ടാകാൻ സഹായിക്കുക.

മാതാപിതാക്കളും കുട്ടികളും ഒരുമിച്ച് വളരേണ്ട ഒരു ജീവിതയാത്രയാണ് വളർച്ച. 12-18 വയസ്സിന്റെ ഇടയ്ക്ക് അവർക്കു സ്നേഹവും പിന്തുണയും നൽകിയാൽ അവരിൽ ആത്മവിശ്വാസം വർദ്ധിക്കും. ആവശ്യമായിടത്ത് നിർദ്ദേശം നൽകുക, എന്നാൽ അവരെ നിയന്ത്രിക്കാൻ ശ്രമിക്കാതെ, ഒരു സുഹൃത്ത് പോലെ അവരോടൊപ്പം നിൽക്കുക.

കുട്ടികളെ സ്നേഹിച്ചും മനസ്സിലാക്കിയും മാത്രമേ നല്ലൊരു ബന്ധം കെട്ടിപ്പടുക്കാൻ കഴിയൂ. അവർക്ക് വേണ്ട പിന്തുണയും മാർഗനിർദ്ദേശവും നൽകിയാൽ, അവർ ജീവിതത്തിൽ നല്ലൊരു പഥം കണ്ടെത്തും.

"പങ്കിടുക എന്നതാണ് താക്കോൽ, പങ്കിടുക എന്ന് പറഞ്ഞാൽ ചോദിക്കുകയല്ല പറയുകയും അല്ല, സംസാരിക്കുകയാണ്. നമ്മുടെ ദൈനംദിന കാര്യങ്ങൾ കുട്ടികളുമായി സംസാരിക്കുക. നമ്മുടെ സജീവമായ ഈ സംസാരം വഴി കുട്ടികളും യാന്ത്രികമായി തന്നെ രക്ഷിതാക്കളോട് അവരുടെ ദൈനംദിന കാര്യങ്ങൾ സംസാരിക്കുന്നതാണ്."

"കുട്ടികളുടെ തെറ്റുകൾക്ക് ശിക്ഷകൾക്ക് പകരം പരിഹാരങ്ങൾ കാണാൻ ശ്രമിക്കുക. കാരണം കുട്ടികൾക്ക് അറിയേണ്ടത്, ഈ തെറ്റുകൾ എങ്ങനെ തിരുത്തണം എന്നുള്ളതാണ്."

18 മുതൽ 21 വയസ്സ് വരെയുള്ള കാലഘട്ടം കൗമാരത്തിൽ നിന്നും യൗവനത്തിലേക്കുള്ള പരിവർത്തനം

"പൂവുകൾ തോറും പാറിപ്പറന്നു

ചിറകിൽ ഉണർന്നു സ്വപ്ന താളം

ഭയമേതുമില്ലാതെ പാറിയകന്നു

പുതു പ്രപഞ്ച ലക്ഷ്യത്തോടെ!"

സ്വാതന്ത്ര്യ ബോധം ഏറ്റവും ഉയരത്തിൽ ആയിരിക്കുന്ന ഈ പ്രായം - യൗവനത്തിലേയ്ക്ക് കടന്ന ഈ പ്രായം, **ഭാവിയെ കുറിച്ച് കൂടുതൽ ഉത്ഘണ്ഠാകുലരാകുകയും** തന്റെ വിദ്യാഭ്യാസം, കരിയർ, ബന്ധങ്ങൾ തുടങ്ങിയവയെ കുറിച്ച് സ്വന്തമായി അഭിപ്രായങ്ങളും തീരുമാനങ്ങളും എടുക്കാൻ തയ്യാറാകുകയും ചെയ്യുന്നു.

സ്വന്തം ഇഷ്ടങ്ങൾ, മൂല്യങ്ങൾ, ഐഡൻറിറ്റി, ഇവയെക്കുറിച്ച് എല്ലാം പരീക്ഷിക്കാനും പര്യവേഷണം നടത്താനുമെല്ലാം

തയ്യാറാകുന്ന കാലം. രാഷ്ട്രീയവും സാമൂഹികവും സാംസ്കാരികവുമായ കാര്യങ്ങളിൽ തന്റേതായ അഭിപ്രായങ്ങളും തീരുമാനങ്ങളും ഉണ്ടാവുകയും അത് പ്രകടിപ്പിക്കുകയും ചെയ്യുന്ന കാലം.

കുട്ടികൾ പ്രായപൂർത്തിയാകുന്നു, അവരുടെ **ജീവിതം സംബന്ധിച്ച നിർണയങ്ങൾ അവർ സ്വയം എടുക്കാൻ** തുടങ്ങും. ഇതുവരെ കുട്ടിയായി കണ്ടിരുന്നവരെ **ഇനി മുതിർന്നവരായി കാണാനും, അവരോട് അതേതരം ബഹുമാനത്തോടെ പെരുമാറാനും മാതാപിതാക്കൾ പഠിക്കണം.** ഇവർക്ക് മേൽ ഒരു **നിയന്ത്രണമല്ല, മറിച്ച് ഒരു പിന്തുണയാകുക** എന്നതാണ് പ്രധാനപ്പെട്ടത്. 'തന്നോടൊപ്പം ആയാൽ താനെന്ന് വിളിക്കണം' എന്ന് പറഞ്ഞു കേട്ടിട്ടില്ലേ? കുട്ടികളെ ബഹുമാനത്തോടെ കാണണം. അതിനർത്ഥം എല്ലാം അനുവദിക്കണമെന്ന് അല്ല.

ഇവരുടെ തലച്ചോറ് അതിന്റെ വളർച്ചയുടെ പാരമ്യതയിലേക്ക് എത്തുന്ന സമയം. തലച്ചോറിന്റെ മുൻഭാഗത്തുള്ള പ്രീ ഫ്രോന്റൽ ലോബ് പൂർണ്ണ വളർച്ചയിലേക്ക് എത്തുന്ന കാലം. എടുത്ത് ചാട്ടം ഒഴിവാക്കി ആലോചിച്ചു ഉറച്ച ശരിയായ തീരുമാനങ്ങൾ എടുക്കാൻ പ്രാപ്തമാകുന്ന വിധം അവരുടെ ബുദ്ധിക്ക് വികാസം ഉണ്ടാകുന്നു.

പതിനെട്ടിലേയ്ക്ക് എത്തുന്ന ഇവർ **തന്റെ കരിയറിനെ സംബന്ധിച്ച തീരുമാനം ഒരുക്കേണ്ട സമയം.** ഇതിനുമുമ്പും ഒന്നിച്ചിരുന്ന് ചർച്ചകളിലൂടെ തീരുമാനത്തിലെത്തിയ കരിയർ തെരഞ്ഞെടുക്കാനുള്ള എല്ലാവിധ പിന്തുണയും രക്ഷിതാവ് നൽകിക്കൊണ്ട് അവരുടെ കർത്തവ്യങ്ങൾ അവരെക്കൊണ്ട് തന്നെ നിർവഹിക്കാം. ഉപരിപഠനത്തിനുള്ള കോളേജിന്റെ സെലക്ഷൻ മുതൽ ഏത് കോഴ്സ് എന്നത്, വരെ കുട്ടികളുടെ

താല്പര്യം മുൻനിർത്തി, അവരുടെ പ്രത്യേക നൈപുണികളെ മനസ്സിലാക്കി, തെരഞ്ഞെടുക്കുവാൻ വരെ സഹായിക്കാം.

സാവകാശം **അവരുടെ ഉത്തരവാദിത്വങ്ങൾ അവരെ കൊണ്ട് തന്നെ നിറവേറ്റിക്കുക**. വേണ്ട നിർദേശങ്ങളും അഭിപ്രായങ്ങളും തുറന്ന ചർച്ചകൾക്ക് ശേഷം നൽകാവുന്നതാണ്. അവരുടെ അഭിപ്രായങ്ങളെ തുറന്നു മനസ്സോടെ കേൾക്കുകയും അവ ഉൾക്കൊള്ളാൻ ശ്രമിക്കുകയും ഏതെങ്കിലും തരത്തിലുള്ള തിരുത്തലുകൾ ആവശ്യമുണ്ടെങ്കിൽ കാര്യകാരണസഹിതം അത് ബോധ്യപ്പെടുത്തിക്കൊണ്ട് അവരോട് സംസാരിക്കാവുന്നതാണ്.

നാം ജീവിച്ച കാലവും ഇന്ന് നമ്മുടെ കുട്ടികൾ ജീവിക്കുന്ന കാലവും തമ്മിലുള്ള അന്തരം വലുതാണ്. അതുകൊണ്ടുതന്നെ **നമ്മുടെ പരിമിതികൾക്ക് അനുസരിച്ച് അവരെ പുറകോട്ട് വലിക്കാതിരിക്കുക**. നമുക്ക് മനസ്സിലാകാത്ത കാര്യങ്ങൾ അറിവുള്ളവരോട് ചോദിച്ചു മനസ്സിലാക്കുകയും അങ്ങനെ കുട്ടികളെ പിന്തുണയ്ക്കുകയും ചെയ്യാം.

എതിർപ്പുകൾ പ്രകടിപ്പിച്ചേക്കാം എങ്കിലും കേൾക്കാനുള്ള മനസ്സ് ഈ കൂട്ടർക്ക് ഉണ്ടാകുകയും ചെയ്യുന്നു. ഇവിടെ **മുൻവിധിയില്ലാതെ അവരുടെ പ്രയാസങ്ങളെ മനസ്സിലാക്കാൻ തുറന്ന മനസ്സോടെ** രക്ഷിതാക്കൾ സമീപിച്ചാൽ കുട്ടികൾ അത് ഉൾക്കൊള്ളുകയും നമ്മുടെ നിർദ്ദേശങ്ങളെ അവർ മാനിക്കുകയും ചെയ്യും. ഒരുതരത്തിലുള്ള ഒരു നിർദ്ദേശവും ഈ പ്രായത്തിൽ അടിച്ചേൽപ്പിക്കാൻ ശ്രമിക്കരുത്. അത് അവരെ നമ്മുടെ ശരികളിൽ നിന്നും, അവർക്ക് ബോധ്യമായാൽ പോലും, പിന്തിരിയാൻ ആണ് സാധ്യത.

ഈ പ്രായം അത്രയും നമ്മൾ അവർക്ക് വേണ്ടി കരുതിയ പരിധികൾ പോലെ തന്നെ **അവർക്കായി വച്ചിരിക്കുന്ന പരിധികളും നമുക്കായി വച്ചിരിക്കുന്ന പരിധികളും മാനിക്കേണ്ടതുണ്ട്.** അവരുടെ എല്ലാ തീരുമാനങ്ങൾക്കും അഭിപ്രായങ്ങൾക്കും സ്വാതന്ത്ര്യത്തിനും നമ്മുടെ കടന്നുകയറ്റത്തിന്റെ ആവശ്യമില്ല. ശരിയല്ല എന്ന് തോന്നുന്നത് എന്തെങ്കിലും കണ്ടാൽ തുറന്നു അവരോട് സംസാരിക്കുകയും അതിന്റെ ഭവിഷ്യത്തുകളെ കുറിച്ച് ബോധ്യപ്പെടുത്തുകയും ചെയ്യാം. അവരെക്കൊണ്ടെന്തെങ്കിലും **നിർബന്ധിച്ച് ചെയ്യിക്കാൻ സാധിച്ചു എന്നു വരില്ല. അതിൽ ഖേദം** രക്ഷിതാ**ക്കൾക്ക് തോന്നിയിട്ട് കാര്യവുമില്ല.**

അവരുടെ പ്രവൃത്തികളിൽ ഒരു പുനർവിചിന്തനം ചെയ്യാൻ, അതിന്റെ ശരി തെറ്റുകളെ അവലോകനം ചെയ്യാൻ, അവരുടെ ഭാഗത്തുനിന്നുണ്ടായ തെറ്റുകൾ തിരിച്ചറിയാൻ, രക്ഷിതാക്കൾ ശ്രമിക്കാവുന്നതാണ്. അവിടെയും **കുറ്റപ്പെടുത്തലിന്റെ സ്വരത്തിൽ ആവരുത്. പകരം ഒരു തിരുത്തലിന് സാധ്യതയില്ലേ,** ആ ചെയ്ത പ്രവൃത്തിക്ക് ഇങ്ങനെയും ഒരു സാധ്യതയുണ്ട് എന്ന് സൂചിപ്പിക്കാവുന്നതാണ്. അങ്ങനെ അവരെ അത്തരത്തിലുള്ള സ്വയം വിമർശനത്തിന് പ്രേരിപ്പിക്കാവുന്നതാണ്. ഇതുമൂലം അവരുടെ ലക്ഷ്യങ്ങൾ, മൂല്യങ്ങൾ, അവരെ എടുക്കുന്ന ഓരോ റോളും എല്ലാം ഒന്ന് പുനപരിശോധിക്കാൻ പ്രേരണയാകുന്നു. അങ്ങനെ ചെയ്താൽ അവരുടെ ഉത്തരവാദിത്വം ഉയർത്താൻ സാധിക്കുന്നതാണ്.

അവരുടെ തീരുമാനങ്ങൾ ചിലപ്പോൾ തെറ്റിപ്പോകാറുണ്ട്. മാനസിക വിഷമം അത് മൂലമനുഭവിക്കാറുമുണ്ട്. ഉദാഹരണത്തിന് പ്ലസ്ടുവിന് സയൻസ് പഠിച്ച കുട്ടി, പിന്നീട് നിയമം അല്ലെങ്കിൽ ആർട്ട്സ്/ ഹ്യൂമാനിറ്റീസ് തുടങ്ങിയ വിഷയങ്ങൾ പഠിക്കാൻ തയ്യാറാകുമ്പോൾ അതിനെ

എതിർക്കാതെ കുട്ടിയുടെ ഇഷ്ടം ശരിയാണെന്ന് ബോധ്യപ്പെട്ടു കൊണ്ട് അവരെ പിന്തുണയ്ക്കുമ്പോൾ കുട്ടികളും സന്തോഷത്തിൽ ആകുന്നു, ആത്മാഭിമാനത്തോടെ മുന്നേറാനും സാധിക്കുന്നു.

അപകടസാധ്യതയുള്ള കാര്യങ്ങളെ സ്വീകരിക്കാൻ സാധ്യതയുള്ള ഈ കാലത്ത് അബദ്ധവശാൽ പെട്ടുപോയാൽ, അതിൽ നിന്നും ഉയർന്നു വരാൻ സഹായിക്കുക. അവിടെ **കുറ്റപ്പെടുത്തലിന് പകരം അതിൽ നിന്നും തിരികെ ഉയർന്നു വരാനുള്ള സാഹചര്യം ഒരുക്കിക്കൊടുക്കുകയാണ് വേണ്ടത്.** ജീവിതത്തിൽ വിജയം മാത്രമല്ല വീഴ്ചകളും ഉണ്ടാകുമെന്നും അതിൽനിന്നും ഉയർന്നുവരുന്നവനാണ് വിജയം കൈവരിക്കുന്നത് എന്നും ഒരു തെറ്റുകൊണ്ടും ജീവിതം അവസാനിക്കുന്നില്ല എന്നും ബോധ്യപ്പെടുത്താൻ ഈ അവസരം ഉപയോഗിക്കാം.

സാമ്പത്തിക കാര്യങ്ങളെ കൈകാര്യം ചെയ്യാൻ പ്രാപ്തമാക്കുക. അതിനായി എങ്ങനെ ഉത്തരവാദിത്വത്തോട് കൂടി ചെലവഴിക്കാം എന്നും എങ്ങനെ സമ്പാദിക്കാം എന്നും എങ്ങനെ ബഡ്ജറ്റ് ഉണ്ടാക്കാം എന്നും പ്രായോഗികമായി അനുഭവിക്കാൻ സൗകര്യമൊരുക്കി കൊടുക്കണം. രണ്ടുദിവസത്തെ ചെലവിനുള്ള പണം കൊടുത്തുകൊണ്ട് ആ വീട്ടിലെ രണ്ടു ദിവസത്തെ കാര്യങ്ങൾ നടത്തിക്കാട്ടാൻ ആവശ്യപ്പെടാം. സാമ്പത്തികം ശരിയായി കൈകാര്യം ചെയ്യുക ഏറ്റവും അത്യാവശ്യം വേണ്ടുന്ന ഒരു നൈപുണ്യമാണ്. പ്രായോഗികതയിലൂടെ മാത്രമേ ബോധ്യപ്പെടുകയും ചെയ്യൂ.

സമ്പത്തിന്റെ കാര്യത്തിൽ അത് ചെലവഴിക്കുന്നതിൽ മാത്രമല്ല, **കിട്ടുന്ന പണത്തിൽ നിന്നും എങ്ങനെ സമ്പാദിക്കാം എന്നും കൂടി മനസ്സിലാക്കുക** ഈ കാലത്തിന്റെ പ്രധാന ആവശ്യം തന്നെയാണ്.

സമയത്തിന്റെ പ്രാധാന്യവും ബോധ്യപ്പെടുത്താൻ ഉത്തരവാദിത്വങ്ങൾ ഏൽപ്പിച്ചു കൊണ്ട്, അതിനോടൊപ്പം പഠനവും അവരുടെ സ്വകാര്യ ആവശ്യങ്ങളും ഒരുമിച്ച് നടത്തിക്കൊണ്ടു പോകാൻ വേണ്ട നിർദ്ദേശങ്ങളും കൊടുക്കാം. ഇതും പ്രായോഗികമായി തന്നെ ബോധ്യപ്പെട്ടാൽ മാത്രമേ ഗുണം ചെയ്യു.

പ്രണയവും പ്രണയനൈരാശ്യങ്ങളും ഉണ്ടാകാൻ സാധ്യതയുള്ള ഒരു കാലമാണ്. **എങ്ങനെ ഈ ബന്ധങ്ങൾ ജീവിതത്തെ ബാധിക്കുമെന്നും അവയെ സുരക്ഷിതമായി എങ്ങനെ കൊണ്ടുപോകാം** എന്നും തുറന്ന മനസ്സോടെ അവരോട് സംസാരിക്കണം. പ്രണയം തോന്നുന്നത് തെറ്റല്ല എന്നും ഈ സമയം അത് സ്വാഭാവികം ആണെന്നും അതിൽ ഒരുപാട് ആഴത്തിലേക്ക് ഇറങ്ങുന്നതിനെക്കുറിച്ച് നല്ലതുപോലെ ആലോചിക്കണം എന്നും നമുക്ക് പറഞ്ഞുകൊടുക്കാം. കാരണം ഇത് സ്വാഭാവികമായി തോന്നുന്ന ഒരു അടുപ്പം മാത്രമായിരിക്കാം. കുട്ടികളുമായി രക്ഷിതാക്കൾ നല്ല രീതിയിലുള്ള ആശയവിനിമയം നടത്തുന്നുണ്ടെങ്കിൽ ഇതിലെല്ലാം നമുക്ക് അവരെ ശരിയായ രീതിയിൽ പിന്തുണയ്ക്കാം. അങ്ങനെ വരുമ്പോൾ അവർ പടുകുഴിയിലേക്ക് വീണു പോകാതെ നോക്കാനാവും.

ഇന്നത്തെ സാമൂഹ്യ സാഹചര്യത്തിൽ, പ്രണയനൈരാശ്യങ്ങൾ ആസിഡ് ഏറുകളിലും എതിരാളിയുടെ കൊലയിലും അല്ലെങ്കിൽ ആത്മഹത്യകളിലും അവസാനിക്കുന്ന രീതികൾ കാണുന്നു. പലരും തങ്ങളുടെ പ്രണയത്തെ സ്വന്തം അവകാശം പോലെ കണ്ട്, അതിന് എതിർദിശയിൽ നടക്കുന്നവരെ ശിക്ഷിക്കാനായി തീരുമാനിക്കുന്നു. ഇതിന്റെ കാരണങ്ങളിൽ പ്രധാനപ്പെട്ടത്, ചെറുപ്പം മുതൽ ബന്ധങ്ങളുടെ ഗൗരവം മനസ്സിലാക്കാതെ വളരുക എന്നതാണ്.

നമ്മുടെ കുഞ്ഞുങ്ങളെ, **പ്രണയം മറ്റൊരാളിൽ നിന്നും പിടിച്ചു പറിക്കേണ്ടതല്ല എന്നും, അത് ഒരു വ്യക്തിയുടെ സ്വന്തമായ അവകാശമാണെന്നും** അവർക്കു ചെറുപ്പം മുതലേ പഠിപ്പിക്കേണ്ടതുണ്ട്. പ്രണയം എപ്പോഴും രണ്ടു പേരുടെയും സമ്മതത്തോടെയും സഹജീവിതത്തിന്റെ ഭാഗമാകുമ്പോൾ മാത്രമേ ആരോഗ്യകരമായ ഒരു ബന്ധമായി മാറുകയുള്ളൂ.

കുറച്ച് കാലം കഴിഞ്ഞ് മറ്റേയാൾ വേണ്ടെന്നു വയ്ക്കുമ്പോൾ, അതും അതേ ആളിന്റെ ഇഷ്ടം തന്നെയാണെന്ന് കുട്ടികൾക്ക് മനസ്സിലാക്കിക്കൊടുക്കണം. നമുക്ക് താൽപര്യമില്ലാത്ത കാര്യങ്ങൾ നിർബന്ധിതമാക്കപ്പെടുമ്പോൾ, എത്ര അസ്വസ്ഥത അനുഭവപ്പെടും എന്നത് കുട്ടികൾക്ക് മനസ്സിലാകുമ്പോൾ, അവർക്ക് ഈ യാഥാർഥ്യം ഗ്രഹിക്കാൻ കഴിയും.

ചെറിയ കുട്ടിയായിരിക്കുമ്പോൾ തന്നെ തനിക്ക് ഇഷ്ടങ്ങളും അനിഷ്ടങ്ങളും ഉള്ളതുപോലെ, മറ്റുള്ളവർക്കും അത്തരം വ്യക്തിപരമായ വികാരങ്ങൾ ഉണ്ടാകുമെന്ന് ബോധ്യപ്പെടുത്തിയാൽ, ഭാവിയിൽ ഈ പ്രശ്നങ്ങൾ കുറയ്ക്കാൻ കഴിയും. ഇത്തരത്തിലുള്ള മനസ്സ് രൂപപ്പെടുത്തുമ്പോൾ, ഒരു നൈരാശ്യത്തിലേക്കോ പ്രതികാരവൃത്തിയിലേക്കോ അവർ പോകാതെ, ജീവിതത്തിൽ കൂടുതൽ സമതുലിതമായ സമീപനം സ്വീകരിക്കാൻ കഴിയും.

ഇന്ന് ഈ പ്രായത്തിലുള്ള കുട്ടികൾ **മാനസികമായി തകർന്നു പോകുന്ന രീതിയിൽ കാണുന്നുണ്ട്.** പലപ്പോഴും രക്ഷിതാക്കളുമായുള്ള ആശയവിനിമയം നന്നായി കൊണ്ടുപോകാൻ സാധിക്കാത്ത മൂലം ഇവരുടെ വിഷമങ്ങൾ ഇവർ പുറത്തു പറയാതിരിക്കുകയും അത് അവരെ തകർച്ചയിലേക്ക് നയിക്കുകയും ചെയ്യുന്നുണ്ട്. ഇതുവരെ പറഞ്ഞ രീതികളിലെല്ലാം നമ്മുടെ കുഞ്ഞുങ്ങളെ

മുന്നോട്ടുകൊണ്ടുപോകാൻ സാധിച്ചാൽ ഇങ്ങനെയൊരു അവസരം ഉണ്ടാകാൻ സാധ്യതയില്ല.

ഈ അവസരത്തിൽ ഞാൻ എന്റെ രണ്ടാമത്തെ മകന്റെ കാര്യം ഓർക്കുകയാണ്. മറൈൻ എൻജിനീയറിങ്ങിന് പഠിച്ചുകൊണ്ടിരിക്കുമ്പോൾ മൂന്നാമത്തെ സെമസ്റ്റർ കഴിഞ്ഞു വീട്ടിൽ വന്ന സമയം വളരെ അസ്വസ്ഥനായി കണ്ടിരുന്നു. അവനുമായി സംസാരിച്ചപ്പോൾ മനസ്സിലാക്കാൻ കഴിഞ്ഞത് ആ വർഷം കാര്യമായ ക്യാമ്പസ് പ്ലേസ്മെന്റുകൾ കണ്ടില്ല എന്നുള്ള വിഷമമമാണ്.

ഈ കോഴ്സിന് സാമ്പത്തികമായി നല്ല ചെലവുള്ളതിനാൽ അച്ഛനെയും അമ്മയും ബുദ്ധിമുട്ടിക്കുന്നത് ഓർത്തുള്ള മാനസിക വിഷമമായിരുന്നു അവൻ. ക്യാമ്പസ് പ്ലേസ് മെൻറിൽ ജോലി കിട്ടിയില്ലെങ്കിൽ വീണ്ടും പണം നൽകി കപ്പലിൽ ജോലി തേടേണ്ടി വരുന്ന ഒരു അവസ്ഥയുണ്ട്. ആ വേദന താങ്ങാൻ ആവാതെയാണ് എന്റെ കുട്ടി വിഷമിച്ചിരുന്നത് എന്ന ഓർക്കുമ്പോൾ മനസ്സിലാകുന്നത്, അവർ എത്ര കരുതലോടെ കാര്യങ്ങൾ കാണുന്നു എന്നുള്ളതാണ്.

ഏതായാലും അടുത്ത സെമസ്റ്റർ വന്നപ്പോൾ ക്യാമ്പസ് പ്ലെയ്സ്മെൻറ് നടക്കുകയും ഇരുന്നൂറു കുട്ടികൾ പഠിക്കുന്ന ഒരു ബാച്ചിൽ നിന്നും ആദ്യം ഒൻപത് പേർക്ക് കിട്ടിയതിൽ, അവൻ ഒരാളായി വരികയും ചെയ്തു. അതു കൊണ്ട് പിന്നീടുള്ള അവധികാലം സന്തോഷമായി നടക്കുന്നതും ഞാൻ കണ്ടു. അവൻ എല്ലാ സെമസ്റ്ററുകളും പഠനത്തിന് കൊടുക്കേണ്ടുന്ന പ്രാധാന്യത്തെ ഒരു വിട്ടുവീഴ്ചയും ചെയ്തിരുന്നില്ല എന്നതും ഈ അവസരത്തിൽ ഓർമ്മിക്കുന്നു. ഇത് സാധ്യമായത്, കുട്ടി ആയിരിക്കുമ്പോൾ മുതൽ പഠനം കുട്ടികളുടെ ഉത്തരവാദിത്വമാണെന്ന് ബോധ്യപ്പെടുത്തിയത് കൊണ്ടാണ്

എന്ന് ഞാൻ വിശ്വസിക്കുന്നു. അതോടൊപ്പം അവർക്ക് ഒരു ലക്ഷ്യം ഉണ്ടായിരുന്നു എന്നതും കാരണമാകുന്നു.

ഏതു വിധത്തിലും **ഏതെങ്കിലും തരത്തിൽ ഒരു മാനസിക അസ്വാസ്ഥ്യം കുട്ടികൾക്ക് തോന്നുകയാണെങ്കിൽ തീർച്ചയായും അവർക്ക് വേണ്ടുന്ന പിന്തുണ നൽകേണ്ടതാണ്**. അത് രക്ഷിതാക്കളിൽ നിന്നും മാത്രമല്ല പുറമേ നിന്ന് ഒരു തെറാപ്പിസ്റ്റ് ആവശ്യമുണ്ടെങ്കിൽ അവരുടെ സഹായവും തേടേണ്ടതാണ്.

അസ്വസ്ഥമായ മനസ്സുകൊണ്ടുള്ള ജീവിതം മൂലം, അവരുടെ ലക്ഷ്യങ്ങളിൽ എത്താനും ജീവിതവിജയം കൈവരിക്കാനും സാധിക്കാതെ പോകുന്നു. സ്വയം എങ്ങനെ പരിചരിക്കാം എന്നും നമുക്കുണ്ടാകുന്ന സ്ട്രെസ്സ് എങ്ങനെ കൈകാര്യം ചെയ്യാമെന്നും അവർക്ക് നിർദ്ദേശങ്ങൾ നൽകി പ്രോത്സാഹനം കൊടുക്കാവുന്നതാണ്.

അസ്വസ്ഥമായ മനസ്സ് നെഗറ്റീവ് ചിന്തകളുടെ ഇടമാണ്. രക്ഷിതാക്കൾക്ക് വളരെ പെട്ടെന്ന് **തിരിച്ചറിയാനാകും ഈ അവസ്ഥ. അവരെ ഈ സമയം ചോദ്യങ്ങൾ ചോദിച്ച് ബുദ്ധിമുട്ടിക്കാതെ, ഒരു ചെറിയ തലോടൽ, "എന്താ നിന്നെ വിഷമിപ്പിക്കുന്നത് " എന്ന് വളരെ കരുതലോടെ ചേർത്തു പിടിച്ചുകൊണ്ട്** ചോദിച്ചാൽ അവർ സാവകാശം പറഞ്ഞു തുടങ്ങും. സഹാനുഭൂതിയോടെ ആ അവസ്ഥയെ മനസ്സിലാക്കി, എല്ലാ പിന്തുണയും കൊടുക്കുക. ഒരു നിർദ്ദേശമോ മറ്റെന്ത് സഹായമായാലും അത് ഉൾക്കൊള്ളാൻ പ്രാപ്തമാക്കിയ ശേഷം മാത്രം നൽകുക. രക്ഷിതാക്കൾ വളരെ ക്ഷമയോടെ കരുതലോടെ കാണേണ്ട ഒരു സന്ദർഭമാണിത്.

അവരുടെ **കരിയർ അവരുടെ താൽപര്യങ്ങൾക്കും കഴിവുകൾക്കും അനുസരിച്ച് തെരഞ്ഞെടുക്കാനുള്ള**

അവസരങ്ങൾ കൊടുക്കുകയും അവയെക്കുറിച്ച് ബോധവാന്മാരാക്കുകയും വേണം. അവരുടെ താൽപര്യങ്ങൾക്കും ഇഷ്ടങ്ങൾക്കും അനുസരിച്ചിട്ടുള്ള തൊഴിലുകളെ കുറിച്ച് ഉള്ള ഒരു അന്വേഷണം അവരുടെ ഭാഗത്തുനിന്ന് തന്നെ ഉണ്ടാവാൻ നമുക്ക് സഹായിക്കാം. അതുവഴി സ്വന്തം ഇഷ്ടങ്ങൾ എന്താണെന്ന് ഏത് തരത്തിലുള്ള തൊഴിലിലേക്ക് കടന്നു ചെല്ലാം എന്നും അവർക്ക് സ്വയം തീരുമാനമെടുക്കാം.

കുട്ടികളിൽ നിന്നും രക്ഷിതാവ് എന്തെല്ലാം തരത്തിലുള്ള സ്വഭാവങ്ങൾ പ്രതീക്ഷിക്കുന്നു എന്നുള്ളത് വ്യക്തമാക്കി കൊടുത്തിരിക്കണം. അതിന്റെ കാരണവും ബോധ്യമായിരിക്കണം അവർക്ക്. അക്കാദമികമായും ഏറ്റെടുക്കുന്ന ഉത്തരവാദിത്വങ്ങളുടെ കാര്യത്തിൽ ആയാലും പ്രതീക്ഷകൾ നമ്മൾ മുന്നേ കൂട്ടി അറിയിക്കുക. തീർച്ചയായും അവർക്ക് എത്തിപ്പിടിക്കാൻ പറ്റുന്ന പ്രതീക്ഷകൾ ആയിരിക്കണം നാം വെക്കേണ്ടത്. അതുകൊണ്ടുതന്നെ തന്റെ കുട്ടിയുടെ കഴിവുകളെ കുറിച്ചും ശേഷികളെക്കുറിച്ചും രക്ഷിതാവിന് നല്ല ബോധ്യമുണ്ടായിരിക്കണം. തുമ്പിയെക്കൊണ്ട് കല്ലടിപ്പിക്കുന്ന രീതി പാടില്ല. പ്രതീക്ഷകളുടെ വ്യക്തത കുട്ടികളെ അതിലേക്ക് എത്തിച്ചേരാൻ ഏറെ സഹായിക്കും.

എല്ലാ അഭിപ്രായങ്ങൾക്കും കുട്ടികൾ ഒത്തു പോകണമെന്നില്ല. അവർക്ക് അവരുടേതായ സ്വാതന്ത്ര്യവും അഭിപ്രായങ്ങളും ഉണ്ടാവാം. വാക്ക് തർക്കങ്ങളിലൂടെ ഈ അഭിപ്രായങ്ങളെ ഇല്ലാതെയാക്കണ്ട. **പകരം തുറന്ന് സംസാരത്തിലൂടെ രക്ഷിതാവിനും കുട്ടികൾക്കും ഒരു അഭിപ്രായത്തിലേക്ക് എത്തിച്ചേരാവുന്നതാണ്.** ആ അഭിപ്രായത്തിൽ പിന്നെ രണ്ടുകൂട്ടർക്കും നിൽകാവുന്നതും ആണ്. ഇവിടെ അവരെ മനസ്സിലാക്കുന്നതിൽ നമുക്ക് പിഴവ്

പറ്റിയാൽ അവരോട് ക്ഷമ ചോദിക്കാനും രക്ഷിതാവ് നിലയിൽ നാം തയ്യാറാകണം. അത് അവരിൽ നമ്മളെ കുറിച്ചുള്ള കാഴ്ചപ്പാട് ഉയരങ്ങളിലേക്ക് എത്തിക്കാൻ സഹായിക്കും. ഇവിടെ രക്ഷിതാവ് എന്ന നിലയിൽ നമ്മുടെ അഹംഭാവം കാണിക്കേണ്ടതില്ല. നമ്മുടെ ആ ക്ഷമ നമ്മുടെ കുടുംബത്തിന്റെ വിജയത്തിന് ഏറ്റവും ഉപകരിക്കുന്നതാണ്. അങ്ങനെ ഒരേ മനസ്സോടെ രക്ഷിതാവിനും കുട്ടിക്കും ജീവിതം വെട്ടിപ്പിടിക്കാം.

ഏൽപ്പിച്ച ഉത്തരവാദിത്തങ്ങൾ ഭംഗിയായി നിറവേറ്റാത്തതിനുള്ള കാരണങ്ങളും അതിന്റെ ഭവിഷ്യത്തുകളും നേരത്തെ തന്നെ പറഞ്ഞിരിക്കണം. ഉത്തരവാദിത്വങ്ങളെ ഏൽപ്പിക്കുമ്പോൾ തന്നെ. അങ്ങനെ വരുമ്പോൾ നിറവേറ്റാത്തതിന്റെ കാരണം ബോധ്യപ്പെടുത്തേണ്ടത് കുട്ടികളുടെ ഉത്തരവാദിത്വം തന്നെയാണ്. ഇത് ശീലിപ്പിച്ചാൽ ഏതു ഉത്തരവാദിത്വവും ഭംഗിയായി ഏറ്റെടുത്ത്

നിറവേറ്റാൻ അവരെക്കൊണ്ട് സാധിക്കുന്നതാണ്.

കുട്ടികളുടെ **അവകാശങ്ങളെ ഉത്തരവാദിത്വങ്ങളോടെ ചേർത്തുവയ്ക്കുക.** ഉദാഹരണത്തിന് വണ്ടി എടുക്കാൻ സമ്മതിക്കുന്നത് അവരെ ഏൽപ്പിച്ചിരിക്കുന്ന ഏതെങ്കിലും ഉത്തരവാദിത്വം ചെയ്തതിനു ശേഷം മാത്രം. നല്ല ഗ്രേഡുകൾ തന്നെ നിലനിർത്തിക്കൊണ്ടു പോകുകയും അല്ലെങ്കിൽ വീട്ടിലെ ഉത്തരവാദിത്വങ്ങൾക്ക് സഹായം ചെയ്താൽ മാത്രം അവരുടെ അവകാശം സാധിച്ചു കൊടുക്കാം. അല്ലാതെ അവകാശങ്ങൾ എല്ലാം നേടിയെടുക്കുകയും ഉത്തരവാദിത്വങ്ങൾ ഉപേക്ഷിക്കപ്പെട്ട നിലയിൽ കിടക്കുകയും ചെയ്താൽ ഒരിക്കലും വിജയത്തിലേക്ക് എത്തില്ല. ഇത്തരത്തിലുള്ള ശീലങ്ങൾ സ്നേഹപൂർവ്വം കർശനമായും നിറവേറ്റിയാൽ നമ്മുടെ കുട്ടികളുടെ ഭാവിജീവിതം സുരക്ഷിതമായിരിക്കും.

സാവകാശം ഉത്തരവാദിത്വങ്ങൾ മുഴുവനായും അവരെ ഏൽപ്പിക്കാം. അവരുടെ ജീവിതത്തിന്റെ മുന്നോട്ടുള്ള തീരുമാനങ്ങൾ അവർ തനിയെ എടുക്കട്ടെ. ഈ വിട്ടുകൊടുക്കലിൽ അവരുടെ ആത്മാഭിമാനം ഉണരുകയും ആത്മസംതൃപ്തിയോടുകൂടി കാര്യങ്ങൾ ചെയ്യാൻ സാധിക്കുകയും വിജയങ്ങൾ കൈവരിക്കുകയും ചെയ്യും.

അവരുടെ **ഓരോ ചെറിയ നേട്ടങ്ങളും ചെറിയ ആഘോഷങ്ങൾ തന്നെയാവണം**. അഭിനന്ദിക്കാൻ ഒരു പിശുക്കും വേണ്ട. ഇത് അവരുടെ ആത്മാഭിമാനത്തെ വളർത്തിക്കൊണ്ടുപോകും. വിജയത്തിലേക്കുള്ള ചവിട്ടുപടികളാണിവ. അങ്ങനെ അവർ ഉത്തരവാദിത്വബോധമുള്ള വിജയിക്കുന്ന യുവത്വമായി വളരട്ടെ. അത് കണ്ട് രക്ഷിതാവിന് ആത്മ നിർവൃതി അടയുകയും ആവാം.

കുട്ടികൾ വളരുന്നതിനനുസരിച്ച് **നമ്മുടെ മനസ്സും തുറന്ന് മാറ്റങ്ങളെ സ്വീകരിക്കാൻ തയ്യാറായി** അവരോടൊപ്പം നമുക്കും വളരാം. ഈ വളർച്ച എന്നും നല്ല യുവാക്കളെ സൃഷ്ടിക്കാൻ ഉപകരിക്കും.

കൂടുതൽ ഉപദേശങ്ങൾ അല്ല, മറിച്ച് മാതൃകയായ ജീവിതമാണ് കുട്ടികളെ കൂടുതൽ പ്രചോദിപ്പിക്കുന്നത്. കുടുംബബന്ധങ്ങൾ, ധനകാര്യ നിയന്ത്രണം, മാനസിക പക്വത, ആകസ്മിക പ്രതിസന്ധികളെ നേരിടാനുള്ള കഴിവ് എന്നിവയിലൂടെ മാതാപിതാക്കൾ തങ്ങളുടെ കുട്ടികൾക്ക് മികച്ച പാഠങ്ങൾ നൽകാം.

ഇങ്ങനെ വേണ്ട രീതിയിൽ വേണ്ട സമയത്ത് കുട്ടികൾക്ക് നമ്മുടെ പിന്തുണ നൽകുകയും വിട്ടുകൊടുക്കേണ്ടത് വിട്ടുകൊടുക്കുകയും നമ്മുടെ ചിന്തകൾ മാറ്റേണ്ടത് മാറ്റുകയും

അവരുടെ വളർച്ചയ്ക്കൊപ്പം രക്ഷിതാക്കളിൽ വളർച്ച ഉണ്ടാവുകയും ചെയ്താൽ ഏറ്റവും മിടുക്കരായ കുട്ടികളുടെ രക്ഷിതാക്കളായി നിങ്ങൾക്ക് മാറാനാകും.

18-21 എന്ന ഈ പ്രായഘട്ടം കുട്ടികളെയും മാതാപിതാക്കളെയും ഒരുപോലെ പരീക്ഷിക്കും. എന്നാൽ ഒരു തുറന്ന മനസ്സും അകമഴിഞ്ഞ സ്നേഹവുമുണ്ടെങ്കിൽ, ഈ കാലഘട്ടം കുടുംബബന്ധങ്ങൾ കൂടുതൽ ഉറപ്പിച്ചു പുതിയ സാധ്യതകളിലേക്കുള്ള വാതായനമാകാം.

എറിക് എറിക്സന്റെ മാനസിക സാമൂഹിക സിദ്ധാന്തപ്രകാരം യുവത്വം **സാമീപ്യം vs ഒറ്റപ്പെടൽ** അനുഭവിക്കുന്ന കാലമാണ്. 18 മുതൽ 40 വയസ്സുവരെയുള്ള ഈ കാലഘട്ടം സാമ്പത്തിക, സാമൂഹിക, വ്യക്തിഗത ബന്ധങ്ങളുടെ കാലമാണ്. ആഴത്തിലുള്ള ബന്ധങ്ങൾ, പ്രണയം, കുടുംബബന്ധങ്ങൾ എന്നിവ വിജയകരമായി കൈകാര്യം ചെയ്യുമ്പോൾ **സാമീപ്യം അനുഭവപ്പെടുന്നു.** എന്നാൽ ബന്ധങ്ങളിൽ പരാജയപ്പെടുകയാണെങ്കിൽ **ഒറ്റപ്പെട്ടത്വം അനുഭവപ്പെടും.** അതായത് ഈ കാലഘട്ടത്തിൽ രക്ഷിതാക്കൾ ശ്രദ്ധിക്കേണ്ടതു ബന്ധങ്ങൾക്ക് പ്രാധാന്യം നൽകുന്ന സമീപനവും സ്വീകരിക്കുക അഭികാമ്യം എന്നാണ്.

സംക്ഷിപ്തം 18-21 വയസ്സുള്ള കുട്ടികൾ

18-21 വയസ്സിനുള്ളിൽ കുട്ടികൾ ശാരീരികമായും മാനസികമായും വളരെ മാറ്റങ്ങൾ അനുഭവിക്കുന്ന ഒരു പ്രായഘട്ടത്തിലാണ്. ഈ പ്രായം വിദ്യാഭ്യാസം, കരിയർ, ആത്മപരിശോധന, സാമ്പത്തിക സ്വാതന്ത്ര്യം, സാമൂഹിക ബന്ധങ്ങൾ തുടങ്ങിയവ രൂപം കൊള്ളുന്ന കാലഘട്ടമാണ്. അതിനാൽ, രക്ഷിതാക്കൾ സ്നേഹത്തോടെയും

ബുദ്ധിമുട്ടുകളെ മനസ്സിലാക്കിയും അവരോടുള്ള സമീപനം കൈകാര്യം ചെയ്യണം.

ഈ പ്രായത്തിലുള്ള കുട്ടികൾ ആത്മവിശ്വാസം നേടിയെടുക്കണം, ഉത്തരവാദിത്തം തിരിച്ചറിയണം, ജീവിതത്തിലെ തീരുമാനങ്ങൾ സ്വതന്ത്രമായി എടുക്കാൻ പഠിക്കണം. എന്നാൽ, അവരുടെ ഓരോ ചുവടുകളും മാർഗനിർദ്ദേശത്തോടെയും പിന്തുണയോടെയും നയിക്കേണ്ടത് രക്ഷിതാക്കളുടെ ഉത്തരവാദിത്തമാണ്.

മുൻഗണന നൽകേണ്ട 10 പ്രധാന കാര്യങ്ങൾ:

1. വ്യക്തിത്വ വികസനം – ഒരു വ്യക്തിയായി അവരെ അംഗീകരിക്കുക

- ❖ 18 വയസ്സിനു ശേഷം കുട്ടികൾ കുട്ടികളല്ല, അവർ പ്രായപൂർത്തിയായ യുവാക്കളാണ്.

- ❖ അവരുടെ അഭിപ്രായങ്ങൾക്കും തീരുമാനങ്ങൾക്കും വില നൽകുക – കുട്ടികൾ അവരുടെ അഭിപ്രായങ്ങൾ പ്രകടിപ്പിക്കുമ്പോൾ അവഗണിക്കാതെ, അതിനെ അംഗീകരിക്കണം.

- ❖ മതിപ്പ്, വിശ്വാസം, പിന്തുണ എന്നിവ നൽകുക.

- ❖ അവരുടെ വ്യക്തിത്വത്തെ നിങ്ങൾ ബലമായി രൂപപ്പെടുത്താൻ ശ്രമിക്കരുത്; പകരം ഒരു വഴി കാണിക്കാം, അവരേത് പിന്തുടരുമോ എന്നു അവർ തീരുമാനിക്കട്ടെ.

2. ഉത്തരവാദിത്തബോധം വളർത്തുക

- ❖ ഈ പ്രായം കുട്ടികൾ ഉത്തരവാദിത്വങ്ങൾ ഏറ്റെടുക്കാൻ തുടങ്ങുന്ന ഒരു ഘട്ടമാണ്.

- ❖ ആത്മനിർഭരത്വം വളർത്തുക – എല്ലാത്തിനും രക്ഷിതാക്കളെ ആശ്രയിക്കുന്ന ഒരു അവസ്ഥയിൽ നിന്ന്, അവർ സ്വന്തമായി കാര്യങ്ങൾ ചെയ്യാൻ പഠിക്കണം.

- ❖ സാമ്പത്തിക കാര്യങ്ങൾ, വിദ്യാഭ്യാസ തീരുമാനം, ഭാവി പദ്ധതികൾ എന്നിവയിൽ അവരെ ഒരു ഉത്തരവാദിത്വമുള്ള വ്യക്തിയായി വളർത്തുക.

- ❖ ചെറിയ പലതരത്തിലുള്ള ഉത്തരവാദിത്വങ്ങൾ അവർക്കു നല്കുക – കുടുംബം, പഠനം, ജോലി, വ്യക്തിപരമായ ജീവിതം എന്നിവയുമായി ബന്ധപ്പെട്ട്.

3. സാമ്പത്തിക സാക്ഷരതയും താൽപര്യവും

- ❖ 18-21 പ്രായത്തിൽ സാമ്പത്തിക ബോധം വളർത്താൻ ശ്രമിക്കുക.

- ❖ പണം സംരക്ഷിക്കാനും ബജറ്റ് തയ്യാറാക്കാനും പഠിപ്പിക്കുക.

- ❖ വരുമാനം, ചെലവ്, നിക്ഷേപം എന്നിവയെക്കുറിച്ച് അവർക്കു പഠിപ്പിക്കുക.

- ❖ ജോലിയുണ്ടെങ്കിൽ അത് എങ്ങനെ മാനേജുചെയ്യണം എന്ന് മനസ്സിലാക്കാൻ സഹായിക്കുക.

- ❖ കഠിനാധ്വാനത്തിന്റെ വില മനസ്സിലാക്കാൻ കുറച്ചെങ്കിലും ജോലിപരിചയം ലഭിക്കാൻ അവരെ സഹായിക്കുക.

4. പഠനവും കരിയറും

- ❖ ഉന്നതവിദ്യാഭ്യാസം, തൊഴിൽ സാധ്യതകൾ, ഭാവിയിലേക്കുള്ള പദ്ധതികൾ എന്നിവയിൽ അവർക്കു പിന്തുണ നൽകുക.

- ❖ അവർക്ക് ഇഷ്ടമുള്ള കാര്യങ്ങൾ തിരഞ്ഞെടുക്കാൻ അവസരം കൊടുക്കുക, എന്നാൽ അതിനു യുക്തമായ മാർഗനിർദ്ദേശം കൂടി നൽകുക.

- ❖ ബലമായി ഒരു കോഴ്സോ തൊഴിലോ നിർബന്ധിപ്പിക്കരുത്, അവരെ അവരുടെ താൽപര്യം കണ്ടെത്താൻ പ്രചോദിപ്പിക്കുക.

- ❖ "പഠനം മാത്രമല്ല, അനുഭവങ്ങൾക്കും പ്രാധാന്യമുണ്ട്" എന്ന സത്യം മനസ്സിലാക്കാൻ സഹായിക്കുക.

5. വ്യക്തിഗത ബന്ധങ്ങൾ – നല്ലതും മോശവും തിരിച്ചറിയാൻ സഹായിക്കുക

- ❖ ഈ പ്രായം നല്ല ബന്ധങ്ങളും ചില മോശം ബന്ധങ്ങളും തിരിച്ചറിയേണ്ടതായ ഒരു കാലഘട്ടമാണ്.

- ❖ സ്നേഹബന്ധങ്ങൾ, സൗഹൃദം, തൊഴിൽബന്ധങ്ങൾ എന്നിവയെക്കുറിച്ച് അവർക്കു നല്ല ബോധം ഉണ്ടാകണം.

- ❖ അവർ സുഖകരമല്ലാത്ത, വിഷമകരമായ ബന്ധങ്ങളിൽപ്പെടാതിരിക്കണം.

- ❖ ആരോടൊപ്പം സമയം ചെലവഴിക്കണം, ആരെ വിശ്വസിക്കണം, എവിടെയാണ് അതിരുകൾ വയ്ക്കേണ്ടത് – ഇവയെക്കുറിച്ച് അവർക്കു മനസ്സിലാകേണ്ടതുണ്ട്.

6. മാനസികാരോഗ്യവും ആത്മവിശ്വാസവും

- ❖ ഈ പ്രായം അസ്വസ്ഥതകളും ആത്മസംശയവും ഉയരാനുള്ള ഒരുപിടി അവസരങ്ങൾ നൽകും.

- ❖ ആവശ്യമെങ്കിൽ കൗൺസിലിംഗിനോ കുടുംബ പിന്തുണയ്ക്കോ തയ്യാറാകണം.

❖ അവർക്കു സുരക്ഷിതമായ ഒരു മനസ്സ് ഉണ്ടാകാൻ സഹായിക്കുക.

❖ അവർക്ക് സമയം നൽകുക, മനസ്സിലാക്കാൻ ശ്രമിക്കുക, അമിതമായ സമ്മർദ്ദം നൽകരുത്.

7. സ്വാതന്ത്ര്യവും അതിന്റെ ഉത്തരവാദിത്വവും

❖ കുട്ടികൾക്ക് സ്വാതന്ത്ര്യം നൽകരുതെന്നല്ല, അത് ഉപയോഗിക്കേണ്ട വിധം മനസ്സിലാക്കാൻ സഹായിക്കണം.

❖ തെറ്റായ സ്വാതന്ത്ര്യ ഉപയോഗം അവർക്കും കുടുംബത്തിനും കഷ്ടം ഉണ്ടാക്കാം.

❖ ശരിയായ മാർഗം കണ്ടെത്താൻ അവരെ പ്രോത്സാഹിപ്പിക്കുക, എന്നാൽ അവരെ അമിതമായി നിയന്ത്രിക്കരുത്.

❖ വിവരശുദ്ധിയുള്ള തീരുമാനങ്ങൾ എടുക്കാൻ അവരെ പ്രാപ്തരാക്കുക.

8. സമൂഹത്തോടുള്ള ഉത്തരവാദിത്തം

❖ അവർക്കു നല്ലൊരു പൗരനായി വളരാൻ പ്രചോദനം നൽകുക.

❖ സാമൂഹ്യബോധം, പരിസ്ഥിതി ബോധം, നീതിയുക്തമായ ജീവിതം എന്നിവയ്ക്ക് അവരെ വളർത്തുക.

❖ പരോപകാരത്തിൽ ഏർപ്പെടാൻ അവരെ പ്രോത്സാഹിപ്പിക്കുക – ചെറു സമൂഹ പ്രവർത്തനങ്ങൾ, സഹായപ്രവൃത്തികൾ എന്നിവ.

9. തർക്കങ്ങൾ മാനേജുചെയ്യാനുള്ള കഴിവ് നൽകുക

❖ 18-21 പ്രായക്കാർക്ക് ജീവിതത്തിൽ പല ധാരണകളും ഉടലെടുക്കും, പലതും രക്ഷിതാക്കളുടെ വിലകളോട് വേർപിരിയുന്നതാകാം.

❖ ചില അഭിപ്രായ വ്യത്യാസങ്ങൾ അംഗീകരിക്കാൻ രക്ഷിതാക്കൾ തയ്യാറാകണം.

❖ തർക്കങ്ങളെ എങ്ങനെ അഭിമുഖീകരിക്കണം എന്ന് അവരെ പഠിപ്പിക്കുക.

❖ സ്നേഹത്തോടെ സംഭാഷണങ്ങൾക്ക് തയ്യാറാകുക, പക്ഷേ, അവരോട് അപമാനകരമായി പെരുമാറരുത്.

10. ജീവിത പാഠങ്ങൾ നൽകുക – മനോഹരമായൊരു ഭാവിക്കായി

❖ ജീവിതം എത്ര സൂക്ഷ്മവും അർത്ഥവത്തുമായ ഒരു യാത്രയാണ് എന്നത് അവർക്കു മനസ്സിലാക്കുക.

❖ അഹന്തയ്ക്കും അഹങ്കാരത്തിനും കുറവുള്ളവരായിരിക്കാൻ പ്രചോദനം നൽകുക.

❖ അനുഭവങ്ങൾ ജീവിതത്തിന്റെ നല്ല ഗുരു ആണെന്ന് അവർക്കു മനസ്സിലാകാൻ അനുവദിക്കുക.

❖ "നിങ്ങൾക്കു വേണ്ടി ഞങ്ങൾ എപ്പോഴും ഉണ്ടാകും" എന്ന ഉറപ്പാണ് അവർക്കു ഏറ്റവും വലിയ സുരക്ഷ."

18-21 പ്രായം നിർഭാഗ്യകരമായ തെറ്റുകളും, വലിയ വിജയങ്ങളും, പുതിയ അനുഭവങ്ങളും നിറഞ്ഞ ഒരു ഘട്ടം ആണ്. പിന്തുണയോടെ, സ്നേഹത്തോടെ, ബുദ്ധിമുട്ടുകളെ സഹാനുഭൂതിയോടെ കൈകാര്യം ചെയ്താൽ, കുട്ടികൾ നല്ലൊരു ജീവിതം തീർക്കും. വേണ്ടപ്പോൾ പിന്തുണ, വേണ്ടപ്പോൾ സ്വാതന്ത്ര്യം – ഈ ബാലൻസ് കൈവശം വയ്ക്കുക!

"ബന്ധങ്ങൾ ഇല്ലാതെയുള്ള നിയമങ്ങൾ കലാപം സൃഷ്ടിക്കുന്നു.

നിയമങ്ങളില്ലാതെയുള്ള ബന്ധങ്ങൾ വലിയ കുഴപ്പങ്ങളും ഉണ്ടാക്കുന്നു.

എന്നാൽ ബന്ധങ്ങളും നിയമങ്ങളും ഒന്നിച്ചാകുമ്പോൾ അവിടെ ബഹുമാനവും ഉത്തരവാദിത്വവും ഏറുന്നു."

"രക്ഷിതാക്കൾക്ക് തങ്ങളുടെ കുട്ടികൾക്ക് നൽകാവുന്ന ഏറ്റവും വലിയ സമ്മാനം കുട്ടികളുടെ കഴിവുകളിൽ ഉള്ള വിശ്വാസമാണ്"

ഡിജിറ്റൽ ആസക്തിയും മയക്കുമരുന്ന് ഉപയോഗവും ഡിജിറ്റൽ യുഗത്തിലെ പേരന്റിംഗ്

കൗമാരക്കാർ രക്ഷിതാക്കൾ മനസ്സിലാക്കാത്ത ഒരുപാട് സോഷ്യൽ മീഡിയ പ്ലാറ്റ്ഫോമുകൾ ഉപയോഗിക്കുന്നവരാണ്. കൗമാരത്തിൽ എത്തുന്നതിനു മുമ്പ് തന്നെ ഇത് ആരംഭിക്കുന്നതാണ്. ഇവിടെ കുട്ടികൾക്ക് പറഞ്ഞു കൊടുക്കുവാൻ രക്ഷിതാക്കൾ മനസ്സിലാക്കേണ്ട **ഡിജിറ്റൽ യുഗത്തിലെ സത്യങ്ങൾ** ഉണ്ട്.

ഓൺലൈനിൽ രേഖപ്പെടുത്തുന്ന ഏത് കാര്യവും **മറ്റുള്ളവർക്ക് കാണാവുന്നതും** നമ്മൾ ഡിലീറ്റ് ചെയ്തു കളഞ്ഞാലും അത് വീണ്ടെടുക്കാവുന്നതാണ്.

വ്യാജ അക്കൗണ്ടുകൾ സൃഷ്ടിച്ചുകൊണ്ട് **പകരം വീട്ടുക** കുറ്റകരമായ കൃത്യമാണ്.

ഓൺലൈനിൽ രേഖപ്പെടുത്തിയത് ഏതും സ്ഥിരമാണ്.

മോശം മാനസികാവസ്ഥയിൽ ഇരുന്നുകൊണ്ട് അല്ലെങ്കിൽ വളരെയധികം സന്തോഷത്തിൽ ഇരുന്നുകൊണ്ട് അതായത് **വികാരങ്ങളുടെ പാരമ്യതയിൽ ഇരുന്നുകൊണ്ട് സോഷ്യൽ മീഡിയയിൽ ഒന്നും പോസ്റ്റ് ചെയ്യുക അരുത്.**

ഏറ്റവും കുറഞ്ഞത് ഈ അറിവുകൊണ്ടുതന്നെ നമ്മുടെ കുട്ടികളെ നല്ല രീതിയിൽ മാത്രം ഡിജിറ്റൽ ലോകത്ത് അവരുടെ കയ്യൊപ്പുകൾ ഉണ്ടാക്കാൻ രക്ഷിതാക്കൾക്ക് സഹായിക്കാവുന്നതാണ്. അതിനായി രക്ഷിതാ**വിനും ഡിജിറ്റൽ യുഗത്തെക്കുറിച്ച് ബോധ്യമുണ്ടാകേണ്ടതാണ്.** പേരന്റൽ ലോക്കുകൾ ഒരുപാട് ആപ്പുകൾ കൊണ്ട്. ഈ ലോക്കുകൾ ഒക്കെ പ്രയോജനപ്പെടുത്തി കുട്ടികളെ അപകടത്തിൽ നിന്നും രക്ഷിക്കാവുന്നതാണ്.

കുട്ടികളുടെ ഏത് പ്രായത്തിലുമുള്ള **ജിജ്ഞാസയെ മുതലെടുത്തുകൊണ്ട് കഴുകന്മാർ ഓൺലൈനിൽ** കാത്തിരിപ്പുണ്ട് എന്നുള്ളത് ഭീതിപ്പെടുത്തുന്നതാണ്. അത് കുട്ടികളെ പറഞ്ഞു ബോധ്യമാക്കേണ്ടതുമാണ്. **ഡേറ്റിംഗ് ആപ്പുകളും സെക്സ് ആപ്പുകളും അപകടകരമായ ഗെയിമുകളും** നിറഞ്ഞിരിക്കുന്നതാണ് ഡിജിറ്റൽ ലോകം. ഇതിനെ കുറിച്ചുള്ള അറിവ് രക്ഷിതാവിന് ഉണ്ടാവേണ്ടതാണ്.

സൈബർ സുരക്ഷാ പ്രോത്സാഹിപ്പിക്കുക

ഇതിനായി താഴെ പറയുന്ന **നിയമങ്ങളും ഭവിഷ്യത്തുകളും** ബോധ്യപ്പെടുത്തേണ്ടതാണ്.

അപരിചിതരിൽ നിന്നുള്ള ഫ്രണ്ട് റിക്വസ്റ്റുകൾ ഒരിക്കലും അക്സെപ്റ്റ് ചെയ്യാതിരിക്കുക.

സോഷ്യൽ മീഡിയ പ്ലാറ്റ്ഫോമുകളിൽ **ദേഷ്യത്തിന്റെ, ധാർഷ്ട്രീയത്തിന്റെ രൂപത്തിൽ പ്രതികരിക്കാതിരിക്കുക.**

ഏതെങ്കിലും **ആപ്പുകൾ ഡൗൺലോഡ് ചെയ്യുമ്പോൾ അത് സുരക്ഷിതമായ ഉറവിടത്തിൽ നിന്നാണ്** എന്ന് ഉറപ്പുണ്ടെങ്കിൽ മാത്രം ഡൗൺലോഡ് ചെയ്യുക.

സ്വകാര്യ വിവരങ്ങൾ എല്ലാം ഓൺലൈനിൽ പങ്കിടാതിരിക്കുക.

നമ്മുടെ **പാസ്സ്‌വേർഡുകൾ** ഒന്നും പങ്കിടാൻ പാടില്ല.

മറ്റൊരാളെ കുറിച്ച് **പരദൂഷണം പാടില്ല.** മോശമായി അവരെ ചിത്രീകരിക്കുകയോ വാക്കുകൾ കൊണ്ട് ശല്യപ്പെടുത്തുകയോ ചെയ്യാൻ പാടുള്ളതല്ല.

ഓൺലൈനിൽ പരിചയപ്പെട്ട ഒരാളുമായി സൗഹൃദം വേണ്ട. ഈ ആൾ സത്യമാകണമെന്നില്ല എന്നും, സൗഹൃദവും വിശ്വാസവും നേടിയതിനു ശേഷം സാവകാശം ഫോട്ടോകൾ അയച്ചു കൊടുക്കാൻ പറയുകയും പിന്നീട് അത് പല രീതിയിൽ ഉള്ള പോസുകളും വസ്ത്രധാരണ രീതികളുമായി മാറുകയും പിന്നീട് ബ്ലാക്മെയിൽ ചെയ്ത പല തരത്തിൽ ദുരുപയോഗം ചെയ്യുന്ന സാഹചര്യങ്ങൾ വിശദമായി മനസ്സിലാക്കുക. '

കുട്ടികൾ അവർക്ക് അസ്വസ്ഥത ഉണ്ടാക്കുന്ന എന്തുതന്നെ ഡിജിറ്റൽ ലോകത്ത് വന്നാലും രക്ഷിതാവിനോട് നിർബന്ധമായും പറഞ്ഞിരിക്കുക. അവർ അതിനെ സ്വയം നേരിടാതെ നോക്കേണ്ടതാണ്. അവർ വിശ്വസിക്കുന്ന മറ്റേത് മുതിർന്ന ആളിന്റെ അടുത്തും,

ഉദാഹരണത്തിന് അദ്ധ്യാപകരോടും അവർക്ക് തുറന്നു പറയാവുന്നതാണ്.

ഡിജിറ്റൽ അഡിക്ഷൻ അല്ലെങ്കിൽ അടിമയാവുക എന്ന് പറഞ്ഞാൽ അതിൽ നിന്നും മാറി നിൽക്കാൻ ആവില്ല എന്നാണ്. മറ്റെല്ലാ ലഹരി മരുന്നുകളെ പോലെയും തന്നെ ഡിജിറ്റൽ ഉപയോഗത്തിനും കുട്ടികൾ അടിമയാകാറുണ്ട്.

ടിവി ആകട്ടെ മൊബൈൽ ആകട്ടെ കമ്പ്യൂട്ടർ ലാപ്ടോപ്പ് അങ്ങനെ ഏത് സ്ക്രീനിന്റെ മുമ്പിൽ നിന്നും കുട്ടികളെ മാറ്റാൻ സാധിക്കുന്നില്ലെങ്കിൽ അവർ അതിന് അടിമപ്പെട്ടിരിക്കുന്നു എന്ന് പറയാം. മൂന്ന് മണിക്കൂറിലധികം സോഷ്യൽ മീഡിയയിലെ റീലുകൾ മാത്രം കണ്ടിരിക്കുന്ന കുട്ടികൾ ഇന്ന് സ്കൂളുകളിൽ കാണാവുന്നതാണ്. അവരുടെ ഉറക്കവും പഠനവും മറ്റെല്ലാ പ്രവൃത്തികളിൽ നിന്നും പിൻവലിഞ്ഞ് സ്ക്രീനിൽ നിന്നും തല പൊക്കാതെ ഈ കുട്ടികൾ ജീവിക്കുന്നു. ഗെയിമുകളും അതുപോലെ തന്നെ ഉപയോഗിക്കുന്നു. ഇത് രണ്ടും കൊണ്ട് അവർക്ക് കിട്ടുന്നത് അവരുടെ **ബുദ്ധിയുടെ നാശം മാത്രമാണ്.**

ശരിയായ ലോകവും ഡിജിറ്റൽ ലോകവും രണ്ടാണെന്ന് തിരിച്ചറിയാൻ സാധിക്കാതെ പോകുന്നു അവർക്ക്.

എന്തുകൊണ്ടാണ് ഇതിന് അടിമപ്പെട്ടാൽ പെട്ടെന്ന് മാറ്റാൻ സാധിക്കാത്തത് എന്ന് നോക്കാം. അതിനെക്കുറിച്ചുള്ള ശരിയായ ധാരണ രക്ഷിതാവിന് ഉണ്ടെങ്കിൽ മാത്രമേ അവരെ അതിൽ നിന്നും പിന്തിരിപ്പിക്കാൻ സാധിക്കൂ.

ഒരു അടിമപ്പെടാത്ത ബുദ്ധിക്ക് ഏതെങ്കിലും ഒരു സംഭവം നടന്നാൽ അതിന്റെ ശരിയും തെറ്റും മനസ്സിലാക്കി മുന്നോട്ടു പോകാൻ സാധിക്കുന്നതാണ്. അവരുടെ ഓർമ്മയിലും അതിന്റെ ശരിയായ വശമായിരിക്കും തങ്ങിനിൽക്കുക. എന്നാൽ **ഒരു**

അടിമപ്പെട്ട ബുദ്ധിക്ക് അവർക്ക് ഇഷ്ടപ്പെടുന്ന ഒരു സംഭവം നടന്നാൽ വീണ്ടും വീണ്ടും അത് വേണമെന്നുള്ള ആവശ്യം മുന്നേറുകയും അവരുടെ ഓർമ്മയിൽ അതിൽ നിന്നും കിട്ടുന്ന സന്തോഷം മാത്രം നിലനിൽക്കുകയും ഒരു നിയന്ത്രണം ഇല്ലാതെ അതിലേക്ക് തന്നെ വീഴുകയും ചെയ്യുന്നു. ഇവിടെ ഓർമ്മ രേഖപ്പെടുത്തുന്ന ആ സന്തോഷമാണ് അത് ആവർത്തിക്കാൻ കുട്ടികളെ പ്രേരിപ്പിക്കുന്നത്.

നിയന്ത്രണം സ്വയം നടത്താൻ സാധിക്കാത്തത് കൊണ്ട് തന്നെ ഡിജിറ്റൽ അടിമപ്പെട്ട കുട്ടികളെയും മറ്റ് ലഹരിവസ്തുക്കൾക്ക് അടിമയായ കുട്ടികളെപ്പോലെ തന്നെ ഡി അഡിക്ഷൻ സെൻററുകളിൽ, മൂന്നാമത് ഒരാൾക്ക് മാത്രമേ നിയന്ത്രിക്കാനാവു.

അവരുടെ സന്തോഷത്തിന്റെ താക്കോൽ ഡിജിറ്റൽ ലോകം ആകാതിരിക്കാൻ രക്ഷിതാക്കൾ ശ്രദ്ധിക്കേണ്ടതാണ്. കുട്ടിയായിരിക്കുമ്പോൾ മുതൽ അവരോടൊപ്പം സമയം ചെലവഴിച്ച് കളിക്കുകയും സന്തോഷത്തിന്റെ നിമിഷങ്ങൾ പങ്കെടുക്കുകയും ചെയ്യണം. ശാരീരിക വ്യായാമം കിട്ടുന്ന രീതിയിലുള്ള കളികൾ തന്നെ ആവണം കുട്ടി ആയിരിക്കുമ്പോൾ കൊടുക്കേണ്ടത്. ഗെയിംസും സ്പോർട്സും പാട്ടും ഡാൻസും അങ്ങനെ ഓരോ കുട്ടിക്കും വഴങ്ങുന്ന ഓരോ ഇഷ്ടങ്ങളും താല്പര്യങ്ങളും അതിനുവേണ്ട സൗകര്യങ്ങളും ഒരുക്കി കൊടുക്കുക.

കൗമാരക്കാർ മറ്റുള്ളവർക്ക് സഹായം ചെയ്യാൻ ഉള്ള സാഹചര്യമുണ്ടാക്കി കൊടുക്കുക. അവധി ദിവസങ്ങളിൽ അടുത്തുള്ള ഏതെങ്കിലും വൃദ്ധസദനത്തിൽ അനാഥമന്ദിരത്തിൽ അങ്ങനെ ഒരു സേവനം ചെയ്യാനുള്ള അവസരം സൃഷ്ടിക്കുക. ഇത് അവരിൽ സഹാനുഭൂതി വളർത്തുകയും ഇത്തരത്തിൽ അടിമകളാകാതിരിക്കാൻ

സഹായിക്കുകയും ചെയ്യും. ഇതിനായി നമ്മൾ അവസരങ്ങൾ സൃഷ്ടിക്കേണ്ടതാണ്.

എല്ലാ ദിവസവും **കൃത്യമായി ഡിജിറ്റൽ സ്ക്രീനുകൾ ഒഴിവാക്കുന്ന സമയം** എല്ലാവരുടെയും അഭിപ്രായത്തോടു കൂടി തീരുമാനിക്കേണ്ടതാണ്. ആ സമയം രക്ഷിതാക്കൾ ഉൾപ്പെടെ എല്ലാവരും ഡിജിറ്റൽ സ്ക്രീനുകൾ ഇല്ലാതെ മറ്റു കാര്യങ്ങളിൽ വ്യാപൃതരാവേണ്ടതാണ്.

രണ്ടു വയസ്സുവരെ കുട്ടികൾക്ക് സ്ക്രീൻ ഒന്നും തന്നെ പാടില്ല എന്നാണ്. രണ്ടു മുതൽ അഞ്ചു വയസ്സ് വരെകാണിക്കാതിരിക്കുന്നത് തന്നെ നല്ലത് എങ്കിലും ഇന്നത്തെ കാലത്ത് അത് സാധ്യമാകില്ല എന്നുള്ളത് കൊണ്ട് തന്നെ അങ്ങേയറ്റം പലപ്പോഴായി അരമണിക്കൂർ കൊടുക്കാവുന്നതാണ്. അത് കൊടുക്കുമ്പോഴും കഴിയുന്നതും മൊബൈൽ ഒഴിവാക്കുക തന്നെ.

കാർട്ടൂണുകൾ വളരെ വേഗത്തിൽ മിന്നി മായുന്നതുകൊണ്ടുതന്നെ കുഞ്ഞുങ്ങൾക്ക് ശ്രദ്ധ കിട്ടാതെ പോകുന്നു. ഏതായാലും ത്രീഡി ചിത്രങ്ങൾ ഒരു കാരണവശാലും കുട്ടികൾക്ക് വേണ്ട എന്ന് തന്നെയാണ്. അത് കൗമാരത്തിൽ ഉള്ളവർക്ക് പോലും. എന്തെന്നാൽ, **ത്രീഡി ചിത്രങ്ങൾ കാണുന്നത് മൂലം ജീവിതമേത് സ്ക്രീൻ ഏത് എന്ന് തിരിച്ചറിയയില്ല, അതോടൊപ്പം വികാരങ്ങളെ കുറിച്ചുള്ള അറിവും നഷ്ടമാകുന്നു.** അത്തരം ഗെയിമുകൾ നിർബന്ധമായും ഒഴിവാക്കേണ്ടതാണ്.

തിരക്കേറിയ ഇന്നത്തെ ജീവിതത്തിൽ അച്ഛനമ്മമാർ രണ്ടുകൂട്ടരും ജോലിക്ക് പോകുന്നതും കൊണ്ട് കുട്ടികളുടെ കൂടെ ചെലവഴിക്കാൻ സമയം തികയില്ല എന്ന് ചിന്തിക്കുന്നത്

കൊണ്ടും കുട്ടികളെ അടക്കി ഇരുത്താൻ മൊബൈൽ ഫോണുകൾ കൊടുക്കുന്ന ശീലം അപകടം പിടിച്ചതാണ്.

ഓരോ കാലഘട്ടത്തിലും കുട്ടികൾക്ക് സജീവമായിരിക്കാൻ പറ്റുന്ന കളിപ്പാട്ടങ്ങളും ലുഡോ, ബിൽഡിംഗ് ബ്ലോക്ക്, തുടങ്ങി അനവധി ഗെയിമുകൾ മാർക്കറ്റിൽ ലഭ്യമാണ്. അതോടൊപ്പം നാടൻ കളിപ്പാട്ടങ്ങളും പേപ്പർ കൊണ്ടുള്ള കളിപ്പാട്ടങ്ങളും വെറുതെ കുടുംബം ഒന്നിച്ച് ഇരുന്ന് കളിക്കുന്നതും എല്ലാം ഗുണം മാത്രമേ ചെയ്യൂ. ഇവ കുട്ടികളുടെ മാനസിക വികസനത്തിന് ഗുണകരമാകുന്നത് മാത്രമല്ല ഇത്തരത്തിലുള്ള അഡിക്ഷനുകളിൽ നിന്ന് ഒഴിവാക്കുകയും ചെയ്യാം.

ഇങ്ങനെ ശരിയായ സമീപനം കുട്ടിയായിരിക്കുമ്പോൾ മുതൽ എടുത്തു കൊണ്ട് സ്ക്രീൻ അഡിക്ഷനിൽ നിന്നും നമ്മുടെ കുട്ടികളെ രക്ഷിക്കാനാവും.

ലഹരി മരുന്നുകളുടെ ഉപയോഗം - പല പല പഠനങ്ങളും തെളിയിക്കുന്നത് ലഹരി മരുന്നുകൾക്ക് അടിമയായവരിൽ 70 ശതമാനവും കൗമാരക്കാലത്ത് ഉപയോഗിച്ചു തുടങ്ങിയവരാണ്. അതെ കൗമാരക്കാലത്ത് ഉപയോഗിക്കുന്ന ലഹരിക്ക് അടിമപ്പെടാൻ സാധ്യതകൾ ഏറെയാണ്. അതിൽനിന്നും അവരെ സംരക്ഷിച്ചു മാറ്റി നിർത്തേണ്ടത് പ്രധാന വിഷയം തന്നെയാണ്. ഏറ്റവും നന്നായി കുട്ടികളെ വളർത്തുക എന്നുള്ളത് തന്നെയാണ് ഇതിനൊരു മറുമരുന്ന്.

രക്ഷിതാക്കൾക്ക് എന്താണ് ഇതിൽ ചെയ്യാനാവുക?

ദിവസേന **കുടുംബാംഗങ്ങൾ തമ്മിൽ സംസാരം വീടുകളിൽ ഉണ്ടാവുക** ഏറ്റവും പ്രാധാന്യമർഹിക്കുന്ന മറുമരുന്നാണ്. കുട്ടികളുമായുള്ള ആത്മബന്ധം രക്ഷിതാക്കൾ വളർത്തിക്കൊണ്ടുവരേണ്ടതാണ്. അതിന് എന്തൊക്കെ ചെയ്യണം എന്ന് ഓരോ കാലഘട്ടത്തിലും അദ്ധ്യായങ്ങളിൽ

വിവരിച്ചിട്ടുണ്ട്. എന്നും തമ്മിൽ സംസാരിക്കാൻ അവസരം ഉണ്ടാക്കിയ ശേഷം മാത്രമേ ഉറങ്ങാൻ പോകാവൂ എന്ന ശാഠ്യം രക്ഷിതാക്കൾക്ക് ഉണ്ടാകണം. അതിനുള്ള സാഹചര്യം അവർ തന്നെയാണ് ഒരുക്കേണ്ടത്.

ഏറ്റവും പറ്റിയ സന്ദർഭം ഭക്ഷണം കഴിക്കുമ്പോഴും തന്നെ. ഈ അവസരത്തിൽ ശരിയല്ലാത്ത പ്രവൃത്തികളെ കുറിച്ച് കുട്ടികളിൽ നിന്നും സംസാരം ഉണ്ടായാൽ നമുക്കുള്ള വിരോധം അറിയിക്കേണ്ടതാണ്. മുൻപൊക്കെ പറഞ്ഞതുപോലെ കാര്യകാരണസഹിതം. വീണ്ടും ഇത്തരം സാഹചര്യങ്ങൾ ഉണ്ടാകുമ്പോൾ സമപ്രായക്കാരുടെ നിർബന്ധങ്ങൾ ഉണ്ടാകുമ്പോൾ ഒഴിവായി നിൽക്കാൻ അവർക്ക് ഇത് ഒരു കാരണമാകും. അങ്ങനെ വേണ്ടപ്പോൾ സുഹൃത്തുക്കളോട് പറ്റില്ല എന്ന് പറയാനുള്ള ശീലം ഉണ്ടാക്കിയെടുക്കാം.

ഒറ്റത്തവണ ഉപയോഗത്തിൽ തന്നെ അടിമയായി പോകാൻ സാധ്യതയുള്ള മയക്ക് മരുന്നുകൾ ഉണ്ട് എന്നും അതുകൊണ്ടുതന്നെ ഒരു കാരണവശാലും അത് ഉപയോഗിക്കരുത് എന്നും അതിന്റെ ഭവിഷ്യത്തുകളെ കുറിച്ച് ഒക്കെ തുറന്ന് സംസാരം ഉണ്ടാവണം. അതിന്റെ പേരുകളും വിശദവിവരങ്ങളും പറഞ്ഞുകൊടുക്കാൻ അല്ല. പൊതുവായി ലഹരി വസ്തുക്കളുടെ ഉപയോഗത്തിൽ ഉണ്ടാകുന്ന അപകടങ്ങൾ അതേക്കുറിച്ച് ആയിരിക്കണം സംസാരിക്കുക.

ഒരു എട്ടാം ക്ലാസ് മുതൽ ഉള്ള കുട്ടികളുമായി ഇവയെല്ലാം ചർച്ച ചെയ്യേണ്ടതാണ്. **തെറ്റായ വിവരണങ്ങൾ മറ്റുള്ളവരിൽ നിന്നും ലഭിക്കാതിരിക്കാൻ ശരിയായവ രക്ഷിതാക്കളായ നമ്മൾ തന്നെ പറഞ്ഞു കൊടുക്കുക.** ഇന്ന് ചുറ്റുമുള്ള ലോകം ലഹരി മരുന്നിന്റെ വ്യാപകമായ ഉപയോഗം നടക്കുന്ന ഇടമായി മാറിയിരിക്കുന്നു. മാധ്യമങ്ങളും സമൂഹവും ഇത് പ്രകടമായി കാണിക്കുന്നുമുണ്ട്. അതുകൊണ്ടുതന്നെ

ശരിയായ അറിവ് കുട്ടികൾക്ക് നൽകുക അതിന്റെ ഭവിഷ്യത്തുകൾ മനസ്സിലാക്കുക അതുവഴി അവരെ ഇതിന്റെ ഉപയോഗത്തിൽ നിന്നും പിന്തിരിപ്പിക്കാം.

കുട്ടികളെ **ശാരീരിക വ്യായാമം കിട്ടുന്ന പല തരത്തിലുള്ള കളികളും ഡാൻസുകളും ചെറിയ രീതിയിലുള്ള സാമൂഹിക പ്രവർത്തനത്തിലും പങ്കാളികളാക്കാം.** ഫുട്ബോൾ ക്രിക്കറ്റ് തുടങ്ങിയ ഗെയിമുകൾ സ്പോർട്സ് തുടങ്ങിയവയിലെ എല്ലാം പ്രഗൽഭരാവണം എന്ന ചിന്തിക്കുന്ന കുട്ടികൾ ഇതിലേക്ക് വഴിപ്പെടില്ല എന്നും രക്ഷിതാക്കൾ മനസ്സിലാക്കണം. അത്തരം ഗെയിമുകളിലേക്ക് അവരുടെ ശ്രദ്ധ തിരിക്കുക ഇതിനൊരു പരിഹാരമാർഗ്ഗമാണ്. പേരെടുത്ത് ഇവിടെ പറയുന്നില്ല എങ്കിലും, പേരെടുത്ത ചില കളിക്കാർ, മയക്കുമരുന്നിന് അടിമപ്പെട്ട് തന്നെ അവരുടെ കായികലോകം നശിപ്പിച്ചെടുത്തതിന്റെ കഥകൾ പറഞ്ഞു കൊടുക്കാം

ഏറ്റവും അടുത്ത സുഹൃത്തായിരുന്നാലും ഏതെങ്കിലും സാമൂഹ്യവിരുദ്ധ പ്രവർത്തനത്തിന് പ്രേരിപ്പിച്ചാൽ ശക്തമായി എതിർത്തു നിൽക്കാൻ നമ്മുടെ കൗമാരക്കാരെ പറഞ്ഞു പഠിപ്പിക്കേണ്ടതാണ്. **എതിർത്ത് പറഞ്ഞാൽ പോകുന്ന സൗഹൃദം ആണെങ്കിൽ അത് യഥാർത്ഥ സൗഹൃദം അല്ല** എന്നും യഥാർത്ഥ സൗഹൃദം ആണെങ്കിൽ അത് പോകില്ല എന്നും അവരെ ബോധ്യപ്പെടുത്തേണ്ടതാണ്.

മറ്റൊന്നു കൂടി അറിയേണ്ടതുണ്ട്. **ആദ്യമാദ്യം ലഹരി മരുന്നുകൾ സൗജന്യമായി നൽകിക്കൊണ്ട് കുട്ടികളെ ലഹരിക്ക് അടിമ പെടുത്തുകയാണ്.** പിന്നീട് ലഹരി വാങ്ങാനുള്ള പണം ഇല്ലാതെയാകുമ്പോൾ അവരെ വിൽപ്പനയ്ക്കായും ഉപയോഗിക്കുന്നു. അതുകൊണ്ടുതന്നെ മറ്റുള്ളവരുടെ കയ്യിൽ നിന്നും യാതൊന്നും സ്വീകരിച്ചു കൂടാ

എന്ന് ചെറിയ ക്ലാസ് മുതൽ പറഞ്ഞ് മനസ്സിലാക്കേണ്ടതാണ്. **പ്രത്യേകിച്ച് ഒരു കാരണവുമില്ലാതെ സൗജന്യമായി നൽകുന്നത് ആരുടെ ഭാഗത്തുനിന്ന് ആയാലും വാങ്ങാതിരിക്കുക തന്നെ.**

രക്ഷിതാക്കളിൽ കുട്ടികൾക്ക് വിശ്വാസം വളർത്തിയെടുക്കുക. അതുവഴി അവരുമായി നല്ല ബന്ധം സ്ഥാപിക്കാൻ ആവുകയും കുട്ടികൾ നമ്മളിൽ നിന്നും ഒന്നും ഒളിക്കാതിരിക്കുകയും ചെയ്യും. സംശയ ബുദ്ധിയോടുകൂടി അവരുടെ പുറകിൽ തന്നെ ഉണ്ടാവേണ്ടതില്ല.

എന്നാൽ സംശയം ഉണ്ടാവുകയും വേണം. ഉദാഹരണത്തിന് രാത്രിയിൽ ഫോണിൽ സംസാരിക്കുന്ന ഒരു കുട്ടിയോട് "ആരോടാ സംസാരിച്ചത്" എന്ന് ചോദിക്കുന്നതിനു പകരം "എന്തെങ്കിലും കുഴപ്പമുണ്ടോ നിന്റെ സുഹൃത്തിന്റെ വീട്ടിൽ", "നാളത്തെ എന്തെങ്കിലും കാര്യത്തിനായിരുന്നോ" എന്നൊക്കെ **നേരിട്ട് അല്ലാതെയുള്ള ചോദ്യങ്ങൾ ചോദിക്കാം.**

അതുപോലെതന്നെ **ചിലപ്പോഴെങ്കിലും സംശയം ഞങ്ങളിൽ ഉണ്ടാകും എന്നും പറഞ്ഞുവയ്ക്കുക.** നിങ്ങളിലുള്ള വിശ്വാസക്കുറവിനെക്കാൾ ഏറെ ഞങ്ങൾക്ക് പേടി നിങ്ങൾ ഏതെങ്കിലും അപകടത്തിൽ പെട്ടു എന്ന വിചാരമാണെന്ന് അവരെ ബോധ്യപ്പെടുത്തുക. അത് നിങ്ങളുടെ പ്രവൃത്തിയിലൂടെ ആവണം ബോധ്യപ്പെടുത്തേണ്ടത്. വിശ്വാസം അത് രക്ഷിതാക്കൾ ശ്രമകരമായി തന്നെ വളർത്തിയെടുക്കേണ്ടതാണ്.

ഇനിയും രക്ഷിതാക്കളിൽ നിന്നും വരുന്ന **മറ്റൊരു തെറ്റ്, മുതിർന്ന ആളെ പോലെ കുട്ടികൾ പെരുമാറണം എന്ന വാശിയാണ്.** വിവേകത്തോടുകൂടി പെരുമാറാനുള്ള ഭൗതിക വളർച്ച അവർക്ക് ഇല്ല എന്നത് ഒരിക്കൽ കൂടി ഓർമിപ്പിക്കുന്നു.

അതുകൊണ്ടുതന്നെ ഒരു മുതിർന്നയാളിന്റെ പെരുമാറ്റം നമ്മൾ കുട്ടികളിൽ നിന്നും പ്രതീക്ഷിച്ചുകൂടാ. പക്ഷേ കുട്ടിയുടെ ഭാഗത്തുനിന്നു ഉണ്ടാവുന്നത് താൻ മുതിർന്ന ആളാണെന്നും തന്നെ കുട്ടിയെ പോലെ കാണേണ്ട എന്നതാണ്. അതുകൊണ്ടുതന്നെ **അവരിൽ നിന്നും നമ്മൾ എന്ത് പ്രതീക്ഷിക്കുന്നു എന്നുള്ളത് അവർക്ക് കൊടുക്കുന്ന സ്വാതന്ത്ര്യത്തിനു മുമ്പ് പറഞ്ഞു മനസ്സിലാക്കേണ്ടതാണ്.**

രക്ഷിതാക്കളിൽ ഏറ്റവും വേണ്ടുന്ന സ്വഭാവസവിശേഷത **കുട്ടികളോടുള്ള സഹാനുഭൂതിയോടുള്ള പെരുമാറ്റമാണ്.** അവരോട് അനുതപിക്കുകയും കുട്ടികളിലുണ്ടാകുന്ന **ചെറിയ മാറ്റങ്ങളെപ്പോലും ശ്രദ്ധാപൂർവ്വം വീക്ഷിച്ചുകൊണ്ട്** മുൻകൂട്ടി അറിയുകയും ചെയ്താൽ തന്നെ അവരിലുള്ള മാറ്റങ്ങളെ അംഗീകരിക്കാൻ ആകുന്നു. മാറ്റങ്ങളെ അംഗീകരിക്കുമ്പോൾ നമ്മുടെ മനസ്സും ശാന്തമാകും. അങ്ങനെ നല്ല രീതിയിൽ കുട്ടികളോട് പെരുമാറാൻ സാധിക്കുകയും കുട്ടികളും രക്ഷിതാക്കളും തമ്മിലുള്ള ബന്ധം ഊട്ടി ഉറപ്പിക്കാൻ പറ്റുന്നു.

ഈ കാലം ആൺകുട്ടികൾക്ക് പെൺകുട്ടികളോടും പെൺകുട്ടികൾക്ക് ആൺകുട്ടികളോടും ആകർഷണം തോന്നുന്ന കാലമാണ്. ഇന്നത്തെ സാഹചര്യത്തിൽ ആൺ പെൺ വ്യത്യാസം ഇല്ലാതെ പെരുമാറുന്നത് കാണുന്നുണ്ടെങ്കിലും ചിലപ്പോഴെങ്കിലും അത് ഒരു പ്രണയ ബന്ധത്തിലേക്ക് പോകാവുന്നതാണ്. ഇവിടെ യാതൊരു കുറ്റമായി കാണാതെ അത് അവരുടെ ശാരീരിക മാറ്റത്തിന്റെ ഭാഗമാണെന്നും ഈ സമയം പ്രണയത്തിനുള്ളതല്ല എന്നും അത് വെറും ആകർഷണമാണെന്നും ബോധ്യപ്പെടുത്താവുന്നതാണ്. അവരുടെ **ഉത്തരവാദിത്വങ്ങളെയും ലക്ഷ്യങ്ങളേയും പറ്റി ശരിയാവണ്ണം ധരിപ്പിക്കുന്നത് വഴി,** അത് നിറവേറ്റാൻ

പ്രേരിപ്പിക്കുന്നത് വഴി ഇതിൽനിന്നൊക്കെ പിന്തിരിപ്പിക്കാൻ സാധിക്കുന്നു.

കുട്ടികളുടെ ഭാഗത്ത് നിന്നും എന്തുതന്നെ വിഷമിപ്പിക്കുന്ന കാര്യങ്ങൾ ഉണ്ടായാലും അതിന്റെ പേരിൽ **അവരോട് വഴക്കിടുന്നത് ഒഴിവാക്കണം.** അവർക്ക് വിവേക ബുദ്ധിയോടുകൂടി പെരുമാറാൻ അറിയില്ല എന്ന് നമുക്ക് ബോധ്യമുണ്ടാവണം. ഏത് തെറ്റിനും ഉടനടി നടപടി സ്വീകരിക്കുന്നതിന് മുൻപ് രക്ഷിതാവ് മൂന്നോ നാലോ അഞ്ചോ തവണ അത് മനസ്സിൽ പറഞ്ഞു കൊണ്ട്, അതിനെ ഒന്നു ഉൾക്കൊള്ളാൻ സാവകാശം കൊടുത്തുകൊണ്ട് തന്നെ, **ഉണർന്നു വരുന്ന ദേഷ്യം അടങ്ങി തീരുന്നത് വരെ കുട്ടികളോട് അതെക്കുറിച്ച് സംസാരിച്ചു കൂടാ.** അതിനുശേഷം മാത്രം സമാധാനത്തോടെ തെറ്റുകൾ തിരുത്താവുന്നതാണ് തിരുത്തുകയും ചെയ്യണം.

കുട്ടികൾ വ്യത്യസ്തരായ വ്യക്തികൾ ആണെന്നും അവർക്ക് വ്യത്യസ്ത അഭിപ്രായങ്ങൾ ഉണ്ടാകാം എന്നും നമ്മൾ പറയുന്നത് എല്ലാം അനുസരിക്കാൻ സാധ്യതയില്ല എന്നും രക്ഷിതാക്കൾ മനസ്സിലാക്കിയാൽ, കുട്ടികളിൽ നിന്നുള്ള ബഹുമാനക്കുറവല്ല അവർ കാട്ടുന്നത് എന്ന തിരിച്ചറിവ് മുതിർന്നവർക്ക് ഉണ്ടാകും. അവരെ ശാസനയുടെ രൂപത്തിൽ, സംശയത്തിന്റെ ദൃഷ്ടിയിൽ കാണുന്നത് ഒഴിവാകും. ഇത് രക്ഷാർത്താവും കുട്ടിയും തമ്മിലുള്ള ബന്ധം ഊഷ്മളമാക്കുകയും ചെയ്യും. എല്ലാ കാര്യങ്ങളും സമാധാനപരമായി അവരെ പറഞ്ഞ മനസ്സിലാക്കാൻ സാധിക്കും.

കുട്ടികൾ ശബ്ദമുയർത്തി സംസാരിക്കുമ്പോൾ അല്ലെങ്കിൽ രക്ഷിതാവിനെ എതിർത്ത സംസാരിക്കുമ്പോൾ അത് ഒരിക്കലും ഒരു രക്ഷിതാവിന് ഉൾക്കൊള്ളാൻ സാധിക്കില്ല എന്ന് അറിയാം.

എങ്കിലും അവരോടൊപ്പം രക്ഷിതാക്കളും തർക്കിച്ചാൽ ഉറക്കെ സംസാരിച്ചാൽ ഒരു കാരണവശാലും കുട്ടികൾ ശബ്ദം താഴ്ത്തുകയോ മര്യാദയോടുകൂടി സംസാരിക്കുകയോ ചെയ്യില്ല. ആ സമയം രക്ഷിതാവ് **സൗമ്യമായി സംസാരിക്കുകയും കാര്യകാരണസഹിതം കാര്യങ്ങൾ വ്യക്തമാക്കുകയും ചെയ്താൽ കുട്ടികൾക്കും ശബ്ദം താഴ്ത്തുകയും രക്ഷിതാവിനെ കേൾക്കുകയും ചെയ്യേണ്ടിവരും.**

മറ്റൊരാളിൽ നിന്നും കുട്ടിയെക്കുറിച്ച് കേട്ട ഏതെങ്കിലും ഒരു തെറ്റായ പ്രവൃത്തിയെ ചൊല്ലി ശബ്ദമുയർത്തിയാൽ പ്രശ്നങ്ങൾക്ക് പരിഹാരം ഉണ്ടാകില്ല എന്നു മാത്രമല്ല, ആ ബന്ധങ്ങൾക്കും കോട്ടം സംഭവിക്കാം. **കേട്ട വാർത്തയെ കുറിച്ചുള്ള സത്യാവസ്ഥ മനസ്സിലാക്കാൻ ശ്രമിച്ചതിനു ശേഷം മാത്രമേ കുട്ടികളോട് സംസാരിക്കാവൂ.** അല്ലെങ്കിൽ ഞാൻ ഇന്നത് കേട്ടല്ലോ - അത് ശരിയാണോ? എന്താണ് അങ്ങനെ കേൾക്കാൻ കാരണം? എന്ന് നേരിട്ട് ശാന്തരായി കുട്ടികളോട് സംസാരിക്കാം. കാള

പെറ്റൂന്ന് കേട്ട് കയർ എടുക്കാതിരിക്കുക.

പരിധികൾ ഏർപ്പെടുത്തുകയും അതിലുറച്ചു നിൽക്കുകയും വേണം. ഇതിനായി രണ്ടോ മൂന്നോ സാധ്യതകൾ കൊടുത്തുകൊണ്ട് അതിൽ നിന്ന് ഏതെങ്കിലും തെരഞ്ഞെടുക്കാൻ പറയാം. ഉദാഹരണത്തിന് നിനക്ക് ആദ്യം കളിക്കുകയോ ആദ്യം പഠിക്കുകയോ ചെയ്യാം. രണ്ടായാലും എട്ടുമണിക്ക് ഉള്ളിൽ രണ്ടും കഴിഞ്ഞിരിക്കണം. ഇങ്ങനെ ഒരു നിർദ്ദേശം മുന്നിൽ വയ്ക്കാം. അതുവഴി തങ്ങൾക്ക് സ്വാതന്ത്ര്യം കിട്ടിയ എന്നുള്ള ഒരു ധാരണ ഉണ്ടാക്കാൻ രക്ഷിതാക്കൾക്ക് സാധിക്കുന്നതാണ്.

ഇനിയും മറ്റൊരു കാര്യം നമ്മുടെ **കുട്ടികളുടെ സുഹൃത്തുക്കളെ അറിയുക** എന്നുള്ളതാണ്. ഏറ്റവും കുറഞ്ഞത് അവരുടെ അടുത്ത അഞ്ച് സുഹൃത്തുക്കളെ എങ്കിലും രക്ഷിതാക്കൾ അറിഞ്ഞിരിക്കണം. അവരുടെ രക്ഷിതാക്കളെയും അറിയണം. ബർത്ത് ഡേ പാർട്ടികളും മറ്റും ഈ കുട്ടികളുടെ വീടുകളിൽ തന്നെ നടത്തുന്നത് അവരെ കൂടുതൽ അറിയാനും രക്ഷിതാക്കൾ അവരോടൊപ്പം ഉണ്ടെന്നും അവർക്ക് ബോധ്യമുണ്ടാവാനും സഹായിക്കും. ആ കുട്ടികളുമായുള്ള ബന്ധം സ്ഥാപിക്കുക വഴി എല്ലാവർക്കും തമ്മിൽ ഒരു വിശ്വാസം വളർത്താൻ സാധിക്കുന്നതാണ്. ഒരു രണ്ടു മാസത്തിലൊരിക്കൽ ഇതുപോലെ ഒരു കൂട്ടായ്മ കൂട്ടാവുന്നതുമാണ്.

ഇങ്ങനെ **ക്ഷമയും ശ്രദ്ധയും വിശ്വാസ്യതയും എല്ലാം ആയി** നമ്മുടെ കുട്ടികളെയും പ്രത്യേകിച്ച് കൗമാരക്കാരെ രക്ഷിതാക്കളോട് ചേർത്തുകൊണ്ട് വഴിയിൽ നേരിടുന്ന തടസ്സങ്ങളെ മാറ്റി മുന്നേറാനുള്ള ശക്തി കുട്ടികൾക്ക് വരുത്തി എടുക്കാം.

"ഒരു കുഞ്ഞ് കാറ്റിൽ പറന്നു നടക്കുന്ന സുന്ദരമായ ഒരു ചിത്രശലഭം പോലെയാണ്. ചില ചിത്രശലഭങ്ങൾ മറ്റുള്ള ചിത്രശലഭങ്ങളെ കാൾ ഉയരത്തിൽ പറക്കാൻ സാധിക്കുന്നവയാണ്. എന്നാലും ഓരോ ചിത്രശലഭവും അവർക്ക് പറ്റാവുന്ന അത്ര ഉയരത്തിലാണ് പറക്കുന്നത്. പിന്നെന്തിന് അവരെ തമ്മിൽ താരതമ്യപ്പെടുത്തണം? ഓരോ ചിത്രശലഭവും വ്യത്യസ്തമാണ്. ഓരോ ചിത്രശലഭവും അതുല്യമാണ്, ഓരോ ചിത്രശലഭവും സുന്ദരവും ആണ്."

"നമ്മുടെ ആഗ്രഹങ്ങളുടെ പൂർത്തീകരണത്തിനായി അല്ല കുട്ടികൾ. അവർ അവരുടെ ശേഷിക്ക് അനുസരിച്ച് ഉയരേണ്ടവരാണ്."

"നമ്മുടെ ആഗ്രഹങ്ങളുടെ പൂർത്തീകരണത്തിനായി അല്ല കുട്ടികൾ. അവർ അവരുടെ ശേഷിക്ക് അനുസരിച്ച് ഉയരേണ്ടവരാണ്."

അദ്ധ്യായം പതിനഞ്ച്

ജനനം മുതൽ പ്രായപൂർത്തി വരെ: ബൗദ്ധിക, വൈകാരിക, മാനസിക വളർച്ചയുടെ സമഗ്ര രേഖ

ജനനം മുതൽ പ്രായപൂർത്തി വരെയുള്ള കുട്ടികളുടെ വളർച്ചയുടെ വിശാലമായ ഈ യാത്ര നമ്മൾ പരിസമാപ്തിയിലെത്തുമ്പോൾ, കുട്ടികളെ വളർത്തുക എന്നത് ഒരുപക്ഷേ നാം എന്നെങ്കിലും **അനുഭവിക്കുന്ന ഏറ്റവും ആഴമേറിയ ഉത്തരവാദിത്തവും അവകാശവുമാണെന്ന് തിരിച്ചറിയുന്നു.** ഒരു നവജാതശിശുവിനെ സ്വാഗതം ചെയ്യുന്നതു മുതൽ ഒരു യുവാവിനെ ലോകത്തിലേക്ക് അയയ്ക്കുന്നതു വരെയുള്ള പാത കേവലം ശാരീരിക മാറ്റങ്ങളുടെയും വളർച്ചയുടെയും നാൾ വഴികൾ മാത്രമല്ല, മറിച്ച് നമ്മുടെ കുട്ടികൾ ആരായിത്തീരുന്നു എന്നത് രൂപപ്പെടുത്തുന്ന ബൗദ്ധിക ശേഷികൾ, വൈകാരിക ബുദ്ധി, മാനസിക ക്ഷേമം

എന്നിവയുടെ സങ്കീർണ്ണമായ വികസനം കൊണ്ടാണ് അടയാളപ്പെടുത്തിയിരിക്കുന്നത്.

ഈ പുസ്തകത്തിലുടനീളം, ന്യൂറൽ കണക്ഷനുകൾ അത്ഭുതകരമായ നിരക്കിൽ രൂപപ്പെടുന്ന മൂല്യവത്തായ ആദ്യകാല വർഷങ്ങളിൽ **ബൗദ്ധിക വികസനത്തിന്റെ അടിത്തറകൾ** എങ്ങനെ ആരംഭിക്കുന്നു എന്ന് നമ്മൾ അന്വേഷിച്ചു. ഒരു ശിശുവിന് വായിച്ചു കൊടുക്കുക, അല്ലെങ്കിൽ ഒരു കുഞ്ഞിനോട് സംസാരിക്കുക എന്ന് തോന്നുന്ന ലളിതമായ പ്രവൃത്തി, അവരുടെ ജീവിതത്തിലുടനീളം സേവിക്കുന്ന ബൗദ്ധിക വളർച്ചയ്ക്ക് എങ്ങനെ അടിത്തറ പാകുന്നുവെന്ന് നമ്മൾ കണ്ടു.

കുട്ടികൾ സ്കൂൾ വർഷങ്ങളിലൂടെ പുരോഗമിക്കുമ്പോൾ, **കേവലം അക്കാദമിക നേട്ടങ്ങളിൽ ശ്രദ്ധ കേന്ദ്രീകരിക്കുന്നതിനു പകരം** ജിജ്ഞാസ വളർത്തുന്നതിന്റെ പ്രാധാന്യത്തെക്കുറിച്ച് - ടെസ്റ്റ് സ്കോറുകളെ അതിജീവിക്കുകയും നിരൂപണാത്മക ചിന്ത, സൃഷ്ടിപരത, ബൗദ്ധിക സ്ഥിരത എന്നിവ വളർത്തുകയും ചെയ്യുന്ന പഠനത്തോടുള്ള സ്നേഹം വളർത്തുന്നതിനെക്കുറിച്ച് - നാം ചർച്ച ചെയ്തു.

തുല്യപ്രാധാന്യമുള്ളതാണ് നമ്മുടെ കുട്ടികൾ ഏറ്റെടുക്കുന്ന വൈകാരിക യാത്ര. ശൈശവത്തിൽ രൂപപ്പെടുന്ന ആസക്തി ബന്ധങ്ങൾ മുതൽ കൗമാരപ്രായത്തിലെ സങ്കീർണ്ണമായ വൈകാരിക പ്രകൃതികൾ വരെ, വൈകാരിക ബുദ്ധി, കഠിനമായ വികാരങ്ങൾ ഒഴിവാക്കുന്നതിലൂടെയല്ല, **മറിച്ച് അവയെ അംഗീകരിക്കുന്നതിലൂടെയും ആരോഗ്യകരമായി പ്രകടിപ്പിക്കുന്നതിലൂടെയും** വികസിക്കുന്നതെങ്ങനെയെന്ന് നമ്മൾ പരിശോധിച്ചു.

നമ്മുടെ കുട്ടികളുടെ **വൈകാരിക അനുഭവങ്ങളെ സാധൂകരിക്കുന്നതോടൊപ്പം നിയന്ത്രിതമായതും സൗമ്യവുമായ മാർഗ്ഗനിർദ്ദേശം** നൽകുന്നതിലൂടെ, ഭാവിയിലെ ബന്ധങ്ങളിലും വെല്ലുവിളികളിലും അവരെ സേവിക്കുന്ന വൈകാരിക വാക്ചാതുര്യവും നേടാനുള്ള തന്ത്രങ്ങളും വികസിപ്പിക്കാൻ നമ്മൾ അവരെ സഹായിക്കുന്നു.

പരമ്പരാഗത രക്ഷാകർത്തൃ മാർഗ്ഗനിർദ്ദേശങ്ങളിൽ പലപ്പോഴും അവഗണിക്കപ്പെടുന്ന **മാനസിക ആരോഗ്യം** നമ്മുടെ സമീപനത്തിന്റെ പ്രധാന കേന്ദ്രമായിരുന്നു. വികസന ഘട്ടങ്ങളിലുടനീളം ദുരിതത്തിന്റെ പ്രാരംഭ ലക്ഷണങ്ങൾ എങ്ങനെ തിരിച്ചറിയാം, മാനസിക സുരക്ഷിതത്വത്തെ പിന്തുണയ്ക്കുന്ന അന്തരീക്ഷങ്ങൾ എങ്ങനെ സൃഷ്ടിക്കാം, പ്രൊഫഷണൽ പിന്തുണ എപ്പോൾ തേടണം എന്നിവയെക്കുറിച്ച് നമ്മൾ പരാമർശിച്ചു. ചെറുപ്പം മുതൽ മാനസിക ക്ഷേമത്തെക്കുറിച്ചുള്ള സംഭാഷണങ്ങൾ സാധാരണമാക്കുന്നതിലൂടെ, ജീവിതകാലം മുഴുവൻ അവരുടെ മാനസിക ആരോഗ്യത്തിന് മുൻഗണന നൽകാനും പരിപാലിക്കാനും കുട്ടികളെ നമ്മൾ തയ്യാറാക്കുന്നു.

നാം **സ്ഥിരമായി നൽകുന്ന സുരക്ഷിത അടിത്തറ** അവരെ പര്യവേക്ഷണം ചെയ്യാനും, തെറ്റുകൾ തിരുത്താനും, സ്ഥിരത വികസിപ്പിക്കാനും അനുവദിക്കുന്നു - ബൗദ്ധിക വളർച്ച, വൈകാരിക ആരോഗ്യം, മാനസിക ക്ഷേമം എന്നിവയ്ക്ക് ഒരുപോലെ ഉപകരിക്കുന്ന ഗുണങ്ങൾ.

നിങ്ങളുടെ **മക്കൾ പ്രായപൂർത്തിയാകുമ്പോൾ, നിങ്ങളുടെ ബന്ധം പരിവർത്തനം ചെയ്യും.** നേരത്തെയുള്ള വർഷങ്ങളിലെ സജീവ മാർഗനിർദ്ദേശം വ്യത്യസ്ത തരത്തിലുള്ള കണക്ഷനു വഴിമാറുന്നു - അവിടെ നിങ്ങളുടെ സ്വാധീനം തുടരുന്നു, പക്ഷേ കൂടുതൽ സൂക്ഷ്മമായ രീതിയിൽ.

ഒരു രക്ഷിതാവ് എന്ന നിലയിലുള്ള വിജയം നിങ്ങളെ ആശ്രയിച്ച് നിങ്ങളുടെ കുട്ടികൾ എത്രത്തോളം ആശ്രിതരായി തുടരുന്നു എന്നതിലല്ല, മറിച്ച് അവർ സ്വന്തം ജീവിതത്തെ ആത്മവിശ്വാസത്തോടെയും കരുണയോടെയും ജ്ഞാനത്തോടെയും നാവിഗേറ്റ് ചെയ്യാൻ എത്രത്തോളം തയ്യാറാണ് എന്നതിനാലാണ് അളക്കപ്പെടുന്നത്.

ബൗദ്ധിക, വൈകാരിക, മാനസിക ആരോഗ്യത്തോടെ വളർത്തിയ കുട്ടികൾ നിരൂപണാത്മകമായി ചിന്തിക്കാനും, ആഴത്തിൽ സ്നേഹിക്കാനും, സ്വയവും മറ്റുള്ളവരെയും പരിപാലിക്കാനും കഴിയുന്ന മുതിർന്നവരായി വളരുമെന്ന് ഓർമ്മിക്കുക. നിങ്ങളുടെ ഇത്തരം നിക്ഷേപങ്ങൾ നിങ്ങളുടെ കുട്ടിയുടെ വ്യക്തിപരമായ ജീവിതത്തിൽ മാത്രമല്ല, നമ്മുടെ കൂട്ടായ ഭാവിയിലും ഗുണപരത ഉളവാക്കുന്നു.

ഒടുവിൽ, നിങ്ങൾ നൽകുന്ന ആയിരക്കണക്കിന് സംഭാഷണങ്ങൾ, ബന്ധത്തിന്റെ നിമിഷങ്ങൾ, മാർഗ്ഗനിർദ്ദേശത്തിന്റെ സന്ദർഭങ്ങൾ എന്നിവ വളരെയധികം പ്രാധാന്യമുള്ളതാണെന്ന് വിശ്വസിക്കുക - പുരോഗതി അപ്രത്യക്ഷമായി തോന്നുമ്പോഴോ വെല്ലുവിളികൾ ഭാരിച്ചതായി തോന്നുമ്പോഴോ പോലും. ഓരോ കുട്ടിയുടെയും **വികസന യാത്ര അതിന്റെ സ്വന്തം വേഗതയിലും സ്വന്തം രീതിയിലും വിടരുന്നു.** ഒരു പ്രത്യേക സമയക്രമം നിർബന്ധിക്കുകയല്ല, പകരം വളർച്ച സ്വാഭാവികമായി സംഭവിക്കാനുള്ള സാഹചര്യങ്ങൾ നൽകുകയാണ് നിങ്ങളുടെ പങ്ക്.

ഒരു മനുഷ്യജീവിയെ വളർത്തുന്ന ഈ അസാധാരണമായ യാത്രയെ അടയാളപ്പെടുത്തുന്ന ബൗദ്ധിക കണ്ടെത്തലുകളിലും വൈകാരിക ബന്ധങ്ങളിലും മാനസിക ഉൾക്കാഴ്ചയുടെ നിമിഷങ്ങളിലും നിങ്ങൾക്ക് സന്തോഷം കണ്ടെത്താം. ഈ

യാത്രയിലുടനീളം നിങ്ങൾ നിങ്ങളോട് തന്നെ സൗമ്യമായിരിക്കട്ടെ.

"നശിച്ചു പോയ ഒരു മനുഷ്യനെ നേരെയാക്കുന്നതിലും എത്രയോ എളുപ്പമാണ്

മിടുക്കനായ ഒരു കുട്ടിയെ വളർത്തിയെടുക്കുക എന്നത്."